அத்திப்பழங்கள் இப்போதும் சிவப்பாய்த்தான் இருக்கின்றன

ஒரு பத்திரிக்கையாளனின் பார்வையில் அரசியல், சமூகம், பொருளாதாரம், இலக்கியம், ஊடகம்.

ஆர். விஜயசங்கர்

அத்திப்பழங்கள் இப்போதும்
சிவப்பாய்த்தான் இருக்கின்றன
கட்டுரைகள்
ஆர். விஜயசங்கர்

©ஆசிரியருக்கு

முதற்பதிப்பு : டிசம்பர் 2010

அட்டை வடிவமைப்பு
பினுபாஸ்கர்

வெளியீடு
வம்சி புக்ஸ்,
19. டி.எம். சாரோன், திருவண்ணாமலை.
செல்:9444867023-9443222997

E.mail: vamsibooks@yahoo.com
www.vamsibooks.com

அச்சாக்கம்
மணி ஆப்செட்,
சென்னை.

ISBN : 978-93-80545-28-8

விலை : 300

என் தந்தையாகவும் தோழனாகவும் தத்துவ ஆசானாகவும் வாழ்ந்து மறைந்த பி.ஆர்.சி. என்கிற பி. ராமச்சந்திரனுக்கும் அந்தத் தோழனின் தோழியாக இருந்து இன்றும் புரட்சி உணர்வும் போர்க்குணமும் மாறாமல் வாழ்ந்து வரும் அம்மா ஜானகிக்கும்!

பதிப்புரையாக

ஏதோ ஒரு புள்ளியில் வாய்த்த தோழர். விஜயசங்கரின் நட்பு, வாசிப்பின் வழியே இன்னும் பலப்பட்டது. சிறு சிறு பிரசுரங்களாக வாசக மனதில் பதிந்திருந்தவைகளைச் சேகரிக்க அவர் எடுத்துக் கொண்ட முயற்சி புது படைப்பியக்கத்திற்கு சற்றும் குறைவில்லாதது.

இந்தப் புத்தகம் அரசியல், வரலாறு, பொருளாதாரம், ஊடகம், இலக்கியம் என எல்லாத் தளங்களிலும் பயணிக்கிறது. ஒரு பத்திரிகையாளனாக சமூகத்தின் அனைத்து தரப்பிலும் ஊடுறுவும் விஜயசங்கரின் கண்கள், அப்பாவை சிறையில் சந்திக்கும் போது மட்டுமே கலங்குகிறது.

தான் தேடி, படித்து, வாழத்தேர்ந்தெடுத்துக்கொண்ட கொள்கையின் பக்கமே நின்றாலும் அநீதிக்கெதிரான ஆக்ரோஷமான எழுத்து இது என்று ஒரு ஆரம்ப கால வாசகனால் கூட புரிந்து கொள்ள முடியும்.

இன்றைய ஊடகங்கள் உருவாக்கும் அரசியல் அதிகாரத்தையும் அவற்றின் வணிக நோக்கத்தையும் 'செய்தியின் அரசியல் பொருளாதாரம்' கட்டுரையிலும், தமிழகத்தில் வாழும் ஒவ்வொருவரும் தாங்கிநிற்கும் பலவகையான அடையாளங்களையும் அதனை வைத்து

இங்கே நடத்தப்படும் அரசியலையும் 'தமிழகத்தில் அடையாள அரசியல்' கட்டுரையிலும், பெரியார் அவர்தம் வாழ்நாளில் எதிர்கொண்ட அரசியல் சூழல் மற்றும் அவரது கொள்கைகளிலிருந்து அவரது அரசியல் வாரிசுகள் வழுவிச் சென்றதையும், திராவிடக் கட்சிகளின் முரண்பாட்டையும், பெரியாரை விமர்சனத்தோடு அவரின் கருத்துகளை முன்னெடுத்துச் செல்ல வேண்டும் என்றும் 'பெரியார் - நேற்று இன்று நாளை', 'தமிழகத்தில் சித்தாந்தம் நீக்கப்பட்ட அரசியல்' போன்ற கட்டுரைகளின் வழி ஒரு பத்திரிகையாளனின் நேர்மையான பார்வையில் நின்று பதிவு செய்கிறார்.

கம்யூனிஸ்ட் வாழ்வைத் தேர்ந்தெடுக்கும் குடும்பங்கள், வாழ்வின் ஒவ்வொருக் கட்டத்திலும் ஏதாவதொரு விலைகொடுக்க வேண்டியிருக்கும் என்பதைத் தன் பால்யத்திலேயே உணர்ந்த விஜயசங்கருக்கான எழுத்து அதன் வழியே மேலெழுகிறது.

நூற்றுக்கும் மேற்பட்ட புத்தகங்களைப் பதிப்பித்திருக்கும் 'வம்சி' மீண்டும் ஒருமுறை இந்த பிரதியின் மூலம் பெருமிதப்பட்டுக் கொள்கிறது.

எளிமையான அன்போடு

கே.வி.ஷைலஜா

நேர்மையும், துணிச்சலும்மிக்க இதழியல் எழுத்து

வே. மீனாட்சி சுந்தரம்

இதழியல் (ஜர்னலிசம்) என்பது ஒரு கலை. இதில் மனதிற்கு விருந்தளிக்கிற ரகம் - புத்தியைத் தீட்டிவிடுகிற ரகம் என்ற இரண்டு வகைகள் உண்டு. இரண்டாவதாக சொல்லப்பட்ட ஜர்னலிசத்திற்கு குறைந்த வார்த்தைகளில் அதிகம் சொல்லும் திறன் தேவை. மனதைத் தொடுகிற எழுத்து நடை தேவை. இத்தகைய ஜர்னலிசத்திற்கு உங்கள் கையிலே தவழ்கிற இக்கட்டுரைத் தொகுப்பு சிறந்த எடுத்துக்காட்டு. இதில் புகழ்பெற்ற சிலரது படைப்புக்களின் தமிழாக்கம், சிலரின் வாழ்க்கை, உலக நடப்புகள், நாட்டு நடப்புகள் இவைகளைப் பற்றி ஆசிரியரின் அலசல், வெவ்வேறு காலங்களில் வெவ்வேறு இதழ்களிலும், சிறுநூல்களாகவும் வெளி வந்தவைகள் அடங்கியுள்ளன. இவைகளைப் படைத்த விஜய சங்கர் புத்தியைத் தீட்டி விடுகிற ரக ஜர்னலிஸ்ட் மட்டுமல்ல, பிறர் எழுத்தை நேர்த்தியாக வடிவமைக்கும் எடிட்டர். எடிட்டர் மட்டுமல்ல, சமூக உணர்வுள்ள இதழியல் மரபைத் தோற்றுவிக்கத் தன்னை ஆத்மார்த்தமாக ஈடுபடுத்திக் கொண்டவர். அதற்காகப் போராடுபவர்.

மார்க்சியச் சித்தாந்தப் போராளிகளான பெற்றோர்களின் வளர்ப்பில் உருவானவர். இவரது தந்தை மார்க்சியத்தை தமிழகப் பாட்டாளி மக்களுக்கு புரிகிற முறையில் பேசியவர், எழுதியவர். இவரது தாயாரும் ஒடுக்கப்பட்ட மக்களின்

இயக்கத்தை வளர்க்கப் பாடுபட்டவர் எழுத்தாற்றல் கொண்டவர். குறிப்பாக மராட்டிய மாநில ஆதிவாசிகளின் போராட்ட அனுபவங்களைத் தமிழக பாமர மக்களின் கவனத்திற்குக் கொண்டுவர கோதாவரி பருலேகரின் - மனிதர்கள் விழிப்படையும் போது என்ற நூலை மொழிபெயர்த்தார். அது தமிழக மக்களின் மனதில் போராட்ட நம்பிக்கைகளை விதைத்தது. எனவே புரட்சிகர மாற்றங்களுக்காகப் பாடுபடும் சமூக அரசியல் இயக்கத்தின் அடிவேராக வாழும் குடும்பப் பாரம்பரியத்தின் கருத்தோட்டம் இவரது எழுத்துக்களிலே மிளிரும்.

பல்வேறு காலகட்டங்களில் அவர் எழுத்திலிருந்தும், மொழிபெயர்ப்புகளில் இருந்தும் தேர்வு செய்த கட்டுரைகளை ஒரு புத்தக வடிவில் வம்சி பதிப்பகத்தார் வெளியிட்டிருப்பது காலத்தின் தேவையை ஈடு செய்யும் பணியாகும். இதனை சமூக இயக்கத்தினரும், புதியன தேடி வாசிக்கும் வாசகர்களும் பாராட்டுவார்கள்.

இக்கட்டுரைகள் ஊசிப்போன தகவல்கள் அல்ல. நாமும் உலகநாடுகளும் அன்றாடம் சந்தித்து வருகிற ஆனால் வரலாறு நெடுகிலும் பல நூற்றாண்டுகளாக தொடரும் அரசியல் சமூக, கருத்து முக்கியத்துவ பிரச்சனைகள் பற்றிய கட்டுரைகளே. இக்கட்டுரைத் தொகுப்பின் சிறப்பென்ன ?.

இந்தியாவிலும், தமிழ் நாட்டிலும் கடந்த சில ஆண்டுகளாக மக்களை அலைக்கழித்த இன்றும் அலைக்கழித்து வருகிற மிக முக்கியமான அரசியல், சமூக, சித்தாந்த பிரச்சனைகளைப் பற்றிய அறிமுகம் தேவையென்றால் ஒருவர் உலகம் சுற்றும் வாலிபனாக செயற்கைக் கோளில் வலம் வரவேண்டாம். கூகுள் வலையைக் கிளிக் செய்து வைக்கோல் போரில் விழுந்து ஊசியைத்தேடி அலுக்க வேண்டாம். இந்த புத்தகத்தைப் புரட்டினால் போதும். எதை அறிய வேண்டுமோ அது கிடைக்கும். புத்தியைத் தீட்ட எது தேவையோ அது கிடைக்கும்.

காலனி ஆதிக்க சக்திகள் உருவாக்கிய சிக்கல்கள், மதங்களின் பெயரால் மக்கள் மீது வாழையடி வாழையாக நிகழ்த்தப்படும் வன்முறைகள் காலங்காலமாக நடப்பது தான் என்றாலும் ஒவ்வொரு கால கட்டத்திலும் அதன் பரிமாணங்கள் மாறிக்கொண்டே இருக்கின்றன. சான்றாக இன்று அரசியல் ரீதியாக அடிமைப்பட்ட நாடோ, மனிதனோ கிடையாது. ஆனால் டாலரின் ஆதிக்கமும், மன்மோகன்சிங் போன்ற தம்மைத் தாமே விரும்பி விற்கும் புதிய அடிமைகளும் ஏகாதிபத்தியத்தியத்திற்கு ஆக்ஸிஜனாக இருப்பதைக் காண முடியும். அதேநேரம் லத்தீன் அமெரிக்க நாடுகள் ஏகாதிபத்தியத்திற்குச் சவக்குழி தோண்டுவதைக் காணமுடியும். ஆப்பிரிக்க மக்கள் படும்பாட்டையும் ஒருகட்டுரை கூறுகிறது. காலனியாதிக்க உணர்வுகள் எதிர்ப்புகள் அவைகளை உலகிற்கு காட்டிய வரலாற்றாசிரியர், புரட்சிக் கனலை கவிதை ஆக்கிய கம்யூனிஸ்ட், ஜர்னலிஸ்ட் ஆகியோரை அறிமுகம் செய்கிற எழுத்துக்களும் இத் தொகுப்பில் உறைகின்றன.

இந்து மதம் என்ற ஒன்றை வரலாறு நெடுகிலும் எங்கு தேடினாலும் கிடைக்காது. வேதங்களை ஆதரிப்போர் ஆத்திகர் என்றும், மறுப்போர் நாத்திகர் என்றும் மோதிய காலம் வரலாற்றிலே உண்டு. பின்னர் சைவம், வைணவம், பவுத்தம், ஜைனம் என்று மார்க்கங்களே அரசியலிலும், சமூக வாழ்விலும் கோலோச்சியக் காலம் வந்தது. அதன் பின்னர் இஸ்லாம், கிருத்தவம் அரசியலில் முன்னுக்கு வந்தது. இப்பொழுது இந்துத்துவா பூர்சுவா அரசியலின் எதிர் முனையாக வந்து விட்டது. இந்தப் படி மாற்றங்களை இத்தொகுப்பில் உள்ள கட்டுரைகள் நமக்குத் தெளிவாக அறிமுகம் செய்கிறது. பாப்ரி மசூதி இடிப்பின் இந்துத்துவா அரசியல் அடிப்படையை ஒரு கட்டுரை அறிமுகம் செய்கிறது. இடொதுக்கீடு அரசியலை ஒரு கட்டுரை புரிய வைக்கிறது.

தமிழ்நாட்டு அரசியலில் மக்களின் வாழ்வில், பண்பாட்டில் தந்தைப் பெரியாரின் தாக்கம் பற்றிய விருப்பு

வெறுப்பின்றி, அறிய இத்தொகுப்பு நமக்கு உதவுகிறது. பெரியாரின் வாரிசுகள் நடத்தும் அரசியல் மற்றும் கருத்துப்போர் தனிநபர் துதியாகவும், நிந்தனையாகவும் சுருங்கி சித்தாந்தமற்ற - சொத்துக்கள் குவிக்கிற இயக்க நடவடிக்கைகளை தற்காலிக எள்ளி நகையாடலாக இல்லாமல் மெய்யான சமூக அக்கறை கொண்டோரின் ஆன்ம பரிசீலனைக்கு உதவும் வகையில் இவர் எழுதியிருக்கறார். இது திராவிட இன சித்தாந்த பிடிப்பில் கட்டுண்ட அறிவாளிகளுக்கும், நேர்மையான திராவிட இயக்கத்தினருக்கும் புத்தியைத் தீட்டும், அக்கறையைத் தூண்டும். திராவிட இயக்கத் தலைமை கம்யூனிச எதிர்ப்புப் பள்ளத்தில் விழுந்து விட்டதே அதன் சரிவாகி விட்டது என்ற விஜயசங்கரின் கணிப்பு சிந்தனையைத் தூண்டவல்லது.

உருகுவே நாட்டு ஜர்னலிஸ்ட் எட்வர்டு காலியானோவை அமெரிக்காவிற்கும், ஐரோப்பாவிற்கும் அறிமுகம் செய்தது வெனிசுலா அதிபர் சாவஸ் என்றால் தமிழ்கூறு நல்லுலகிற்கு முதலில் அறிமுகப்படுத்தியவர் விஜய்சங்கராகத்தான் இருக்க முடியுமென்று கருதுகிறேன். 1971 இல் எட்வர்டு காலியானோ எழுதிய லத்தீன் அமெரிக்காவின் திறந்து கிடக்கும் ரத்தநாளங்கள் என்ற நூல் மனதைத் தொடுகிற முறையில், நேர்மைமிகு அறிவோடு தகவல்களின் ஆய்வு என்று உலகமே பாராட்டியது. ஆனால் அமெரிக்கா, ஐரோப்பா செல்வாக்குள்ள பத்திரிகைகள் இருட்டடிப்பு செய்தன. 40ஆண்டுகளுக்குப் பிறகு வெனிசுலா அதிபர் சாவேஸ் இந்த நூலைப் பரிசாக ஒபாமாவிற்கு கொடுத்தது பரபரப்பாகி அறிமுகம் கிடைத்தது.

பாப்லோ நெருடா 20 நூற்றாண்டின் தலைசிறந்த கவிஞன் என்பது தெரியும். கம்யூனிஸ்ட் கட்சியில் உறுப்பினர் என்பது அவ்வளவாகத் தெரியாது. கட்சி உறுப்பினர் என்றால் எவ்வளவு பேரை கம்யூனிஸ்ட் கட்சியில் சேர்த்திருப்பார் என்ற கேள்வி எழலாம். அவர் அப்படிச் சேர்த்திருப்பார் என்று சொல்வதற்கில்லை. ஆனால் அவரது கவிதைகள் இன்றும் உலக நாடுகள் எங்கும் உறுப்பினர்களைச் சேர்த்துக்

கொண்டே இருக்கின்றன. அறிஞர்களை நான் ஒரு கம்யூனிஸ்ட் என்று தலைநிமிர்த்தி சொல்ல வைத்துக் கொண்டே இருக்கிறது. அவரது மறைவிற்குப் பின்னரும் சாகாவரம் பெற்ற கவிதைகள் கடமை உணர்வுடன் செயல்படுகிறது. இத்தொகுப்பைப் படிக்கிற பொழுது என் மனதில் பட்டது. இத்தொகுப்பைப் படிக்க நேர்கிற சராசரி தமிழ் வாசகர் நிச்சயம் கம்யூனிச எதிர்ப்பு எனும் தாழ்ப்பாளை அகற்றி ஜனநாயகம், சமத்துவம், உழைப்பு இம்மூன்றையும் நேசிக்கத் தொடங்குவான்.

வம்சிக்கும் - விஜய சங்கருக்கும் எனது பாராட்டுக்கள்.

தோழமையுள்ள
வே.மீனாட்சிசுந்தரம்
(ஆசிரியர், மார்க்சிஸ்ட் மாத இதழ்)
மாநிலக்குழு உறுப்பினர்,
இந்திய கம்யூனிஸ்ட் (மார்க்சிஸ்ட்)

அட்சரேகைகளும் தீர்க்கரேகைகளும்

தொடக்கப் பள்ளியில் படிக்கும்போது என் வயதையொத்த பல குழந்தைகளைப் போலவே எனக்கும் மெக்கானிக் ஆக வேண்டும் என்ற ஆசை இருந்தது. எனக்கு இருசக்கர வாகனங்களை அக்குவேறு ஆணிவேறாகப் பிரித்துப் போட்டு, பழுதுபார்த்து மீண்டும் வண்டியை 'ரெடி' செய்யும் மெக்கானிக்குகளின் சிரத்தை மிகு உழைப்பின் கம்பீரம் அவர்களின் அழுக்கான உடையையும் மீறித் தெரியும். மோட்டார் வாகனங்களை ஓட்டுவதில் அந்த வயதிலேயே ஆண்பிள்ளைகளுக்கு பிரத்தியேகமாக ஏற்படும் ஆர்வமும் சேர்ந்து வாழ்க்கையின் லட்சியமே மெக்கானிக் ஆவதுதான் என்றாகியிருந்தது.

எழுத்தாளன் என்று ஒரு இனம் இருப்பதை என் தந்தை சொல்லியதும் இந்த மெக்கானிக் கனவு மெள்ளக் கரைந்து போனது.

மேல் அட்டை இல்லாத 'வியாசர் விருந்து' (ராஜாஜி எழுதிய ராமாயணக் கதை) ஆனந்த விகடன், அண்ணன் ஆர்வமாக இரவல் வாங்கி வந்த ஃபால்கன் என்ற ஆங்கிலப் பத்திரிகை தன் முயற்சியில் சற்றும் மனம் தளராத 'பிங்க்' நிற விக்கிரமனையும், சாமர்த்தியமாகக் கேள்வி கேட்டுத் தப்பி முருங்கை மரம் நோக்கி மீண்டும் மீண்டும்பறந்து செல்லும் வேதாளம், அடர்ந்து முறுக்கிய மீசையும் தலைப்பாகையும் வைத்து குண்டு குண்டான

மனிதர்களையும் தாங்கிவரும் அம்புலிமாமா, டென்காலி ஆழ நடுக்காட்டிற்குள்ளிருந்து கம்பீரமாக நடந்து வரும் வேதாளனே (எனது அன்றைய சூப்பர்மேன்). மின்கம்பியைத் தொட்டு ஆ.. என்று அலறியபடியே உருவம் மறைந்து எதிரிகளைத் தாக்கும் இரும்புக் கை மாயாவி என புத்தகங்களுக்குள் புதைந்து போகத்தொடங்கிய வயதும் வந்தது.

டால்மியாபுரத்தின் சிமிண்ட் புகைபடிந்த ஒரு சந்துக்குள் இருந்த அரசு நூலகத்தில் மிகக் குறைந்த வயதிலேயே உறுப்பினராகச் சேர்த்து விட்ட என் பெற்றோரும், கண்ணாடியும், கதர் சட்டையும் அணிந்து நல்ல நூல்களை அடையாளம் காட்டிய நூலகரும் என் புத்தகக் காதலை மேலும் தீவிரப்படுத்தினர். மஞ்சரி, கலைக்கதிர் என என் வாசிப்பு வானம் விரிந்தது.

கேரளத்தின் தலைச்சேரியில் தாத்தாவின் பிரம்மாண்ட பழைய வீட்டில் வவ்வால் மணக்கும் ஓர் அறைக்குள் இருந்த அலமாரியில் இருந்து மக்கிய, பொடிந்து விடும் நிலையிலிருந்த ஆங்கிலப் புத்தகத்திலிருந்து எழுந்த மக்சிய வாசம் என் புத்தகத் தாகத்தை அடுத்த படிக்கு இட்டுச் சென்றது.

இந்த வாசிப்புப் பயணத்தில் பொழுது போக்கும் அறிவு வளர்ச்சியும் உணர்வு முதிர்ச்சியும் சரிவிகிதத்தில் கலந்திருந்தன. ஆனால் மனிதத்தையும், மனிதநேயத்தையும் என்னுள் வளர்த்தவை, திடுக்கிடும் திருப்பங்களோ, அதிர்ச்சிகளோ இல்லாமல் சிறு சிறு கதைகளாக வந்த சோவியத் யூனியன் குழந்தை இலக்கியங்களே.

இதனிடையே வளர்ந்ததுதான் என் தமிழ் ஆர்வம்.

தமிழுக்கும் அமுதென்று பேர்

அந்தத் தமிழ், இன்பத் தமிழ்

எங்கள் உயிருக்கு நேர்

என்ற பாரதிதாசன் பாடல்கள் வானொலியில் ஒலிக்கும் போதெல்லாம் தன்னை மறந்து கண்ணை மூடி ஆஹா என்று தலையாட்டி அப்பா ரசிப்பார்.

பிறப்பால் மலையாளியான நான் கலாச்சார மொழி அடிப்படைகளை அமைதியாக மீறிச் செல்வதற்கு அவரையும் அறியாமல் அப்பா ஒரு காரணமாக இருந்தார்.

பூம்புகாரின் இந்திர விழா வர்ணனையை இளங்கோவின் சிலப்பதிகாரத்தை கல்லக்குடி பள்ளிக்கூடத்தில் இரண்டாம் வகுப்பிலேயே அறிமுகம் செய்து வைத்த ராஜேந்திரன் சாரும், வெற்றிலைச் சிவப்பு வாயுடன் தமிழ்ச் செய்யுள் கற்றுத்தந்த சோமசுந்தரம் அய்யாவும் எத்தனையோ வாழ்க்கை மாற்றங்களுக்குப் பின்னரும் என்னுள் உறைந்திருக்கிறார்கள். செய்யுள்களை நெட்டுருச் செய்து ஒப்பிக்கும் வரை சோமசுந்தரம் அய்யா விடமாட்டார். வெவ்வாய் ஓரி முழவாக... விடிந்தார் ஈமம் விளக்காக.... என சீவகனின் தாய் தன் மகனுக்குக் காட்டின் இருளில் இருந்து பாடும் தாலாட்டுப் பாடலை ராகமிட்டுப்பாடி சீவக சிந்தாமணியை எனக்குள் பதிய வைத்த திருச்சிப் பள்ளிக்கூட வாத்தியார் செல்வராஜ் போன்ற தமிழ் ஆசிரியர்களின் ஈடுபாடான கற்பித்தலில் நான் தமிழ் மீது காதலானேன்.

மெக்கானிக் கனவு போய் எழுத்தாளன் கனவு தொடர ஆரம்பித்தது. அப்புறம் விண்வெளி ஆராய்ச்சி என்று மனம் வானவெளியில் பறக்க ஆரம்பித்தது. பியூசியில் அறிவியலை தேர்வு செய்து ஓராண்டு முடிவதற்குள் நமது கல்வி முறை பாடத்தை கனமாக்கி என் அறிவியல் ஆர்வத்திற்கு அணைபோட்டது.

எங்கே செல்லும் இந்தப்பாதை என்று நான் தடுமாறி நின்று கொண்டிருந்த போது வெங்கடேஷ் ஆத்ரேயா வீட்டிற்கு வந்திருந்தார். அவரது அறிவுரை என் பார்வையை பத்திரிகைத் துறைப் பக்கம் திருப்பியது. ஆனால் அதற்கு அடிப்படையாக ஆங்கில இலக்கியம் அவசியம் என்றபோது அப்பாவும் அம்மாவும் அதற்கு சம்மதம் தந்தனர். பட்டப்

படிப்பின் போது ரயில் நிலையத்தில் தோழர் வி.பி.சிந்தன் அவர்களைச் சந்தித்தேன். படிப்பு முடித்து அப்புறம் என்று கேட்டார். பத்திரிகையாளன் ஆக விருப்பம் என்றேன். அப்படியா அதற்கு இலக்கியம் முக்கியம் தான். அதைவிட அரசியல் முக்கியம். ஆனால் பொருளாதாரம் படிக்காமல் அரசியல் புரிதல் முழுமைபெறாது என்றார்.

சிலர் சில வார்த்தைகள் சொல்லும்போது சொற்கள் சாதாரணமாக இருக்கும் ஆனால் உள்ளுக்குள் ஒரு ஒளியைப் பாய்ச்சி விடும். என் பாதையைக் கோடு போட்டு தெளிவாக்கி விட்டது தோழர் வி.பி.சியின் சொற்கள்.

இதழியல் படிப்பிற்காக டெல்லி சென்று இறங்கியதும் ஒரு பெரு நகரில் திருவிழாவில் தொலைந்து போன குழந்தைபோல மிரண்டு போய் நின்றேன். அதற்கிடையில் இந்தி வேறு என் தலையில் ஏறமறுத்து பிடிவாதம் பிடித்தது.

டெல்லித் தெருக்களில் மட்டுமல்லாது மார்க்சியத் தினுள்ளும் அழைத்துச் சென்ற தியாகு இன்றும் என் தோழன். அது எனக்கு அறிவுலகத்தின் பல கதவுகளை விரியத் திறந்து விட்டது. இளையராஜாவின் மனிதா... மனிதா... இனி உன் விழிகள் சிவந்தால்... என்ற பாடலை மொழிபெயர்த்து தன் நாடகத்தில் இணைக்க நினைத்து வீதிகளில் நாடகம் நடத்தி வீதியிலேயே உயிர் பறிக்கப்பட்ட சப்தர்ஹாஸ்மியும் எனக்குப் புதிய நம்பிக்கைகளை ஏற்படுத்திய மற்றொரு தோழன்.

இதழியல் முடித்து சென்னைக்குத் திரும்பினேன். ஓராண்டு வேலைக்கு விண்ணப்பித்தபடி வீட்டில் இருந்தேன். கட்சிக்கு மொழிபெயர்ப்பு பணி செய்ய தமிழும் ஆங்கிலமும் தெரிந்தவர்கள் தேவைப்படுகிறார்கள் நீ ஏன் அதைச் செய்யக்கூடாது என்றபடி என்னைத் திருவல்லிக்கேணி அலுவலகத்திற்கு அனுப்பி வைத்தார் அப்பா.

இப்படித்தான் மொழிபெயர்ப்பு எனக்கு அறிமுகமானது. அவ்வப்போது இதைச் செய்து கொண்டிருந்த போதே இந்திய

ஜனநாயக வாலிபர் சங்கத்தின் இளைஞர் முழக்கத்திற்காக நீ ஏன் எழுதக்கூடாது என்று கூறியதும் அப்பா தான். இளைஞர் முழக்கத்தில் எழுதிக் கொண்டிருந்த போது நெல்சன் மண்டேலா சிறையில் இருந்து விடுதலை பெற்ற பின்னர் இந்தியா வருவதற்கான அறிவிப்பு வந்தது. அவரை வரவேற்று இளைஞர் முழக்கத்தில் ஒரு கடிதம் எழுதினேன். அதைப்படித்த தோழர் உமாபதி நல்ல இலக்கியத்தரமான படைப்பாக இருக்கிறது அற்புதம், சரளமான தமிழ் நடை என்றார். இதைக்கேட்டதும் எனக்கே என் தமிழ் மீது நம்பிக்கை ஏற்பட்டது.

கட்சியின் வெகுஜன இதழ்களிலும், தீக்கதிர், தமிழ் மார்க்சிஸ்ட் இதழிலும் தொடர்ந்து விஜயன் என்ற பெயரில் எழுத உத்வேகம் பெற்றேன். மார்க்சிஸ்ட் இதழில் கட்டுரைகள் தொடர்ந்து எழுத உற்சாகப்படுத்தியவர்கள் தோழர்கள் பி.ஆர். பரமேஸ்வரன், வி.மீனாட்சி சுந்தரம்.

என் மொழிபெயர்ப்புகளையும் படைப்புகளையும் முதலில் நூல் வடிவாக்கியவர் கடுமையான பொருளாதாரப் போராட்டங்களையும் மீறி முற்போக்கு பதிப்புலகில் முத்திரை பதித்த சென்னை புக்ஸ் பாலாஜி என்றறியப்படும் என் தோழர்.

பின்னர் பாரதி புத்தகாலயத்தில் பொறுப்பை ஏற்றவுடன் தோழர் நாகராஜன் ஐந்து ரூபாய் புத்தகம் என்ற பயனுள்ள யோசனையைக் கொண்டு வந்தார். அதில் முதல் புத்தகம் என்னுடையதாக இருந்தது. அத்துடன் தொடர்ந்து என் எழுத்துக்களை நூலாக்கிய தோழர் நாகராஜன் என் எழுத்துலகப் பயணத்தில் இணையில்லாத் துணை.

எழுத்தும் பத்திரிகையும் சமூகப் பொறுப்புணர்வுடன் இரண்டறக் கலந்தது என்பதை என்னுள் பதித்திவர் எங்கள் முதன்மை ஆசிரியர் என்.ராம். பள்ளிப் பருவத்தில் மாணவர் தலைவராக ராம் அவர்களை என் தந்தை அறிமுகம் செய்து வைத்தார். அவருடைய பத்திரிகையில் பணியாற்றுவது இன்றும் என்னை வியப்பிற்குள்ளாக்கும் நிகழ்வு.

அதிகார மையத்தின் முகத்திற்கு நேராக உண்மையைச் சொல்வது (speaking truth to power) நியாய உணர்வுடனும், சமூகப் பொறுப்புணர்வுடனும் எழுதுவது அடித்தட்டு மக்கள் மீது எப்போதும் கவனம் செலுத்தி, அரசின் கொள்கைகள் எவ்வாறு மக்களை பாதிக்கிறது என்பதை எழுத்தில் கொண்டு வருவது எனக் கற்றுக்கொடுத்தவர் அவர். என் எழுத்திலும் நான் தொழில் தொடர்பாக எடுக்கும் முடிவுகளுக்கு அமைதியான அனுமதியும் ஆதரவும் தந்து என்னை எப்போதும் ஊக்கப்படுத்தும் அவரின்றி நான் ஒரு பத்திரிகையாளனாக உயர்ந்திருக்க முடியாது.

இதற்கிடையே அப்பன் மேனன் அறக்கட்டளை வழங்கும் ஆராய்ச்சிக்கான உதவித்தொகை கிடைத்தது. ஆய்விற்கு நான் எடுத்துக்கொண்ட தலைப்பு 1967-க்குப்பின் திராவிட இயக்கம். அதுதான் தொகுப்பில் வந்துள்ள கட்டுரைகளுக்கு அடிப்படையாக அமைந்தது. ஆராய்ச்சிக்குரிய நுட்பங்களைக் கற்றது என் மனைவி மாயா அவர்களிடமிருந்து. (அவர் வரலாற்றுத் துறையில் பி.எச்.டி. பட்டம் பெற்று கல்லூரியில் விரிவுரையாளராக உள்ளார்.)

இரண்டாண்டுகளுக்கு முன்னர் ஒரு மனிதரைச் சந்தித்தேன். என் வாழ்நாளில் அவருடன் பேசிய நேரம் மிகவும் குறைவே என்றாலும் அவர் என்னுள் ஏற்படுத்திய தாக்கம் மிகவும் அதிகம். எனக்குள் அமைதியை ஏற்படுத்தியவர் அவர். மேடைப்பேச்சு ஒரு மயக்கம் ஏற்படுத்தும்; அது உங்களுக்குத் தேவையில்லை; எழுதுங்கள் உங்களுக்குள் இருந்து இந்த உலகத்திற்கு பலசெய்திகள் நிறைய வர வேண்டியுள்ளது என்று என் படைப்பாற்றலைத் தூண்டி விட்டு அமைதியாக இருக்கும் அவரும் ஒரு ஆசிரியரே. தமிழையும் வாழ்க்கையையும் கற்றுக் கொடுத்து என்னுடன் இருக்கும் அந்த ஆசான் கிருஷி. இந்தப் புத்தகத்தின் ஒவ்வொரு எழுத்தையும் வாசித்து திளைத்திருக்கிறார் கிருஷி.

இந்நூல் உருவாக்கத்தில் குறிப்பிடத்தக்க பங்காற்றிய தோழர் போப்பு, தோழர் சந்துரு, பாலாஜி ஆகிய தோழர்களைச் சமீபத்தில் தான் சந்தித்தேன் எனினும் நெடு நாள் தோழமையாக உணரத் தோன்றுகிறது.

வாழ்க்கையில் ஒரு குடும்பத்தைப் பார்த்து பொறாமைப் பட்டு அதை அவர்களிடமே சொல்லும் சாத்தியத்தை அளிக்கிறார்கள் என்றால் அது வெகு அபூர்வம்.

காதல், மனிதம், தோழமை, தாய்மை, சகோதரத்துவம் என்று பலபெயர்களில் அறியப்படும் அன்பு புவி ஈர்ப்பு விசையை விட அதிகமாக உலகைக் கட்டிப் போட்டு வைத்திருக்கும் இந்த உணர்வு பொங்கும் ஒரு இடத்தின் முகவரியை நான் இங்கு தருகிறேன்

19 டி.எம். சாரோன், திருவண்ணாமலை.

வம்சி பிறந்து இயங்குவதும் இங்கு தான். வம்சியைப் பெற்று வளர்த்து வரும் நண்பர்கள்

பவா - ஷைலஜாவுக்கு என்றும் என் மாறா அன்பும், நன்றியும்.

அன்புடன்
ஆர். விஜயசங்கர்
vijay62@gmail.com

உள்ளே...

1. அத்திப்பழங்கள் இப்போதும் சிவப்பாய்த்தான் இருக்கின்றன 21
2. அந்த அற்புத நகரத்தை நோக்கி - பாப்லோ நெருடா (மொழிபெயர்ப்பு) 28
3. திராவிட இயக்கம் இன்று 39
4. செய்தியின் அரசியல் பொருளாதாரம் 79
5. 40000 மைல்கள் சுற்றிய தேனீ - கியூபா 97
6. தமிழகத்தில் அடையாள அரசியல் 106
7. எங்களைக் கைது செய் - தென்ஆப்பிரிக்கா 130
8. மாண்டேலாவுக்கு ஒரு கடிதம் 135
9. செப்டம்பர் நினைவுகள் - அருந்ததி ராய் (மொழிபெயர்ப்பு) 138
10. மறக்கக்கூடாத இருண்ட காலம் 170
11. மதச்சார்பின்மை - புதிய சவால்கள் - கே.என். பணிக்கர் - (மொழிபெயர்ப்பு) 184
12. வல்லூறுகளின் காலடியில் வளைகுடா 242
13. ஏகாதிபத்தியத்திற்கு காத்திருக்கும் சவக்குழிகள் 246
14. எரிக் ஹோப்ஸ்வாம் - வரலாற்றின் கலங்கரை விளக்கம் 251

15. பெரியார் - நேற்று இன்று நாளை	255
16. இன்று தணிந்தது இந்த ஜனநாயக தாகம் - நேபாளம்	272
17. எட்வார்டோ கலியானோ கதை சொல்லும் கலகக்காரனின் கதை குறையப்பேசி நிறையச் சொல்வது -நேர்காணல்	277
18. தமிழகத்தில் சித்தாந்தம் நீக்கப்பட்ட அரசியல் பேரா கா. சிவத்தம்பியுடன் ஓர் நேர்காணல்	289
19. அருண் செளரிக்கு ஒரு கேள்வி -விஸ்வமோகன் ஜா. மொழிபெயர்ப்பு	323
20. கொலம்பஸ் அள்ளிக்கட்டிய தங்கக் கனிமம்	360
21. அடிமை சாசனம்	367
22. அமெரிக்காவின் 301 வது மிரட்டல்	376
23. சூப்பர்பவர் கனவும், ஒரு சூப்பர்பவரின் கனவும்	383
24. வரலாறு விடுதலை செய்யும்	405
25. திரளும் ரத்தத் துளிகள்	417

1

அத்திப்பழங்கள் இப்போதும் சிவப்பாய்த்தான் இருக்கின்றன

உங்களைக் கடலூர் சிறையில் சந்தித்ததுதான் குழந்தைப் பருவத்தின் முதல் நினைவு. டால்மியாபுரத்திலிருந்து வாடகைக் கார் எடுத்துக்கொண்டு கடலூருக்கு வருவோம். சந்திக்க அனுமதி கேட்டு விண்ணப்பம் செய்து விட்டு சிறைச்சாலை வாயிலில் இருக்கும் ஓர் அறையில் காத்திருப்போம். ஜன்னல் கம்பிகளுக்கு வெளியே தெரியும் ஓர் அத்தி மரம். அதில் சிவப்பு நிறத்தில் அத்திப் பழங்கள். அவற்றைச் சுவைத்துப் பார்க்க வேண்டும் என்று எண்ணிக் கொண்டிருக்கையில் அழைப்பு வந்து விடும்.

சிறையின் ஓர் அறையில் கைவைத்த பனியன், வேட்டி அணிந்திருக்கும் உங்கள் கண்கள் எங்களைக் கண்டதும் பளிச்சென்று மலரும். மெல்லிய திரைக்குப் பின்னால் ஒரு போலீஸ் அதிகாரி நின்று கொண்டு எங்கே இந்தத் தேசத்துக்கு எதிராகத் துரோகத் திட்டம் தீட்டி விடுவோமோ என்ற ஐயத்தில் நாம் பேசுவதைக் கவனமாகக் கேட்டுக் கொண்டிருப்பார். இதுதான் "அச்சா" என்று அம்மா சொல்வார்கள். வெள்ளிநிறக் கோடுகளிட்ட வண்ணப் புள்ளிகள் தெளித்திருக்கும் கறுப்பு நிறப்பையை எடுத்து சாக்லேட் என்று என்னிடம் தருவீர்கள். வெட்கத்துடன் அதை நான் வாங்கிக்கொள்வேன். என் வெட்கம் தீர்வதற்கு முன்னரே சிறைக் கண்காணிப்பாளர் வழங்கிய ஒரு மணிநேர அனுமதி நேரம் முடிந்து விடும். அன்று எனக்குச் சிறையில் புரிந்த

அன்பிற்கும், என் சிறு அறிவில் பட்ட ஆரம்ப கால அறிவியல் வெளிச்சத்திற்கும் இன்று வயது 43. ஆம் இது நடந்தது 1965 இல். மக்கள் சீனத்துடன் பேச்சுவார்த்தை நடத்தி பிரச்சனைகளுக்குத் தீர்வு காண வேண்டும் என்று கூறியதற்காக, தேசத் துரோகிகள் என்று முத்திரை குத்தப்பட்டு போலீஸ் வேட்டைக்குள்ளான ஏராளமான இளம் கம்யூனிஸ்ட் தோழர்களில் ஒருவராகத்தான் உங்களை அன்று சந்தித்தேன் என்று பின்னர் புரிந்தது.

அதற்குப் பின் உங்களின் அரசியல் புரிந்து டால்மியாபுரம் சிமெண்ட் ஆலை வாயிலில் தொழிலாளர் கோரிக்கைக்காக பத்துநாள் உண்ணாவிரதமிருந்து சோர்ந்திருந்த முகத்தைப் பார்த்த போதுதான், உண்ணாவிரதத்தை தோழர் உமாநாத் தொடர நீங்கள் அருகிலிருந்த வீட்டிற்கு வந்த போது தாடிமண்டிய அந்த முகத்திலிருந்து பளிச்சென்று அந்த புன்னகை மீண்டும். ஆலைநிர்வாகம் நடத்தி வந்த பள்ளிகளில் ஒன்றாம் வகுப்பில் என்னைச் சேர்க்க மறுத்த விவகாரம் கட்சி மேடைகளில் பேசப்பட்டு அன்றைய முதல்வர் அண்ணாதுரைவரை சென்ற போது, அணில், ஆடு என்று படிப்பதற்கு முன்னரே அரசியல் என்ற ஆரம்பப் பாடத்தின் முதல் பக்கங்களை வாசிக்க நேர்ந்தது. கம்யூனிஸ்ட் அரசியலில் ஈடுபட்டிருக்கும் குடும்பங்கள் வாழ்க்கையின் ஒவ்வொரு கட்டத்திலும் ஏதாவது ஒரு விலை கொடுக்க வேண்டியிருக்கும் என்று புரிந்தது அப்போது!

என் குழந்தைகளை ஒருநாள் பார்க்கவில்லையென்றாலே வருத்தப்படும் எனக்கு, கடுமையான இயக்கப் பணிகளுக்கு இடையே எங்களைப் பார்க்க வந்த உங்களின் அன்றைய வலி எப்படி இருந்திருக்கும்? என்று புரிகிறது. எப்போதாவது வீட்டிற்கு வரும்போது உங்களுடைய கக்கத்திலிருக்கும் கறுப்புப் பைக்குள் நேர்த்தியாக சதுர வடிவில் மடிக்கப்பட்ட சன்னமான காகிதப் பொட்டலங்களுக்குள் வட்டமாகத் தட்டையாக வைக்கப்பட்டிருக்கும் பால்கோவா அந்த வலியை உங்களுக்கும் எங்களுக்கும் மறக்கச் செய்யும் மருந்தாக இருந்திருக்கும் என்று

நினைக்கிறேன். இனி நீங்கள் வரவே மாட்டீர்கள் என்று நினைக்கும்போது ஏற்படும் வலிக்கு என்ன மருந்து?

தற்காலிகப் பிரிவுகளுக்கே தவித்திருந்த எங்களுக்கு ஒரு நீண்ட பிரிவின் தொடக்கமாய் இருந்த அந்த "எமர்ஜென்சி" இரவு இன்றும் நினைவிருக்கிறது. வழக்கத்திற்கு மாறாக கையில் புகையும் சிகரெட்டுடன் நீங்கள் அன்று வீட்டுக்கு வந்தபோது இரவு மணி ஒன்பது அவசரநிலைப் பிரகடனத்தை உறுதியாக எதிர்த்து நின்ற கருணாநிதி தலைமையிலான தி.மு.க அரசு கலைக்கப்பட்டு ஜனாதிபதி ஆட்சி அமுலுக்கு வந்து விட்டது என்று கூறிய நீங்கள் "இப்போதே போகட்டுமா அல்லது காலையில் போகட்டுமா?" என்று கேட்டீர்கள். "இப்போதே கிளம்புங்கள்" என்று அம்மாவும், நாங்களும் சொன்னதும் தட்டிலிருந்த சோற்றை முழுவதுமாக உண்ணாமலே எழுந்து கை கழுவிவிட்டு, இரண்டு சட்டை, இரண்டு வேட்டிகளை எடுத்து கறுப்பு நிறப் பெட்டியில் வைத்துக்கொண்டு உறையூர் நாச்சியார் பாளையத்தின் இருண்ட தெருவில் இறங்கி நீங்கள் மெல்ல மறைந்து போனது இன்னும் நினைவிருக்கிறது.

முடிவு சரிதான் என்று புரிந்தது. அதிகாலை மூன்று மணிக்கு ஓட்டைகள் நிறைந்த வீட்டுக்கதவு தட்டப்பட்டது. எதிர்பார்த்ததுதான் என்பதால் பதட்டமில்லாமல் கதவைத் திறந்த அம்மாவிடம் போலீஸ் அதிகாரி சேது ராமலிங்கம் "சார் இருக்கிறாரா அம்மா? அவரைக் கைது செய்ய வந்திருக்கிறேன்."

"இல்லையே! நேற்று இரவே காட்டூர் சர்க்கரை ஆலைப் பிரச்சனையின் பேச்சு வார்த்தைக்காகச் சென்னைக்குச் சென்று விட்டாரே!" என்ற அம்மாவின் அழுத்தமான பொய்யில் தெரிந்த அரசியல் வீரமும் உறுதியும் அவர்களின் 53 வருட திருமண வாழ்க்கை முழுவதிலும் தொடர்ந்ததுதான், இன்றும் எங்களைக் கம்யூனிஸ்ட்களாக வைத்திருப்பதின் ரகசியம்.

அண்டை வீட்டுக்காரர்கள் அடுத்த நாள் காலையில் வந்து

சொன்னபோதுதான் தெரிந்தது.போலீஸ் வீட்டைச் சூழ்ந்து கொண்ட பிறகுதான் கதவைத் தட்டியிருக்கிறார்கள் என்று! கம்யூனிஸ்ட்கள் எப்படியெல்லாம் தப்புவார்கள் என்பது அவர்களுக்கு நன்றாகத் தெரியும்.

நண்பர்கள் என்றிருந்த பலரும் விலகிவிட தோழர்கள் நெருங்கி வந்த நேரமது. அம்மாவும் நானும் நோய்வாய்ப்பட்டபோது கூட உங்களால் வந்து பார்க்க முடியவில்லை. அக்காவின் கல்லூரிக்கல்வி விண்ணப்பப் படிவத்தில் கையெழுத்திடுவதற்காக மாறுவேடத்தில் வந்து மறைந்த மாயம் வேறு கதை.

அந்த நேரத்தில் ஒரு நாள் வீட்டு வாசலில் நானும் அக்காவும் அமர்ந்திருந்தோம். பெருங்கூட்டம் புடைசூழ போலீஸ்காரர்கள் சைக்கிளில் வந்தனர். “அப்பா இன்னும் பத்து நாட்களுக்குள் சரணடையா விட்டால் வீடு ஜப்தி செய்யப்படும்'' என்று கூறிய ஒரு போலீஸ்காரர் ஒரு வாரண்டினைக் கையில் எடுத்தார். கம்பி வலைபோல் பின்னப்பட்ட கதவில் ஒட்டுவது எப்படி என்று ஒரு நிமிடம் பார்த்தார். நான் வீட்டிற்குள் ஓடிப்போய் பசைப் புட்டியை எடுத்து வந்து அவரிடம் கொடுத்து சுவரின் ஒரு ஓரத்தைக் காண்பித்தேன். சுற்றிலும் ஒரு சலசலப்பு எழுந்து அடங்கியது. அப்பா எங்கே அம்மா இருக்கிறார் என்று கேள்வி! அக்கா உடனே 'அவர் எங்கிருக்கிறார் என்று போலீஸாகிய நீங்கள் கண்டுபிடித்துச் சொன்னால் நாங்கள் அவரைப் பார்ப்பதற்கு வசதியாக இருக்கும்'

நீங்கள் போலீஸிடமிருந்து தப்பிய கதைகளையும், மாட்டிக்கொண்ட கதைகளையும் அடிவயிற்றில் உதைவாங்கிய கதைகளையும் கேட்டும், ஸ்தலப் பிரச்சனைகளுக்கான போராட்டங்களில் அம்மா போலீஸை எதிர்த்து நின்ற அனுபவங்களும் எங்களிடம் காவல்துறையைப் பற்றிய அச்ச உணர்வை அன்றே போக்கிவிட்டிருந்தன.

நெருக்கடிநிலை நீடித்தது ஒன்றரை ஆண்டுகள்தாம். ஆனால், உங்களைப் போன்ற முழுநேர கம்யூனிஸ்ட் ஊழியர்களுக்கு சொந்த வாழ்க்கையில் நித்தம் நெருக்கடி நிலைதானே!

200 ரூபாய் ஊதியத்தில் 50 ரூபாய் வாடகை கொடுத்து மூன்று பிள்ளைகளையும் படிக்க வைத்த கஷ்ட காலத்திலும் பசியே இல்லாமல் தன் பட்டினியை மறைத்து அம்மா பார்த்துக் கொண்ட போதிலும், நீங்கள் மட்டும் என் அறிவுப் பசியைத் தூண்டிக்கொண்டே இருந்தீர்கள் என்று இப்போது எனக்கு நன்றாகவே புரிகிறது. எத்தனைப் பத்திரிகைகள், எத்தனை புத்தகங்கள், படிப்பதற்கு மட்டும் இல்லாமல் பஞ்சமே பார்த்துக்கொண்டீர்கள். மனித நேயம் இழையோடும் சோவியத் சிறுகதைகள் முதல் ஷேக்ஸ்பியரின் நாடகங்கள் வரையிலும், பெரல்மானின் பொழுதுபோக்கு பௌதீகம் முதல் வில்தூராந்தின் 'தத்துவத்தின் கதை' வரையிலும், ராஜாஜியின் "வியாசர் விருந்து" முதல் மார்க்ஸின் "கிரண்ட்ரூஸ்" வரையிலும் அறிவுலகத்தின் கதவுகளை ஆரவாரமில்லாமல் ஒவ்வொன்றாக திறந்து வைத்துக் கொண்டே வந்த நீங்கள் மருத்துவமனையில் என்னிடம் கடைசியாகக் கூறியது, "காஸ்ட்ரோவின் நினைவுக்குறிப்புகள் புதிதாக வந்திருக்கிறது. அதைப் படிக்க வேண்டும்"

படிப்பதைத் தவிர இசையிலும், சினிமாவிலும் உங்களுக்கிருந்த நாட்டம் அரிதாகவே வெளிப்பட்டிருந்தாலும் கூட என் கலையுணர்வுகளுக்கு அஸ்திவாரமாக இருந்தது உண்மை. நிர்மால்யம் என்ற மலையாளப் படத்தைப் பார்த்துக் கொண்டிருக்கும்போது உங்கள் விழி யோரங்களில் நின்ற கண்ணீர்த் துளிகளை நான் கவனிக்கத் தவறவில்லை. கிளியோபாட்ரா என்ற ஆங்கிலப்படம் பார்க்கும்போது எதிரிப்படைகள் சூழ்ந்துவிட்ட நிலையில் ரோமாபுரியின் செனட்டர்கள் நாளை காலை என்ன நடக்கும் என்று

பதட்டத்துடன் கேட்க சூரியன் கிழக்கே உதிக்கும் என்று சொல்லி ஜூலியஸ் சீசர் உறங்கச் செல்வதை நீங்கள் ரசித்தபோது எனக்குள் ஏற்பட்ட அதிர்வுகள் இன்றும் உயிருடன் இருக்கின்றன.

'தமிழுக்கும் அமுதென்றுபேர்' என்ற பாடலைக் கேட்கும்போதெல்லாம் ஆஹாவென்று கண்ணை மூடி ரசிப்பதும், 'சின்னச் சின்ன மூக்குத்தியாம்' என்ற வரிகளைக் கேட்கும்போது உங்கள் முகத்தில் தோன்றும் மகிழ்ச்சியும் என் அழகியல் உணர்வின் அரிச்சுவடிகள்.

மாணவர் இயக்கத் தோழராக வாழ்வைத் துவங்கி இந்திய கம்யூனிஸ்ட் இயக்கத்தின் சிகரங்களைத் தொட்டபோதும் உங்கள் கால்கள் அழுத்தமாக அடிவாரத்தில்தான் பதிந்திருந்தன. "எனக்கும் அரசியல் வாழ்வில் தனிப்பட்ட விரக்திகளும், வேதனைகளும் உண்டு. ஆனால், ஒவ்வொரு நாளும் தூங்கி எழும்போதும் இந்தக் கட்சிக்கு இன்று நான் என்ன செய்ய முடியும் என்றுதான் என் 65 ஆண்டு கால வாழ்வில் யோசித்திருக்கிறேன்" என்று சில நாட்களுக்கு முன்பு மருமகளிடம் கூறியது எங்களை இனி வரும் காலம் முழுவதும் வழி நடத்திச் செல்லும் வார்த்தைகள்.

உங்களைத் தகனம் செய்த சில மணித்துளிகளுக்குள் வீட்டுக்கு அருகிலிருந்த காபி கடைக்கு சென்றேன். "தினம் காலை ஆறரை மணிக்கு அவர் இங்கு வந்து அமர்ந்திருப்பார். காபி குடித்து விடடு அன்றைய அரசியலை அலசுவார். அவர் போன பிறகு எங்களுக்கு அரை மணி நேர அரசியல் வகுப்பு நஷ்டம்" என்று கடைக்காரர் கூறியபோது அவர் கண்களில் நீர் தளும்பியிருந்தது.

உங்கள் சுவாசம் நிற்பதற்கு முதல்நாள், "வரும் இரண்டாம் தேதி விலை வாசி உயர்வுக்கெதிராக மாநிலம் தழுவிய மறியல். எல்லாத் தோழர்களுக்கும் சொல்லிவிடு" என்று அம்மாவிடம் எழுதிக் கொடுத்தீர்கள். இறுதி மூச்சு உள்ளவரை இயக்கத்தில் ஈடுபட்டிருப்பேன் என்று நீங்கள்

சொன்னதில்லை. செய்து காட்டியிருக்கிறீர்கள்.

நம் 46 ஆண்டு காலத் தொடர்பில் நீங்கள் சொன்ன சில செய்திகள் எனக்குப் புரிந்திருக்கவில்லை. புரியத் துவங்கும்போது நீங்கள் இல்லை.

கடலூர் சிறை வாசலில் அந்த அத்திமரம் இருக்கிறதா என்று எனக்குத் தெரியாது. ஆனால், பிற இடங்களில் நான் அந்த மரங்களைப் பார்க்கிறேன். அத்திப் பழங்கள் இப்போதும் சிவப்பாகத்தான் இருக்கின்றன.

வீர வணக்கத்துடன்
உங்கள் இளைய மகன்.

2

அந்த அற்புத நகரத்தை நோக்கி
பாப்லோ நெருடா (மொழிபெயர்ப்பு)

பாப்லோ நெருடா 1971 இல் இலக்கியத்திற்கான நோபல் பரிசைப் பெற்று ஸ்வீடன் நாட்டுத் தலைநகரான ஸ்டாக்ஹோமில் நிகழ்த்திய ஏற்புரை இது. 1948இல் சிலி நாட்டில் ஒரு வலதுசாரி அரசாங்கம் ஆட்சியைப்பிடித்தபோது முற்போக்குக் கவிஞரான நெருடா அடக்குமுறையைச் சந்திக்க வேண்டி இருந்தது. அதனால் ஆண்டிஸ் மலைத் தொடருக்கு அப்பால் உள்ள அர்ஜெண்டினா நாட்டில் சில காலம் தலைமறைவாக இருந்தார். சிலியிலிருந்து அர்ஜெண்டினாவுக்கு அடர்ந்த காடுகளைக் கடந்து அவர் சென்ற பயணத்தையே படிமமாக வைத்து கவிஞன், கவித்துவம், கவிதை, மக்கள், வாழ்க்கைப் போராட்டங்கள், மனிதம் ஆகியவற்றை ஒரு கவிஞனின் பார்வையில் உரையாகத் தருகிறார்.

என்னுடைய உரை நீண்ட பயணம்போல் இருக்கப் போகிறது. இந்த ஸ்காண்டிநேவியப் பிரதேசத்திலிருந்து வெகுதொலைவில், அதற்கு நேரெதிர் துருவத்திலிருக்கும் ஒரு நிலப்பகுதியில் நான் மேற்கொண்ட பயணம் அது. தொலைவில் இருந்தாலும் தனிமை சூழ்ந்த ஸ்காண்டி நேவிய நிலப்பரப்பிலிருந்து முற்றிலும் மாறுபட்டதல்ல அப்பிரதேசம். நான் குறிப்பிடுவது உலகின் தென்முனை நோக்கி நீண்டு விரிந்திருக்கும் என் சிலியைப் பற்றி. அது தென் துருவம் வரை விரிந்து எல்லைகளைக்

கொண்டிருப்பதால், அந்த அளவிற்கு உலகின் மற்ற பகுதிகளைவிட்டு சிலியர்களான நாங்கள் விலகி இருக்கிறோம். சிலியின் புவியமைப்பு. பனியில் நனைந்திருக்கும் வடதுருவத்தினை நோக்கித் தலைநீட்டிப் படுத்திருக்கும் உங்கள் ஸ்வீடனை நினைவுபடுத்தும்.

என் தாய் நாட்டின் அந்தப் பரந்த வெளியில் - என்னை அங்கே கொண்டு சென்ற நிகழ்வுகள் மறக்கப்பட்டு விட்டன. ஆண்டிஸ் மலைத்தொடரைக் கடந்தால் - கடக்குமாறு நான் நிர்பந்திக்கப்பட்டேன் - அர்ஜெண்டினாவின் எல்லையை அடைந்து விடலாம். ஓங்கிய காடுகள் அந்த அண்ட முடியாத பிரதேசங்களைக் குகைபோல் ஆக்கிவிட்டிருந்தன. மங்கிய வெளிச்சம் காட்டிய வழியில், ரகசியமான, தடை செய்யப்பட்ட எங்கள் பயணத்தைத் தொடர்ந்தோம், நானும் எனது நான்கு தோழர்களும்! குதிரை மீதமர்ந்து, பெரும் மரங்களின் தடைகளையும், பெருக்கெடுத்து ஓடும் ஆறுகளையும் நெடிதுயர்ந்த மலைமுகடுகளையும் ஆளரவமற்ற பனிவெளிகளையும் கடந்து என் சுதந்திரம் இருக்கும் நிலம் நோக்கிச் சென்றோம்.

அடர்ந்த இலைக் குவியல்களையும், காடுகளையும் விலக்கி முன்னே செல்ல என் தோழர்களுக்குத் தெரியும். இருந்தாலும், என்னை விட்டுவிட்டு திரும்புகையில் பாதுகாப்பான வழி தெரிவதற்காக பாதையிலிருந்த மரங்களில் கோடாரிகளால் செதுக்கி வைத்துக்கொண்டே வந்தனர்.

எல்லையற்ற தனிமையில், பசுமையும் வெண்மையும் கலந்த மரங்களின் மௌனத்திற்கு நடுவே, செடிகளின் துணையுடன், பல நூற்றாண்டுகளாய் குவிக்கப்பட்ட மணல் படிமங்களின் மீது, விழுந்தும் விழாத மரங்கள் ஏற்படுத்திய திடீர்த் தடைகளை மீறி நாங்கள் முன்னேறிச் சென்றோம், பிரமிக்க வைக்கும் இரகசியங்களை உள்ளடக்கிய இயற்கை உலகம் அது. அதே இயற்கையின் பனியும் குளிரும் மேலும் மேலும் அதிகமாகத் துன்புறுத்தத் துவங்கின.

தனிமையும் அபாயமும் அமைதியும் என் பயணத்தின் அவசரமும் எல்லாம் கலந்து ஒன்றாய்த் தோன்றின.

ஆர். விஜயசங்கர்

சில நேரங்களில் நாங்கள் மிகவும் மங்கலான பாதையில் சென்றோம். அது கடத்தல்காரர்கள் விட்டுச் சென்ற பாதையாயிருக்கலாம். அல்லது தப்பிச் செல்லும் சாதாரண குற்றவாளிகள் விட்டுச் சென்றதாகவுமிருக்கலாம்.

அவர்களில் பலர் குளிர்காலத்தின் உறைந்த கைகள் தீண்டிய அதிர்ச்சியினாலோ ஆண்டிஸ் மலைப்பிரதேசத்தில் திடீரென்று ஆவேசமாய்த் தாக்கும் பனிப் புயல்கள் தந்த பயத்தினாலோ இறந்து போயிருக்கலாம். சில நேரங்களில் இப்புயல்கள் வழிப்போக்கர்களை ஓர் ஏழடுக்கு மாடி உயரத்திற்கான பனிப்பொழிவின் அடியில் புதைத்து விடும்.

மனித வாடையற்ற இப்பிரதேசத்தில் பாதையின் இரு மருங்கிலும் சில இடங்களில் மனித நடமாட்டம் இருந்ததற்கான அறிகுறிகளை நான் கண்டேன். பல குளிர் காலங்களைக் கண்ட பாசிபடர்ந்த மரக்கிளைகள் அங்கே குவிக்கப்பட்டிருந்தன. அவ்வழியே பயணம் செய்தவர்கள் விட்டுச் சென்ற கிளைகள் அவை. அங்கே வீழ்ந்து விட்டவர்களின் நினைவாக ஒழுங்கற்ற கல்லறைகள் அவை. போராடி முன்னே செல்ல முடியாமல் என்றென்றும் பனிக்குள் புதையுண்டு போனவர்களை வழிப்போக்கர்களுக்கு ஞாபகப்படுத்தும் நினைவுச் சின்னங்கள்.

குளிர்காலப் புயல்களில் சிதறுண்ட ஓங்கி உயர்ந்த ஓக் மர இலைகள் எங்கள் தலைகளை உரசும்போது கோடாரிகளால் கிளைகளை வெட்டித் தள்ளினார்கள் என் தோழர்கள்.

முன்பின் தெரியாத, பயணத்தில் மரணித்த ஜீவன்களின் ஒவ்வொரு கல்லறையின் மீதும் நான் ஒரு மரக்கிளையை அஞ்சலிச் சின்னமாய் விட்டுச் சென்றேன்.

நாங்கள் ஒரு நதியைக் கடக்க வேண்டியிருந்தது. ஆண்டிஸ் மலைத் தொடரின் சிகரங்களில் பல சிற்றாறுகள் உள்ளன. தலை சுற்ற வைக்கும் வேகத்துடன் அவை பாய்ந்து வரும்போது நீர் வீழ்ச்சிகளாய் மாறி மண்ணையும் கற்களையும் கலக்கிக் கீழே வீசும். ஆனால் இந்த முறை

நாங்கள் சென்றபோது ஒரு பெரும் கண்ணாடி போன்று பரந்த அமைதியான நீர்ப்பரப்பினைக் கண்டோம்.

குதிரைகள் நீரில் சரேலென்று இறங்கின. கால் தடுமாற, மறுகரை நோக்கி நீந்தத் தொடங்கின என் குதிரையை முழுவதும் வெள்ளம் சூழ்ந்து கொண்டது. சரியான பிடி கிடைக்காததால் மேலும் கீழும் தத்தளித்தேன். குதிரை தன் தலையை நீருக்கு மேலே வைத்திருக்கப் போராடிக் கொண்டிருந்தது.

எப்படியோ கடந்து விட்டோம். அவற்றைக் கடப்பதில் தேர்ச்சி பெற்றிருந்த கிராமப்புறத் தோழர்கள் சிரிப்பை அடக்க முடியாமல் "பயந்து விட்டீர்களா?" என்றனர் "என்னுடைய அந்திமக் காலம் வந்துவிட்டது. என நினைத்தேன்" என்று கூறினேன்.

"நாங்கள் கையில் கயிறை வைத்துக் கொண்டு உங்களைப் பின் தொடர்ந்து வந்தோம்"என்றனர்.

"அதோ அந்த இடத்தில்தான் என் தந்தை விழுந்து வெள்ளத்தினால் அடித்துச் செல்லப்பட்டார்" என்றார் அவர்களில் ஒருவர். "அப்படி ஏதும் உங்களுக்கு நடக்கவில்லை."

நாங்கள் தொடர்ந்து சென்று இயற்கையாலே குடையப்பட்ட ஒரு குகையை அடைந்தோம். சீற்றத்துடன் ஓடி மறைந்த ஓர் ஆறு பாறைகளைக் குடைந்து அக்குகைகளை உருவாக்கியிருக்கலாம். அல்லது இந்த மலைகள் உண்டான காலத்தில் ஏற்பட்ட நிலநடுக்கத்தால் அது நிகழ்ந்திருக்கலாம். சமனற்ற மேற்பரப்பைக் கொண்ட கற்களின் மீது குதிரைகளின் கால்கள் தடுமாறின; மடங்கின குளம்புகளின் அடியிலிருந்து தீப்பொறிகள் கிளம்பின. பாறைகள் மீது விழுந்து விடுவேனோ என்று எனக்கு அளவற்ற பயம். குதிரைகளின் கால்களிலிருந்து குருதி வழிந்தது. எனினும் அந்தக் கடினமான, அதே சமயம் அற்புதமான பாதையில் நாங்கள் தொடர்ந்து முன்னேறினோம்.

அந்த அடர்ந்த கானகத்தின் நடுவே ஏதோ ஒன்று எங்களுக்காக காத்திருந்தது.

திடீரென்று, ஒரு வினோத தரிசனம். அப்பாறைகளின் நடுவே ஒரு சிறிய புல்வெளி. தெளிந்த நீர். பச்சைப்புல். காட்டுப் பூக்கள். முணுமுணுக்கும் ஓடை. எல்லாவற்றிற்கும் மேலே நீலவானம். இலைகளினால் தடையுறாத ஒளிவெள்ளத்தில் அப்புல்வெளி.

ஒரு புனிதமான இடத்திற்கு வந்த விருந்தினர் போல், எல்லோரும் ஒரு வட்டத்தில் நின்றோம். அந்த நிகழ்வு முழுவதும் சடங்கின் புனிதத் தன்மை கொண்டதாக இருந்தது. என்னுடன் வந்த தோழர்கள் குதிரையிலிருந்து இறங்கினர். நடுவில் ஒரு எருதின் மண்டை ஓடு வைக்கப்பட்டிருந்தது. அமைதியாக ஒருவர் பின் ஒருவராக அதனருகே சென்று மண்டையோட்டின் கண்குழிக்குள் நாணயங்களையும், உணவுப் பொருட்களையும் இட்டனர். அது வழிப்போக்கர்களுக்காகச் செய்யப்படும் சமர்ப்பணம். பலதரப்பட்ட அகதிகளும் எருதின் மண்டையோட்டிலிருந்து உணவுகளையும், நாணயங்களையும் எடுத்துக் கொள்ளலாம்.

மறக்க முடியாத அச்சடங்கு அத்துடன் முடியவில்லை. என் தோழர்கள் தொப்பிகளை அகற்றிவிட்டு விநோதமான நடனம் ஆடத் தொடங்கினர். ஒற்றைக் காலில் நின்று பலர் விட்டுச்சென்ற காலடிச் சுவடுகளில் குதித்து, எருதின் மண்டையோட்டைச் சுற்றி நடனமாடினர்.

எனக்கு மங்கலாகப் புரிந்தது. அந்தத் தனிமை நிறைந்த சூழலில்கூட முன்பின் அறியாத, தொலை தூரத்திலிருக்கும் மனிதர்களுக்கிடையே ஒரு பிணைப்பு, ஒரு சிரத்தை, ஓர் ஈர்ப்பு இருக்கிறது என்பது புரிந்தது.

மேலும் நாங்கள் முன்னேறிே னாம். என்னை என் நாட்டிலிருந்து பல நாட்களுக்குப் பிரித்து வைத்த எல்லையை அடைவதற்குச் சற்றுமுன், மலைகளுக்கு நடுவில் இருந்த ஒரு கடைசிக் கணவாயை இரவில் அடைந்தோம்.

அங்கு நிச்சயமாக மனித நடமாட்டம் உண்டு என்பதை அறிவிக்கும் வகையில் சாம்பல் குவியல்களைக் கண்டோம். அருகே சென்றபோது பாதி சிதைந்திருந்த கட்டடங்களையும் குடில்களையும் கண்டோம். மனிதர்கள் அவற்றை விட்டுச் சென்றது போலத் தோன்றியது.

நாங்கள் ஒரு கட்டடத்திற்குள் சென்றோம். வெட்டப்பட்ட பெரும் மரங்கள் நடுவில் குவிக்கப்பட்டிருந்தன. எரியும் மரக்கொம்புகளில் இருந்து புகை...இரவு பகலாக எரியும் கட்டைகளிலிருந்து எழுந்த புகை கூரையிலிருந்த இடைவெளிகள் வழியே நழுவிச் சென்று ஊதாநிறச் சேலைபோல் இருட்டில் ஆடியது. இந்த மேட்டுப் பிரதேசங்களில் வாழும் மக்கள் செய்த பாலாடைக் கட்டிகள் மலைபோல் குவிந்திருந்தன. கோணிப் பைகள் குவித்து வைத்தது போல் நெருப்புக்கு அருகே மனிதர்கள். இருட்டில் ஒளிரும் நெருப்புத் துண்டங்களில் இருந்து எழுவது போல் கிடார் இசையும், குரலும் அமைதியான அச்சூழலில் தெளிவாகக் கேட்டன.

எங்கள் பயணத்தில் நாங்கள் எதிர்கொண்ட முதல் மனிதக் குரல் அதுதான். அது தொலைவையும் காதலையும் பற்றிய பாடல். தூரத்து வசந்தத்திற்காகவும் எல்லையற்ற வாழ்க்கை இன்பங்களுக்காகவும் எழுந்த ஏக்கத்தின் குரல் அது. இவர்களுக்கு எங்களை யார் என்று தெரியாது. நாங்கள் எங்கிருந்து நடந்து வருகிறோம் என்றும் தெரியாது. என்னுடைய பெயரையோ, கவிதைகளையோ அவர்கள் கேட்டதே இல்லை ஒருவேளை, அவர்களுக்குத் தெரிந்திருக்கவும் வாய்ப்புள்ளது. நெருப்பைச் சுற்றி அமர்ந்து நாங்களும் பாடினோம். உண்டோம். பின்னர் அந்த இருட்டினுள்ளே பழங்கால மடுவுக்குள் சென்றோம். அந்த மடுவுக்குள் வெதுவெதுப்பான நீர் தளும்பியது. எரிமலைக்குள் இருந்து வரும் அந்த நீரில் குளித்தோம். அந்த மலைத்தொடரின் மார்பகங்கள் எங்களை உள்வாங்கி அணைத்துக் கொண்டன.

நீரில் குதித்து விளையாடினோம். நீண்ட குதிரைப் பயணம் தந்த களைப்பிலிருந்து எங்களை விடுவிடுத்துக் கொண்டோம். புத்துணர்ச்சி பெற்றோம். மீண்டும் பிறந்து ஞானஸ்நானம் பெற்றது போன்ற உணர்வு. என் தாய் நாட்டிலிருந்து என்னைப் பிரிக்கப் போகும் சில மைல்களைக் கடந்து மீண்டும் பயணத்தைத் தொடங்கினோம். குதிரை மீது அமர்ந்து பாடிக்கொண்டே சென்றோம். புதிய காற்றை சுவாசிப்பது போன்ற உணர்வு இன்னும் என் நினைவில் இருக்கிறது. அந்த மலைவாசிகளுக்கு அவர்களின் பாடல்களுக்கும், அந்த உணர்வுகளுக்கும், படுக்கைகளுக்கும், வெதுவெதுப்பான நீருக்கும் விலையாய் சில நாணயங்களை கொடுத்தபோது வாங்க மறுத்து விட்டனர். உங்களுக்கு உதவி புரிந்தோம், வேறு ஒன்றுமில்லை என்றனர். அந்த அமைதியான 'ஒன்றுமில்லை'யில் ஒரு புரிதல், ஒரே மாதிரியான கனவுகள் பொதிந்திருந்தன.

கனவான்களே, சீமாட்டிகளே! கவிதை எழுதுவது எப்படி என்று எந்த புத்தகத்திலிருந்தும் நான் கற்றுக் கொள்ளவில்லை. நானும் எந்தப் புதிய கவிஞனுக்கும் கவிதையின் போக்கு, யுக்தி பற்றிய ஒரு சிறு துளி அறிவுரையைக் கூட கொடுக்கப் போவதில்லை.

நான் இந்தப் பழைய சம்பவங்களை விவரித்ததும், எப்போதும் மறக்க இயலாத நினைவுகளை அசை போடுவதும், என் வாழ்க்கைப் பயணத்தில் ஏதாவது ஓர் இடத்தில் எப்போதும் எனக்குத் தேவையான ஆதரவு கிடைத்துள்ளது என்று உங்களுக்கு உணர்த்துவதற்கே! என்னுடைய வார்த்தைகளுக்குள் நான் உறைந்து போகாமல் என்னை எனக்கே விளக்கிக் கொள்வதற்கான சூத்திரம் கிடைத்துள்ளது.

என்னுடைய இந்தப் பயணத்தின்போதும் ஒரு கவிதைக்குத் தேவையான கூறுகள் எனக்குக் கிடைத்தன. இந்த பூமியும், ஆன்மாவும் எனக்கு அவற்றை அள்ளித் தந்தன.

கவிதை என்பது இயக்கம் என்று நான் நம்புகிறேன். அந்த இயக்கம் கணப்பொழுதில் கழிவதாக இருக்கலாம். அந்த இயக்கத்தில் தனிமையும் ஒற்றுமை உணர்ச்சியும், மனித குலத்திற்கும் இயற்கையின் ரகசிய வெளிப்பாடுகளுக்கும் அருகாமையில் உள்ள உணர்வும் சமமான அளவில் சங்கமிக்கின்றன.

மனிதனையும் அவனது நிழலையும் - மனிதனையும் அவனது நடத்தையையும், மனிதனையும் அவனது கவிதையையும் - அனைத்தையும் பராமரிப்பது பரந்த சமூக உணர்வு; எதார்த்ததையும் கனவுகளையும் ஒன்றாக சேர்ப்பதற்கான முயற்சி. இப்படித்தான் கவிதை அவற்றை இணைக்கிறது. அதனால்தான் நான் ஆற்றைக் கடந்த போதும் எருதின் மண்டை ஒட்டை சுற்றி ஆடியபோதும், மலை உச்சியில் இருந்து வீழ்ந்த நீரில் குளித்தபோதும் ஏற்பட்ட உணர்வு நான் படித்த பாடங்களைப் பிறருடன் பகிர்ந்து கொள்ளும் வகையில் என்னுள் இருந்து பொங்கி வந்ததா அல்லது பிறரிடம் இருந்து எனக்கு செய்தியாக வந்ததா என்று தெரியாது. அவற்றை நான் அனுபவித்தேனா அல்லது உருவாக்கினேனா என்றும் எனக்குத் தெரியாது.

ஆனால் நண்பர்களே, இவற்றுக்குள் இருந்து ஓர் உண்மை மட்டும் புலப்படுகிறது. இந்த உண்மையை மற்றவர்கள் மூலமாகத்தான் ஒரு கவிஞன் படிக்க முடியும்.

வெல்லவியலாத் தனிமை என்று ஒன்றுமில்லை. எல்லாப் பாதைகளும் ஒரே இலக்கை நோக்கியே செல்கின்றன. நாம் யாரென்று மற்றவர்களுக்குத் தெரிவிப்பதுதான் அந்த இலக்கு. தனிமையையும் இடர்களையும் தொடர்பின்மையையும் அமைதியையும் கடந்துதான் நளினமற்ற நடனத்தை ஆடவும் இந்த சோகம் நிரம்பிய கீதத்தைப் பாடவும் வேண்டிய அந்த அற்புதமான இடத்தை அடைய முடியும். ஆனால் இந்த நடனம், பாடல் ஆகியவற்றின் மூலமாகத்தான் நாம் மனிதர்கள், நம் விதி பொதுவானது என்ற உணர்வு வெளிப்படும்.

சமகாலத்தில் தன்னுடன் வாழும் மக்களில் மிகவும் மறக்கப்பட்டவர்களுக்கும் மிகவும் சுரண்டப் பட்டவர்களுக்கும் தன்னை புரிய வைப்பதற்கு இயலவில்லையென்றால் அந்த இயலாமையே ஒரு கவிஞனின் எதிரி. இது எல்லா காலங்களுக்கும் எல்லா நாடுகளுக்கும் பொருந்தும்.

கவிஞன் ஒரு 'குட்டிக் கடவுள்' அல்ல. மற்ற கலைஞர்களையும் தொழிலாளர்களையும் விட்டு விலகி, புரிதலுக்கு அப்பாற்பட்ட விதியொன்றினால் கவிதை செய்வதற்கென்றே தெரிந்தெடுக்கப்பட்டவனல்ல. தினம் என்னுடைய ரொட்டியை எனக்குத் தயாரித்துக் கொடுப்பவன், தன்னைக் கடவுள் என்று நினைத்துக் கொள்ளாமல் இதைச் செய்யும் ரொட்டிக்காரன் - அவன்தான் உலகிலேயே சிறந்த கவிஞன் என்று பலமுறை கூறியிருக்கிறேன்.

மாவைப் பிசைந்து அடுப்பின் மீது வைத்து அது பொன்னிறம் ஆகும் வரை சூடாக்கி நமக்கு எடுத்து தரும் கம்பீரமான, பாவனையற்ற வேலையைச் சக மனிதர்களுக்குச் செய்யும் கடமையாக நினைத்து செயல்படும் அவன்தான் சிறந்த கவிஞன்.

இந்த எளிமையான உணர்வினை ஒரு கவிஞன் அடையும்போது அவ்வுணர்வு மாபெரும் ஓர் இயக்கத்தின் கூறாக அமையும். ஒரு சமுதாயத்தின் சிக்கலான அடுக்குகளைக் கட்டும் பணியில் அது ஒரு கூறாகும்.

மனிதர்களுக்கு ஒருவன் வழங்கும் ரொட்டி, உண்மையான திராட்சை ரசம், கனவுகள் ஆகிய எல்லாவற்றிலும் அது ஓர் அங்கமாகும். தினசரிக் கடமைகளில் ஈடுபட்டிருக்கும் மக்கள் அனைவருக்கும் தன் கடமையை ஆற்றும் இந்தப் போராட்டத்தில் தன்னை இணைத்துக் கொள்வதன் மூலம் கவிஞன் மனித குலத்தின் வேர்வையிலும் ரொட்டியிலும் திராட்சை ரசத்திலும் கனவுகளிலும் பங்கேற்கிறான்; பங்கேற்க வேண்டும்.

கவிஞன் சாதாரண மக்களின் ஒரு பகுதியாய் இருப்பதன் மூலம் மட்டுமே ஒவ்வொரு சகாப்தத்திலும் கொஞ்சம் கொஞ்சமாக இழந்த தன் மகோன்னதத் தன்மையை மீண்டும் கவிதைக்குத் திருப்பித் தரமுடியும்.

நம் மீது நாமே திணித்துக் கொள்ளும் எதார்த்தவாதம் பின் ஒரு சுமையாக மாறிவிடுகிறது. இதற்கு மாறாக படைப்பு ஒரு சிலருக்கு மட்டுமே புரியவேண்டும், அது சிலருக்கு மட்டுமே சொந்தமானதாகவும், ரகசியமானதாகவும் இருக்க வேண்டும் என்ற மூடநம்பிக்கையை ஏற்படுத்துவதில் நாம் வெற்றி பெற்று, எதார்த்தத்தை நீக்கி விட்டோமானால் இலைகளும், சேறும் நிரம்பிய ஒரு புதை குழிக்குள் நாம் இறங்கி விடுவோம். சொல்லும் திறனில்லாமல் புதைந்து விடுவோம்.

என்னுடைய ஒவ்வொரு கவிதையும் தொட்டுணரத்தக்க பொருளாக இருக்கிறது. உழைப்பிற்கு உபயோகமாகும் கருவியாக இருக்கிறது. ஒன்றையொன்று குறுக்கிட்டு ஓடும் பாதைகளின் சந்திப்புகளின் குறியீடாக இருக்கிறது.

வேறு சிலர் அல்லது நாளை வரப்போகும் ஒருவர் இப்புதிய குறியீடுகளைச் செதுக்க ஏதுவாக இருக்கும் ஒரு கல்லாகவோ ஒரு மரமாகவோ இருக்கிறது.

போராட்டமும் நம்பிக்கையுமே என்றும் நமக்கு வழிகாட்டும் நட்சத்திரங்கள். ஆனால் தனிமையான போராட்டம் என்று ஒன்றும் இல்லை. நம்பிக்கை என்ற ஒன்று தனித்து இல்லை. கடந்து சென்றுவிட்ட சகாப்தங்களும் செயல்களும் தவறுகளும் துயரங்களும் வரலாற்றின் வேகமும், சமகால அவசரங்களும் ஒவ்வொரு மனிதனுக்குள்ளும் எப்போதும் பொதிந்து கிடக்கின்றன.

ரோஜாக்களுடனும் அழகான வடிவங்களுடனும், பெருங்காதலுடனும், தீராத ஏக்கத்துடனும் தொடர்பு கொண்டதல்ல கவிதை. மனித குலத்தின் முடிவில்லா இயக்கத்துடன் தொடர்பு கொண்டது அது. அவற்றை என்னுடைய கவிதையில் என்றுமே பாடி வந்திருக்கிறேன்.

நான் எப்போதும் நம்பிக்கை இழந்துவிடவில்லை. இதனால் தான் என்னுடைய கவிதைகளையும் பதாகைகளையும் ஏந்தி நான் இவ்வளவு தூரம் வந்திருக்கிறேன்.

பல நூற்றாண்டுத் துயரத்தின் சுமையை இழுத்துச் செல்லும் இந்த மக்கள் தூய்மையானவர்கள். கற்களையும் கனிமங்களையும் கொண்டு பிரமிக்கத்தக்க கோபுரங்களையும் கண்ணைப் பறிக்கும் நகைகளையும் உருவாக்கியவர்கள். அச்சம் தரும் காலனியாதிக்கக் காலங்களில் மௌனமாக்கப் பட்டவர்கள். காலனியாதிக்கத்தின் மிச்ச சொச்சங்கள் இன்றும் தொடர்கின்றன.

கடைசியாக, நல்லெண்ணம் கொண்ட எல்லோருக்கும் தொழிலாளர்களுக்கும் கவிஞர்களுக்கும் மட்டுமே எதிர்காலம் என்பதைச் சரியாக வெளியிட்ட நிம்பாடின் கவிதை வரிகளை கூறுகிறேன்:

" எரியும் பொறுமையுடன்தான் நாம்
அந்த அற்புத நகரத்தை வெல்ல முடியும்
அதுதான் நமக்கு ஒளியையும் நீதியையும்
மனித குலம் முழுமைக்கும் கண்ணியத்தையும் தரும்."
அந்தப் பாடல் வீண் போகாது.

புதிய புத்தகம் பேசுது.

3

திராவிட இயக்கம் இன்று

(இந்திய சமூக விஞ்ஞானக் கழகத்தின் சார்பில் 26.09.2008 அன்று நடைபெற்ற பெரியார் நினைவுச் சொற்பொழிவுக் கூட்டத்தில் ஆற்றிய உரையின் விரிவான வடிவம்.)

ஒரு வேடிக்கையான கதையுடன் என் உரையைத் துவக்குகிறேன். தமிழக அரசியல், சமூக கலாச்சாரச் சூழலைப்பற்றி ஆய்வு செய்யும் வெளிநாட்டு அறிஞர் ஒருமுறை தமிழகத்திற்கு வந்திருந்தார். ஒரு நாள் காலையில் ஒரு தமிழ் ஆர்வலருடன் நடந்து சென்று கொண்டிருந்தார். எதிரே சிவப்பு சட்டை, சிவப்பு வேட்டி, சிவப்பு சேலை அணிந்த ஆண்களும் பெண்களும் கூட்டம் கூட்டமாக வந்து கொண்டிருந்தனர். சிறிது தொலைவு நடந்த பின் கூட்டம் கூட்டமாக கருப்பு உடை அணிந்த ஆண்களும், பெண்களும் கடந்து சென்றனர். வெளிநாட்டு அறிஞர் நம் தமிழ் நண்பரிடம் ''பரவாயில்லையே! உங்கள் மண்ணில் கம்யூனிஸமும், பெரியாரின் கருத்துக்களும் பிரபலமடைந்து வருவதுபோல் தோன்றுகிறதே! நாம் இப்போது கண்ட இரண்டு விதமான மக்கள் கூட்டங்களின் உடை நிறங்களைக் கண்டால் அப்படித்தான் தோன்றுகிறது" என்றார்.

தமிழர் உடனே, "அப்படியேதுமில்லை. கருப்பு உடை அணிந்தவர்கள் சபரி மலை ஐயப்பன் பக்தர்கள். சிவப்பு உடை அணிந்தவர்கள் மேல் மருவத்தூர் ஆதிபராசக்தியின் பக்தர்கள்" என்றார் சிரித்துக்கொண்டே.

பெரியார் பிறந்த இம்மண்ணில், பெரியாரின் பெயரைச் சொல்லி 40 ஆண்டுகளுக்கும் மேலாக அரசியல் ஆதிக்கம் செலுத்தி ஆட்சி நடத்திவரும் திராவிடக் கட்சிகளின் சாம்ராஜ்யத்தில் பக்தியும், சடங்குகளும், சம்பிரதாயங்களும் மட்டும் அதிகரிக்கவில்லை; மூடப் பழக்கங்களும், பகுத்தறிவுக்கு ஒவ்வாத சமூக அடிமைத்தனங்களும் தலைவிரித்து ஆடுகின்றன. தலைவர்களின் பிறந்த நாட்களுக்கு கோவில்களில் அன்னதானம் வழங்கி, அலகு குத்திக்கொண்டு, அங்கப் பிரதட்சிணம் செய்து பகுத்தறிவுப் பரவசமெய்தும் தொண்டர்களையும், அதனைக் கண்டு அகமகிழும் தலைவர்களையும் காண்கிறோம். மழை பெய்யவில்லையென்றால் கழுதைக்கும் நாய்க்கும், ஆட்டுக்கும் பூனைக்கும், கோழிக்கும் பூனைக்கும் என பல விலங்குகளுக்கும் ஜந்துக்களுக்கும் திருமணம் நடத்தி வருண பகவானை மகிழ்விக்கும் அபத்தங்களையும் பார்க்கிறோம்.

மதம் என்பது இதயமற்ற ஓர் உலகத்தின் இதயம், ஆன்மாவற்ற ஒரு சூழலின் ஆன்மா, ஒடுக்கப்பட்டவர்களின் பெருமூச்சு என்று மார்க்ஸ் கூறியதை வைத்து அடித்தட்டு மற்றும் நடுத்தர மக்களின் மத உணர்வுகளை நாம் புரிந்து கொள்ள முடிகிறது. ஆனால் அறிவியல் உணர்வும், பார்வையுமற்ற ஒரு சமூகச் சூழலை மாற்றுவதற்காக நாற்பது ஆண்டுகளுக்கு மேலாக கையிலிருக்கும் அரசியல் அதிகாரத்தையும், சமூக செல்வாக்கினையும் பகுத்தறிவுச் சிந்தனை வழிவந்தவர்கள் பயன்படுத்தாமல் இருப்பதைத்தான் புரிந்து கொள்ள வேண்டியிருக்கிறது. பகுத்தறிவு சிந்தனையைப் பரப்பவில்லையென்றாலும் திராவிட இயக்கத்தினர் பலர் மூட நம்பிக்கைகளுக்கு முடிசூட்டிக் கொண்டிருப்பது ஏன் என்ற கேள்வியும் எழுகிறது.

பெரியார் உருவாக்கிய சிந்தனை எழுச்சியையும் சமூக விழிப்புணர்வையும் அடித்தளமாகக் கொண்டு, ஒரு சமூக இயக்கத்தை வெற்றிகரமான அரசியல் இயக்கமாக மாற்றியவர்களும், அவர்களின் வழிவந்தவர்களும் பெரியார்

சிந்தனையின் முற்போக்குக் கூறுகளை முன்னெடுத்துச் செல்லாதது ஏன் என்ற கேள்விக்கு விடைதேடும் சிறு முயற்சி இது. மாநிலத்தில் அதிகாரத்தைக் கைப்பற்றிய இரு பத்தாண்டுகளுக்குள் மத்திய ஆட்சியிலும் அதிகாரப் பங்கினைப் பெற்றிருக்கும் திராவிட கட்சிகள் தங்களின் அடிப்படைக் கொள்கைகளை விட்டு அதிக தூரம் வந்துவிட்ட போதிலும், தமிழகத்தில் இன்றும் 65 முதல் 70 சதவீதம் வரை வாக்காளர்களின் ஆதரவைப் பெற்றுவருவது எவ்வாறு என்பதும் சிந்திக்க வேண்டியது. திராவிடம் என்ற கருத்தியல் எப்படி இந்த தமிழ் மக்களின் சிந்தனையில் ஆழமாக வேரூன்றி அரசியல் பலன்களை இன்றும் அள்ளித்தரும் பௌதீக சக்தியாக மாறியது என்பதைப் புரிந்துகொள்வது முற்போக்கான சமூக மாற்றத்திற்காகப் பாடுபடும் அனைவருக்கும் அவசியமான அரசியல் பாடமாக இருக்கும்.

ஒரு சமூக அரசியல் இயக்கம் ஒரு நேர்க்கோட்டில் முன்னேறிச் செல்வதில்லை. மாறிவரும் புறச் சூழலுக்கேற்ப தத்துவார்த்த நடைமுறை நிலைப்பாடுகளை தகவமைத்துக் கொள்கிறது தகவமைத்துக் கொள்ளும் முயற்சியில் சந்தர்ப்பவாதச் சருக்கல்கள் இயக்கத்தின் போக்கையே மாற்றிவிடும் அபாயமும் உண்டு. திராவிட இயக்கம் தன் ஏறக்குறைய நூறாண்டு வரலாற்றில் எப்படித் தன்னை தகவமைத்துக் கொண்டது; அந்த முயற்சியில் அதன் ஆரம்பகாலத் தத்துவங்களும் அரசியல் நோக்கங்களும் என்னவாயின என்றும் சிந்திக்கும் வேளை வந்துவிட்டது. இதற்கு ஒரு முக்கியக் காரணம் திராவிட இயக்கத்தின் தேர்தல் அரசியல் வரலாற்றில் முதன் முறையாக அறுதிப் பெரும்பான்மை இல்லாமல் ஒரு திராவிடக் கட்சி ஆட்சியிலிருப்பது இதுவே முதன்முறை. திராவிட இயக்கமல்லாத ஒரு மூன்றாவது சக்திக்கான சமூக வெளி ஒன்று உருவாகியிருக்கிறதா, மாநில அரசியல் தளம் அதிகமாக பிளவுபட்டுக் கொண்டிருக்கிறதா? என்று நம்மை சிந்திக்கத் தூண்டும் அரசியல் சூழல் இது.

திராவிட இயக்கம் தோன்றிய சூழல்.

வரலாற்றைத் திரும்பிப் பார்க்கும்போது, பெரும்பாலும் நிலப்பிரபுத்துவத்தின் பிடியிலிருந்த ஒரு சமுதாய அமைப்பின் மீது பிரிட்டிஷ் காலனி ஆதிக்கம் ஏற்படுத்திய அரசியல், பொருளாதார, சமூக, கலாச்சாரத் தாக்கங்களும் அவற்றின் எதிர்வினைகளும் உருவாக்கிய சூழலில்தான் பல அரசியல் சமூக இயக்கங்களும், சிந்தனைகளும் தோன்றின. தென்னிந்தியாவில் அவ்வாறு தோன்றியதுதான் திராவிட இயக்கம். இவ்வியக்கத்தின் தோற்றத்தைப் புரிந்து கொள்ள நான்கு வரலாற்று வளர்ச்சிப் போக்குகளை வரையறுத்துக் கொடுக்கிறார் இந்து பத்திரிக்கை குழுமத்தின் தலைமை ஆசிரியராக இருக்கும் திரு. என். ராம் அவர்கள்.

1. பிரிட்டிஷ் ஆட்சிக்காலத்தில் சென்னை மாகாணம் என்று அழைக்கப்பட்ட பிரதேசத்தின் தமிழ் பேசும் பகுதிகளில் ஏற்பட்ட தேசிய எழுச்சி (அன்றைய சென்னை மாகாணம், தமிழ், தெலுங்கு, மலையாளம் மொழி பேசும் பகுதிகளை உள்ளடக்கியது).

2. அந்த தேசிய எழுச்சியின் ஊடாகவே சாதீய, வர்க்க ஒடுக்குமுறைக்கு எதிராக நடந்த வெகுஜனப் போராட்டங்கள் (ஆரம்பத்தில் தன்னெழுச்சியாக நிகழ்ந்த இப்போராட்டங்கள் பின்னர் ஓரளவுக்கு அமைப்பு ரீதியாக நடந்தன).

3. பிரிட்டிஷ் ஆட்சியாளர்களும், அவர்களின் சேவகர்களும் மேற்கொண்ட பிரித்தாளும் கொள்கைகள்.

4. விடுதலை இயக்கத்தினை நடத்திச் சென்ற முதலாளித்துவ தலைமை சமூக, வர்க்கப் பிரச்சனைகளில் செய்து கொண்ட சமரசங்கள்.

சுருக்கமான வரலாற்றுப் பின்னணி.

இந்த வரலாற்று வளர்ச்சிப் போக்குகளுக்கு ஒரு அரசியல் பொருளாதார, சமூக, கலாச்சாரப் பின்னணி இருந்தது. பிரிட்டிஷ் ஏகாதிபத்தியம் தன்னை வளர்த்துக் கொள்ளவும், உலகைக் கூறுபோட்டுச் சுரண்டுவதற்கு பிற ஏகாதிபத்தியங்களுடன் நடந்த போட்டியில் வெல்லவும், தன் மிகப் பெரிய காலனியான இந்தியாவின் மீதான சுரண்டலை

அதிகரித்தது. ஒரு காலகட்டத்தில் இந்த சுரண்டலுக்கு எதிர்வினையாக தேசிய இயக்கம் எழுந்தது. இங்கிலாந்திலிருந்து கொண்டே தன் பிரதிநிதிகளின் மூலம் நடந்த ஆட்சியில் மக்களிடமிருந்து அன்னியப்பட்டுப் போவதை உணர்ந்தது ஏகாதிபத்தியம். 1857 இல் நடந்த முதல் சுதந்திரப் பேரெழுச்சி அதனை மேலும் அதிர்ச்சிக்குள்ளாக்கியது. இந்தியாவின் நிர்வாக இயந்திரத்தை விரிவாக்கி, இந்தியர்களைக் கொண்டே நடத்துவது என்ற முடிவினை எடுத்தது ஏகாதிபத்தியம். பல ஆயிரம் ஆண்டுகளாக வருணசிரம தர்மம் அளித்த வளமான வாய்ப்புகளில் ஒன்றான கல்வியை முழுவதும் அனுபவித்து முன்னணியில் இருந்த பிராமணர்கள் இயற்கையாகவே இந்த நிர்வாக இயந்திரத்தின் பெரும்பாலான பதவிகளில் அமர்ந்தனர்.

அதே நேரத்தில் ஏகாபதிபத்தியம் தன் லாபத் தேவைகளுக்காக விவசாயத்தை வணிகமயமாக்கியது. பருத்தி போன்ற பணப் பயிர்கள் தமிழகத்தின் மேற்கிலும், தெற்கிலும் விளைவிக்கப்பட்டன. நிர்வாகத்திற்குத் தேவையான குமாஸ்தாக்களை உருவாக்கும் பிரிட்டிஷ் கல்வியும், புதிய விவசாயப் பொருளாதார வாய்ப்புகளும் பிராமணரல்லாத மேல் சாதியினரிடையே புதிய வர்க்கங்களைத் தோற்றுவித்தது. விவசாயம் வணிகமயமான போது உற்பத்திப் பொருட்களை வாங்கி, விற்கும் சிறு வணிக முதலாளிகள், தரகு வியாபாரிகள் -தவிர ஒரு கல்வி பெற்ற நடுத்தர வர்க்கம் கிராம, நகர்ப்புறங்களில் தோன்றியது. நிர்வாக அமைப்பிலும், கல்வி, நீதி துறைகளிலும் ஆதிக்கம் செலுத்தி வந்த பிராமணர்களுக்கும், தங்களுடைய புதிய அரசியல், பொருளாதாரத் தேவைகளுக்காக அரசாங்கத்தையும் மேற்குறிப்பிட்ட மூன்று துறைகளையும் நாட வேண்டியிருந்த பிராமணரல்லாத புதிய உயர்சாதி வர்க்கங்களுக்கும் முரண்பாடுகள் தோன்றின. அரசு நிர்வாகத்திலும், நீதி மற்றும் கல்வித் துறைகளிலும் தமக்கும் உரிய இடம் வேண்டும் என்ற கோரிக்கை

பிராமணரல்லாத உயர்சாதியினரிடம் தோன்றியது. இட ஒதுக்கீடு என்ற கோரிக்கையின் ஆரம்பம் இதுதான்.

இந்தச் சூழலில் தமிழ்ப்பகுதிகளில் எழுந்த தேசிய இயக்கத்தில் முன்னணி வகித்த பிராமணர்களுக்கு எதிர் சக்தியாக பிராமணரல்லாத உயர்சாதியினரைக் கண்ட பிரிட்டிஷ் ஆட்சியாளர்களுக்கு பிரித்தாளம் கொள்கையைக் கையாள மேலும் வாய்ப்பு அதிகமானது.

'ஆரிய - திராவிட மோதல்.'

கலாச்சாரத் துறையில் ஐரோப்பியர் கலாச்சாரத் துறையில் வருகையால் நிகழ்ந்த சில மாற்றங்களும் இச்சூழலில் முக்கியமான பங்காற்றின. ஐரோப்பிய கலாச்சாரத்துடன் நிகழ்ந்த மோதலுக்கு இரண்டு விதமான எதிர்வினைகள் நிகழ்ந்ததாக வரலாற்றாசிரியர் கே.என். பணிக்கர் குறிப்பிடுகிறார். முதல் எதிர்வினை சீர்திருத்தம், இரண்டாவது கலாச்சார மீட்புவாதம்.

ஐரோப்பிய மறுமலர்ச்சி மற்றும் நவீனத்துவத்தின் முற்போக்குக் கூறுகளைக் கண்ட ஒரு பிரிவினர் தம் சமூகத்தினை விமர்சனபூர்வமாக மறு மதிப்பீடு செய்தனர். பழமைவாதக் கருத்துக்களைக் களைந்து, பகுத்தறிவையும், அறிவியல் பார்வையையும் பரவச் செய்து சமுதாயத்தை சீர்திருத்த வேண்டும் என்று இவர்கள் முனைந்தனர். மற்றொரு பிரிவினர் ஐரோப்பியக் கலாச்சாரத்திற்கு இந்தியக் கலாச்சாரம் குறைந்ததல்ல என்ற நிலைபாட்டினை எடுத்து இந்து சமுதாயத்தின் பழைமைவாதக் கலாச்சார மதிப்பீடுகளைப் புகழ்ந்து அதன் பெருமையை மீட்டெடுக்க வேண்டும் என்று முயற்சி செய்தனர். இவர்கள் இந்தியக் கலாச்சாரம் என்று கூறி ஏற்றுக்கொண்டது வேதங்களின் அடிப்படையிலான, வர்ணாசிரம தர்மத்தை நியாயப்படுத்தும் பிராமணியக் கலாச்சாரம் ஆகும்.

பிரிட்டிஷ் ஆட்சிக் காலத்திலும் அதற்கு முன் பல நூற்றாண்டுகளாகவும் ஐரோப்பியப் பாதிரியார்களும் வேறுபல அறிஞர்களும் இந்தியாவிற்கு வந்து இங்கிருந்த மொழி,

கலாச்சாரம் பற்றிய ஆழமான ஆய்வுகள் நடத்திக்கொண்டிருந்தனர். இதனால் தமிழ், சமஸ்கிருதம் போன்ற மொழிகளின் தொன்மை அவற்றிலிருந்த இலக்கிய, இலக்கண நூல்கள் பற்றிய அறிவை வளர்த்தனர். மாக்ஸ் முல்லர் போன்ற ஐரோப்பிய அறிஞர்கள் புராதன சமஸ்கிருத நூல்களை ஆங்கிலத்தில் மொழிபெயர்த்து வேதங்கள்தான் இன்று மதம் அல்லது ஆரிய மதத்தின் அடிப்படை, இம்மதத்தை தோற்றுவித்தவர்கள் பிராமணர்கள் என்ற கருத்துக்களை ஏற்படுத்தினர். அன்னிபெசன்ட் அம்மையார் நடத்திய தியோசபிகல் சொசைட்டி (சென்னை அடையாறில் உள்ளது) பிராமணர்களையும், பிராமணிய மதத்தையும் கலாச்சாரத்தையும் வானுயரப் புழ்ந்து வந்தது).

பிராமணர்கள் ஆரியக் கொள்கைகளையும், சமஸ்கிருத மொழியையும், உயர்த்திப் பிடித்துக் கொண்டிருந்த இதே நேரத்தில் ஐரோப்பாவில் கிறிஸ்துவப் பாதிரியார்கள் தமிழ் மொழியின் தொன்மை, சிறப்புகளை வெளிக்கொணர்ந்து இந்தத் திராவிட மொழி, சமஸ்கிருத மொழிக்கு இணையாக நிற்கக் கூடியது அல்லது அதைவிட உயர்ந்தது என்ற சிந்தனயை பிராமணரல்லாத தமிழ் மக்களிடையே ஏற்படுத்தினர். இதனால் தமிழ் மொழியுணர்வு வளர்ந்தது.

அரசியலில், நிர்வாகத் துறைகளில் பிராமணர்கள் மற்றும் பிராமணரல்லாதோரிடையே ஏற்பட்டிருந்த முரண்பாடுகள், தமிழ்-சமஸ்கிருதம் என்ற மொழி முரண்பாடாகவும், ஆரியம்-திராவிடம் என்ற ''இன'' முரண்பாடாகவும் வெளிப்படத் துவங்கியது.

அயோத்தி தாசர் தாழ்த்தப்பட்ட இனங்களைச் சேர்ந்த தமிழ்மக்களை ஆதிதிராவிடர் என்று அடையாளப் படுத்தினார்.

ஆரிய இனம் உயர்ந்த இனம் என்ற கருத்தாக்கத்திற்கு எதிராக 'திராவிடம்' முன்வைக்கப்பட்டது. சமஸ்கிருதத்திற்கு இணையான தொன்மையும், சிறப்புகளும் வாய்ந்ததாகத் தமிழ் மொழி இருந்ததினால் திராவிடம் என்ற கருத்தாக்கம்

தமிழ் பேசும் பகுதிகளிலேயே அழுத்தமாக வெளிப்பட்டது. ஆரியத்திற்கு எதிராக தமிழ் அடையாளத்தை நிலைநிறுத்துவதற்கான போராட்டம் ஏறக்குறைய நூறாண்டுகளாக நடைபெற்றதாக இலங்கை தமிழறிஞர் காத்திகேசு சிவத்தம்பி கூறுகிறார்.

"1835 லிருந்து 1929 வரை சமஸ்கிருதத்தின் ஆளுகைக்கு வெளியே உள்ள சுயேச்சையான ஒரு கலாச்சாரக் குழுவாக தமிழ் அடையாளத்திற்கான போராட்டம் நடந்தது. தமிழர்களை திராவிடர்களாக அடையாளப்படுத்துவதற்கான கலாச்சாரப் போராட்டமே இது. ஆரியம், திராவிடம் என்று உருவங்களாகப் பிரிந்து நிற்பது வரலாற்றில் தவிர்க்க முடியாத ஒன்றாகிவிட்டது. டி.ஆர்.வெங்கட்ராம சாஸ்திரி கூறியதுபோல, தென்னிந்திய பிராமணர்களில் பலர் தங்களை ஆரிய இனமாகவே கருதுகின்றனர். சமஸ்கிருத மொழியுடனும், ஆரியக் கலாச்சாரத்துடனம் ஒருங்கிணைக்கப்பட்ட இந்து மதத்தின் ஒரு பாகமாகிவிட்ட ஆரிய மதத்துடனும் தங்களை இணைத்தே காண்கின்றனர். இந்த சிந்தனையைக் கைவிட வேண்டும் என்று அவர்களுக்குத் தோன்றுவதில்லை. பிராமணரல்லாதோரில் ஒரு சிறு பிரிவினர் இதையே ஒரு புகாராக்கி வருகின்றனர் என்பது அவர்களுக்குத் தெரியும். இப்பிரிவினர் தமிழ்க் கலாச்சாரமும், திராவிடக் கலாச்சாரமும் சமஸ்கிருதக் கலாச்சாரத்திலிருந்து வேறுபடுத்திப் பார்க்கத் தக்கதாக அவர்கள் கூறிவருகின்றனர். இப்போது சமூக ரீதியாக பிராமணர்களால் ஒதுக்கப்பட்டும், தொழில் ரீதியாக அமுக்கப்பட்டும் வந்த பிராமணரல்லாதோரில் மேலெழும்பி வரும் ஒரு பிரிவினர், இந்தக் கலாச்சார மேலாதிக்கத்திலிருந்து தம்மை விடுதலை செய்து கொள்ளும் முயற்சியாக ஆரியம் வருவதற்கு முற்பட்ட திராவிடர்களின் பெருமைகளை நினைவு கூறுகின்றனர். கலாச்சார அடையாளத்திற்கான இந்த இயக்கம் மொழி முதல் அரசியல் வரை வாழ்க்கையின் எல்லா அம்சங்களிலும் வெளிப்பட்டுக் கொண்டிருக்கிறது என சிவத்தம்பி தன்னுடைய "திராவிட

இயக்கத்தைப் புரிந்து கொள்ளல்; சில பார்வைகளும் பிரச்சனைகளும்" என்ற நூலில் குறிப்பிடுகிறார்.

பிரிட்டிஷ் ஆட்சிக்காலத்தில் எடுக்கப்பட்ட மக்கள்தொகைக் கணக்கெடுப்பிலும் பிராமணர், பிராமணரல்லாதார் என்ற வகைப்படுத்தல் இருந்தது. எண்ணிக்கைப் பற்றிய உணர்வு தோன்றியதால் மக்கள் தொகையில் தங்கள் பங்கிற்கு ஏற்ப அரசியலிலும், நிர்வாகத்திலும் இடமில்லை என்ற வாதத்திற்கு வலுசேர்ப்பதாக இருந்தது.

அரசியல், நிர்வாக, கலாச்சாரத் துறைகளில் முன்னணியில் இருந்த பிராமணர்கள் சமூக ரீதியாகவும், உயர்ந்த ஸ்தானத்தில் இருந்தனர். சடங்குகள், மந்திரங்கள் இவற்றைக் கற்றுத் தேர்ந்தவர்கள் என்பதால் பிராமணரல்லாதோரின் அன்றாட சமூக வாழ்க்கையில் முக்கியப்பங்கு வகிப்பவர்களாகவும் பிராமணர்களில் பலர் இருந்தனர். மற்றெல்லா சாதிகளையும் விடத் தூய்மையானவர்கள், உயர்ந்தவர்கள் என்ற சிந்தனையும் அவர்களிடையே பலருக்கு இருந்ததற்கான பல ஆதாரங்கள் உள்ளன. அவற்றுள்சில :

1. சென்னையில் ஓடிய டிராம் வண்டிகளுக்கு ஆதிதிராவிடர் இனத்தைச் சேர்ந்தவர்கள் சிலர் நிமியக்கப்பட்டபோது, பிராமணர்களில் ஒரு பகுதியிரினரிடமிருந்து பகிரங்க எதிர்ப்பு கிளம்பியது. எதிர்ப்பை சமாளிப்பதற்காக "தூய்மையான சாதியிலிருந்து" நடத்துனர்களைத் தேர்ந்தெடுத்தது பிரிட்டிஷ் அரசாங்கம். இதற்கு எதிர் வினையாக அயோத்தி தாசரின் 'ஒரு பைசாத் தமிழன்' "டிராம் கார்களில் பணிபுரியும் பிராமணர்கள் பயணச் சீட்டிற்காக பறையர்களிடமிருந்து காசு வாங்கும்போது தீட்டுப்பட்டுவிடுமோ என்ற பயமிருப்பதில்லை என்றே தெரிகிறது," என எழுதியது.

2. நியூ இந்தியா என்ற பத்திரிகையில் நரசிம்மன் என்பவர் எழுதிய கடிதம் இவ்வாறு சொல்கிறது. "ஐரோப்பியர்களும் ஆசிய ஐரோப்பியர்களும் தங்களுக்கென்று தனியான ரயில்

பெட்டிகளை உறுதி செய்து கொண்டபோதிலும், பிராமணர்களுக்கு அத்தகைய சலுகை ஏதும் கொடுக்கப்படவில்லை. குடித்துக் கொண்டும், புகை பிடித்துக் கொண்டும், தூய்மை குறைவாகவும், பழக்கமில்லாதவர்கள் தாங்கிக் கொள்ள முடியாத அளவு துர்நாற்றத்துடனும் இருக்கும் அழுக்கான மனிதர்களுடன் ஒரே ரயில் பெட்டியில் பயணம் செய்வது பிராமணர்களுக்கு ஒரு நரகத்தைப் போன்ற அனுபவமாக இருக்கிறது."

3. 1911ஆம் ஆண்டு எடுக்கப்பட்ட மக்கள் தொகைக் கணக்கெடுப்பின் அறிக்கையில் கூறப்பட்டுள்ள விவாதத்தைப் பாருங்கள். "சாதிக்கான வசதிகள்" இல்லாததால் சென்னை மனநல மருத்துவமனையில் உறவினர்களைச் சேர்ப்பதற்கான விண்ணப்பங்களைச் சில பிராமணர்கள் திரும்பப் பெற்றுக்கொண்டனர் என்று அது கூறுகிறது.

அரசியல் சமூக இயக்கங்கள்.

இந்த சமூக வரலாற்றுப் பின்னணியில்தான் பல சமூக, அரசியல் இயக்கங்கள் தோன்றின.

1885ல் தேசிய இயக்கம் காங்கிரஸ் என்ற வடிவம் பெற்றது.

1916ல் அன்னிபெசன்ட் அம்மையாரின் ஹோம்ரூல் இயக்கம்.

1916ல் பிராமணரல்லாதோரின் இயக்கமாக தென்னிந்திய நலவுரிமைச் சங்கம் தோன்றியது. ஜஸ்டிஸ் என்ற அதன் பத்திரிகையின் பெயரே இயக்கத்தின் பெயராகவும் மாறியது.

1917ல் தனித்தமிழ் இயக்கம் தோன்றுகிறது.

1916ல் ரஷ்யாவில் நடந்த போல்ஷ்விக் புரட்சியின் தாக்கத்தினால் சோஷலிஸ சிந்தனைகளும், ஆரம்பகால கம்யூனிஸ்ட் ஸ்தாபனங்களும் வருகின்றன.

இவை மட்டுமின்றி சாதிய அடிப்படையாக வைத்து சமூக, அரசியல் வெகுஜனத் திரட்டல் நடந்ததால் பல சாதிச் சங்கங்களும் தோன்றின. ஒவ்வொரு சாதியிலும் மேலெழுந்து வந்த படித்த நடுத்தர வர்க்கத்தினர் தத்தமது சாதியினரை

ஸ்தாபனப்படுத்தி தமது அரசியல் பொருளாதார நலன்களைப் பாதுகாத்துக் கொள்ளும் போக்கும் இருந்தது. சாதியம் கெட்டிப்பட்டிருந்த ஒருநிலப்பிரபுத்துவச் சூழலில், வர்க்கங்கள் உருவாகி தண்ணுணர்வு பெறாத வரலாற்றுத் தருணத்தில் இது நிகழ்ந்தது. இப்படி நாடார் மகாஜன சங்கம் 1910லும், வன்னியகுல சத்திரியர் சங்கம் 1919லும், செங்குந்த மகாஜன சங்கம் 1908லும், விஸ்வகர்ம மகாஜன சங்கம் 1912லும் தோன்றின. இவற்றிற்கெல்லாம் முன்பாக 1892லேயே ஆதிதிராவிட மகாஜன சபா உருவானது.

20–ஆம் நூற்றாண்டின் ஆரம்பத்தில் அரசியல், மேற்குறிப்பிட்ட சக்திகளும், இயக்கங்களும் தமக்கிடையேயும் அன்னிய ஆட்சியாளர்களுடனும் கொண்டிருந்த இணக்கங்கள் முரண்பாடுகளின் ஆடுகளமாக இருந்தது. மாண்டேகு செம்ஸ்போர்டு சீர்திருத்தத்தின்படி அமைக்கப்பட்ட மாகாண சட்டமன்றத்திற்கு 1920ல் தேர்ந்தல் நடந்தபோது இந்த ஆடுகளத்தில் அரசியல் ஆட்டம் மேலும் வேகம் பெற்றது. ஆனால் படித்தவர்களுக்கும், சொத்துள்ளவர்களுக்கும் மட்டுமே வாக்குரிமை இருந்ததால் அன்றைய தேர்தல் களமும், அரசியலும் மேல்தட்டு வர்க்கத்தினரின் நலனைச் சுற்றியே வந்தது. 90 சதவீத மக்கள் இந்தக் களத்திற்கு வெளியேதான் இருந்தனர். இச்சூழலில்தான் பிற்பட்டோர் நலனைப் பாதுகாப்பதாகச் சொல்லிப் புறப்பட்ட நீதிக்கட்சி ஆட்சிக்கு வந்தது. இந்த நீதிக்கட்சிதான் இன்றைய திராவிட இயக்கத்தின் அரசியல் முன்னோடி, நீதிக்கட்சியின் தன்மையைப் புரிந்து கொள்வது திராவிட இயக்கத்தில் இன்றும் தொடரும் முரண்பாடுகளைப் புரிந்து கொள்வதற்கு பேருதவியாக இருக்கும்.

நீதிக்கட்சி

தென்னிந்திய நலவுரிமைச் சங்கம் என்ற பெயரில் 1916ல் சென்னை கோகலே ஹாலில் உதயமான நீதிக்கட்சி பிராமணரால்லாதோர் அறிக்கை என்ற ஒரு கொள்கைப் பிரகடனத்தை வெளியிட்டது.

1913ல் நடந்த பொதுப்பணித்துறை தேர்வாணையத்தின் தேர்வுகளிலும், 1892இலிருந்து 1904 வரை நடந்த இந்திய அரசுப்பணித் தேர்வுகளிலும் வெற்றி பெற்றவர்களில் பெரும்பாலோர் பிராமணர்களே என்று புள்ளி விவரங்களுடன் விளக்கும் இந்த அறிக்கை அரசுப் பணிகளிலும், பல்கலைக் கழகத்திலும், நீதித்துறையிலும், "பிராமண ஜாதியின் ஏகபோகம்" எப்படி நடக்கிறது என்று பட்டியலிடுகிறது.

அகில இந்திய காங்கிரஸ் கமிட்டிக்கு சென்னை மாகாணத்திலிருந்து தேர்ந்தெடுக்கப்பட்ட 15 பேரில் ஒருவர் மட்டுமே பிராமணரல்லாத பிரிவைச் சேர்ந்தவர் என்ற உண்மையையும் உரக்கச் சொல்கிறது.

மேலும், "நினைவிலிருக்கும் காலத்திற்கு முன்பிலிருந்த இந்த மாகாணத்தின் பொருளாதார முன்னேற்றத்திற்காக நின்ற வகுப்புகளும் சமூகங்களும் அரசாங்கத்தின் உந்துதலையும், ஆதரவையும் பெற வேண்டாமா? செட்டியார்கள், கோமுட்டி செட்டியார்கள், முதலியார்கள், நாயுடுக்கள், நாயர்கள் போன்ற வகுப்பினர் வேகவேகமாக முன்னேறி வருகின்றனர். ஆனால் சென்னை மாகாணத்தின் மொத்த மக்கள் தொகையின் 40 மில்லியனில் (4 கோடி) ஒன்றரை மில்லியனே (15 லட்சம்) இருக்கும் பிராமணர்கள் நுணுக்கமான பல்வேறு முறைகளில் தங்களுடைய அரசியல், நிர்வாகச் செல்வாக்கினைப் பயன்படுத்துவதினால் மேற்கூறிய வகுப்பினரும் அவர்களது சகோதரர்களும் பின்தங்கிய நிலையில் உழன்று கொண்டிருக்கின்றனர்", என்று அந்த அறிக்கை கூறுகிறது.

"இந்தச் சூழலில் பிரிட்டிஷ் ஆட்சியாளர்கள் மட்டுமே பல்வேறு வகுப்பினரிடையே நியாயத் தராசினைத் தூக்கிப் பிடித்து, ஒற்றுமையுணர்வையும், தேசிய ஒருங்கிணைப்பையும் மேம்படுத்த முடியுமென்பதால், இந்த ஆட்சியாளர்களின் அதிகாரத்தையும், செல்வாக்கையும் குலைக்கும் எந்த நடவடிக்கைக்கும் எங்கள் ஆதரவில்லை" என்று பிராமணரல்லாதோர் அறிக்கை உறுதிபடக் கூறுகிறது.

பத்தொன்பதாம் நூற்றாண்டில் சென்னை மாகாணத்தில் பஞ்சமும், பசியும் தாண்டவமாடிப் பல்லாயிரக்கணக்கான உயிர்களைப் பலிவாங்குவதற்குக் காரணமாக இருந்த பிரிட்டிஷ் ஆட்சியின் கொள்கைகளையும், இந்தியாவின் செல்வங்களை ஏகாதிபத்தியம் எவ்வாறு கொள்ளையடித்துக் கொழுக்கிறது என தாதாபாய் நௌரோஜி போன்றோர் ஆதாரத்துடன் எடுத்து வைத்த உண்மைகளையும், அமெரிக்கத் தோட்டங்களில் இனப்பிரிவினையையும், இன வெறியையும் ஒரு கொள்கையாகவே நடைமுறைப்படுத்தி வந்த பிரிட்டிஷ் ஆட்சியின் கோரமுகத்தையும் மறைத்து விட்டது பிராமணரல்லாதோர் அறிக்கை.

காலனி நாடுகளின் செல்வங்களைக் கவர்வதற்கு "உலகத்தை நாகரிகப்படுத்துவது வெள்ளை மனிதனின் வரலாற்றுக் கடமை" என்ற மோசடிக் கொள்கையினை அப்படியே ஏற்றுக் கொள்கிறது நீதிக் கட்சியின் அறிக்கை.

இப்படி ஒரு நிலைப்பாட்டினை நீதிக்கட்சி எடுப்பதற்கு முக்கிய காரணம் அதன் வர்க்க அடிப்படைதான். இந்தக் கட்சியின் தலைவர்கள் யார் என்று மார்க்சிஸ்ட் தலைவர் பி. ராமமூர்த்தி தன்னுடைய "ஆரிய மாயையா, திராவிட மாயையா?" என்ற புத்தகத்தில் அற்புதமாய் பட்டியலிடுகிறார்.

"தமிழ்நாட்டில் ராமநாதபுரம் ராஜா, சிவகங்கை ராஜா, சேத்தூர் முதலிய பல ஜமீன்தாரர்களும் ஜஸ்டிஸ் கட்சியிலிருந்தனர். இந்த ஜமீன்களைத் தவிர தமிழ்நாட்டிலிருந்த பல பெரிய மிராசுதாரர்கள் ஜஸ்டிஸ் கட்சி பிரமுகர்களாக இருந்தனர். உதாரணமாக தஞ்சை மாவட்டத்தில் நெடும்பாலம் சாமியப்ப முதலியார், பன்னீர் செல்வம், மதுரை மாவட்டத்தில் உத்தமபாளையம் பி.டி. ராஜன், பட்டிவீரன்பட்டி டபிள்யு. பி. சௌந்தரபாண்டிய நாடார், திருநெல்வேலி மாவட்டத்தில் மேடை தளவாய் முதலியார் இவர்களைத் தவிர சென்னை பி. தியாகராஜ செட்டியார், விருதுநகர் வி.வி. ராமசாமி நாடார் போன்ற தரகு வியாபார பிரமுகர்களும் ஜஸ்டிஸ் கட்சி பிரமுகர்களாக

இருந்தனர். எனவே ஜஸ்டிஸ் கட்சி தலைமை, அன்றைய சென்னை ராஜதானியில், ஆந்திரப்பகுதியிலும், தமிழ்நாட்டுப் பகுதியிலும் இருந்த தங்களுடைய சுரண்டலுக்கு பிரிட்டிஷ் ஆட்சியைப் பாதுகாவலனாகக் கொண்டிருந்த நிலப்பிரபுக்களையும், ஆங்கிலக் கம்பெனி இந்தியாவில் அடித்த கொள்ளையில் பங்குகொண்ட தரகு வியாபாரிகளையும் கொண்டதாகும். இதைத் தவிர சிலோன், பர்மா, மலேசியா, தாய்லாந்து, இந்தோசைனா (இன்று வியட்நாம், லாவோஸ், கம்போடியா ஆகிய நாடுகளைக் கொண்டது) போன்ற காலனி நாடுகளில் வட்டிக் கடைகள் வைத்து அநியாய வட்டி வாங்கி கொள்ளையடித்தவர்களும் இந்தக் கட்சியில் இருந்தனர். இவர்களைத் தவிர டாக்டர். டி.எம். நாயர், பிரிட்டிஷ் சர்க்காரின் செல்லப்பிள்ளைகளும் இந்தக் கட்சியில் இருந்தனர். இவர்களுக்கு ‘சர்’, ‘திவான் பகதூர்’, ‘ராவ் பகதூர்’ போன்ற பட்டங்களை பிரிட்டிஷ் சர்க்கார் அளித்திருந்தது”, என்ற பி. ராமமூர்த்தி எழுதுகிறார்.

இந்த வர்க்க அடிப்படை காரணமாகத்தான் 19ஆம் நூற்றாண்டு முழுவதும் ஒன்றன்பின் ஒன்றாக தமிழ்ப் பகுதிகளைத் தாக்கிய பஞ்சத்தில் உயிரிழந்து நிரந்தரமாகப் பாதிக்கப்பட்ட பல லட்சக்கணக்கான பிராமணரல்லாத விவசாயிகள், விவசாயத் தொழிலாளர்களின் நலன்கள் பற்றிய கவலைகள் ஏதும் பிராமணரல்லாதோர் அறிக்கையிலோ, அதற்குப் பின் வந்த ஜஸ்டிஸ் ஆவணங்களிலோ காணப்படவில்லை. இரட்டை ஆட்சி முறையில் சென்னை மாகாணத்தில் ஜஸ்டிஸ் கட்சி ஆட்சியிலிருந்த காலத்தில் தேவதாசி எதிர்ப்புச் சட்டம், இந்து அறநிலையத் துறைச்சட்டம் போன்ற சீர்திருத்தச் சட்டங்கள் நிறைவேற்றிய ஜஸ்டிஸ் ஆட்சியாளர்கள், ஜமீன்தாரி ஒழிப்பு, விவசாயக் கடன் நிவாரணம் ஆகியவற்றுக்கான சட்டங்களை இயற்றாதது மட்டுமின்றி காங்கிரஸ் அரசாங்கம் எடுத்த முயற்சிகளுக்கும் எதிர்ப்பு தெரிவித்தனர்.

ஆயினும் பிராமணரல்லாத நடுத்தர வர்க்கத்திலிருந்து வந்த படித்த திறமைமிக்க வாலிபர்களில் ஒரு பகுதியினர்

பிரிட்டிஷ் ஆட்சியாளர்களுடன் ஒத்துப்போவதிலிருக்கும் ஆதாயங்களுக்காகவும், ஜஸ்டிஸ் ஆட்சி நிறைவேற்றிய வகுப்புவாரிப் பிரதிநிதித்துவச் சட்டத்தின் பலன்களைப் பெறும் வாய்ப்புகள் இருந்தாலும் அக்கட்சிக்கு ஆதரவான நிலைப்பாட்டினை எடுத்தனர். சட்டமன்றத்தில் எதிர்க்கட்சி தலைவராக இருந்த சத்தியமூர்த்தி இச்சட்டத்தைக் கடுமையாக எதிர்த்தார். காங்கிரஸின் பிரிட்டிஷ் எதிர்ப்புப் பேராட்டத்திற்கு அன்று பிராமணரல்லாத உயர் மற்றும் நடுத்தர வகுப்புகளையும், சாதிகளையும் சேர்ந்த தமிழர்களின் ஆதரவுத் தளம் ஜஸ்டிஸ் கட்சி தொடங்கி இன்றிருக்கும் திராவிடக் கட்சிகள் வரை தொடர்வதைக் காணலாம்.

வர்க்க பூர்வமாக மட்டுமின்றி சாதிய ரீதியாகவும், பண்ணைகளில் கூலிகளாக வேலை செய்து வந்த தாழ்த்தப்பட்ட இனமக்களுக்கு அநீதிகள் இழைத்ததில் பிராமணரல்லாத சாதியினர் எவ்விதத்திலும் பிராமணர்களுக்குக் குறைந்தவர்கள் இல்லை என்பதையே வரலாறு காட்டுகிறது. ஜஸ்டிஸ் கட்சி வலுவாக இருந்த காலத்தில் அதன் தலைமைக்கும் தாழ்த்தப்பட்ட இனத்தலைவர்களான எம்.சி. ராஜா போன்றோர்களுக்கும் பல முரண்பாடுகள் ஏற்பட்டன. பிராமணரின் ஆதிக்கத்திற்கு எதிராக ஜஸ்டிஸ் கட்சியின் ‘ஜனநாயகப் போராட்டம்’ பிராமணரல்லாத உயர்சாதிகளுக்கு பதவி மற்றும் சலுகைகள் பெறுவதோடு பெரும்பாலும் நின்றுவிட்டது. அந்த ஜனநாயக வெற்றியே தாழ்த்தப்பட்ட சாதிகளைச் சேர்ந்த மக்களுக்குக் கொண்டு சேர்க்க பிராமணர் அல்லாத இயக்கம் முயற்சிக்கவுமில்லை. அதற்கான மனமுமில்லை. இன்றுவரை இது திராவிட இயக்கத்தின் தீர்க்கப்படாத முரண்பாடாகவே இருக்கிறது.

பெரியாரின் வருகை.

ஆயினும் இந்த முரண்பாட்டைத் தீர்ப்பதற்கு ஒரு காலகட்டத்தில் ஒருவர் முயற்சித்தார். அவருடைய பெயர் ஈ.வெ. ராமசாமி பெரியார். அவருடைய முயற்சி என்னவானது?

ஈரோடு நகராட்சித் தலைவராக இருந்த பெரியார் தன் நண்பரும் சேலம் நகராட்சித் தலைவருமான சி. ராஜகோபாலாச்சாரியாரின் ஆலோசனையின் பேரில் காங்கிரசில் சேர்ந்தார். காந்தியின் புனர்நிர்மாணத் திட்டத்தினால் கவரப்பட்ட அவர் தேசிய இயக்கம் சமூக கொடுமைகளுக்கு எதிராக உறுதியாக நிற்கும் என நம்பினார். அவருடைய தலைமைப் பண்பினால் காங்கிரஸ் இயக்கத்தின் மாகாணத் தலைவராக உயர்ந்தார். காந்திய சிந்தனைகளைப் பரப்புவதற்கு கதர்த் துணிகளை தோளில் சுமந்து ஊர் ஊராகச் சென்று விற்றார். காந்தியின் மது ஒழிப்புப் பிரச்சாரத்திற்கு ஆதரவாக தன்னுடைய தோட்டத்திலிருந்த ஆயிரக்கணக்கான தென்னை மரங்களை வெட்டினார். கள்ளுக்கடை மறியலில் அவருடைய மனைவியும், சகோதரியும் கூடத் தீவிரமாக ஈடுபட்டனர்.

ஆனால் தமிழகத்திலிருந்த காங்கிரஸ் தலைமையின் பிற்போக்குச் சிந்தனையும், செயல்களும் அவருக்குப் பல அதிர்ச்சிகளை அளித்தன.

கேரளாவில் வைக்கம் என்ற ஊரில் கோவிலைச் சுற்றி இருந்த தெருக்களில் பிற்படுத்தப்பட்ட ஈழவ மக்கள் நடமாடக் கூடாது என்ற நம்பூதிரிகளின் கட்டுப்பாட்டுக்கு எதிராக நடந்த போராட்டத்தில் காந்தி நம்பூதிரிகளுக்கு ஆதரவாக எடுத்தநிலை, சேரன்மா தேவியில் காங்கிரஸ் நடத்திய குருகுலத்தில் நிகழ்ந்த சாதியப் பாகுபாடுகளுக்கு எதிராக உறுதியான நிலையெடுக்க மறுத்த காங்கிரஸ் தலைமை. மைசூரிலும், கடலூரிலும் வர்ணாஸ்ரம தர்மத்தை நியாயப்படுத்தி காந்தி பேசிய பேச்சுக்கள், ஜஸ்டிஸ் கட்சியின் வகுப்புவாரி பிரதிநிதித்துவச் சட்டம் நிர்வாகத் திறமையைக் குறைத்துவிடும் என்று காங்கிரஸ் தலைவர் சத்தியமூர்த்தி எடுத்த சமூக நீதிக்கெதிரான நிலைப்பாடு - இவையெல்லாம் காங்கிரஸின் அன்றைய பிராமணத் தலைமை மீது பெரியாருக்கு கடுமையான அதிருப்தியை உருவாக்கியன. வகுப்பு வாரிப்பிரதி நிதித்துவத்திற்கு ஆதரவாக ஒரு தீர்மானத்தினை காங்கிரஸ்

மாநாடுகளில் கொண்டு வருவதற்கான முயற்சிகள் அனைத்திலும் முறியடிக்கப்பட்ட நிலையில் காங்கிரசிலிருந்து வெளியேற முடிவு செய்தார் பெரியார். தேசியம் என்பது இந்த நாட்டில் ஆயிரமாயிரம் ஆண்டுகளாக சமூக அடிமைகளாக வாழும் மக்களின் விடுதலையையும் உள்ளடக்கியதாக இருக்க வேண்டும் என்ற பெரியாரின் நியாயமான நிலை நிராகரிக்கப்பட்டது.

''அந்தக் காலத்தில் தமிழ்நாட்டில் நிலவிய சாதிய இறுக்கம் இன்றைய தலைமுறையினருக்குத் தெரியாது. பார்ப்பனர்கள் தனியாக உணவருந்துவது மட்டுமல்ல, அவர்கள் சாப்பிடும்போது பிராமணரல்லாதார் அந்தப் பக்கமே வரக்கூடாது. அவர்கள் உணவருந்துவதைப் பார்ப்பனரல் லாதவர்களில் ஒருவன் கண்ணால் பார்த்துவிட்டால், அந்த உணவைத் தீட்டு பற்றிக்கொண்டு அசுத்தமாகிவிடுமாம். இதனால் அந்தக்காலத்தில் பார்ப்பனர்கள் சிற்றுண்டியும் உணவும் அருந்தும் ஓட்டல்கள் தனியாகவே இருந்தன. அந்த ஓட்டல்களுக்கு வெளியே தொங்கவிடப்பட்ட பலகைகளில் 'பிராமணர் அல்லாதாருக்கு இடமில்லை" என்ற வாசகங்கள் எழுதப்பட்டிருக்கும்.

"சென்னை உயர்நீதிமன்றத்தில் நீதிபதிகளில் அனைவரும் பார்ப்பனர்களே! அவர்களை கவர்னர் விருந்துக்கு அழைத்தால் வீட்டிலேயே பாலைக்காய்ச்சி ஒரு வெள்ளைக் கூஜாவில் ஊற்றி மூடி, டம்ளருடன் கவர்னர் மாளிகைக்கு எடுத்துச் செல்வார்கள். கவர்னர் மாளிகையில் அளிக்கும் எதையும் சாப்பிடமாட்டார்கள். பாலைக்கூட அங்கு வாங்கிச் சாப்பிட மாட்டார்கள். அந்தப் பாலைக் காய்ச்சி விநியோகிப்பவர் பார்ப்பணரல்லாத பட்லராயிற்றே. அவர் காய்ச்சிய பாலும் தீட்டாம். அவர்கள் வீட்டிலிருந்து கொண்டு வந்த பாலை அருந்துவார்கள்.

இப்படியெல்லாம் எழுதியவர் பெரியார் அல்ல. பி. ராமமூர்த்தி. எத்தகைய சமூகச் சூழலில் பெரியார் காங்கிரஸை விட்டு வெளியே வந்து சுயமரியாதை இயக்கத்தைத் துவக்கினார் என்று விளக்குவதற்காக இதை

எழுதிய ராமமூர்த்தி, "பிரிட்டிஷ் ஆட்சியை எதிர்ப்பதில் மும்முரமாக முன்னணியில் நின்ற பெரியாரை, அன்றைய தமிழ்நாடு காங்கிரசிலிருந்த வைதீகப் பித்தர்கள்தான் தேசிய இயக்கத்தை எதிர்க்கும் நிலைக்குத் தள்ளினர்" என்றும் காங்கிரஸ் தலைமையைச் சாடுகிறார்.

காங்கிரஸின் பேராட்டத்தினால் நாடு விடுதலை பெற்றாலும், சுதந்திர இந்தியாவிலும் வர்ணாசிரம தர்மம் நீடிக்கும் என்ற அச்சத்தை பெரியாருக்கு அன்றைய காங்கிரஸ் தலைமை மீண்டும் மீண்டும் ஏற்படுத்திக் கொண்டிருந்தது.

காங்கிரஸிலிருந்து வெளியேறினார் பெரியார். நீதிக் கட்சியின் வகுப்புவாதப் பிரதிநிதித்துவச் சட்டத்தினால் அக்கட்சியின் மீது நம்பிக்கை வைத்திருந்த போதிலும் அதன் தலைமைக்கு ஒரு கேள்வியை முன்வைத்தார்.

பிராமணரல்லாதோர் நலனுக்கான அமைப்பு என்று பிரகடனப்படுத்தியிருக்கும் நீதிக்கட்சி அரசாங்கப் பதவிகளையும் கல்வியையும் பிராமணரல்லாதோர் பெறவேண்டும் என்ற இலக்கினை அடைவதுடன் திருப்தி அடைந்து விடப் போகிறதா அல்லது வயல் வெளிகளிலும், கிராமப்புறங்களிலும் வறுமையில் உழலும் பெரும்பாலான பிராமணரல்லாதோரின் பிரச்சனைகளையும் எடுத்துக்கொள்ளப் போகிறதா என்பதே அவருடைய கேள்வி.

சுயமரியாதை இயக்கம்.

பிராமணரல்லாதோர் இயக்கம் பரந்துபட்ட மக்கள் பிரிவினரைச் சென்றடைந்து அவர்களை வர்ணாசிரமச் சிந்தனைகளின் பிடியிலிருந்து விடுவித்து பகுத்தறிவும், சுயமரியாதையும் உள்ள மனிதர்களாக மாற்றும் ஒரு இயக்கமாக மாற வேண்டும் என்ற முடிவுக்கு வந்தார்.

இதன் தொடர்ச்சியாக சமூக ரீதியாகவும், பொருளாதார ரீதியாகவும் பின்தங்கியிருந்த நாடார், இசை வேளாளர், செங்குந்தர், அகமுடையர், பறையர், பள்ளர் போன்ற சாதிப் பிரிவினரிடையே சுயமரியாதை பிரச்சாரத்தை எடுத்துச் சென்றார். இது பிராமணரல்லாதோர் இயக்கத்திற்கு ஒரு பரந்த சமூகத் தளத்தை உருவாக்கியது.

சுயமரியாதை இயக்கத்தைச் சேர்ந்தவர்கள் தங்கள் பெயர்களிலும் உடல்களிலும் இருந்த சாதி அடையாளங்களைத் துறந்தனர். பிராமணப் பூசாரிகளும், வேத மந்திரங்களும் இல்லாத சுயமரியாதைத் திருமணங்களும், கலப்பு மணங்களும் பரவலாக நடந்தன. இன்றும் கூட நாம் வியக்குமளவுக்கு தீவிரமான பெண் விடுதலைக் கருத்தக்களை சுயமரியாதை இயக்கம் உரத்துச் சொன்னது. பெண்களுக்கு சொத்துரிமை, விவாகரத்து உரிமை, நவீன கருத்தடை முறைகளைப் பின்பற்றும் உரிமை, தத்தமது சாதிக்கு வெளியே திருமணம் செய்யும் உரிமை என்று முற்போக்கான பல கோஷங்களை முன்வைத்தது. குழந்தைத் திருமணம், வரதட்சிணை முறை, கணவனை இழந்த பெண்கள் மறுவிவாகம் செய்வதற்கு நிலவிய எதிர்ப்பு போன்ற சமூகப் பிற்போக்கு சிந்தனைகளையும், செயல்களையும் கடுமையாக எதிர்த்தது.

அறிவியல் சிந்தனையை வளர்த்து மூடப்பழக்க வழக்கங்களை ஒழிக்கும் நோக்கத்துடன் பல நடவடிக்கைகளை மேற்கொண்டது. பூஜைகளுக்கும், திருவிழாக்களுக்கும் செலவிடப்பட்ட கோவில் பணத்தை அறிவியல் தொழில்நுட்பக் கல்வி, தொழிற்கல்வி, ஆலை உற்பத்தி தொடர்பான ஆய்வுகள், பொது சுகாதாரம் மற்றும் மருத்துவம், மக்களுக்குக் கல்வி ஆகியவற்றுக்குப் பயன்படுத்த வேண்டும் என்று கோரிக்கை விடுத்தது. சாதி எதிர்ப்புக்கு பெரும் முக்கியத்தும் கொடுத்தது.

சமதர்மத்தை நோக்கி

நீதிக் கட்சியிலிருந்த பிற்போக்காளர்களுக்கு சுயமரியாதை இயக்கத்தின் போக்கை ஏற்றுக்கொள்ள முடியவில்லை. சீர்திருத்தம், கடவுள் மறுப்பு, சாதீய எதிர்ப்பு சிந்தனைகள் பலவற்றில் அவர்களுக்கு உடன்பாடில்லை. இதனால் பிராமணரல்லாதோர் இயக்கத்திற்குள்ளேயே நீதிக்கட்சியின் ஒரு பிரிவினருக்கும் சுயமரியாதைக்காரர்களுக்கும் முரண்பாடுகள் வலுத்தன. பிற்போக்காளர்களுக்கு மேலும் அதிர்ச்சியளிக்கும் வகையில் பெரியார் மற்றொரு

நிலைப்பாட்டினை எடுத்தார். தொழிலாளி வர்க்கப் போராளிகளான சிங்காரவேலர், ஜீவானந்தம் போன்றோருடன் ஏற்பட்ட தொடர்பின் காரணமாக சோஷலிசக் கருத்துக்களின் மீது பெரியாருக்கு பெரும் பற்று ஏற்பட்டது. பிராமணரல்லாதோர் இயக்கம், சுயமரியாதை இயக்கமாகப் பரிணமித்ததது. சோசலிசகருத்துக்களைப் பேசத் துவங்கியது. சமூகம், கலாச்சாரம், சாதி, சமயம் போன்ற சொற்களை உச்சரித்த இயக்கம், வர்க்க அரசியல் பற்றிப் பேசத் துவங்கியது. தமிழ்ச் சூழலில் இது முக்கியமான தாக்கம் ஆகும்.

காங்கிரஸ் துவக்கிய சட்டமறுப்பு இயக்கம் மக்களிடையே பெரும் எழுச்சியை ஏற்படுத்தியிருந்த சூழலில், சுயமரியாதை இயக்கத்திற்கு ஒரு புதிய அரசியல் உத்வேகம் ஏற்பட்டிருந்தது. இந்த நேரத்தில் சோவியத் யூனியன் சென்றிருந்த பெரியார் அங்கு சோஷலிசத்தின் கீழ் ஏற்பட்டிருந்த அபரிமிதமான வளர்ச்சியைக் கண்டு வியந்தார்.

சென்னை மாகாணத்தில் தொழில்கள் பெருகி தொழிற்சங்க இயக்கம் வேரூன்றத் துவங்கியிருந்தது. 1920ல் 511ஆக இருந்த தொழிற்சாலைகளின் எண்ணிக்கை 1930க்குள் 1661ஆக உயர்ந்தது. தொழிற்சங்கத் தலைவரும் கம்யூனிஸ்டுமான சிங்காரவேலர் தான் சுயமரியாதை இயக்கத்திற்குத் தேவையான திசைவழியை உருவாக்கும் திறம் கொண்டவர் என்பதை உணர்ந்தார் பெரியார். சிங்கார வேலர் எழுதிய கட்டுரைகள் பெரியாரின் ‘குடியரசு’ இதழில் பிரசுரிக்கப்பட்டன. கம்யூனிஸ்ட் அறிக்கை தமிழில் மொழிபெயர்க்கப்பட்டு குடியரசில் ஒரு முன்னுரையுடன் தொடராக வந்தது. இந்தியாவில் ஏழை-பணக்காரன் முரண்பாடு மோசமாக இருந்தபோதிலும் அதனை மக்கள் தெளிவாகக் காணமுடியாதபடி சாதி மறைப்பதால் இங்கு புரட்சி பின்னுக்குத் தள்ளப்படுவதாக அந்த முன்னுரை கூறுகிறது.

ஈரோட்டுப் பாதை

பெரியார் சிங்காரவேலரின் துணையுடன் ஒரு திட்டத்தை

தயாரித்தார். ஈரோட்டில் நடந்த சுயமரியாதை இயக்கப் பேரவையில் இத்திட்டம் விவாதிக்கப்பட்டதால் அதற்கு ஈரோட்டுப்பாதை என்ற பெயர் வந்தது.

சுயமரியாதைக் கட்சி, தென்னிந்திய சுயமரியாதை சமதர்மக் கட்சி என்ற இரு அமைப்புகள் ஏற்படுத்துவதுதான் அத்திட்டத்தின் நோக்கம். சுயமரியாதைக் கட்சி சமூக சீர்திருத்தத்தில் மட்டும் கவனம் செலுத்தும். அதே நேரத்தில் சுயமரியாதை சமதர்மக் கட்சி தேர்தலில் போட்டியிடும். இரு அமைப்புகளும் தேச விடுதலைக்குப் பாடுபடும்.

எல்லா உற்பத்தி சத்திகளையும் தேச உடமையாக்குவது, பிரிட்டிஷ் ஆட்சியிலிருந்து முழு விடுதலை, தேசத்தின் எல்லாக் கடன்களையும் ரத்து செய்வது, எல்லா விவசாய நிலங்களையும் காடுகளையும் நஷ்டஈடின்றி பொதுச் சொத்தாக்குவது, ரயில்வே, வங்கிகள், கப்பல், போக்குவரத்து மற்ற நீர், நிலவழி போக்குவரத்துக்கள் ஆகியவற்றை தேசியமயமாக்குவது, தொழிலாளிகளின், விவசாயிகளின் தனிப்பட்ட கடன்களை ரத்து செய்வது, தொழிலாளர், விவசாயிகள் தலைமையில் அமைந்த சமஷ்டி அமைப்பின் கீழ் எல்லா மாநிலங்களையும் ஒருங்கிணைப்பது, எல்லா தொழிலாளர்களுக்கும் விவசாயிகளுக்கும் ஏழு மணி நேரத்திற்கும் அதிகமான உழைப்பை உறுதி செய்து, சம்பளத்தை உயர்த்துவது, தொழிலாளர்களுக்கு மருத்துவ மையங்கள், இலவச நூலகங்கள், பிற கலாச்சார வசதிகள் செய்து தருவது, வேலைவாய்ப்பில்லாத இளைஞர்களுக்கு உதவி வழங்குவது போன்ற புரட்சிகரமான இலக்குகளாகக் கொண்டதுதான் ஈரோட்டுத் திட்டம்.

பெரியாரின் அரசியல் பாதை தேசியத்தில் துவங்கி, சமூக சீர்திருத்த திசையில் சென்று சோஷலிசம் என்ற உச்சத்தை அடைந்தது.

பிராமணரல்லாதோர் இயக்கத்திலிருந்து கொண்டு சீர்திருத்தம் மட்டும் பேசி வந்த பெரியார் அரசியல் ரீதியான மாற்றத்துக்குத் தயாரானதை அவ்வியக்கத்தின் பிற்போக்குவாதிகளால் ஜீரணிக்க முடியவில்லை.

திராவிட இயக்கம்-முதல் திருப்பம்.

சீர்திருத்தவாதியாக மட்டுமே இருந்து கொண்டு தங்கள் ஆட்சிக்கு சேவகம் புரியும் ஜமீன்தார்கள், தரகு முதலாளிகளின் கூட்டத்தினரிடையே இருந்தவரையில் பெரியாரைப் பொறுத்துக்கொண்ட பிரிட்டிஷ் ஏகாதிபத்தியம் அவர் புரட்சிக்காரர்களுடன் சேர்ந்து சோஷலிஸம் பேசியதை ஏற்றுக்கொள்ளவில்லை.'நான் ஏன் நாத்திகன் ஆனேன்' என்ற பகத்சிங் கட்டுரையை வெளியிட்டதால் சகோதரர் ஈ.வே.கிருஷ்ணசாமி கைது செய்யப்பட்டார்.

அரசாங்கத்திற்கு எதிராக குடியரசு இதழில் எழுதிய தலையங்கத்திற்கு தண்டனையாக பெரியாரும் சிறையிலடைக்கப்பட்டார். கம்யூனிஸ்ட் கட்சி தடை செய்யப்பட்டது. சுயமரியாதை இயக்கத்திலிருந்து வந்த நெருக்குதல்களினால் பெரியார் சோஷலிசம் என்ற லட்சியத்தை கைவிட்டு மீண்டும் நீதிக்கட்சி சீர்திருத்தப்பாதைக்குச் சென்றார். இது தமிழக அரசியல் வரலாற்றின் போக்கையே மாற்றிவிட்ட துயரமான, துரதிருஷ்டமான திருப்பமாகும்.

இதற்குப்பின் திராவிட இயக்கத்தில் ஏற்பட்ட திருப்பங்களும் விவரங்களும் இன்று அதன் ஆரம்பகாலக் கொள்கைக்கு நேர்மாறான பாதைக்கு இட்டுச் சென்றது.

ஈரோட்டுப் பாதையைக் கைவிட்டதற்கு பெரியார் ஒரு காரணத்தைக் கூறினார்.

''நான் ரஷ்யாவிற்குப் போவதற்கு முன்பே பொதுவுடைமைத் தத்துவத்தை சுயமரியாதை இயக்கத்துடன் கலந்து பேசி வந்தது உண்மைதான். ரஷ்யாவிலிருந்து வந்தவுடன் அதை இன்னும் தீவிரமாக பிரச்சாரம் செய்ததும் உண்மைதான். ஆனால் சர்க்கார் பொது உடைமைக் கொள்கைகள் சட்ட விரோதமானவை என்று தீர்மானித்து நமது சுயமரியாதை இயக்கத்தையும் அடக்கி, ஒடுக்கி ஒழித்துவிட வேண்டும் என்று கருதியிருக்கிறது என்பதை உணர்ந்த பிறகு எனக்கு புத்திசாலித்தனமாக சில காரியம்

செய்ய வேண்டியதாக ஏற்பட்டுவிட்டது. இந்த நிலையில் சுயமரியாதை இயக்கத்தை ஒழித்துவிட்டு நான் மாத்திரம் வீரனாக ஜெயிலுக்குப்போய் உட்கார்ந்து கொள்வதா? அஸ்திவாரத்தில் கையை வைத்து ஜாதிகளை ஒழிப்பதற்கு இன்று இந்த நாட்டில் சுயமரியாதை இயக்கத்தைத் தவிர வேறு எந்த இயக்கமும் இல்லை என்பதை நன்றாக கவனத்தில் வையுங்கள் என்று பட்டுக்கோட்டையில் பேசினார்.

காங்கிரஸ் சோஷலிஸ்டு கட்சியிலிருந்து அப்போது பணியாற்றிய பி. ராமமூர்த்தி, ஜெயப்பிரகாஷ் நாராயணன் ஆகியோர் பெரியாரைச் சந்தித்து அவர் முடிவை மாற்றிக்கொள்ளச் செய்ய முயற்சித்தபோது, "காங்கிரசிலிருந்து எந்த சமதர்மத்தை நீங்கள் சாதிக்கப் போகிறீர்கள்? அது வர்ணாசிரமத்தை, ஜாதிப் பாகுபாட்டைப் பாதுகாக்கும் மிகப்பெரிய கேடயமாகும். நான் காந்தியை நம்பினேன். அவரைப் பார்த்தாச்சு", என்று கூறிவிட்டார்.

பிரிட்டிஷ் ஆட்சி இருக்கும்போதே சாதியத்தை ஒழித்துவிடலாம் என்ற நம்பிக்கை அவருக்கு இருந்தது.

ஆனால் வர்க்கத்தையும், சாதியத்தையும் உயர்த்திப் பிடித்து வந்த நீதிக்கட்சிக்கே அவர் திரும்பிச் சென்றது ஒரு பெறும் சறுக்கலாக இருந்தது. தேசிய இயக்கத்தின் வீச்சுக்கு எதிராக நீதிக்கட்சியின் ஏகாதிபத்திய ஆதரவு அரசியல் நிற்கமுடியவில்லை.

1937ல் நடந்த தேர்தலில் காங்கிரஸ் கட்சி ஆட்சியைப் பிடித்து, ராஜாஜி முதல்வரானார். பெரியாரும் நீதிக்கட்சியும் இதனை ஏகாதிபத்திய எதிர்ப்பு அரசியலுக்குக் கிடைத்த வெற்றியாகப் பார்க்காமல், பிராமணர்களுக்கு ஆட்சி அதிகாரத்தில் கிடைத்த ஒரு வாய்ப்பாகக் கருதினார். இந்த அச்சத்தை உறுதி செய்வது போல் ராஜாஜி இந்தி மொழியை கட்டாயப் பாடமாக்கினார். அரசியல் அரங்கில் தொய்வடைந்து வந்த பிராமணரல்லாதோர் இயக்கத்திற்கு மறுவாழ்வு கொடுத்தது போல் அமைந்தது. ராஜாஜியின் இந்தச் செயல், அவ்வியக்கத்தில் சமூக நீதி கோரிப் போராடி

வந்த நீரோட்டமும், தனித் தமிழ் இயக்கம் கண்டு மொழி உணர்வை ஊட்டிவந்த மற்றொரு நீரோட்டமும் இந்தி எதிர்ப்புப் போராட்டத்தில் சங்கமித்து ஒரு பேரலையை ஏற்படுத்தின. 1938ல் சென்னையில் நடந்த பேரணியில் முதல் முறையாக திராவிட நாடு கோரிக்கை பகிரங்கமாக பிரகடனம் செய்யப்பட்டது. திராவிட இயக்கத்திற்கு இந்தக் கோரிக்கை ஒரு பலமான அடித்தளத்தை உருவாக்கியது.

இந்தி எதிர்ப்புப் போராட்டத்தில் பெரியார் கைதாகி சிறையிலிருந்த போதுதான் அண்ணாதுரை என்ற பேச்சாற்றல், எழுத்தாற்றல் மிக்க இளைஞரைச் சந்தித்தார்.

திராவிடர் கழகம்

தமிழ் நடுத்தர வர்க்கத்தினரிடையே அண்ணா பிரபலமாக இருந்தார். கல்லூரி மாணவர் பேரவைகளிலும், தமிழ்க் கழகங்களிலும் அவருடைய ஆங்கில, தமிழ்ச் சொற்பொழிவுகளைக் கேட்க ஏராளமானோர் திரண்டனர். இளைஞர்களிடையே சுயமரியாதைக் கருத்துக்களைக் கொண்டு செல்வதில் பெரும் வெற்றிபெற்ற அண்ணாவை நீதிக்கட்சியின் பொதுச் செயலாளராக்கினார் பெரியார்.

1942ல் துவங்கிய வெள்ளையனே வெளியேறு இயக்கம் ஏகாதிபத்திய தேசிய உணர்வினையும் நாடு முழுவதிலும் தட்டியெழுப்பியது. நீதிக்கட்சியின் ஏகாதிபத்திய ஆதரவு நிலை திராவிட இயக்கத்தினை மீண்டும் பின்னோக்கித் தள்ளிவிடும் என்று உணர்ந்த அண்ணா, அக்கட்சியிலிருந்த ஜமீன்தார்களுக்கும், தரகு முதலாளிகளுக்கும் எதிரான நிலையெடுத்து அதன் வெளிப்படையான வர்க்க சார்பினை மாற்ற முயற்சித்தார். 1944ல் சேலத்தில் நடந்த நீதிக்கட்சி மாநாட்டில் ஒரு தீர்மானத்தைக் கொண்டு வந்தார். அதன்படி பிரிட்டிஷ் ஆட்சி வழங்கிய சர், திவான், பகதூர், ராவ்பகதூர் போன்ற கௌரவ பட்டங்களை நீதிக்கட்சித் தலைவர்கள் துறக்க வேண்டும். இரண்டாம் உலகப் போரின் தயாரிப்புகளுக்காக பிரிட்டிஷ் அரசாங்கம் நியமித்த குழுக்களிலிருந்தும், உள்ளாட்சி அமைப்புகளிலிருந்தும் அவர்கள் பதவி விலக வேண்டும்; அரசாங்கம் உருவாக்கிய

எந்தத் தொகுதியிலும் போட்டியிடக்கூடாது; சாதிப் பெயர்களைச் சேர்த்து பெயர் எழுதக்கூடாது, தென்னிந்திய நலவுரிமைச் சங்கம் எனப்படும் நீதிக்கட்சி இனி திராவிடர் கழகம் என்ற புதிய பெயரில் இயங்கும்.

மேல்தட்டு வர்க்கங்களைச் சேர்ந்த பல நீதிக்கட்சித் தலைவர்கள் இத்தீர்மானத்தை எதிர்த்து வெளியேறினர். பின்னர் நீதிக்கட்சி என்ற பெயரிலேயே திராவிடர் கழகத்துக்கு வெளியே செயல்பட்டனர்.

அண்ணாவின் இந்த தீர்மானம் திராவிடர் இயக்கத்துக்கு ஒரு வெகுஜன பகுதியைக் கொடுத்தது. பெரியாரின் தலைமையின் கீழ் இருந்து கொண்டே தமிழர்கள் மத்தியில் தனக்கென ஓர் அரசியல் தளத்தை உருவாக்கிக்கொண்டார். பெரியார் உருவாக்கி வைத்திருந்த அடித்தட்டு மக்களின் ஆதரவுத் தளத்திற்கும் மேலே ஆசிரியர்கள், மாணவர்கள் போன்ற நடுத்தர வர்க்கத்தினரிடையேயும் அண்ணாவின் செல்வாக்கு வளர்ந்தது.

1947இல் நாடு விடுதலையடைந்தபோது சுதந்திர நாளைக் கறுப்பு தினமாக அனுஷ்டிக்குமாறு பெரியார் அறைகூவல் விடுத்த போது அதை அண்ணா ஏற்க மறுத்தார். சுதந்திரமும், ஜனநாயகக் குடியரசு அமைப்பும் புதிய அரசியல் வாய்ப்புகளைத் தரும் என்றுணர்ந்த அண்ணா பெரியாரை விட்டு விலகி, 1949ல் திராவிட முன்னேற்றக் கழகத்தைத் துவக்கினார்.

பெரியார் சோஷலிசத்தை விட்டு விலகியது திராவிட அரசியலில் முதல் திருப்பம். அதுவரை சமூகத் தளத்தில் செயல்பட்டு வந்த அவ்வியக்கத்தை அரசியல் தளத்திற்குள் கொண்டு செல்ல அண்ணா எடுத்த இந்த முயற்சி இரண்டாவது திருப்பம்.

திராவிட இயக்கம் இரண்டாவது திருப்பம்.

அரசியல் தளத்தில் இயங்குவதற்கு வெகுஜன ஆதரவு எந்த அளவு அவசியம் என்பதை உணர்ந்த அண்ணா, பெரியாரின் கடவுள் மறுப்புக் கொள்கை இந்த ஆதரவைப் பெறுவதற்குத்

தடையாக இருக்குமென்று கருதினார். இதனால்தான் "கடவுள் இல்லை. கடவுளை நம்புகிறவன் முட்டாள்" என்று தீவிரமாகப் பேசிய பெரியாரின் நாத்திகத்திலிருந்து மாறுபட்டு "ஒன்றே குலம் ஒருவனே தேவன்" என்ற தமிழ் மூதுரையை இயக்கத்தின் முழக்கமாக மாற்றினார்.

இது கடவுள் நம்பிக்கையுள்ள தமிழர்களையும் இயக்கத்திற்குள் கொண்டுவர உதவியாக இருந்தது. "கோவில் கூடாது என்று நான் கூறவில்லை. அது கொடியவர்களின் கூடாரமாகிவிடக் கூடாது என்றுதான் கூறுகிறேன்" என்று பராசக்தி படத்துக்காக கலைஞர் கருணாநிதி எழுதிய வசனமும், பின்னர் "ஏழையின் சிரிப்பில் இறைவனைக் காண்போம்" என்று தி.மு.க.வின் கொள்கையும் பெரியாரிடமிருந்து வந்திருக்கவே முடியாத சொற்களாகும்.

இந்த காலகட்டத்தில் பத்திரிகைகள், நாடகங்கள், கதைகள், கவிதைகள் வாயிலாக மட்டுமின்றி புதிதாக வளர்ந்து வந்த வலுவான திரைப்பட ஊடகத்தின் மூலமாகவும் சுயமரியாதைக் கருத்துக்களையும், தமிழ் உணர்வையும் பரந்துபட்ட தமிழ் மக்கள் பிரிவினரிடையே வெற்றிகரமாகப் பரப்பியது அண்ணா தலைமையிலிருந்த தி.மு.க. பெரியாரின் ஆதரவு வட்டத்திற்கு வெளியேயும் சென்று தமிழ் நடுத்தர வர்க்கத்தினரிடையேயும் தன் செல்வாக்கை வளர்த்துக் கொண்டது.

"தமிழ் தேசியத்தினை திறமையாகப் பேசி வெளிப்படுத்தியது அண்ணா செய்தவற்றுள் பெரிய மாற்றமாகும். தமிழ் மொழியின் தொன்மைச் சிறப்புகளையும் தமிழ் மன்னர்களின் பெருமைகளையும் தமிழ் இலக்கியத்தின் செறிவையும் தனித்தன்மையையும் எடுத்துரைத்த போது ஆரம்ப மற்றும் நடுத்தரப் பள்ளி ஆசிரியர்களைத் தன் பக்கம் ஈர்த்தார். மறைமலை அடிகள் முன்னின்று நடத்திய தனித்தமிழ் இயக்கத்தின் ஆதரவாளர்களும் அவர் பக்கம் வந்தனர்" என சிவத்தம்பி கூறுகிறார்.

பொதுவுடைமைப் பூங்கா என்று பேசி, தான் கம்யூனிஸ்ட்டுகளை விடச் சிறந்த பொதுவுடைமைவாதி யென்றும் தன்னைக் காட்டிக் கொண்டார். அண்ணா, பெரியார் ஏற்படுத்திய திராவிட அஸ்திவாரத்தின் மீது ஒரு பரந்துபட்ட சமூகக் கூட்டணியைக் கட்டுவதில் பெரும் சக்தியாக மாற்றினார். இதற்காக அவரும் அவருடைய திராவிட மாணவர் இயக்கத்திற்குள் ஈர்க்கப்பட்ட மு. கருணாநிதி, நெடுஞ்செழியன் போன்றோரும் கால்வைக்காத கிராமங்களே இல்லை.

சுதந்திர இந்தியாவின் தென்பகுதியில் ஒரு அரசியல் சக்தியாக தி.மு.க. வளர்வதைக் கண்ட தமிழ்ப் பிரதேச முதலாளிகளும், தேசிய அளவில் ஆட்சியிலிருந்த இந்தியப் பெருமுதலாளித்துவத்துடன் தங்களுக்கிருக்கும் பிரச்சனைகளைத் தீர்த்துக் கொள்ள ஒரு கருவியாக தி.மு.க.வைக் கையாண்டனர்.

அதுவரை பிராமணர்-பிராமணரல்லாதார், ஆரியர்-திராவிடர், தமிழ்-சமஸ்கிருதம் என்ற முரண்பாட்டு நிலைகளைப் பேசி வந்த தி.மு.க. வடக்கு வாழ்கிறது, தெற்கு தேய்கிறது என்ற கோஷத்திற்கு மாறிச் சென்றது.

சுதந்திர இந்தியாவின் வளர்ச்சிக்கு முதலாளித்துவப் பாதைத் தேர்ந்தெடுத்த இந்திய ஆட்சியாளர்களின் கொள்கை ஒரு சமனற்ற பொருளாதார வளர்ச்சியை ஏற்படுத்தியது. போட்ட முதலுக்கு லாபம் தேடும் இந்த வளர்ச்சிப் பாதையில் இந்தியாவின் பல பகுதிகள் பின்தங்கியிருந்த போதிலும், தமிழகத்தின் வளர்ச்சி தடைப்பட்டதற்கு முதலாளித்துவ வர்க்க குணம் காரணமாக இருந்த போதிலும், அதனை 'இனப்பாகுபாட்டின்' விளைவாகக் காட்டியது தி.மு.க.

தி.மு.க.வின் ஆதரவுப் புலமாக இருந்த தமிழ் நடுத்தர வர்க்கத்தினருக்கு இந்தியா என்ற பெருநாடு வேலை மற்றும் சிறுதொழில் வாய்ப்புகள் அதிகரிக்கும் ஒரு தளமாகக் கண்ணில்பட்டது. இங்கிருக்கும் முதலீட்டாளர்களுக்கு அது ஒரு விரிந்து பரந்த சந்தையாகவும், இயற்கை மூலாதாரக்

களஞ்சியமாகவும் இருந்தது. இந்த நிலையில் திராவிடம் என்று தனியாகப் பிரிந்து செல்வதில் அர்த்தமில்லை என்று அவர்கள் உணர்ந்து கொண்டனர்.

இந்த எண்ணங்களின் பிரதிபலிப்பாகத்தான் 1962ல் 'திராவிட நாடு' கோரிக்கையை கைவிடுவதாக அண்ணா அறிவித்தார். இந்தியாவின் எல்லையில் பிரச்சனைகள் ஏற்பட்டிருக்கும் நிலையில் தேசிய ஒருமைப்பாட்டினை பலப்படுத்துவதைத் தன் நோக்கமாகவும் கூறினார்.

திராவிட இயக்கம் வளர்வதற்குப் பொருத்தமான நிலைப்பாடுகளையும் மேற்கொண்டது காங்கிரஸ். ராஜாஜியின் குலக் கல்வித் திட்டமும், இடையிடையே மேற்கொண்ட இந்தித் திணிப்பு முயற்சிகளும் திராவிட இயக்கத்தின் வளர்ச்சிக்கு வாகாக அமைந்தது. 1965 ல் இந்தி ஆட்சி மொழி என்று காங்கிரஸ் அரசாங்கம் எடுத்த முடிவு தமிழகத்தில் பெரும் எழுச்சியையும் ஏற்படுத்தியது.

காங்கிரஸ் பொருளாதாரக் கொள்கைகளின் காரணமாக மக்களிடமிருந்து அதன் அரசாங்கம் தனிமைப்பட்டது. 1967ல் நடந்த பொதுத் தேர்தலில் காங்கிரஸ் எதிர்ப்பு அலை எழுந்து பல மாநிலங்களில் அது தோல்வி கண்டது. தமிழகத்தில் தி.மு.க. ஆட்சியைப் பிடித்தது. இது திராவிட அரசியலின் மூன்றாவது திருப்பமாகும்.

மூன்றாவது திருப்பம்.

திராவிட இயக்கம் சாதியையும், சமயத்தையும் மையப்படுத்தியே ஆரம்பகாலம் தொட்டு தன் அரசியலை நடத்தி வந்தது. சாதிய அமைப்புக்கு தத்துவார்த்த நியாயம் வழங்கும் வர்ணாசிரமம், வேதக் கொள்கைகளை அம்பலப்படுத்திய அளவுக்கு அவ்வமைப்பின் பொருளாதார அடித்தளத்தினை விளக்குவதற்கு முன்வரவில்லை திராவிட இயக்கம். சுயமரியாதை-சமதர்மம் என்று ஒரு நிலையெடுத்த காலகட்டத்தில் ஆளும் வர்க்கத்தினையும், ஏகாதிபத்தியத் தினையும் எதிரிகளாக அடையாளப்படுத்திய பெரியாரும் சோசலிசப் பிரச்சாரத்திலிருந்து பின்வாங்கிவிட்டதை ஏற்கெனவே கண்டோம்.

இது குறித்து 'புது உலகம்' என்ற பத்திரிகையில் சிங்காரவேலர் இவ்வாறு எழுதுகிறார். "சுயமரியாதை இயக்கமும் அதன் தலைவரான ஈ.வெ. ராமசாமியும் சமதர்மக் கொள்கை பரப்புவதில் செய்த ஊழியத்தை தென்னிந்தியா எப்பொழுதும் மறுக்கமுடியாது. மேற்படி பிரச்சாரத்தினால் கோடிக்கணக்கான ஜனங்களுக்கு கண் திறந்து சமதர்மக் கொள்கையும் அதன் நுட்பங்களையும் தெரிந்து சமதர்மத்திற்காகப் பாடுபடத் தயாராயிருக்கிறார்கள். ஆனால் பல கோடி ஜனங்களைத் திரட்டி ஒரு பெரிய கட்சியை ஏற்படுத்தி ஜஸ்டிஸ் கட்சியையும், காங்கிரஸ் கட்சியையும் தோல்வியடையச் செய்து ஏழைகளின் கட்சிகளை ஆதிக்கமடையச் செய்ய இந்த தேசத்தில் நாதியில்லாமல் இருக்கிறது. சமதர்மத்துக்காக நேற்றுவரை பாடுபட்ட ஈ.வெ. ராமசாமி ஏதோ தெரியாமல்தான் விஷயங்களைச் செய்துவிட்டதாகவும், தான் மிகவும் நல்ல பிள்ளை என்றும், சமதர்மத்துக்கும் அவருக்கும் சம்பந்தமில்லை என்றும் சொல்ல ஆரம்பித்துவிட்டார்".

அதற்குப்பின் வந்த அண்ணாதுரை திராவிட இயக்கத்தை அரசியல் தளத்திற்குள் வலுவாக எடுத்துச் செல்லும் முயற்சியின் ஒரு பகுதியாகப் பொருளாதாரப் பிரச்சனைகளைப் பேசினார். ஒரு பக்கம் பொதுவுடைமைப் பூங்காவைப் பற்றிப் பேசி அடித்தட்டு மக்களைக் கவர்ந்த அண்ணாதுரை, மறுபக்கத்தில் தமிழ் முதலீட்டாளர்களுக்கு எதிராக வட இந்திய வங்கிகள் பாரபட்சம் காட்டுகின்றன என்ற வாதத்தை முன்வைத்து, வர்க்க சமரசத்தின் அடிப்படையில் அமைந்த ஒரு தெளிவற்ற பொருளாதாரக் கொள்கையை உருவாக்குகிறார்.

திராவிட முதலாளிகளுக்கு ஆதரவாக

"ரூப்சந்துகளும், ஜீவன்லால்களும், சிவநாராயணர்களும் திராவிட நாட்டின் மூலை முடுக்குகளிலெல்லாம் தங்கி நிலக் கடலை வியாபாரம் முதல் வைர வியாபாரம் வரை செய்கின்றனர். ஆனால் நம் தனபால்களுக்கும், அண்ணாமலைகளுக்கும் ஆறுமுகங்களுக்கும் வட

இந்தியாவில் ஏதாவது இடமிருக்கிறதா?'' என்று பணத்தோட்டம் என்ற கட்டுரையில் எழுதுகிறார்.

மேலும் ஒரு முதலாளித்துவ ஜனநாயகக் கட்சி செய்யும் வர்க்க சமரச வேலையைத்தான் திராவிடர் கட்சி செய்யப்போவதாகவும் தெளிவாகக் கூறுகிறார் :

"மக்கள் தங்கள் உபயோகத்துக்காக விலை கொடுத்து வாங்கும் பண்டத்தின் மூலம் கிடைக்கும் பணத்தைப் பங்கு போட்டுக் கொள்வதிலே இருசாரருக்கும் இடையில், அதாவது முதலாளி, தொழிலாளி ஆகிய இரு சாரருக்கும் இடையில், ஏற்படும் சச்சரவு இது (தொழிலாளரின் வேலை நிறுத்தம்) நமது பணம்-நாம் கொடுத்த தொகை-ஆகவே அதுபற்றிப் பிரச்சனை, தகராறு வருகிறபோது, நமக்கு அதுபற்றிய பிரச்சனையில் சம்பந்தம் கொள்ள, அபிப்ராயம் கூற, சிக்கலைப் போக்க முழு உரிமை இருக்கிறது என்ற எண்ணமும் ஏற்பட வேண்டும் பொதுமக்கள் மனதிலே! இருசாரார் கூறும் வாதங்களிலே யார் கூறுவது நியாயம் என்பதைச் சீர்தூக்கிப் பார்க்க வேண்டும். சீர்தூக்கிப் பார்த்து, நியாயமென்று படுவதை தைரியமாக எடுத்துக் கூறவேண்டும். பண்டம் வாங்குபவன் நான், பணம் கொடுப்பவன் நான், நான் கொடுத்த பணத்தை யாரார் எந்த அளவு எடுத்துக் கொள்வது என்று நியாயம் கூற நான் வருவேன். எனக்கு அந்த உரிமை உண்டு. ஏனெனில் எந்தப் பணத்தின் பங்கு விகிதத்துக்காகச் சச்சரவு வந்ததோ அந்தப் பணத்தைத் தந்தவனே தான் தான் என்று கூறும் உரிமையை பொதுமக்கள் மறக்கக்கூடாது. இந்த உரிமையை பொதுமக்கள் உணரவும், உணர்ந்து நியாயம் கூறவும், தகராறுகளைத் தீர்க்க முன்வருமாறும் பொதுமக்களை அழைக்கும் பணியினை திராவிடர் கட்சி செய்து வருகிறது.

"தொழிலாளிக்கும், முதலாளிக்கும் இடையே ஓர் அன்புத் தொடர்பு ஏற்படுத்தும் அரிய காரியம் அது. அந்த காரியத்தை செய்ய வேறு கட்சிகளுமில்லை. தொழிலாளர் கட்சி, முதலாளிக் கட்சி என்று இரண்டு கிளம்பி மோதிக் கொள்வதும், மோதும் போது சட்டத்தையும் ஒழுங்கையும்

அமைதியையும் நிலைநாட்டுவது எங்கள் கட்சி என்று கூறிக்கொண்டு சர்க்கார் கிளம்புவதையும் காண்கிறோம். பொதுமக்கள் முன்பு கொண்டுவரப்பட வேண்டிய பிரச்சனை இது என்பதும் கவனிக்கப்படுவதில்லை. பொதுமக்கள் மன்றத்தின் முன் வழக்குரைத்து நீதி கேட்கும் காரியத்தை திராவிடர் கழகம் செய்வதன் மூலம் பொதுமக்களுக்கும் தொழிலாளிகளுக்கும் தொடர்பை ஏற்படுத்துகிறது" என்று தன்னுடைய பொருளாதார வர்க்கப் பார்வையை முன்வைக்கிறார். நகர்ப்புறங்களிலும், கிராமங்களிலும் வர்க்கங்களுக்கிடையே திமுக எப்படி அன்புப் பிணைப்பை ஏற்படுத்தியது என்பதற்கான கதைகள் ஏராளம் உண்டு.

திமுக ஆட்சிக்கு வந்தபின் சாதியத்தைத் தாங்கி நிற்கும் நிலப் பிரபுத்துவத்தை உடைப்பதற்கான முயற்சிகள் நடைபெறவில்லை. அந்த அரசு நிலச் சீர்திருத்த சட்டத்தைக் கொண்டு வந்த பின்னரும் பினாமிகள் பெயரில் சில குடும்பங்கள் ஆயிரக்கணக்கான ஏக்கர் விளை நிலங்களை வைத்திருப்பது ஊரறிந்த ரகசியம். திமுக ஆட்சிக் காலத்தில்தான் வெண்மணியில் 44 தலித் விவசாயத் தொழிலாளர்கள் ஒரு குடிசைக்குள் வைத்து எரித்த கொடுமையும் நடந்தது. அன்று சிம்சன் முதல் இன்று ஹுண்டாய், ஃபாக்ஸ்கான் வரை தொழிலாளர் போராட்டங்களில் யாருக்கு ஆதரவான நிலையை திராவிடக் கட்சிகள் எடுத்துள்ளன என்பது தெளிவு.

தமிழர்கள் என்ற உணர்வை ஊட்டி, சாதியக் கொடுமைகளுக்கு எதிரானவர்கள் என்ற தங்களை அடையாளம் காட்டி ஆட்சிக்கு வந்த திராவிட இயக்கம், மிகப்பெரும்பாலான தமிழர்களின் சமூகப் பொருளாதார வாழ்வில் அடிப்படை மாற்றங்களைக் கொண்டுவர எந்த செயல் திட்டமும் கொண்டிருக்கவில்லை. வர்க்க சமரசமும் வெகுஜனக் கவர்ச்சி திட்டங்களுமே திராவிடக் கட்சிகளின் பொருளாதாரக் கொள்கையின் அடிப்படைகள். கண்ணொளி வழங்கும் திட்டம், பிச்சைக்காரர் மறுவாழ்வுத் திட்டம், மருத்துவக் காப்பீட்டுத் திட்டம், சத்துணவுத் திட்டம்

போன்றவை மக்களுக்கு சில நிவாரணங்களை அளித்த போதிலும், பெரும்பாலான மக்களின் வாழ்க்கையில் அடிப்படையான, நீண்டகால மாற்றங்களை ஏற்படுத்த எந்தத் திட்டமும் இதுவரை இல்லை.

சுயமரியாதை, சமதர்மம், சாதிய ஒழிப்பு, பகுத்தறிவு என்ற தனி ஆரம்பக்காலக் கொள்கைகளைக் கைவிட்டு, அதிகாரத்தில் தொடர்ந்திருக்கும் அரசியலுக்குள் சென்றுவிட்டால்தான் வடக்கு வாழ்கிறது என்ற குற்றம்சாட்டிய இவர்களே, வடக்குடன் கைகோர்த்து நடக்கும் காட்சியைக் காண்கிறோம். கொள்கை உள்ளிட்ட இந்த அதிகார வெகுஜனக் கவர்ச்சி அரசியல்தான் திராவிடக் கட்சிகளின் பாதையை 1967க்குப் பின் நடத்திச் சென்றது.

காங்கிரஸ் எதிர்ப்பின் மூலம் ஆட்சிக்கு வந்த இரண்டே வருடங்களில் அண்ணா மறைந்துவிட கலைஞர் கருணாநிதியின் ஆட்சி துவங்கியது. அடுத்த இரண்டு வருடங்களுக்குள் அதே காங்கிரசுடன் கூட்டணி வைத்துக் கொண்டது தி.மு.க. தனிப்பட்ட அதிகார வேட்கையும், தனிமனிதர்களின் பிரச்சனைகளும் முன்னுக்கு வந்தபோது கட்சியில் பிளவு ஏற்பட்டது. எம்.ஜி.ராமச்சந்திரன் தி.மு.க.விலிருந்து வெளியேறி அண்ணா திராவிட முன்னேற்றக் கழகத்தைத் துவக்கியது பெரியாரின் சுயமரியாதை, சாதிய ஒழிப்பு, பகுத்தறிவுக் கொள்கைகளில் அவருக்கும், கருணாநிதிக்கும் ஏற்பட்ட வேறுபாடுகளினால் அல்ல.

திராவிட இயக்கம் திரைப்பட ஊடகத்தை திறமையாகப் பயன்படுத்தி தமது கருத்துக்களை மக்களின் பொதுப்புத் தியாக்கியது. அடுக்குமொழி வசனங்கள், பாடல்கள், அனல் தெறிக்கும் உரைநடை மூலம் திராவிட இயக்கக் கொள்கையை அண்ணாவும், கருணாநிதியும் மக்களிடையே கொண்டு சென்றதன் தொடர்ச்சியாக, எம்.ஜி.ஆர்., ஏழைகளின் பங்காளி, புரட்சிக்காரன், அநீதி கண்டு கொதித்து எழுபவர் போன்ற ஒரு பிம்பத்தை ஏற்படுத்துவதில் வெற்றி கண்டார். நீண்டகால அரசியல் உறவும், ரசிகர் மன்ற

ஸ்தாபனக் கட்டுமானமும் அவருக்குப் பெரும் உதவியாக இருந்தன.

கட்சியைத் துவக்கி ஐந்து வருடங்களுக்குள்ளாகவே ஆட்சியைப் பிடித்த எம்.ஜி.ஆர். மத்தியில் ஆளும் கட்சியுடன் அனுசரித்துச் செல்லும் அரசியலையே நடத்தினார். தமிழகத்தில் எழுந்த மற்றுமொரு பெரிய திராவிடக் கட்சியான அதிமுக கொள்கையற்ற ஒரு போட்டி அரசியலை உருவாக்கியது. இரண்டு பெரிய கழகங்களுக்கும் அதிகாரத்தில் இருப்பது என்பது அத்தியாவசியமாகிவிட்டது. மாநிலத்தில் ஆட்சியைக் காப்பாற்றிக் கொள்ள மத்தியிலிலுள்ள பெரிய கட்சியுடன் கூட்டணி வைப்பது என்றும் ஒரு நிலையெடுத்தன.

நான்காவது திருப்பம்

இந்திய தேசியம் என்ற கருத்தாக்கத்தையே ஒரு காலத்தில் ஏற்றுக்கொள்ளாத அரசியல் நிலையிலிருந்து, பின்னர் தேசியசத்திற்குள் ஒருங்கிணைந்து, மாநிலத்திற்கு அதிக அதிகாரம், மாநில சுயாட்சி போன்ற கோரிக்கைகளைக் கைவிட்டு மையத்தில் ஆட்சி செய்யும் கட்சியுடன் கூட்டணி என்று கூறி, கடைசியாக மையத்துடன் ஐக்கியமாகி அதிகாரத்தில் பங்கு கொள்வது, அதிகாரத்தின் பலன்களை அனுபவிப்பது என்று திராவிட அரசியல் மாறிவிட்டது.

இது திராவிட அரசியலில் ஏற்பட்ட நான்காவது திருப்பம். இதற்கு முதல் வித்திட்டவர் எம்.ஜி. ராமச்சந்திரன். சுதந்திரத்திற்குப்பின் மத்தியில் காங்கிரஸ் அல்லாத ஜனதா அமைச்சரவை மொரார்ஜி தலைமையில் 1978ல் அமைந்தது. உள்முரண்பாடுகளால் அது நீடிக்கவில்லை. லோக்தளைச் சேர்ந்த ஸ்வரண்சிங் 1979 ஜூலை 28ல் பிரதமரானார் ஐந்து மாதம் நீடித்த அந்த அமைச்சரவையில் முதன்முதலாக திராவிடக் கட்சியான அ.தி.மு.க பங்கேற்றது. பின்னர் 1980ல் காங்கிரஸ் அமைச்சரவையிலும் அதிமுக பங்கேற்பு தொடர்ந்தது.

இந்த நேரத்தில் மத்தியில் வலுவான அரசியல் ஏகபோகம் பெற்றிருந்த காங்கிரஸின் செல்வாக்கு சரிந்தபோது

இந்துத்துவக் கொள்கையைக் கொண்ட பாரதீய ஜனதா முன்னுக்கு வந்தது. மத்தியில் ஒரு கட்சி ஆட்சிமுறை முடிவுக்கு வந்து கூட்டணிகளின் போட்டி அரசியலை மேலும் முடுக்கிவிட்டது. இந்தப் போட்டியின் உச்சகட்டமாக, எந்த உயர் ஜாதியினரின் ஆதிக்கத்திற்கு எதிராகப் பெரியார் போராடினாரோ, எந்த மதத்தின் ஒழிப்பையே பிரதான இலக்காகக் கொண்டு செயலாற்றினாரோ, அந்த சாதிகளையும், அவற்றின் ஆதிக்கத்தை நியாயப்படுத்தும் அந்த மதத்தையும் பிரநிதித்துவப்படுத்தும் பாரதீய ஜனதா கட்சியுடனும் கூட்டணி அரசில் பங்கேற்கத் தயங்கவில்லை திராவிடக் கட்சிகள்.

நாம் முதலிலேயே கூறியது போல் மாறிவரும் அரசியல், பொருளாதார புறச் சூழலுக்கு ஏற்றவாறு தன்னைத் தகவமைத்துக் கொண்டுதான் அரசியல் இயக்கம் வளர்கிறது என்பது உண்மைதான். ஆனால் இந்தத் தகவமைப்பு கொள்கை வழிப்பட்ட அரசியல் யுக்தியாக இல்லாமல் சந்தர்ப்பவாதமாக இருக்கும் போது இயக்கம் தன் இலக்கினை இழந்துவிடுகிறது.

காற்றில் பறக்கும் கொள்கைகள்

பெரியார் ஒரு காலகட்டத்தில் பிராமணியமும், இந்து மதமும், காங்கிரசும் ஒழிந்தால்தான் இந்த நாட்டுக்கு உயர்வு என்ற நிலை எடுத்தார். இன்றிலிருக்கும் இரு பெரிய திராவிடக் கட்சிகளும் மாறி மாறி காங்கிரஸ் உறவை நாடின. மத்தியில் காங்கிரசுடன் கூட்டணி ஏற்படுத்தி அமைச்சரவையில் இவர்கள் பங்கேற்ற காலத்தில்தான் புதிய பொருளாதாரக் கொள்கை அமுலுக்கு வந்தது.

இக்கொள்கை பொதுத்துறையை அழித்து, தனியார் துறையை வளர்த்து, அரசாங்கத்தை சுருக்குகிறது.

பொதுத்துறையும், அரசு இயந்திரமும் விரிவடைந்த காலத்தில் தான் அவற்றில் பிற்படுத்தப்பட்ட சாதிகளுக்கு வகுப்புவாரி, பிரதிநிதித்துவம் வேண்டும் என்ற திராவிட இயக்கத்தின் அடிநாதக் கோரிக்கையான சமூகநீதி எழுந்தது. முன்பு பிரிட்டிஷ் அரசாங்கத்திலும், பின்னர் சுதந்திர இந்திய

அரசுப் பணிகளிலும் மக்கள் தொகை விகிதாச்சாரத்திற்கு ஏற்ப இட ஒதுக்கீடு என்ற கோரிக்கைக்காக, முன்பு ஜஸ்டிஸ் கட்சியும் பின்னர் பெரியாரும் பிற திராவிட இயக்கத் தலைவர்களும் போராடினர். அதில் வெற்றியும் பெற்றனர்.

ஆனால் திராவிடக் கட்சிகள் அரசாங்கத்தைச் சுருக்கி, தனியார் மயத்தை வளர்க்கும் கொள்கைகளுக்கு ஒப்புதல் அளித்துவிட்ட பின் இட ஒதுக்கீடு கோரிக்கை அர்த்தம் இழந்து போகிறது. ஏற்கெனவே வங்கிகள், ரயில்வே துறைகளில் பணியிடங்கள் குறைப்பு நடக்கும் இத்தருணத்தில் இட ஒதுக்கீட்டுக் கொள்கையின் அடிப்படையே தகர்ந்து கொண்டிருக்கிறது. சமூக நீதி காத்த வீரர்களும், வீராங்கனைகளும் அதிகார ஆசைக்காக இந்நிலையை உருவாக்கிய கொள்கைகளுக்கு ஆதரவான நிலையெடுப்பதுதான் அவர்களுடைய இன்றைய அரசியல்.

புதிய பொருளாதாரக் கொள்கையினால் கல்வி கொடுக்கும் கடமையிலிருந்து அரசு விலகிக் கல்வியை தனியார் மயமாக்கி விட்டது. கல்வி வியாபாரம் ஆகிவிட்டதனால் பணமிருப்பவர்கள் தான் எல்.கே.ஜி. முதல் என்ஜினியரிங் வரை தரமான கல்வி பெற முடியும். தனியார் கல்வி நிறுவனங்களில் லட்சக்கணக்கில் பணம் கொட்டினால் தான் சரஸ்வதி கடாட்சம் கிடைக்கும். இந்த நிலையில் இட ஒதுக்கீட்டிற்கு என்ன மரியாதை? இந்தக் கொள்கைகளை ஆட்சியிலிருந்து ஆதரிப்பது மட்டுமின்றி திராவிடக் கட்சிகளைச் சேர்ந்த பல தலைவர்களே இன்று கல்வி வியாபாரிகளாக இருக்கின்றனர். காசு பெற்றுக் கல்வி கொடுப்பதா சமூக நீதி?

புதிய பொருளாதாரக் கொள்கை இந்திய விவசாயத்தையும் சீரழித்துக் கொண்டிருக்கிறது. ஏழை விவசாயிகள் மற்றும் விவசாயத் தொழிலாளர்களின் வாழ்க்கை கேள்விக் குறியாக மாறிக் கொண்டிருக்கிறது. நகர்ப்புறங்களை நோக்கி இடம் பெயர்தல் பெருமளவு நடந்து கொண்டிருக்கிறது. நிலத்தில் வேலையில்லை, இருக்கும் நிலமும் பறிபோகும் நிலையில் யார் பொருளாதார நீதி வழங்கப்போகிறார்கள்? பொருளாதார

நீதி இல்லாத இடத்தில் என்ன சமூக நீதி இருக்கப் போகிறது?

இரு பெரும் திராவிடக் கட்சிகளும் தலா ஒருமுறை வகுப்புவாத பாரதீய ஜனதா கட்சியுடன் அதிகார மையத்தில் அமர்ந்திருந்தன. இந்தக் காலகட்டத்தில்தான் சோதிடக் கல்வி, வேத கணிதம் போன்றவை அதிகாரபூர்வமாக பல்கலைக் கழகப் பாடத்திட்டங்களில் வைக்கப்பட்டன.

அறிவியல் கல்வியையும், பகுத்தறிவையும் இந்த மக்களுக்கு ஏற்படுத்துவதற்காக பட்டிதொட்டியெல்லாம் சென்று பிரச்சாரம் செய்த பெரியாரின் வழிவந்தவர்கள் பகுத்தறிவுக்கு ஒவ்வாத பாடத்திட்டத்தை அறிமுகப்படுத்திய அமைச்சரவையில் அங்கம் வகித்தனர் என்பது கசப்பான உண்மை.

பாரதீய ஜனதாவுடன் ஆட்சி அதிகாரத்தை இவர்கள் பங்கு கொண்ட காலத்தில் மதக்கலவரங்களே நடக்கவில்லை என்ற ஒரு நியாயம் கூறப்பட்டது. நடந்த கலவரங்களும் அதிகார திரைகொண்டு மறைக்கப்பட்டது. ஆட்சியிலிருக்கும் போது அவர்கள் மதக்கலவரங்களைத் தூண்டத் தேவையில்லை என்ற எதார்த்த உண்மை ஒருபுறமிருக்க, இத்தகைய கட்சிகள் ஆட்சியதிகாரத்தைப் பயன்படுத்தி அரசியல், பொருளாதார, சமூக, ராணுவ நிறுவனங்கள் அனைத்திலும் ஊடுருவி ஒரு நீண்டகால நாசத்திற்கு வித்திட முயற்சித்தார்கள் என்பதையும் மறைக்க முடியாது. ஆளும் நிறுவனங்கள் காவிமயமாகும் போது, வருங்கால சந்ததியரின் பகுத்தறிவையும், அறிவியல் பார்வையையும், சமதர்மத்தையும் எப்படி வளர்த்தெடுக்க முடியும்?

பெரியாரின் பாதைக்கு நேரெதிரான பார்வைதானே இது?

பார்வைகள், பிரச்சினைகள்

தத்துவார்த்த முரண்பாடுகளும், சந்தர்ப்பவாத நிலைபாடுகளும் நிறைந்திருந்த போதிலும் திராவிட அரசியல் தமிழ் மக்களின் மனதில் இன்றுவரை ஆழமான பிடிப்பைக் கொண்டிருக்கிறது. பிராமணர்களுக்கும், தாழ்த்தப்பட்ட சாதியினருக்கும் இடையிலிருக்கும்

சாதிப்பிரிவினரிடையே ஒரு பலமான அடித்தளத்தை அது பெற்றிருக்கிறது. மொழியுணர்வு, சமூகநீதி என்ற கோஷங்களின் ஜனநாயகத் தன்மைகளுக்கு அரசியல் வடிவம் கொடுத்து இது நம்முடைய கட்சி, நம்முடைய நலன்களுக்காக நிற்பது என இப்பிரிவினரின் பொதுப்புத்தியில் ஓர் உணர்வினை ஆழமாகப் பதித்திருக்கிறது.

அரசியல் அதிகாரத்தின் "பொருளாதாரப் பலன்களை" கட்சி ஸ்தாபனத்தின் கீழ்மட்டம் வரை உள்ள தலைவர்களுக்குப் பங்கீடு செய்து கொடுப்பதன் மூலம், கட்சித் தலைவர் அல்லது தலைவியை ஆட்சியில் திரும்பத் திரும்ப அமர்த்தச் செய்யும் வகையில் பணியாற்ற ஊக்கமளிக்கிறது. இந்தப் பங்கீடுகள் மாநில அரசின் பொதுப்பணித்துறை காண்ட்ராக்டுகள் முதல் பஞ்சாயத்து அளவிலான சிறு காண்டிராக்டுகளாகவும் அரசுப் பணி நியமனங்கள், பணிமாற்றம் செய்து கொடுப்பது என்று பல மட்டங்களிலும், "வேலையை முடித்துக் கொடுப்பதற்கான" பணமாகவும், தேர்தல் செலவுக்கு வழங்கப்படும் தொகைகளாகவும், பல்வேறு வடிவங்களில் நடக்கிறது.

இவ்வாறு பயனடையும் கட்சிப் பணியாளர்கள் தேர்தலில் "ஓட்டு வாங்கும்" கலைகளையும் கற்றுத் தேர்ந்திருக்கின்றனர். தேர்தல் அரசியல், ஆட்சி அதிகார அரசியலில் நிபுணத்துவம் பெற்ற ஸ்தாபன அமைப்பு, நாம் ஏற்கெனவே குறிப்பிட்ட ஆதரவுத் தளத்திற்கு வெளியேயும் சென்று வெற்றியைக் காண்பதும் திராவிட அரசியலின் ஸ்திரத் தன்மைக்கு ஒரு காரணமாக இருக்கிறது. செய்திப் பத்திரிகைகள், வானொலி, தொலைக்காட்சி, சினிமா என எல்லா நவீன ஊடகங்களையும் தி.மு.க உபயோகமாக்கி வருகிறது.

ஆயினும் சமீப காலங்களில் திராவிட அரசியலின் ஏகபோகம் உடைபடுவதற்கான அறிகுறிகளும் தெரிகின்றன. ஏற்கெனவே குறிப்பிட்டபடி, கடந்த 42 ஆண்டுகளில் இப்போது தான் முதன் முறையாக ஒரு திராவிடக் கட்சி

அறுதிப் பெரும்பான்மை பெறாமல் ஆட்சியை நடத்திக் கொண்டிருக்கிறது.

ஆரம்பகாலம் தொட்டே திராவிட இயக்கத்தின் வரலாற்றுப் பார்வையில் தெளிவின்மை உள்ளது. ஆரியர்கள் வருகைக்கு முன்னால், திராவிடர்களின் பொற்காலம் ஒன்று இருந்ததாகவும் சமத்துவம் நிறைந்த தமிழ்ச் சமூகம் சாதியத்தால் பிளவுண்டு, சீரழிந்ததற்கு பிராமணியமே காரணமென்று அது கூறியது. ஆரியம், திராவிடம் என்பவை மொழிக் கூட்டங்களை அடையாளப்படுத்தும் சொற்கள், அவை வெவ்வேறு இனங்கள் அல்ல, வரலாற்றுப் போக்கில் இனக்கலப்பு ஏற்பட்டுவிட்டது என்ற வரலாற்றியல் பார்வையை திராவிடக் கொள்கையாளர்கள் ஏற்றுக்கொள்வதில்லை.

வரலாறு முழுவதுமே மக்கள் இனரீதியாகப் பிரிந்து நின்று போராடிக் கொண்டிருந்தனர் என்பது இந்திய வரலாற்றை இந்து - முஸ்லிம் மத முரண்பாட்டு வரலாறாகக் கண்ட பிரிட்டிஷ் ஏகாதிபத்திய வரலாற்றாசிரியர்கள் பார்வைக்கு ஒப்பானதாகும். இந்தப் பார்வை இனங்களுக்குள் வர்க்கங்கள் தோன்றி அவற்றின் முரண்பாடுகளே வரலாற்றின் போக்கைத் தீர்மானிக்கின்றன. பிராமணர், பிராமணரல்லாதோர் என்ற அரசியல் எழுவதற்கான வரலாற்றுக் காரணங்கள் இருந்த போதிலும், பிராமணரல்லாதோரிடையே இருந்த வர்க்க, சாதீய, கலாச்சார முரண்பாடுகளை மறைத்ததன் மூலம் திராவிட அரசியல் திசைமாறிப் போனது.

இப்படி மறைக்கப்பட்டதற்கு அந்த இயக்கத்தின் வர்க்க சார்பே காரணமாக இருந்தது. இந்த வர்க்க சார்புதான் நீதிக் கட்சிக்குள்ளேயே சாதீய, வர்க்க முரண்பாடுகளாகத் துவங்கியது. பெரியார் காலத்தில் இந்த முரண்பாட்டைத் தீர்ப்பதற்காக ஏற்பட்ட வாய்ப்பு மாறிப் போனதை ஏற்கெனவே கண்டோம்.

சாதிகளையும், வர்க்கங்களையும் மீறி அண்ணா ஏற்படுத்திய தமிழ் அடையாளமும் அதே முரண்பாடுகளால் உடைந்து போனதால்தான் இன்று தமிழர்களிடையே

தலித்துகளுக்கும், வன்னியர்களுக்கும் பிற சாதியினருக்குமான அமைப்புகள் தோன்றியிருக்கின்றன. சாதி ரீதியாக மக்களைத் திரட்டிய இந்த அமைப்புகளும் அச்சாதிகளுக்குள்ளிருக்கும் அடித்தட்டு மக்களின் பிரச்சனைக்குத் தீர்வு காணும் திட்டமில்லாமல் தங்கள் அடையாளத்தையும் ஆதரவுத் தளத்தையும் இழந்து கொண்டிருக்கின்றன. இனப்பார்வையை மட்டும் வைத்துக் கொண்டு சாதீயத்தின் பொருளாதார அடித்தளத்தை உடைக்காத காரணத்தினால், பிராமண எதிர்ப்பு மட்டுமே சாதீய எதிர்ப்பு என்றாகிப் போனது. இதனால் சாதியை ஒழிக்கப் புறப்பட்ட இயக்கத்தின் ஆட்சிக் காலத்தில் சாதி அமைப்பு இன்னும் இறுகிப்போய் உள்ளது.

பெரியாரின் அரசியல் பார்வை திராவிட இயக்கத்தின் மற்றுமொரு பிரச்சனை. தன்னுடைய தீவிரமான கொள்கைப் பிரச்சாரங்களால் பல சமூக சக்திகளை அவிழ்த்துவிட்ட பெரியாரே அவை அரசியல் தளத்தை நோக்கிப் போவதைத் தடுக்கமுடியவில்லை.

சீர்திருத்தத்தால் சமூக மாற்றம் செய்து விடலாம் என்ற நம்பிக்கை எவ்வளவு பொய்யானது என்பதை வரலாறு நிரூபித்துவிட்டது. பெரியார் அரசியலில் ஈடுபடவில்லை என்றாலும் அரசியல் அதிகாரத்தைக் கொண்டுதான் நீதிக்கட்சி முதல் இன்றைய திராவிடக் கட்சிகள் வரையில் இட ஒதுக்கீட்டினை உறுதி செய்ய முடிந்தது.

ஆனால் திராவிட இயக்கத் தலைவர்கள் சமூக நீதி என்பதை இட ஒதுக்கீடு மட்டுமே என்று குறுக்கி விடுவதற்குக் காரணம் பொருளாதார சமத்துவத்தை ஏற்படுத்தும் அரசியல் - பார்வை இல்லாததுதான். இதனால்தான் இவர்கள் தனியார் மயத்தை ஆதரித்துக் கொண்டே சமூக நீதி பேசும் கொள்கை முரண் தொடர்கிறது.

அரசியல் தேவைகளுக்காகப் பெரியாரின் நாத்திகக் கொள்கையை விட்டுப் பிரிந்து வந்த திராவிட அரசியலிலும், ஆட்சியிலும் அறிவியல் பார்வையையும், உணர்வையும் ளகட்சியினரிடையேயும் மக்களிடையேயும் கொண்டு

செல்வதற்கு முயற்சியேதும் எடுக்காததின் பலனாகத்தான் இன்று பல அபத்தங்கள் அரங்கேறியுள்ளன.

இதனால்தான் சோதிடக் கல்வியைப் பாடத்திட்டத்தில் சேர்ப்பது இவர்களுக்குப் பிரச்சனையாகவே இல்லை.

பெரியாரின் பாதை நேர்கோட்டில் செல்லவில்லை. பெரியாரின் சிந்தனைகளும் ஒருமுறைப்படுத்தப்பட்ட தத்துவ அமைப்பாக பரிணமிக்கவில்லை. முரண்பாடுகள் நிறைந்திருந்த போதிலும் அவருடைய சிந்தனையில் பல முற்போக்குக் கூறுகள் நிறைந்திருந்தன. அக்கூறுகளை முன்னெடுத்துச் செல்லத் தவறிவிட்டது திராவிட இயக்கம். அவருடைய சிந்தனையை விமர்சனத்துடன் உள்வாங்கி முற்போக்கு இயக்கங்கள் செயல்பட வேண்டும்.

விமர்சனமின்றி பெரியாரை ஏற்றுக்கொள்வதே பெரியாருக்குச் செய்யப்படும் பெரும் துரோகமாகி விடும்.

(இந்திய சமூக விஞ்ஞானக் கழகத்தின் சார்பில் 26.09.2008 அன்று நடைபெற்ற பெரியார் நினைவுச் சொற்பொழிவுக் கூட்டத்தில் ஆற்றிய உரையின் விரிவான வடிவம்.)

பூபாளம் புத்தகப் பண்ணை.

4

செய்தியின் அரசியல் பொருளாதாரம்

முதலில் சன் டி.வி. பாருங்கள். பின் ஜெயா டி.வி பாருங்கள். இவை இரண்டும் கொடுக்கும் செய்திகளின் சராசரிதான் இன்றைய உண்மை செய்தி என்று ஊகித்துக் கொள்ளுங்கள்! என்ன செய்தி என்று ஒரு விவரமான தமிழனைக் கேட்டால் இன்று இப்படித்தான் பதில் வரும். யார் கையில் இந்த தொலைக்காட்சிகள் இருக்கின்றன என்ற உண்மையை அறிந்திருப்பதனாலேயே அவை தரும் செய்திகளின் தன்மையை வெகுஜன ஊடகங்களை விமர்சனப் பார்வையுடன் பகுத்தறிந்து நோக்குமளவிற்கு மக்களின் உணர்வுநிலை வளர்ந்திருப்பது ஒரு முன்னேற்றம்தான். இத்தொலைக்காட்சிகளில் வெளிப்படையாகத் தெரியும் அரசியல் சார்புநிலை விமர்சனத்தை எளிதாக்குகிறது! ஆனால் ஒரு வெகுஜன ஊடகம் தரும் செய்தியின் தன்மையை வேறு பல காரணிகளும் நிர்ணயிக்கின்றன. இக்காரணிகளில் பல கண்ணுக்கு எளிதில் புலப்படாதவை. புலப்பட்டாலும் கூர்ந்து கவனிக்கப்படாதவை. கவனிக்கப்பட்டாலும் விமர்சனத்திற்குள்ளாக்கப்படாமல் இயற்கையான நிகழ்வுகளாக ஏற்றுக் கொள்ளப்பட்டவை!

சமூகப் பொருளாதார ஏற்றத்தாழ்வுகள் நிறைந்த உலகத்தில் செயல்படும் பெரும்பாலான வெகுஜன ஊடகங்கள் ஆதிக்க நிலையிலிருக்கும் சக்திகளின் உலகப் பார்வையை ஒடுக்கப்படுபவர்களின் பார்வையாக்க

ஒவ்வொரு வினாடியும் செயல்பட்டு வருகின்றன. செய்திளை எழுதுவது, தேர்வு செய்து வெளியிடுவது எந்தப் பக்கத்தில், எந்த இடத்தில், எத்தனை பெரிய எழுத்துக்களைப் பயன்படுத்துவது எத்தனை படங்களைப் பிரசுரிப்பது என்று ஒரு செய்தி அறையில் நடக்கும் எல்லாப் பணிகளிலும் ஒடுக்கப்பட்டவர்களின் ஒப்புதலை (ஏற்றத்தாழ்வுகள் இயற்கையானவைபோல ஏற்றுக்கொள்ளும் ஒப்புதலை) உருவாக்கும் நோக்கும் உள்ளார்ந்து நிற்கிறது. ஊடகங்கள் பெரும்பாலானவை இப்படி ஒப்புதலை உற்பத்தி செய்கின்றன என்று தெளிவாக எடுத்துரைத்தவர்கள்தாம் அமெரிக்க சிந்தனையாளர்களான எட்வர்ட் ஹெர்மன் மற்றும் நோம் சோம்ஸ்கி. “ஒப்புதலை உற்பத்தி செய்தல்” (Manufacturing Consent) என்ற தலைப்பில் இவர்கள் எழுதிய நூலும் அதையொட்டி வெளிவந்த ஆவணப் படமும் கருத்துலகை ஆட்டிப் படைக்கும் மேற்கத்திய வெகுஜன ஊடகங்களின் உண்மை சொரூபத்தை உலகுக்கு எடுத்துக்காட்டின.

வெகுஜன ஊடகங்கள் மக்களுக்குத் தொடர்ந்து செய்தி சொல்கின்றன. அவர்களுக்கு கேளிக்கையும் அளிக்கின்றன. அவற்றைப் படிக்கும் அல்லது பார்க்கும் தனிமனிதனுக்குள் மதிப்பீடுகளையும் நம்பிக்கைகளையும், நடத்தை முறைகளையும் விதைத்து சமூகத்தின் நிறுவனங்களில் தன்னை இணைத்துக் கொண்டு இயங்குவதற்கான தகுதியுடையவர்களாக்குகின்றன. சொத்துக்கள் ஒரு பக்கம் குவிந்துள்ள, பெரும் வர்க்க மோதல்களை உள்ளடக்கியிருக்கும் ஒரு சமுதாயத்துடன் எதிர்ப்பின்றி இயைந்து செல்லக்கூடியவர்களாக மக்களை உருவாக்க முயற்சி செய்கின்றன. இவை தம்மிடையே போட்டியிட்டுக்கொண்டு அரசாங்க மற்றும் தனியார் ஊழல்களையும், அக்கிரமங்களையும் அம்பலப்படுத்தி, பேச்சுரிமைக்கும், பொதுநலனுக்கும் குரல் கொடுப்பது போலத் தோன்றினாலும் ஏற்றத்தாழ்வுகளை உருவாக்கும் இந்த அமைப்புக்கெதிராக மக்களைத் திருப்பும் அளவுக்குச் செல்லாமல் அடக்கியே வாசிக்கின்றன.

உண்மை என்னவென்றால் பணபலமும், அரசியல் அதிகாரமும் செய்தியில் வெளிப்படும் எதிர்ப்புணர்வை நசுக்கி ஆதிக்கச் சக்திகளுக்கு உகந்த கருத்துக்களையே பெரும்பாலும் மக்களிடம் கொண்டு சேர்க்கின்றன. இந்நூலாசிரியர்கள் ஒரு மேற்கத்திய ஊடகத்திற்குள் செயல்படும் ஐந்து சல்லடைகளை அடையாளம் காட்டுகின்றனர். அவையாவன:

1. ஆதிக்கம் செலுத்தும் ஊடக நிறுவனங்களின் அளவு, உடைமையாளர்களின் சொத்து மதிப்பு, அவர்களின் லாப வேட்டையின் அளவு.

2. ஊடக நிறுவனத்தின் பெரும் நிதி ஆதாரமாக இருக்கும் விளம்பரங்கள்.

3. அரசாங்கம், தொழில் நிறுவனங்கள் மற்றும் இவற்றின் ஆதரவில் செயல்படும் 'நிபுணர்களைச்' சார்ந்திருக்கும் நிலை.

4. செய்திகளுக்கு எதிர்வினையாக வரும் கடிதங்கள், தொலைபேசி அழைப்புகள், வழக்குகள், பேச்சுகள், பாராளுமன்றத்தில் நிறைவேற்றப்படும் சட்டங்கள், புகார்கள், மிரட்டல்கள், தண்டனைகள் இவை யாவும் 'வரம்பு மீறும் ஊடகங்களை ஒழுங்குபடுத்துகின்றன.

5 தனியுடைமைக்கு எதிரியாக விளங்கும் கம்யூனிஸ்டு தத்துவ எதிர்ப்பு.

ஊடக உலகத்திற்குள் செயலாற்றும் இந்த ஐந்து சல்லடைகளும் ஒன்றுடன் ஒன்று பரஸ்பர வினையாற்றி தம்மை உறுதிப்படுத்திக் கொள்கின்றன.

நூலாசிரியர்கள் பின்வருமாறு எழுதுகின்றனர்:

"செய்தி எனும் மூலப்பொருள் இந்தச் சல்லடைகளினூடே வழிந்தோடிய பின் மிஞ்சுவதுதான் பிரசுரிக்கத் தகுந்ததாக கருதப்படுகிறது. விவாதம் மற்றும் வியாக்கியானத்தின் அடிப்படைக் கருதுகோள்களையும் எது பிரசுரிக்கத் தக்கது என்பதற்கான வரையறைகளையும் தீர்மானிப்பது இந்தச் சல்லடைகள்தாம். இவற்றின் செயல்பாடு இயற்கையான

நிகழ்வுபோல் இருப்பதால், ஊடகங்களுக்குள் நேர்மையுடனும் நல்லெண்ணத்துடனும் பணிபுரியும் பத்திரிகையாளர்கள்கூட தாம் நடுநிலைமையுடன் செய்தியின் தரத்தையும் தன்மையையும் திறமையுடன் மதிப்பீடு செய்து செயல்படுவதாக நம்பிக் கொண்டிருக்கின்றனர்."

இதில் ஒவ்வொரு சல்லடையும் எப்படிச் செயல்படுகிறது?

சல்லடை 1 : ஊடக நிறுவனத்தின் அளவு, உடைமையாளரின் சொத்து, லாபநோக்கின் அளவு

இங்கிலாந்து நாட்டில் 18ஆம் நூற்றாண்டின் முற்பகுதியில் தொழிலாளர் வர்க்க ஊடகம் வலுவாக இருந்தது. வர்க்க உணர்வை ஊட்டி தொழிலாளருக்கு ஒரு மாற்று உலகப் பார்வையையும் மதிப்பையும் உணர்த்திய இந்த ஊடகம் பல வழக்குகளையும், வரிச்சுமைகளையும், சந்தித்தபோதும் நிமிர்ந்து நின்றது. எதிரி வர்க்கத்தின் சவால்களை எதிர்த்து நின்ற இந்த ஊடகம் சந்தைப் பொருளாதார விதிகளையும், வேகத்தையும் எதிர்த்து நிற்க இயலவில்லை. செய்தி சொல்வது ஒரு லாபமீட்டும் தொழில் என்றாகியபோது செய்தித்தாள் நிறுவனங்களின் அளவு அதிகமானது. தொழில் நுட்பம் வளர்ந்தபோது முதலீட்டுச் செலவும் உயர்ந்தது. லாபம் வேண்டுமெனில் அதிக அளவு மக்களைச் சென்றடைய வேண்டியிருந்தது. 1837ல் லண்டன் மாநகரத்தில் ஒரு செய்தித்தாள் நிறுவனம் தொடங்கி லாபகரமாக நடத்திட 1000 பவுண்டுகளே தேவையாயிருந்தன. 1867இல் இது 50,000 பவுண்டுகளாகவும் 1918ல் இருபது லட்சம் பவுண்டுகளாகவும் அதிகரித்தது. அமெரிக்காவிலும் இதே நிலைதான். பெரும் முதலீடு செய்பவர்களே செய்தித்தாள் நடத்த முடியுமென்றாகி ஊடகங்கள் சந்தைப் பொருளாதார விதிகளுக்குள் சிக்கிக்கொண்டன. அவற்றினுள்ளும் ஏகபோகங்கள் வளர்ந்தன. மேற்கத்திய உலகில் ஆயிரக்கணக்கான ஊடகங்கள் இயங்கி வந்த போதிலும், 29 பெரும் நிறுவனங்கள்தாம் 50 சதவீதத்திற்கும் மேலான ஊடகங்களை நடத்துகின்றன இவற்றுள் செய்தித்தாள்கள், தொலைக்காட்சி.

வானொலி, மாத, வாரப் பத்திரிகைகள் அடங்கும்.

சந்தைப் பொருளாதாரத்தின் ஒரு பகுதியாக வெகுஜன ஊடகங்கள் மாறிவிட்டதால் நிறுவனத்தின் முதலாளிகள் மட்டுமன்றி, பங்குதாரர்கள், வங்கி உரிமையாளர்கள் போன்ற பலரும் ஊடகச் செல்வாக்கு பெற்றனர். பெரிய ஊடக நிறுவனங்களின் நிர்வாக இயக்குநர் குழுவிற்குள் பல தொழிலதிபர்கள் வந்தனர். இதுமட்டுமின்றி ஊடக நிறுவனங்களும் பிற தொழில்களைத் தொடங்கின. சான்றாக, அமெரிக்காவின் ஜி.ஈ. என்ற ஆயுதத் தயாரிப்ப பன்னாட்டு நிறுவனம் 'நேஷனல் ப்ராட்காஸ்டிங் கார்ப்பரேஷன் (என்.பி.சி.) எனப்படும் தொலைக்காட்சி நிறுவனத்தையும் நடத்திவருகிறது. 1960களில் 'இண்டர்நேஷனல் டெலிபோன் அண்ட் டெலிகிராப் என்ற பன்னாட்டு நிறுவனம் அமெரிக்கன் ப்ராட்காஸ்டிங் கார்ப்பரேஷன் (ஏ.பி.சி.) என்ற தொலைக்காட்சி நிறுவனத்தை வாங்க முற்பட்டபோது கடும் எதிர்ப்பு கிளம்பியது. அந்த டெலிபோன் நிறுவனம் செயல்படும் நாடுகளில் ஏபிசி நிறுவனம் சுதந்திரமாகச் செயல்படமுடியாது என்று விமர்சனம் எழுந்தது. வாங்கும் முயற்சி கைவிடப்பட்டது. பின்னர் சிலி நாட்டில் சால்வடோர் அலெண்டே நடத்தி வந்த சோஷலிஸ அரசைத் தூக்கியெறியும் முயற்சியில் அந்தடெலிபோன் நிறுவனம் தீவிரமாக ஈடுபட்டது என்று தெரியவந்த போது ஏ.பி.சி.யின் நிறுனங்கள் எடுத்த முடிவு சரியானதென்று புரிந்தது. ஊடக உலகம் சந்தைப் பொருளாதாரத்தில் ஈடுபட்டதும் அது பன்னாட்டு நிறுவனங்களின் நலன்களைப் பாதுகாக்கும் ஆயுதமாக மாறியது.

வானொலி மற்றும் தொலைக்காட்சி நிறுவனங்கள் உரிமம் பெறுவதற்கு அரசாங்கங்களை நம்பி இருப்பதால் அரசியல் உலகத்துடனும் அவற்றின் தொடர்பு அதிகமானது. இதனால் அரசாங்கத்தின் கொள்கைகள், அரசியல் கட்சிகளின் நடத்தை ஆகியவை குறித்த செய்திகளையும், கட்டுரைகளையும் வெளியிடும்போது "அதிக கவனமும், முன்னெச்சரிக்கையும்" தேவைப்பட்டது. ஊடக நிறுவனங்கள் தொழில் வரிகள்,

வட்டி விகிதங்கள், தொழிலாளர் நலக் கொள்கைகளால் பாதிக்கப்படுவதாலும் அவை அரசாங்கத்தைச் சார்ந்து நிற்க வேண்டி வந்தன.

ரீடர்ஸ் டைஜஸ்ட், டைம், நியூஸ் வீக் போன்ற பத்திரிகைகள் அமெரிக்காவின் வர்த்தகச் செய்திகளையும் கலாச்சார மதிப்பீடுகளையும் தாங்கி அன்னிய நாடுகளுக்குள் ஊடுருவ அரசாங்கத்தின் உதவி தேவைப்படுகிறது.

சுருக்கமாகச் சொன்னால் பெரும் ஊடக நிறுவனங்கள் பெரும்தொழில் நிறுவனங்களாகவும் இருக்கின்றன. அவை பெரும் பணக்காரர்கள் மற்றும் மேலாளர்களின் கட்டுப்பாட்டில் உள்ளன. இவர்கள் நிறுவன உடைமையாளர்கள் லாப நோக்கில் செயல்படும் சந்தைப் பொருளாதாரச் சக்திகள் விதிக்கும் வரம்புகளுக்குள் நின்றுதான் செயல்படுகின்றனர்; அவை மற்ற பெரும் தொழில் நிறுவனங்கள், வங்கிகள் மற்றும் அரசாங்கங்களின் நலன்களுடன் பின்னிப் பிணைந்துள்ளன. இந்தச் சக்திவாய்ந்த முதல் சல்லடைதான் செய்தி எது என்பதைத் தீர்மானிக்கிறது.

சல்லடை 2 : விளம்பர வருமானம்

செய்தி வாசகரைச் சென்றடையும் முன் ஐந்து சல்லடைகளினூடே செல்கிறது என்றும் அதில் முதல் சல்லடை ஊடக நிறுவனத்தின் அளவு அதன் உரிமையாளரின் நோக்கம் என்றும் எட்வார்ட் ஹெர்மனும், நோம் சோம்ஸ்கியும் அடையாளப் படுத்துவதைக் குறிப்பட்டிருந்தோம். இரண்டாம் சல்லடைக்குள் செல்வோம்.

ஊடகம் வெகுஜன ஊடகமாக மாறியதன் வரலாறு முதலாளித்துவம், ஜனநாயகம், அறிவியல் ஆகியவற்றின் வளர்ச்சிப் போக்குடன் பின்னிப் பிணைந்ததாகும். பத்தொன்பதாம் நூற்றாண்டின் நடுப்பகுதியில் நிலப்பரபுத்துவத்திற்கும் மன்னராட்சிக்கும் எதிராக வெடித்த புரட்சிக்களிலிருந்துதான் முதலாளித்துவம் உயிர்த்தெழுந்தது.

அதற்குமுன் அரசவைகளிலும், மந்திராலோசனைக் கூட்டணியிலும் எடுக்கப்படும் முடிவுக்கு மக்களின் அங்கீகாரம் தேவையில்லை என்ற ஆளும் கூட்டத்தின் அகங்காரம் மட்டுப்பட்டிருந்த நேரம் அது. ஆளுபவர்கள் மக்களை அணைத்துச் செல்ல வேண்டிய கட்டாயத்தை மக்களே உருவாக்கி விட்டிருந்தபடியால் அவர்களைச் சென்றடைய ஊடகம் தேவைப்பட்டது. இந்தத் தேவையை அறிவியல் வளர்ச்சி பூர்த்தி செய்தது. அச்சு எந்திரம், செய்தித்தாள் என்ற வடிவில் செய்தி மட்டுமே தாங்கிச் சென்று அதன் விற்பனை விலையில் மட்டும் ஊடகங்கள் வாழ்ந்து வந்த காலம் மாறி முதலாளித்துவம் உற்பத்தி செய்யும் பொருட்களைப் பற்றிய விளம்பரங்களையும் தாங்கிச் செல்ல வேண்டிய நிலை ஏற்பட்டது. முதலாளித்துவ பொருள் விற்பனை, லாபவெறிப்போட்டியில் ஊடகங்கள் சிக்கிக் கொண்டன. செய்தித்தாள் விற்பனையில் கிடைக்கும் வருமானத்தைவிட விளம்பர வருமானம் பன்மடங்கு அதிகமாக இருந்ததால், அதிக விளம்பரங்களைப் பெறும் பத்திரிகைகள் அதிக லாபம் பெற்றதோடு மட்டுமில்லாமல் லாபத்தின் ஒரு பகுதியைக் கொண்டு தங்களை மேலும் நவீனப்படுத்தி பல்வேறு புதிய அம்சங்களையும் அறிமுகம் செய்து வாசகர்களைக் கவர முடிந்தது. மக்கள் பிரிவினர் அனைவருக்கும் செய்தியை எடுத்துச் செல்லும் ஜனநாயக தன்மை குறைந்து, விளம்பரங்களில் வரும் பொருட்களையும், சேவைகளையும் நுகருமளவிற்கு வாங்கும் சக்தியுள்ள மக்களைக் கவரக்கூடிய செய்திகளும், படங்களும், கட்டுரைகளும் அதிகமானது.

விளம்பரம், வியாபாரம், லாபநோக்கம் என்ற திசையில் பயணப்பட்ட ஊடகங்கள், முழுபக்க விளம்பரங்களைக் கொடுக்கும் அரசாங்கங்கள், தனியார் நிறுவனங்கள் மற்றும் பன்னாட்டு நிறுவனங்களைப் பற்றிய செய்திகளை ஆர்வத்துடன் பிரசுக்கின்றனர். அவர்களுக்கு எதிரான கருத்துக்களை அடக்கி வாசிக்கின்றனர். சம்பள உயர்வுக்காகவும், பணிநீக்கம் கதவடைப்பை எதிர்த்தும்,

அரசாங்கத்திற்கும், தனியார் நிறுவனங்களுக்கம் எதிராக கோஷமிட்டு உழைக்கும் மக்கள் ஊர்வலம் செல்லும்போது அவர்களின் கோரிக்கைகளை கடைசி வரிகளுக்குத் தள்ளி போக்குவரத்து பிரச்சினையைப் பெரிதாக்கிப் படமெடுத்து ஆடுகின்றனர். நாய்குட்டிகளையும் வேகமாய் மாறிவரும் மாடல்களைக் கொண்ட கார்களையும் 'வாங்க, விற்க' விளம்பரம் கொடுக்கும் மேல்தட்டு மக்களுக்கு இந்தச் சனிக்கிழமை இரவில் எந்த ஓட்டலுக்குச் செல்லலாம், எங்கு நடனமாடலாம் என்ற அரிய செய்திகளைத் தாங்கி வருகின்றன. கொலை நடக்கும்போது மட்டும் கடலோர கிராமங்களையும், பற்றி எரியும்போது மட்டும் தலித் மக்களையும் திரும்பப் பார்க்கின்றனர்.

சிலஊடகங்கள் பலவீனமாக இருப்பதற்குக் காரணம் அவற்றின் வாசகர்கள் பொருட்களை வாங்குபவர்களாக இல்லாமலிருப்பதுதான். இத்தகைய ஊடகங்களில் போடப்படும் பணம் வீண் என்றே கருதவேண்டும் என்று 1856ல் ஒரு அமெரிக்க விளம்பர நிறுவன அதிகாரி தீர்க்க தரிசனத்துடன் கூறியுள்ளார்.

இரண்டாம் உலகப்போருக்குப்பின் சமூக ஜனநாயகக் கருத்துக்களைத் தாங்கிவந்த டெய்லி ஹெரால்டு, நியூஸ் கிரானிக்கில், சண்டே சிட்டிஸன் போன்ற பிரிட்டிஷ் பத்திரிகைகள் 93 லட்சம் வாசகர்களைக் கொண்டிருந்த போதும் விளம்பரப் போட்டிகளில் பொசுங்கிப் போயின. இதில் டெய்லி ஹெரால்டு மட்டும், தி டைம்ஸ், ஃபைனான்ஸ்சியல் டைம்ஸ், கார்டியன் ஆகிய மூன்று பத்திரிகைகளின் மொத்த வாசகர் எண்ணிக்கையை விட இருமடங்கு வாசகர்களைக் கொண்டிருந்தன. அது தொழிலாளர் வர்க்கப் பத்திரிகையாக இருந்த போதிலும்கூட பல பகுதி வாசகர்களையும் சென்றடைந்தது. ஆயினும் பெரும் விளம்பரதாரர்கள் விளம்பரமளிக்க மறுத்ததால் ஹெரால்டும் மற்றும் இரண்டு பத்திரிகைகளும் அழிந்தன. ஊடகங்களின் மொத்த விளம்பர வருமானத்தில் பத்த சதவீதத்திற்கும் குறைவாகவே அவர்களுக்குக் கிடைத்ததே

இதற்குப் பெரும் காரணம். இவற்றின் வீழ்ச்சியே லேபர் பார்ட்டி என்றழைக்கப்படும் உழைப்பாளர் கட்சி பலவீனமடைந்ததற்குக் காரணம் என்று ஓர் ஆய்வாளர் கூறுகிறார். பெரும் ஊடகங்களின் ஆதரவு இல்லாத நிலையில் வெகுஜன இயக்கங்கள் பின்னடைவைச் சந்திக்க வேண்டும் என்கிறார் அவர்.

விளம்பர வருமானத்தின் ருசியைக் கண்டுகொண்ட ஊடகங்கள் பல்வேறு யுத்திகளைக் கையாண்டு விளம்பரங்களைப் பெற்றன. விளம்பரங்களை பெறுவதற்குத் தனியான துறையைத் தொடங்கின. இத்துறை பிரதிநிதிகள் விளம்பரதாரர்களை அணுகி தங்கள் பத்திரிகை அல்லது தொலைக்காட்சி எவ்வளவு பேரை, எத்தகைய வருமானமும் வாங்கும் சக்தியுள்ளோரை சென்றடைகிறது என்று எடுத்துக்கூறி விளம்பரம் பெறுகின்றனர். பத்திரிகை வாசகர்கள் அல்லது தொலைக்காட்சி நேயர்களின் வருமானம், வெறுப்பு விருப்புகள் பற்றிய ஆய்வு நடத்த தனி நிறுவனங்களே உள்ளன. இப்படிப்பட்ட ஒரு நிறுவனமான நீல்ஸன் நடத்திய ஆய்வின்படி, ஒரு தொலைக்காட்சி நிறுவனத்தின் நிகழ்ச்சிகளைக் காண்போரின் எண்ணிக்கை ஒரு சதவீதம் கூடினாலோ குறைந்தாலோ அந்நிறுவனத்தின் ஆண்டு வருமானம் 80 மில்லியன் டாலர் முதல் 100 மில்லியன் டாலர் வரை கூடவோ குறையவோ செய்யும்.

பல சமயங்களில் விளம்பரதாரர்களே நிகழ்ச்சியின் தன்மையை நிர்ணயிக்கின்றனர். தொழில் நிறுவனங்களை விமர்சிக்கும் நிகழ்ச்சிகளுக்கும், அமெரிக்காவின் இராணுவ தொழில்துறை கூட்டணிக்கு எதிரான செய்திகளுக்கும் அவர்கள் ஆதரவளிப்பதில்லை. நேஷனல் ப்ராட்காஸ்டிங் கார்ப்பரேஷன் என்ற அமெரிக்கத் தொலைக்காட்சி நிறுவனம் சுற்றுச்சூழல் பற்றிய தொடரைத் தயாரிக்க விரும்பியது. ஆயினும், சுற்றுப்புறச் சூழலைப் பாதுகாக்க தாங்கள் என்ன செய்கிறோம் என்று விளம்பரப் படங்களையும், பிரச்சாரங்களையும் பெரும் செலவில் அதே சமயத்தில்

தயாரித்து வெளியிட்ட பல தனியார் நிறுவனங்களும் இத்தொடர்களுக்கு விளம்பர ஆதரவு (ஸ்பான்ஸர்ஷிப்) தர மறுத்துவிட்டன.

இதேபோல் 1985இல் டபிள்யூநெட் என்ற தொலைக்காட்சி நிறுவனம் 'லாபப்பசி' என்ற நிகழ்ச்சியை ஒளிபரப்பியது. அமெரிக்க பன்னாட்டு நிறுவனங்கள் மூன்றாம் உலக நாடுகளில் அடிக்கும் கொள்ளையைப் பற்றிய அந்த நிகழ்ச்சி ஒளிபரப்பாகும் முன்னரே, அதனைத் 'தூய்மைப்படுத்து வதற்கான முயற்சிகள் நடந்தன. இதையும் மீறி நிகழ்ச்சி ஒளிபரப்பானது. அதன் விமர்சனத்துக்குளாக்கபட்ட கல்ஃஃப்வெஸ்டர்ன் என்ற பன்னாட்டு நிறுவனம் அதுவரை டபிள்யூநெட்டிற்கு அளித்து வந்த விளம்பர ஆதரவை நிறுத்திக் கொண்டது. டபிள்யூநெட் இனி இத்தகைய தவறைச் செய்யாது எனப் பலரும் நம்புகின்றனர் என்று எக்கனாமிஸ்ட் என்ற பிரிட்டிஷ் இதழ் எழுதியது. அந்நிறுவனத்திற்கு மட்டும் லாபப் பசி இருக்காதா என்ன?

சல்லடை 3 : செய்தியின் ஆதாரம்

ஊடக நிறுவனங்களின் அளவு, விளம்பரம் என்ற சல்லடைகளினூடே சொல்லும் செய்தி அடுத்து சந்திக்கும் சல்லடை ஆங்கிலத்தில் சோர்ஸ் என்றழைக்கப்படும் ஆதாரம். மிகப்பெரும் விளம்பரதாரர்களாயிருக்கும் அரசாங்கங்களும், தொழில் மற்றும் வணிக அதிபர்களுமே ஊடக நிறுவனங்களுக்கு செய்தியளிக்கும் ஆதாரங்களாக உள்ளனர். ஊடக நிறுவனங்கள் நிகழ்ச்சிகள் / சம்பவங்கள் நடக்கும் எல்லா இடங்களிலும் செய்தியாளரை வைத்திருப்பதில் நடைமுறையிலும், பொருளாதார ரீதியாகவும் சாத்தியமில்லை என்பதால் முக்கிய தகவல்கள் அதிகாரப்பூர்வமாகக் கிடைக்கும் இடங்களிலும், கசியவிடப்படுமிடங்களிலும் அதிக கவனம் செலுத்துகின்றன. அமெரிக்காவைப் பொறுத்த வரையில் வெள்ளை மாளிகை, ராணுவத் தலைமையிடமான பெண்டகன், ஸ்டேட் டிபார்ட்மெண்ட் எனப்படும் உள்ளகத் துறை ஆகியவை இந்தப் பட்டியலில் வரும். சென்னையை எடுத்துக்

கொண்டால் மாநகராட்சி, அரசு தலைமைச் செயலகம், காவல்துறைக் கமிஷனர் அலுவலகம் போன்றவை. 'அதிகாரப்பூர்வ தகவல்களுக்கு இருக்கும் நம்பகத் தன்மையும், எல்லா அரசுகளும் மக்களுக்கு நன்மை செய்யவே நினைக்கிறது என்பதை ஏற்றுக் கொள்ளப்பட்ட உண்மையாக வரித்துக் கொள்ளும் போக்கும், அதிகாரிகளே சொல்லிவிட்டால் சொந்த ஆய்வும், புலனாய்வும், செலவும் மிச்சம் என்ற நினைப்பும் ஊடக நிறுவனங்களுக்கும், செய்தியாளர்களுக்கும் வசதியாக உள்ளன.

அரசுகளும், தனியார் நிறுவனங்களும் பல கோடிக் கணக்கில் செலவு செய்து செய்திகளையும், கருத்துக்களையும் தொடர்ந்து 'சப்ளை' செய்கின்றன. அமெரிக்க ராணுவத் தலைமையகமான பெண்டகன் 1979-80 ஆண்டுகளில் மட்டும் மனம் திறந்து (பின் மூடிக் கொண்டது) கூறிய விவரங்களைப் பார்ப்போம். அதன் ஒரு பிரிவாகிய விமானப் படையின் செய்திப் பிரிவு அந்த ஓர் ஆண்டில் மட்டும் 140 செய்தித் தாள்களையும், 34 வானொலி நிலையங்களையும், 17 தொலைக்காட்சிகளையும் செய்திகளால் தாக்கியிருக்கிறது. 45,000 தலைமை நிலையச் செய்திக் குறிப்புகளையும் வெளியிட்டுள்ளது. 6,600 நேர்காணல்களையும், 3200 பத்திரிகையாளர் கூட்டங்களையும் நடத்தியது; 500 முறை செய்தியாளர்களை விமானங்களில் கொண்டு சென்று தன் நடவடிக்கைகளை பார்வையிடச் செய்திருக்கிறது; பல ஆசிரியர் குழுக்களுடன் 50 கூட்டங்கள் நடத்தியுள்ளது; 11,000 சொற்பொழிவுகளுக்கு ஏற்பாடு செய்துள்ளது. 1970ஆம் ஆண்டில் இதே விமானப்படை ஒவ்வொரு வாரமும் தொலைக்காட்சி நிறுவனங்களுக்கு மூன்று படச் சுருள்களையும், ஒலி நாடாவில் பதிவு செய்யப்பட்ட நிகழ்ச்சிகளையும் 1139 வானொலி நிலையங்களுக்கு அனுப்பியது. மேலும் 148 சினிமாப்படங்களை தயாரித்தது.

1971ல் நடத்தப்பட்ட ஒரு ஆய்வின்படி பெண்டகன் 57 மில்லியன் டாலர் செலவில் 371 பத்திரிகைகளை நடத்துவது தெரியவந்தது. அமெரிக்காவின் மிகப்பெரும் நிறுவனம்

செய்யும் செலவை விட 16 மடங்கு அதிகம் பென்டகனின் செலவு! இது அந்தக் காலம்! இந்த ஈமெயில் யுகத்தில் இது பன்மடங்கு அதிகரித்திருக்கும். பென்டகனுக்கு அடுத்தபடியாக வருவது அமெரிக்காவின் தொழில், வியாபார நிறுவனங்கள்!

அமெரிக்க 'சேம்பர் ஆப் காமர்ஸ் என்ற வியாபாரிகளின் கூட்டமைப்பு 'நேஷ்னல் பிஸினஸ்' என்ற மாதாந்திரப் பத்திரிகையை நடத்தியது. இது 70,00,000 சந்தாதாரர்களைச் சென்றடைந்தது. அந்நிறுவனம் தயாரித்த வாராந்திர விவாத நிகழ்ச்சிகள் 400 வானொலி நிலையங்களாலும் 128 தொலைக்காட்சி நிறுவனங்களாலும் ஒளிபரப்பப்பட்டன. தனியார் நிறுவனங்கள் செலவுகளுக்கு தங்கள் கொள்ளை லாபத்தின் ஒரு பகுதியை ஒதுக்கின. பென்டகனைப் பொறுத்த வரையில் இராணுவக் காண்டிராக்டர்கள், அரசு பயங்கரவாதத்திற்கு உறுதுணையாக இருப்பவர்களைப் பற்றிய நல்லெண்ணம் ஏற்படுத்தும் வகையிலான பிரச்சாரத்தை மக்களின் வரிப் பணத்தைப் பயன்படுத்தி மக்களிடமே செய்தது.

செய்தியின் ஆதார சக்திகளாக இயங்கும் அரசு மற்றும் தனியார் நிறுவனங்கள் செய்தியாளர்கள், ஆசிரியர்களின் தனிப்பட்ட உறவை ஏற்படுத்திக் கொண்டும் செய்திகளை பிரசுரித்ததற்காக பரிசுகள் வழங்கியும், இணங்க மறுப்பவர்களை மிரட்டியும் காரியம் சாதிக்கின்றனர். இவர்களின் பகையைச் சம்பாதிக்க விரும்பாத சில நிறுவனங்கள் இவர்களை விமர்சிக்கும் செய்திகளை வெளியிடத் தயங்குகின்றனர். சில நேரங்களில் விமர்சனம் செய்வோர் ஊடக நிறுவனங்களை நாடிட முடியாமலும் தடுக்கின்றனர். அமெரிக்காவின் தேசியப் பொது வானொலி நிறுவனம் நடத்தவிருந்த விவாத நிகழ்ச்சியொன்றில் அரசை விமர்சிக்கும் பாதுகாப்பு விவர மையம் என்ற அமைப்பின் பிரதிநிதிகள் கலந்து கொண்டால் தங்கள் அதிகாரிகள் பங்கேற்க மாட்டார்கள் என்று பாதுகாப்பு அமைச்சகம் மிரட்டிய சம்பவமும் உண்டு.

தனியார் நிறுவனங்கள் தங்கள் கருத்துகளுக்கு நம்பக்கைத்தன்மையும் மதிப்பும் ஏற்படுத்தும் வகையில் கட்டுரைகள் எழுதி விலைபோகத் தயாராக இருக்கும் அறிவுஜீவிகளை வாங்கி நிபுணர் குழுக்களையும், நிறுவனங்களையும் உருவாக்குகின்றன. இவற்றில் திடீர் ஞானம் பெற்று முற்போக்கு பாதையிலிருந்து விலகிச் சென்ற முன்னாள் கம்யூனிஸ்ட்களுக்கு அதிக மரியாதை கிடைக்கிறது. இந்தியாவிலேயே இப்படி தனியார் நிறுவனங்களுக்கும், புதிய பொருளாதாரக் கொள்கைகளுக்கும், அமெரிக்காவுக்கு ஆதரவாகவும் மாறிப்போன அறிவு ஜீவிகள் இருக்கின்றனர் என்பதுதான் வருத்தத்துக்குரிய உண்மை!

சல்லடை 4 : எதிர்வினைகள்

நான்காவது சல்லடையாக சோம்ஸ்கியும், ஹெர்மனும் குறிப்படுவது எதிர்நிலைக் கருத்துருவாக்கம். ஒரு செய்தியோ கட்டுரையோ வெளியாகும்போது சாதாரணமாக ஆசிரியருக்குக் கடிதங்கள், தொலைபேசி அழைப்புகள் வாயிலாக எதிர்வினைகள் வரும். செய்தியில் வந்துள்ளது பெரும் பிரச்சனைக்குரிய விஷயமாக இருக்கும்போது வழக்குகள், மேடைப் பேச்சுக்கள், சட்டங்கள், நேரடி மிரட்டல்கள் வந்து தாக்கும். ஆனால், இந்த எதிர்வினைகள் திட்டமிட்ட தொடர் தாக்குதல்களாய் வரும்போது ஊடக நிறுவனத்தையே அது நிலைகுலையச் செய்துவிடும். முந்தைய அதிமுக அரசின் நூற்றுக்கும் மேற்பட்ட அவதூறு வழக்குகளும், அதற்குமுன் 70களில் திமுக ஆட்சியில் பத்திரிகை அலுவலகங்கள், பத்திரிகையாளர்கள் மீது நடத்தப்பட்ட தாக்குதல்களும் இவ்வகையைச் சேர்ந்தவை. பல நேரங்களிலும் ஊடக நிறுவனங்கள் தங்களையும், ஊழியர்களையும் காக்கும் வகையில் கவனத்துடன் செய்தி வெளியிட வேண்டியுள்ளது.

எதிர்வினைகளை உருவாக்கும் திறன் பொருளாதார, அரசியல் அதிகாரத்திற்குத் தக்கபடி வேறுபடும். அமெரிக்காவில் 1970-80களில் ஊடக விமர்சனங்களுக்கு

ள்ளான தனியார் நிறுவனங்கள் நேரடி, மறைமுக எதிர்வினைகளை ஏற்படுத்தின. நேரடி எதிர்வினை தனியார் நிறுவனங்களின் கடிதங்களாகவும் வெள்ளை மாளிகையின் தொலைபேசிகளிலிருந்தும் வரலாம். விமர்சனம் செய்த ஊடக நிறுவனத்திற்கு விளம்பரங்களை நிறுத்தப்படலாம். விமர்சனத்துக்குள்ளான நிறுவனம் தன் பங்குதாரர்களிடையே ஒரு கருத்தியக்கம் நடத்தலாம். வலதுசாரியைச் சேர்ந்த ஊடக மேற்பார்வை நிறுவனங்கள் மூலமாக கட்டுப்பாடுகள் விதிக்கலாம். பழைமைவாதம் பேசும் அரசியல்வாதி களுக்குத் தேர்தல் நிதியுதவி செய்து அதிகாரத்தில் அமரச் செய்து தொல்லை தரும் ஊடக நிறுவனங்களை சரியாக கவனித்துக் கொள்ளலாம்.

அமெரிக்காவில் எதிர்நிலைக் கருத்துருவாக்கத்திற்கென்றே நிறுவனங்கள் ஏற்படுத்தப்பட்டன. அமெரிக்கன் லீகல் பவுண்டேஷன், கேப்பிடல் லீகல் பவுண்டேசன், மீடியா இன்ஸ்டிடியூட், சென்டர் பார் மீடியா அண்ட் பப்ளிக் அபையர்ஸ் அண்ட் அக்கியூரிசி இன் மீடியா (இதற்கு எய்ம் என்று சுருக்கப் பெயர்) என்று 1970களில் தனியார் கம்பெனிகளால் துவங்கப்பட்ட இந்நிறுவனங்களை எதிர்க்கருத்துருவாக்க இயந்திரங்கள் என்கிறார் சோம்ஸ்கி.

மீடியா இன்ஸ்டிடியூட் என்ற நிறுவனம் ஊடகச் செய்திகள், கருத்துக்களுக்கு எதிராக மாநாடுகளையும், ஆராய்ச்சிக் கருத்தரங்கங்களை நடத்தியது. அமெரிக்க வெளியுறக் கொள்கை, பொருளாதார நிலை குறித்து ஊடகங்களில் வரும் விமர்சனங்களை மறுக்கும் வகையில் இவை நடத்தப்பட்டன. வியாபார நிறுவனங்களைப் பற்றி துல்லியமாக செய்தி கொடுக்கவில்லையென்றும், அவற்றின் கருத்துக்களைக் கணக்கிலெடுத்துக் கொள்ளவில்லை என்றும் இந்த ஆராய்ச்சிக் கட்டுரைகள் சொல்லும்.

1969ல் உருவாக்கப்பட்ட எய்ம் என்ற அமைப்பின் ஆண்டு வருமானம் 5000 டாலர்களாக இருந்தது. அடுத்து பத்து வருடங்களில் 50 லட்சம் டாலர்களாக உயர்ந்தது. எட்டு பெரிய எண்ணெய் நிறுவனங்கள் உட்பட பல பெரிய

தனியார் கம்பெனிகள்தாம் இந்த வருமானத்தின் ஊற்றுக் கண்.

ஃப்ரீடம் ஹவுஸ் என்று 1990களில் தொடங்கப்பட்ட நிறுவனம் எய்ம், உலக கம்யூனிஸ்டு எதிர்ப்பு லீக், அமெரிக்க உளவு நிறுவனமான சிஐஏ ஆகிய அமைப்புகளுடன் தொடர்பு கொண்டிருக்கிறது.

இன்று ஜிம்பாப்வே என்றழைக்கப்படும் ரொடிஷீயாவில் வெள்ளை நிறவெறி ஆட்சியாளர் 1979ல் நடத்திய தேர்தலுக்கு தூதுக்குழு ஒன்றை இந்நிறுவனம் அனுப்பியது. தேர்தல் நியாயமாக நடந்ததாக இந்தக் குழு கருத்து வெளியிட்டது. 1980ல் பிரிட்டிஷ் அரசாங்க மேற்பார்வையில் நடந்த தேர்தலில் கறுப்பினத் தலைவரான ராபர்ட் முகாபே வென்றபோது தேர்தல் மோசடி என்று கூறியது.

இந்தியாவைப் பொறுத்தவரையில் எதிர்நிலைக் கருத்தாக்கத்தை உருவாக்குவதில் ஆர்.எஸ்.எஸ். அமைப்பு திட்டமிட்டு செயல்படுகிறது. விஜில் போன்ற நிறுவனங்கள் தொடர்ந்து பல்வேறு பெயர்களில் ஆசிரியருக்கு கடிதங்களை உற்பத்தி செய்து அனுப்புகின்றன.

சல்லடை 5 : கம்யூனிஸ எதிர்ப்பு

நாம் இதுவரை கண்ட சல்லடைகளுக்கெல்லாம் மேலாக நின்று மேற்கத்திய ஊடகங்களை கடந்து இரு நூற்றாண்டகளாகப் பற்றிப் பிடித்திருப்பது கம்யூனிஸ எதிர்ப்பு என்ற சல்லடை. பாரிஸ் கம்யூனில் பற்றி சோவியத் யூனியனில் ஆகாவென்று எழுந்த கம்யூனிஸக் கொள்கை நெருப்பை பதறித் துடித்து அணைக்க முயற்சி நடக்கும்போதே சீனத்திலும் கியூபாவிலும் தோன்றிய கனலில் கதிகலங்கிப்போயிருந்த முதலாளித்துத்திற்கு சலிக்கப்படாத செய்திகள் மீது எப்போதுமே ஒரு பயம்.

கம்யூனிஸ சிந்தனை உலகில் பரவும் வேகத்தைக் கண்டு அரண்டவனுக்கு இருண்டதெல்லாம் சிவப்பாகவே தோன்றியது. முதலாளித்துவத்தையும், ஏகாதிபத்தியத்தையும் விமர்சிப்பவர் அனைவரும் கம்யூனிஸ்டுகளாகவோ,

கம்யூனிஸ ஆதரவாளர்களாகவோ சித்தரிக்கப்பட்டனர். மேற்கத்திய உலகில் கம்யூனிஸ ஆதரவு, கம்யூனிஸ எதிர்ப்பு என்று சிந்தனையில் இரட்டை ஆக்கிரமிப்பு இருந்தது. நடுநிலை ஜனநாயக அரசுகளின் வர்க்க சார்பு நிலை கொள்கைகளின் மூலம் வெளிப்பட்டு விடுவதை மறைப்பதற்கும் மக்களின் அங்கீகாரத்தை தொடர்ந்து நிலைநிறுத்திக் கொள்ளவும் வேப்பமர உச்சியில் நின்று ஆடும் பேயாக கம்யூனிஸத்தைச் சித்தரிப்பது அவசியமாக இருந்தது. இந்தச் சித்தரிப்பில் பெரும்பங்கு ஆற்றியவை ஊடகங்கள்தாம்.

டோமினிகன் ரிபப்ளிக் என்ற நாட்டில் 1960களில் ஆட்சிக்கு வந்த ஜுவான் போஷ் அரசாங்கத்திலும், ராணுவத்திலும் புரையோடிப்போயிருந்த ஊழலை எதிர்த்து நடவடிக்கை எடுத்து நிலச்சீர்திருத்தத் திட்டத்தை அமல்படுத்தி, வெகுஜனக் கல்விக்கான இயக்கத்தைத் தொடங்கியபோது அவர் ஜனநாயகத்தின் சாத்தியக் கூறுகளை அதிகபட்சம் பரிட்சித்துப் பார்க்கிறார் என்று அமெரிக்க ஊடகங்கள் அலறின. அந்நாட்டின் வரலாற்றில் முதன்முதலாக ஜனநாயக முறையில் தேர்ந்தெடுக்கப்பட்ட போஷ் அரசாங்கம் அமெரிக்க ஆசியுடன் நடந்த ராணுவப் புரட்சியில் தூக்கியெறியப்பட்டது. கென்னடி அரசாங்கத்தின் ஆசியுடன்தான் பிரேசில் நாட்டில் 1964ல் இராணுவப் புரட்சியின் வாயிலாக வெகுஜன ஆதரவு அரசு தூக்கியெறியப்பட்டது. நிகராகுவாவிலும், குவட்டிமாலாவிலும் பிற லத்தீன் அமெரிக்க நாடுகளிலும் மக்கள் ஆதரவு அரசுகள், தேர்தல் மூலம் எழுந்த போதெல்லாம் அமெரிக்கா ஜனநாயகத்தைக் காத்த கதைகள் ஏராளம். அமெரிக்காவிற்குள்ளேயிருந்து இந்த நடவடிக்கைகளை எதிர்த்தவர்கள் எல்லோரும் கம்யூனிஸ முத்திரைக் குத்தலில் முடங்கிப் போயினர். பலர் வாயடைத்துப் பதுங்கிக் கொண்டனர். ஊடகங்கள்தான் இந்த கம்யூனிஸ பயத்தைப் பரப்புவதில் பெரும் பங்காற்றின.

ஈரானைத் தாக்கியபோது தன் உடல் பொருள் ஆவியைத்

தந்து சதாம் உசேனை ஆதரித்த அமெரிக்கா, தன் நண்பன் குவெய்த் நாட்டைத் தாக்கியபோது அதே சதாம்உசேனை சர்வாதிகாரியாகவும் ஸ்டாலினின் சொந்தக்காரராகவும் சித்தரித்தது. டைம் என்ற அமெரிக்கப் பத்திரிகையின் அட்டைப்படத்தில் சதாம் உசேனின் படம் ஸ்டாலினின் படம் போலச் சித்தரிக்கப்பட்டது. உலகையே அழிக்கவல்ல பயங்கர ஆயுதங்களை ஈராக் பதுக்கிவைத்திருப்பதாகக் கூறி அந்நாட்டையே சூறையாடிக் கொண்டிருக்கிறது அமெரிக்கா. ஆயுதங்களைப் பற்றி பேசிய மேற்கத்திய ஊடகங்களால் இன்று வரை ஒர் ஊசியை கூட ஈராக்கில் கண்டுபிடிக்க முடியவில்லை என்பது மட்டுமல்ல அதற்காகத் துளிக்கூட வெட்கப்படவும் இல்லை.

1980களில் துருக்கி நாட்டில் இராணுவ அரசாங்கம் பதவியேற்ற நாள் முதல், அமெரிக்க முதலாளிகள் அந்நாட்டின் அன்னிய மூலதன ஆதரவுக் கொள்கைகளையும், தொழிற்சங்க எதிர்ப்பு நடவடிக்கைகளையும் ஆதரித்து வெளியிடும் செய்திகளைப் பிரசுரிக்கும் அமெரிக்க ஊடகங்கள், மக்கள் மீது அந்நாட்டு அரசு நடத்தும் தொடர் தாக்குதல்களைப் பற்றி செய்தி வெளியிட அதிக சிரமப்பட வேண்டியுள்ளது. ஆனால் அதே நேரத்தில் போலந்து நாட்டில் சோஷலிச அரசுக்கு எதிரான தொழிலாளர் போராட்டம் நடந்தபோது, போராட்டக்காரர்களிடமிருந்து வரும் செய்திகளை ஊடகங்கள் வெளியிட்டன. தன் எல்லைக்குள் அத்துமீறி நுழைந்த கொரிய விமானத்தை சோவியத் யூனியன் சுட்டு வீழ்த்தியபோது படுகொலை என்று செய்தி வெளியிட்டது பிரபல நியூயார்க் டைம்ஸ் பத்திரிகை! 1973ல் லிபிய நாட்டு விமானத்தை இஸ்ரேல் சுட்டு வீழ்த்தியபோது இதே பத்திரிகை என்ன எழுதியது தெரியுமா? சினாய் தீபகற்பத்தில் லிபிய விமானம் சுடப்பட்டதைப் பற்றி சத்தம் போட்டு விவாதம் செய்வதால் எவ்விதப் பயனும் ஏற்படப்போவதில்லை என்றது. குற்றவாளி யார் எனப் பார்த்து தீர்ப்பு எழுதும் நடுநிலை நீதிபதிகள் இவர்கள்!

சோவியத் யூனியன் வீழ்ச்சிக்குப் பின்னும் கம்யூனிஸ

விரோதம் என்ற சல்லடை செயல்படுவதற்குக் காரணம் ஏகாதிபத்தியம் இழப்பதற்கு ஏராளமாய்ச் சேர்த்து வைத்திருக்கிறது. கம்யூனிஸ விரோதம் என்று வெளிப்படையாக இல்லாமல் தனிச் சொத்துக் குவிப்பதற்கும், வருமானத்தின் பெரும்பகுதியை முதலாளித்துவம் தொடர்ந்து வாழ வழிசெய்யும் நுகர்வுக் கலாச்சாரத்திற்குத் தோதாகவும் மக்களின் மனநிலையைத் தவணை முறையில் மாற்றுவதற்கும் ஊடகங்கள் தம் பணியைத் தொடர்ந்து கொண்டுதான் இருக்கின்றன. மாற்று ஊடகங்களைத் தேடி அடைவதும் அதற்கு நோம் சாம்ஸ்கி போன்றவர்கள் செய்யும் முயற்சிகளுக்கு ஆதரவளிப்பதும் நம் கடமை.

5

40000 மைல்கள் சுற்றிய தேனீ - கியூபா

கரீபியன் கடலில் அமெரிக்காவின் மியாமி கரையிலிருந்து 90 மைல் தொலைவில், இரண்டு பெரிய தீவுகளையும், 1500 சிறிய தீவுகளையும் ஏறக்குறைய ஒரு கோடி மக்களையும் கொண்ட சிறிய நாடுதான் கியூபா. அது கி.பி.1492இல் கொலம்பஸ் அடியெடுத்து வைத்ததிலிருந்து சென்ற நூற்றாண்டின் இறுதிவரை ஸ்பெயின் நாட்டின் காலனியாக இருந்தது. இடையில், 1762-63 இல் பிரிட்டிஷாரால் ஆக்கிரமிக்கப்பட்டிருந்தது.

ஐரோப்பாவிலிருந்து வந்து குடியேறிய பெரும் பான்மையினரையும், கருப்பின சிறுபான்மையினரையும் கொண்ட கியூபா ஸ்பானியக் காலனியாதிக்கத்திற்கு எதிராக ஒரு வீரமிகு போராட்டத்தை நடத்தியது. 1898 ஆம் ஆண்டு அமெரிக்காவிற்கு எதிரானப் போரில் தோல்வியுற்ற ஸ்பெயின் கியூபாவை விட்டு வெளியேறியது. ஆயினும் கியூபா சுதந்திரமடையவில்லை. ஏறக்குறைய நான்கு ஆண்டுகள் அமெரிக்காவின் கட்டுப்பாட்டிலிருந்து கியூபா 1902 ஆம் ஆண்டுதான் ஒரு சுதந்திர ஜனநாயக குடியரசாக பிரகடனப்படுத்தப்பட்டது. ஆயினும், பிளாட் சட்ட திருத்தத்தின் (Platt Amdment) கீழ், கியூபாவின் சுதந்திரத்தைப் பாதிக்கும் வகையிலான எவ்வித ஒப்பந்தத்திலும் கியூபா பங்கேற்கக் கூடாது என்று அமெரிக்கா ஒரு நிபந்தனை விதித்தது. கியூபாவின் வெளியுறவுக் கொள்கையைத்

தீர்மானிக்கும் இந்த அதிகாரம் 1934 ஆம் ஆண்டு வரை அமெரிக்காவின் கையிலிருந்தது. கியூபாவின் உள் விவகாரங்களில் தலையிடும் உரிமையும் ஏற்படுத்திக் கொண்டது அமெரிக்கா.

கியூபாவின் மீது அமெரிக்கா காட்டிய அக்கறைக்கு ஒரு காரணம் இருந்தது. அமெரிக்காவின் நேரடிக் கட்டுப்பாட்டில் இருந்த அந்த நான்கு வருடங்களில் கியூபாவின் இயற்கை வளங்களையும், செல்வங்களையும் அமெரிக்க முதலாளிகள் அபகரித்தனர். நியூயார்க் நகரில் வசிக்கும் சில அமெரிக்க முதலாளிகள் 2 லட்சம் ஹெக்டேர் வரை கரும்பு நிலங்களைக் கைப்பற்றியிருந்தனர். ஏறக்குறைய 40 பெரும் சர்க்கரை ஆலைகள் அவர்களுக்கு சொந்தமாயிருந்தன. கியூபாவில் கிடைக்கும் இரும்பு சுரங்கங்களில் 90 சதவீதம் அமெரிக்காவின் எஃகுத் தொழிற்சாலைகளின் கையிலிருந்தன. கியூபாவில் விளையும் ஏராளமான சிட்ரஸ் பழவகைகளான ஆரஞ்சு, எலுமிச்சை ஆகியவற்றை அமெரிக்காவின் பகாசூரனான யுனைடெட் ஃப்ரூட் கம்பெனி (United Fruit Company) விழுங்கிக் கொண்டிருந்தது.

கியூபா குடியரசான பின்னும் அங்கு வந்த அரசுகள் அமெரிக்காவின் தலையாட்டிப் பொம்மைகளாகவே செயல்பட்டன. அவற்றுள் மிகவும் மோசமானது புல்ஜென்சியோ பாடிஸ்டா சால்டிவார் என்ற ஒரு இராணுவ சார்ஜென்டின் ஆட்சியாகும். 1940 முதல் 1944 வரை ஜனாதிபதியாகச் செயல்பட்ட பாடிஸ்டா, எட்டாண்டுகளுக்குப் பின், 1952 இல் இராணுவப் புரட்சியின் மூலம் ஆட்சியை மீண்டும் கைப்பற்றினான். அவனுடைய ஆட்சியில் ஊழலும், வறுமையும், வேலையில்லாத் திண்டாட்டமும் அதிகாரத் துஷ்பிரயோகமும் தலைவிரித்தாடின. எதிர்ப்பவர்களுக்கு மரணம் என்ற நிலை.

ஜோஸ் மார்டியின் வழியில்...

இந்நேரத்தில் கியூபாவின் சுதந்திரப் போராட்ட வீரர் ஜோஸ் மார்ட்டியின் கருத்துக்களால் கவரப்பட்டு அரசியலில் ஆர்வம் கொண்டிருந்த ஓர் இளைஞன் கியூபாவின் அவலத்தைக்

கண்டு கொதித்தெழுந்தான். மார்க்சியம் - லெனினிய கருத்துக்களுடன் அவனுக்குப் பரிச்சயம் ஏற்பட்ட போது, தீர்வுக்கான வழி தென்பட்டது. ஏறக்குறைய 40,000 மைல்கள் கியூபாவிற்குள்ளேயே சுற்றிச்சுற்றி நடந்து செயல் துடிப்புள்ள இளைஞர்களைத் தீக்குச்சிகள் போல் சேகரித்தான். 1953 ஆம் ஆண்டு ஜூலை 26 இரவில் 120 இளைஞர்களைக் கொண்ட புரட்சிப்படை பாடிஸ்டாவின் மான்கடா படைத்தளத்தின் மீது தாக்குதல் தொடுத்தது. ஒரு சிறிய தவறினால் அத்திட்டம் தோல்வியுற, ஃபிடல் காஸ்ட்ரோ என்ற அந்த இளைஞனும் இன்னும் சிலரும் சிறைப்பிடிக்கப்பட்டனர். அவர்களை சிறையில் வைத்தே கொன்றுவிடவும் முயற்சிகள் நடந்தன. அவர்கள் மீது தொடுக்கப்பட்ட வழக்கில் ஃபிடல் காஸ்ட்ரோ நீதிமன்றத்தில் ஆற்றிய உரையானது, ஆட்சியாளர்களைக் குற்றவாளிகளாகப் பறைசாற்றியது. இந்த உலகப் புகழ் பெற்ற உரையை முடிவில் ஃபிடல் காஸ்ட்ரோ "வரலாறு என்னை விடுதலை செய்யும்" என்று முடித்தார். கைதை எதிர்த்து நடந்த மக்கள் இயக்கங்களின் விளைவாக விடுதலையான காஸ்ட்ரோ - மெக்சிகோ நாட்டிற்குச் சென்று, சே குவேரா என்ற அர்ஜன்டினா இளைஞனுடன் இணைந்து, புரட்சிப் பணியினைத் தொடர்ந்தார். 1956 ஆம் ஆண்டு கிரான்மா என்ற கப்பலில் காஸ்ட்ரோ தலைமையில் கியூபாவிற்கு வந்த புரட்சிப்படை மூன்று ஆண்டுகள் தொடர்ந்து கொரில்லாப் போர் நடத்தி, பாடிஸ்டாவை நாட்டைவிட்டு துரத்தியது. 1959 ஜனவரி 1இல் தலைநகர் ஹவானாவிற்குள் நுழைந்த காஸ்ட்ரோ புரட்சி அரசாங்கத்தை நிறுவினார். அந்த அரசு கொண்டு வந்த சட்டங்கள் அமெரிக்க முதலாளிகளின் ஆதிக்கத்தை பெருமளவு குறைத்தன. நில உச்சவரம்பு சட்டத்தின்கீழ் அமெரிக்கரின் சர்க்கரை ஆலைகள் அரசுடைமையாக்கப்பட்டன. கியூபா நாட்டு கனிமவளச் சுரங்கங்கள், ஒரு அரசு ஸ்தாபனத்தின் கீழ் கொண்டு வரப்பட்டன. இரண்டு வங்கிகள் தவிர மற்ற அனைத்து வங்கிகளும் தேச உடைமையாக்கப்பட்டன. பாடிஸ்டாவின் இராணுவப் புரட்சியின் போது களவாடப்பட்ட நிலங்கள்,

தொழிற்சாலைகள் மற்றும் வர்த்தக ஸ்தாபனங்கள் கைப்பற்றப்பட்டன. வேலையிழந்த தொழிலாளர்கள் அனைவரும் மீண்டும் பணியில் அமர்த்தப்பட்டனர். மின்சாரக் கட்டணம் பாதியாகக் குறைக்கப்பட்டது. எல்லாவிதமான வாடகைகளும் 50 சதவீதம் குறைக்கப்பட்டன.

அமெரிக்காவின் பொய்ப் பிரச்சாரம்:

லட்சக்கணக்கான கியூபா மக்களை மகிழ்வித்த இச்சட்டங்கள் பாகுபாடு கொண்ட அமைப்பினால் பயனடைந்த ஒரு சிலரையும், அமெரிக்கர்களையும் அலறச்செய்தன.

பாதிக்கப்பட்ட பிரிவினரின் வெறுப்புணர்வை மேலும் வளர்க்க அமெரிக்கா பொய்ப் பிரசாரங்களை அவிழ்த்துவிட்டது. குழந்தைகள் மீது பெற்றோருக்கு இருக்கும் சட்ட உரிமையைப் புரட்சி அரசு பறித்துவிடுமென்றும், கியூபாநாட்டு குழந்தைகள் சோவியத் யூனியனுக்கு 'ஏற்றுமதி' செய்யப்பட்டு விடுவரென்றும் கூறி நடுத்தர வர்க்கத்தினரிடையே பீதியைக் கிளப்பியது. இதனால் பயந்தும், அமெரிக்காவில் அருமையான வாழ்க்கை கிடைக்குமென்றும் எண்ணி ஆயிரக்கணக்கான டாக்டர்கள், என்ஜினியர்கள், ஆசிரியர்கள் கியூபாவை விட்டு வெளியேறினர். கியூபாவிலிருந்து 1961 ஏப்ரல் மாதத்தில் இவ்வாறு ஓடிப்போன 1200 பேரைக் கொண்ட கூலிப்படை ஒன்றை பயிற்றுவித்து கியூபாவைத் தாக்கும் திட்டமொன்றைத் தீட்டியது சி.ஐ.ஏ. பிக்ஸ் வளைகுடா (Bay of Pigs) வழியாக படகேறி வந்த இக்கூட்டம் கியூபாவின் மரண அடி பொறுக்காமல் சிதறி ஓடியது.

1961 ஆம் ஆண்டு ஜனவரியிலேயே கியூபாவுடனான அரசாங்க உறவுகளை அமெரிக்கா துண்டித்துக் கொண்டது. இதைத் தொடர்ந்து 1962 ஆம் ஆண்டில் அமெரிக்காவின் முன் முயற்சியினால் அமெரிக்க நாடுகளின் கூட்டமைப்பிலிருந்து (Organisation of American States) கியூபா நீக்கப்பட்டது. வர்த்தகம் மற்றும் பொருளாதாரத் துறைகளில்

கியூபாவிற்கு எதிராக கட்டுப்பாடுகள் விதிக்கப்பட்டன. இதே ஆண்டில் கியூபாவிற்கு எதிரான இராணுவ முற்றுகையும் துவங்கியது. பின்னர் உலகளாவிய நிர்ப்பந்தங்கள் மற்றும் கியூப மக்களின் தீவிர எதிர்ப்பின் விளைவாக இந்தக் கட்டுப்பாடுகள் தளத்தப்பட்டன.

அமெரிக்காவின் அனைத்துவிதமான முற்றுகைகளையும் இராணுவ விஷமங்களையும் எதிர்த்து கியூபா சோசலிசப் பாதையில் முன்னேறியது. 5 ஆண்டுகளுக்குள்ளாகவே கல்வியின்மையிலிருந்து கியூபா முழுமையாக விடுதலை பெற்றது. பாடிஸ்டாவின் ஏகபோக சர்வாதிகார அமைப்பிற்கு மாற்றாக அதிகாரம் பரவலாக்கப்பட்டது. தேசிய மக்கள் சக்திமன்றம் (National Assembly of People's Power) அமைக்கப்பட்டது.

சாதனைகளின் வரலாறு

சோசலிச உலகின் ஆக்கபூர்வமான வர்த்தக உதவிகளின் அடிப்படையில் கியூபா சோசலிசப் பாதையில் முன்னேறிச் சென்றது. கடந்த 40 ஆண்டு காலத்தில் அமெரிக்க ஏகாதிபத்தியத்தின் சகலவிதமான விஷமங்களுக்கும் தங்களது எதிர்ப்பைக் காட்டிய கியூபா மக்களின் வாழ்க்கைத் தரத்தில் ஒரு குணாம்ச ரீதியான மாற்றத்தைக் கொண்டுவர முடிந்தது. பெண்களை ஆக்கபூர்வமான தொழில்களில் ஈடுபடுத்தியதன் விளைவாக அமைப்பு ரீதியான தொழிலாளி வர்க்கத்தில் 40 சதவீதம் பேர் பெண்களாக உள்ளனர்.

1960 ஆம் ஆண்டில் குழந்தை இறப்பு என்பது ஒவ்வொரு ஆயிரத்திற்கும் 62 ஆக இருந்தது. இப்போது 10 க்கும் குறைவாக மாறியுள்ளது. மக்களின் சராசரி ஆயுட்காலம் 74, வயது வந்தோரின் கல்வியறிவு நூற்றுக்கு 96 சதவீதம், உணவின்மை காரணமாக ஏற்படும் நோய்களினால் மரணம் என்பது முற்றிலுமாக மறைந்து விட்டது. நூற்றுக்கு 98 சதவீதம் குழந்தைகளுக்குப் பலவித நோய்களைத் தடுப்பதற்கான பண உதவி பொதுத்துறை நிறுவனங்களின் மூலமாக செய்து கொடுக்க முடிந்துள்ளது. கியூபாவின்

இத்தகைய சாதனைகளை, அடிப்படை மனித உரிமைகளை உறுதிசெய்யும் சாதனைகள் என உலக வங்கியின் முன்னாள் தலைவர் ராபர்ட் மெக்னமாரா குறிப்பிட்டுள்ளார். கியூபாவில் குழந்தை இறப்பு விகிதம் வாஷிங்டன் நகரின் விகிதத்தைவிட மிகக் குறைவானது என்று அவர் கூறுகிறார். "உலக வங்கியின் தலைவராக இருந்தபோது 30 வருடங்கள் இத்தகைய முன்னேற்றத்தைக் காண முயற்சித்தேன். ஆனால் என்னால் முடியவில்லை" என்றார்.

கியூபாவில் ஒவ்வொரு ஆயிரம் பேருக்கும் 338 ரேடியோ, 193 டி.வி.செட்கள் உள்ளன. குழந்தைகள் அனைவருமே ஆரம்ப பள்ளிகளுக்குச் செல்கின்றனர். அவர்களில் 96 சதவீதம் பேர் நடுநிலைப் பள்ளிக்கு வருகின்றனர். ஹவானா மற்றும் அதுபோன்ற பெரிய நகரங்களில் பிச்சைக்காரர்கள் என்பதே கிடையாது. நகர்ப்புறக் குற்றங்கள் 1960 ஆம் ஆண்டைக் கணக்கிட்டால் அதில் 10 சதவீதம் குறைத்து விட்டது. மக்கள் அனைவருமே நல்ல சிகிச்சை பெறுவதற்கான ஏற்பாடுகள் உள்ளன.

மக்கள் அனைவருக்கும் சுத்தமான குடிநீர் வழங்கப்படுகிறது. தேவையை விட மிகக் குறைவான இயற்கை வளங்களையே கியூபா கொண்டிருந்தபோதிலும் சுரங்க எரிபொருட்களைக் கொண்டும், தேவையை நுகர்வதற்கான முறைகளின் மூலம் சோசலிசக் கோட்பாடுகளின் மேலுள்ள தீவிரமான பிடிப்பினால் உந்தப்பட்டு இத்தகைய மாற்றங்களை கொண்டுவர கியூபாவினால் முடிந்தது.

பன்னாட்டு நிறுவனங்கள் மற்றும் அமெரிக்காவின் மேலாதிக்கத்திற்கும் எதிராக உருவான இந்த மாறுதல்களை அமெரிக்க ஏகாதிபத்தியம் ஒப்புக்கொள்ள விரும்பவில்லை. எனவேதான் சோவியத் யூனியனிலும், கிழக்கு ஐரோப்பிய நாடுகளிலும் ஏற்பட்ட சோசலிச பின்னடைவுக்குப் பின்னர் புதியவேகத்துடன் அமெரிக்கா கியூபாவின் மீது பாய்ந்து வருகிறது.

கியூபா தனது விவசாயப் பொருட்களை விற்பனை செய்து எரிபொருட்களை வாங்க வேண்டியுள்ளது. பெட்ரோலிய எரிபொருட்களில் பெரும்பகுதி சோவியத்தில் இருந்து வந்து கொண்டிருந்தது. அமெரிக்காவின் பயமுறுத்தலுக்குப் பணிந்து, சர்வதேச ஒழுங்கு முறைகளையும் மீறி, இரு நாடுகளுக்கும் இடையிலான ஒப்பந்தங்களை மீறி ரஷ்ய ஜனநாயகக் குடியரசு கியூபாவுடனான வர்த்தக உறவுகளை துண்டித்துக் கொண்டது. ஏகாதிபத்திய அமெரிக்காவின் ஒரே குறிக்கோள் கியூபாவை மீண்டும் கொத்தடிமை நாடாக மாற்றுவதே ஆகும்.

அமெரிக்க நகரான ப்ளோரிடாவில் கியூபாவிற்கு எதிரான பிரச்சாரங்களும், நூறுகோடி டாலர் செலவில் இராணுவ நடவடிக்கைகளும் மேற்கொள்ளப்பட்டுள்ளன. நோபல் பரிசு பெற்ற அமெரிக்க பொருளாதார நிபுணர் மில்டன் பிராட்டினின் மேற்பார்வையில் காஸ்ட்ரோவை அப்புறப்படுத்திட புதியஅரசியலமைப்பிற்கான நகல் திட்டமும் உருவாக்கப்பட்டு வருகிறது. இவையல்லாது ஃபிடல் காஸ்ட்ரோவைக் கொலை செய்ய எண்ணற்ற முயற்சிகளை சிஐஏ-வும், அமெரிக்க இராணுவமும் எடுத்துள்ளது.

இத்தகைய நேரடியான, மறைமுகமான தாக்குதல்களை எதிர்த்து, சுதந்திர தாகம் மிக்க கியூபா மக்கள் இராணுவத்திற்கே உரித்தான கட்டுப்பாடுடன் தோளோடு தோள் நின்று போராட வருகிறார்கள். தென் அமெரிக்க நாடுகளின் நம்பிக்கைச் சின்னமாக இன்று கியூபா இருக்கிறது. நிகரகுவாவிலிருந்து சிலி நாடு வரையிலுள்ள அனைத்து லத்தீன் அமெரிக்க நாடுகளிலும் கியூபா ஆதரவுப் போராட்டம் துவங்கிவிட்டது. அமெரிக்காவின் பல்வேறு பல்கலைக்கழகங்களிலேயே கண்டனப் பேரணிகள் நடைபெற்று வருகின்றன.

உலகம் தழுவிய அளவில் ஜனநாயகம், சுதந்திரம் ஆகியவற்றிற்காகப் போராடும் மக்களுக்கு எடுத்துக்காட்டாக இன்று கியூபா விளங்குகிறது.

மிகப்பெரிய ஜனநாயகநாடான இந்தியா ஏகாதிபத்தியவாதிகளின் மிரட்டல்களுக்குப் பணியக்கூடாது. ஆபத்தான நேரத்தில் நண்பனை கைவிடுதல் என்பது நமது பாரம்பரியக் கோட்பாடுகளுக்கு விரோதமானது. நமது சுயமரியாதைக்கு விரோதமானது. எனவேதான் கியூபா தனது சுதந்திரத்தை காத்துக் கொள்ள நடத்தும் போராட்டம் நமது போராட்டமாக மாறியுள்ளது.

மூன்றாவது உலகத்தின் ஒரு பகுதியாக உள்ள லத்தீன் அமெரிக்க நாடுகளில் அமெரிக்க ஏகாதிபத்திய எதிர்ப்பு உணர்வு எழுச்சிபெற்றுள்ளது. வெனிஸுலாவில் துவங்கி பிரேசில்,அர்ஜெண்டினா, பொலிவியா, இன்று சிலி என ஒன்றன்பின் ஒன்றாக இடதுசாரி பாதையில் பயணத்தைத் துவக்கியிருப்பது உலகு தழுவிய ஏகாதிபத்திய எதிர்ப்பு இயக்கத்திற்கு வலுவூட்டுவதாக உள்ளது. 50 ஆண்டுகளுக்கு முன்பு ஃபிடல்-சே தலைமையில் நடைபெற்ற புரட்சியில் விடுதலை பெற்ற கியூபாவை அழிப்பதற்கு அமெரிக்கா தொடர்ந்து முயற்சித்து வருகிறது. அதன் சதித் திட்டங்களையெல்லாம் முறியடித்து புரட்சியைப் பாதுகாத்து கியூபா சோசலிசப் பாதையில் உறுதியாக செல்வதுதான் லத்தீன் அமெரிக்க நாடுகளில் இன்று உருவாகி உள்ள எழுச்சிக்கு அடிப்படையாக அமைந்துள்ளது. அதிபர் ஃபிடல் காஸ்ட்ரோ தலைமையில் கியூபா மக்கள் நடத்தி வரும் போராட்டம் லத்தின் அமெரிக்காவிற்கு மட்டுமல்ல உலகு தழுவிய புரட்சிகர சக்திகளுக்கும், உழைக்கும் மக்கள் இயக்கத்திற்கும் உற்சாகமூட்டுவதாக விளங்குகிறது.

"கியூபாவுக்கு ஆதரவு" - இயக்கம் என்பது இன்று, ஏகாதிபத்திய எதிர்ப்பின் அடையாளமாக மாறியுள்ளது. உலக மக்களின் - "சுதந்திரம், சமத்துவம், ஜனநாயகம்" ஆகிய உயரிய அபிலாஷைகளின் ஆதர்சமாகக் "கியூபா ஆதரவு" நடவடிக்கைகள் விளங்குகின்றன.

இந்தியா என்றுமே கியூபா மக்களின் நண்பனாக இருந்து வந்துள்ளது. தொண்ணூறுகளில் பொருளாதாரத் தடைகளில் அது தத்தளித்த போது இந்திய மக்களிடம் கோதுமை, உடை,

மருந்துப் பொருட்கள் உட்பட அனைத்தையும் வசூலித்து இரண்டு கப்பல்களில் ஹவானாவுக்கு அனுப்பி வைத்த உணர்ச்சிமயமான நிகழ்ச்சி நினைவுக் கூறக் கூடிய ஒன்றாகும். இடது சாரிகளின் முன்முயற்சியில் அனைத்து ஜனநாயக இயக்கங்களும், அரசியல் இயக்கங்களும் ஈடுபட்டது கியூபா ஆதரவு நடவடிக்கையில் முக்கியமான அம்சமாகும்.

(அமெரிக்க ஏகாதிபத்தியத்தின் தடைகளையும் தாக்குதல்களையும் எதிர்த்து அட்லாண்டிக் மகா சமுத்திரத்தின் ஓர் கரையில் அக்கினிக் குஞ்சாய் நின்று போராடி வரும் கியூபாவிற்கு ஆதரவு தெரிவித்து இந்தியாவில் நடந்த இயக்கத்திற்காக தமிழில் தயாரிக்கப்பட்ட பிரசுரம்)

சவுத் விஷன் சென்னை புக்ஸ்.

6

தமிழகத்தில் அடையாள அரசியல்

மனித வாழ்க்கையில் அடையாளங்கள் மாறிக் கொண்டே இருக்கின்றன. காலத்திற்கு காலம் இடத்திற்கு இடம். நெல்லை எக்ஸ்பிரஸ் ரயில் மதுரையில் நுழையும்போது திருநெல்வேலிக்காரர் அவருக்கே உரிய தமிழால் அண்ணாச்சியாக தனித்து அடையாளம் காணப்படுகிறார். திருச்சியைக் கடக்கும்போது மதுரை, நெல்லை மூன்றும் கலந்து சென்னைக்காரர்களுக்கு தெற்கத்திக்காரனாகி விடுகிறோம்.

பயணம் தொடர்கிறது ஆந்திர எல்லைக்குள் செல்லும்போது விதவிதமான தமிழர்கள் ஒட்டுமொத்த தமிழர்களாகி விடுகிறோம். டெல்லியில் இறங்கும்போது தமிழர், தெலுங்கர், கன்னடியர், மலையாளிகள் எல்லாம் மறந்து மதராஸிகள் ஆகிறோம்.

அப்படியே நல்லுறவு ரயிலில் பாகிஸ்தானுக்குள் நுழைந்தால் இந்தியர்களாகி விடுகிறோம். இவ்வாறு பிறர் நம்மைப் பார்க்கும் விதமும், நம்மை நாமே பார்த்துக் கொள்ளும் விதமும் 'சூழலுக்கு, காலத்துக்கு ஏற்ப மாறுபடுகிறது. சுய அடையாளங்களும், சமூக அடையாளங்களும் மாறுபடுவது மட்டுமல்ல, பல அடையாளங்களை ஒரே சமயத்தில் தன்னுள்ளே பொதித்து வைத்திருப்பதும், இந்த அடையாளங்கள் தமக்குள் பரஸ்பர தாக்கமற்படுத்திக் கொள்வதும், சூழலுக்குத் தகுந்தாற்போல்

குறிப்பட்ட அடையாளங்கள் முன்னுக்கு வருவதும், சில தேய்ந்து போவதும் உண்மை. அனுபவங்கள் அடையாளங்கள் பன்முகத்தன்மை கொண்டவை. பல அடுக்குகளையும் கொண்டவை. இருப்பே சிந்தனையைத் தீர்மானிக்கிறது என்றார் காரல்மார்க்ஸ். இருப்பு என்பது புறச்சூழல். சிந்தனை என்பது அகச்சூழல். புறச்சூழல் அகத்தின் மீதும், அகம் புறச்சூழலின் மீதும் தாக்கமேற்படுத்திக் கொண்டே இருக்கின்றன.

ஒரு தமிழர் விவசாயியாகவும், தொழிலாளியாகவும், முதலாளியாகவும், மத்திய தர வர்க்கத்தவராகவும் இருக்கிறார் இது வர்க்க அடையாளம். அவர் தலித்தாகவோ, தேவராகவோ, வன்னியராகவோ, பிராமணராகவோ இருக்கிறார். இது சாதிய அடையாளம். இந்துவாகவோ, இஸ்லாமியராகவோ, கிறிஸ்தவராகவோ இருக்கிறார். இது மத அடையாளம். ஆணாகவோ, பெண்ணாகவோ அல்லது திருநங்கையாகவோ இருக்கிறார் இது பாலியல் அடையாளம்.

குடும்பத்திற்குள் கணவனாகவோ, மனைவியாகவோ, மாமாவாகவோ, அத்தையாகவோ, அண்ணனாகவோ, தம்பியாகவோ இவ்வாறு எத்தனையோ உறவு முறை அடையாளங்களும் கொண்டிருக்கிறார். இந்த அடையாளங்கள் எல்லாம் ஒரு மனிதன் என்ற அடையாளத்துக்குள் பல்வேறு அடுக்குகளாய் இருக்கின்றன. இவற்றுள் பிறப்பால் வந்து இறப்பு வரை தொடரும் அடையாளங்களும், சமூக வாழ்க்கையின் போக்கில் வரித்துக் கொண்ட அடையாளங்களும், நிராகரிக்கப்பட்ட அடையாளங்களும் உள்ளன. பொருளாதாரச் சூழல் மற்றும் வாய்ப்புகளினால் வர்க்க அடையாளங்கள் மாறலாம். பொருளாதார ரீதியாக உயர்ந்த பின்னரும் சாதிய அடையாளத்தினால் தலித்களும், பிற்பட்ட வகுப்பினரும் ஒதுக்கி வைக்கப்படுவதும் நடக்கிறது. மதம் மாறினாலும் ஒரே மந்தையிலிருக்கும் ஆடுகளுக்கு வெவ்வேறு இடுகாடுகள் ஏன்? இனரீதியாக தமிழன் என்றாலும் ஒரே குளத்தில் குளிக்க முடியவில்லை. எதற்கு தனி டம்ளர்?

ஏன் மூலஸ்தானத்தில் ஒரே ஒருசாதி? தேர்வடத்தில் தீட்டு?

தமிழன் என்ற போதிலும் தமிழில் கூலி கேட்டுப் போராடும்போது ஏன் தமிழ் அமைச்சர், தமிழ் போலீசிடம் சொல்லி, தமிழ் தாசில்தாரின் ஒப்புதலோடு தோட்டாவினால் துளைக்கப்பட்டு தமிழ் மண்ணில் பச்சைத்தமிழ் ரத்தத்தை சிந்தவேண்டும்? வர்க்க சாதிய அடையாளங்களை மீறிய தமிழ் அடையாளம் என்ற ஒன்று உண்டா? அடையாளங்களைப் பற்றிய விவாதத்தில் இந்தக் கேள்விகளை எந்தவொரு அரசியல், கலாச்சார சூழலிலும் எழுப்ப முடியும். இப்போது நம் கவனம் தமிழ்ச் சூழலில் இருப்பதால் இப்படி.

தமிழகத்தில் அடையாளங்களின் அரசியல் பற்றிய விவாதத்தில் அடையாளங்கள் பற்றி மெதுவாக நாம் கூறிய கருத்துக்களைக் கவனத்தில் கொள்ள வேண்டியுள்ளது. தமிழன் என்ற அடையாளத்தைக் கட்டமைத்து உருவாக்கப்பட்ட அரசியல், அந்தக் கட்டமைப்புக்குள் பொதிந்திருந்த மற்ற அடையாளங்கள், அவற்றிற்கிடையேயுள்ள உறவுகள் முரண்கள் ஓர் அடையாளத்தைப் பிரித்துக் காணத் தேவைப்படும். இந்த அடையாளங்கள் வரலாற்றுப் போக்கில் எப்படி எழுந்தன, என்னவாயின, என்னவாகும் என்பது பற்றிய சில சிந்தனைகளின் விளைவே இக்கட்டுரை.

நிலவுடைமைச் சமூகம் முதலாளித்துவ சமூகமாக உருமாற்றம் பெறும்போது தொழிலாளி வர்க்கம் உருவானது. இது புறச்சூழல்நிகழ்வு. இந்த வர்க்கம் தன் இருப்பை உணர்ந்து உணர்வுப்பூர்வமாக அதன் நலன்களுக்காகப் போராடுவது அகச்சூழல் நிகழ்வு. வர்க்கம் வர்க்கமாக உருவானது ஒன்று. வர்க்கம் தனக்காகத் தன்னுணர்வுடன் செயல்படுவது மற்றொன்று. தன்னுணர்வுப் பெறச்செய்து தனக்காக தொழிலாளி வர்க்கத்தை எழச்செய்த அரசியலில் வர்க்க அடையாளம் பெரும்பங்காற்றியது. இதே கருத்தாக்கம் தமிழ் தேசிய இனம் என்று வரலாற்றுப்போக்கில் எவ்வாறு உருவானது? அது ஒரு மொழிபேசும் இனம் என தன்னுணர்வு கொண்டு அரசியல் ரீதியான போராட்டங்களும்,

அதிகாரத்திற்கும் தயார்படுத்தப்பட்டது எவ்வாறு எனப் பார்க்க வேண்டியுள்ளது. ஒரு வர்க்கத்திற்கு பொதுவான அரசியல், பொருளாதார இலக்குகள் இருப்பதுபோல ஒருமொழி பேசும் தேசிய இனத்தவர்க்குப் பொதுவான இலக்குகள் இருக்க முடியுமா என்ற கேள்வி எழுகிறது. தமிழன் என்ற அடையாளம் உருவானது நீண்டகால வரலாறு. இந்த உணர்வினை, ஊட்ட திராவிட இயக்க அரசியல், அது உருவாக்கிய அடையாளங்கள், அவற்றின் முரண்பாடுகள் பற்றிய சமீப வரலாற்றின்மீது தான் நம் கவனம் இப்போது.

பிராமணரல்லாதோர் என்ற அடையாளம்:

திராவிட இயக்கத்தின் துவக்கம் பிராமணரல்லாதோர் இயக்கம். தென்னிந்திய நலவுரிமைச் சங்கம் என்ற பெயரில் துவங்கப்பட்ட இவ்வியக்கம் அது நடத்திய பத்திரிகையின் பெயரால் ஜஸ்டிஸ் கட்சி என்றே அறியப்பட்டு வந்துள்ளது. 1916ல் சென்னை கோகலே ஹாலில், "சென்னையிலும் மொஃபஸல்" பகுதியிலும் பதவியும் செல்வாக்கும் மிக்க பிராமணரல்லாத ஜென்டில் மேன்கள் கலந்து கொண்ட மாநாட்டில் பிராமணரல்லாதார் அறிக்கையுடன் பிறந்தது ஜஸ்டிஸ் கட்சி. அந்த அறிக்கை இரண்டு அடையாளங்களை முன்னிறுத்தியது. இந்த "சென்னை ராஜதானியில் வாழும் 415 மில்லியன் மக்களில் 40 மில்லியனுக்கு சற்றும் குறையாத எண்ணிக்கையில் இருப்போர் பிராமணரல்லாதார்.

மிகப் பெரும்பான்மையான ஜமீன்தார்கள், நிலவுடமையாளர்கள் விவசாயிகளை உள்ளடக்கிய வரி செலுத்துவோரில் பெரும்பகுதியினர் இந்த வர்க்கத்தைச் சேர்ந்தவர்கள். ஆனால் சென்னையில் அரசியல் என்ற பெயரில் நடக்கும் நிகழ்வுகளில் அவர்களுக்கு உரிய பங்கினை அவர்கள் ஆற்றவில்லை. நாட்டின் பொதுவான முன்னற்றத்திற்காக வெகுஜனங்களிடையே அவர்களுக்கு இருக்கும் செல்வாக்கினை கொஞ்சங்கூட அவர்கள் பயன்படுத்திவில்லை. ஸ்தாபனரீதியாக முயற்சிகள் நடக்கும் இந்த நாளில், தங்களுடைய பொது நலன்களைக் காக்கவும் மேம்படுத்தவும், மக்களின் முன்னேற்றத்தில் எந்தவொரு

பங்கும் இல்லாமலேயே அவைகளின் அங்கீகரிக்கப்பட்ட பிரதிநிதிகளாக சில அரசியல்வாதிகள் செயல்படுவதைத் தடுக்கவும் வல்ல சரியான அமைப்பு இல்லாமலும் பிராமணரல்லாதார் இருக்கின்றனர். அவர்களின் சார்பாக உண்மையைப் பேசுவதற்கு ஒரு பத்திரிகைகூட அவர்களுக்கு இல்லை. இதனால் பிற்படுத்தப்பட்டோரின் அரசியல் நலன் (மக்கள் தொகையில் ஒன்றரை மில்லியனே இருக்கும் பிராமணர்களுடன் ஒப்பிடும்போது) ஸ்தூலமாக பாதிக்கப்பட்டுள்ளது'' என்கிறது பிராமணரல்லாதோர் அறிக்கை.

இப்படிக் கூறும் அறிக்கை அலெக்ஸாண்டர் கார்டியூ என்ற பிரிட்டிஷ் அதிகாரி கொடுக்கும் புள்ளி விவரங்களின் துணையுடன் பிராமணரல்லாதோர் சமூகத்தின் மனக்குறைகளை வெளிப்படுத்துகிறது. 1892 மற்றும் 1904ஆம் ஆண்டுகளுக்கிடையே நடைபெற்ற அரசுப்பணித் தேர்வுகளில் வெற்றிபெற்ற 16 பேரில் 15 பேர் பிராமணர்கள். உதவிப்பொறியாளர், உதவி கலெக்டர்கள், நீதித்துறை அலுவலர்கள் பணித்தேர்வுகளிலும் இதே நிலைதான். சென்னைப் பல்கலைக் கழகத்திலும், சட்டமன்றத்திலும் பிராமணர் ஆதிக்கமே என்று கார்டியூ கூறியதாக பிராமணரல்லாதோர் அறிக்கை குறிப்பிடுகிறது. அரசியலில் என்ன நிலை? பிராமணரல்லாதோர் அறிக்கை இவ்வாறு கூறுகிறது. "அகில இந்திய காங்கிரஸ் கமிட்டிக்கு சென்னை ராஜதானியின் பிரதிநிதிகளில் ஒரே ஒரு பிராமணரல்லாத இந்தியரைத் தவிர மற்ற அனைத்து ஜென்டில்மேன்களும் பிராமணர்களே. ஆயினும் இந்திய அரசியலமைப்புச் சட்டத் திருத்தம், போர் போன்ற முக்கியமான விஷயங்களில் காங்கிரஸ் கட்சியின் செயற்குழுவில் செயல்படும் இக்கமிட்டியின் முடிவு இந்தப் பெரிய, முக்கியமான ராஜதானியில் வாழும் 40 மில்லியன் பிராமணரல்லாத மக்களின் தெளிவான கருத்தாக உலகமே மெச்சி நோக்கும்படி எடுத்துரைக்கப்படும்."

பொது நிறுவனங்களில் பிராமணர்களின் ஆதிக்கத்தை எடுத்துரைத்து கேள்விக்குள்ளாக்கும் பணியை பிராமணரல்லாதோர் அறிக்கை சரியாகச் செய்தபோதிலும் பிராமணரல்லாதோர் என்று ஒரு சமூகத்தை அடையாளப்படுத்தும் போதும்தான் பிரச்சனையே எழுகிறது. பொதுவான குறைகளையும், இலக்குகளையும் கொண்ட பிராமணரல்லாதோர் சமூகம் என்ற ஒன்று 20ஆம் நூற்றாண்டின் துவக்கத்தில் இருந்ததா? பிரதிநிதித்துவப் படுத்துவதற்கு காங்கிரஸ் கமிட்டிக்கு உள்ள தகுதியைக் கேள்விக்குள்ளாக்கிய ஜஸ்டிஸ் கட்சி இதே பகுதி மக்கள் எல்லோரின் நலன்களையும், விழைவுகளையும் பிரதிபலித்ததா என்ற கேள்வியும் எழுகிறது.

முதலில் சமூக, அரசியல் கலாச்சாரத் தளங்களில் பிராமணர்கள் மேல்தட்டில் இருந்தனர் என்பது வரலாற்று உண்மை. இப்படி ஒரு அடையாளம் இருந்ததை பிராமணர்களாலே கூட மறுக்க முடியாது. வரலாற்று ரீதியாக கல்வியின் அனைத்துப் பலன்கைளயும் பெற்றதால் மிகப் பெரும்பாலான பிராமணர்கள் கல்வி மற்றும் அதிகார வட்டங்களின் பிரதான இடத்தைப் பிடித்திருந்தனர். ஆனால் ராஜதானியில் வாழ்ந்த சாதிய சமூகத்தை பிராமணர் - பிராமணர் அல்லாதோர் என இரண்டே பிரிவாக பிரிக்கப் பட்டதானது; பிராமணரல்லாதோர்க்கு இடையில் பொதிந்து கிடந்த சமூக, கலாச்சார, பொருளாதார முரண்பாடுகளை மூடி மறைக்கவே உதவியது.

யூஜின் இர்ஷிசிக் என்ற வரலாற்றியலாளர் இந்தப் பாகுபாட்டை பிரிட்டிஷ் அரசின் தந்திரமாகவே பார்க்கிறார். பிரிட்டிஷ் அரசாங்கம் மக்களிடையே பிரித்தாளும் சூழ்ச்சியை கையாள நினைத்தது என்று குறிப்படுகிறார். ஆனால் உள்ளூர் சமுதாயம் இந்த வகைப்படுத்தலுக்கு உரிய விதத்தில் துல்லியமாகவும், தீர்க்கமாகவும் பிரிந்திருக்கவில்லை. பிரிட்டிஷ் அரசாங்கம் எடுத்தாண்ட பதங்கள் ஒரே வகைக்குள் பலதரப்பட்ட குழுக்கள் பலவற்றை அடக்கியது என்கிறார். இப்படி வகைப்படுத்தும்

பணியைச் செய்தது பிரிட்டிஷ் அரசாங்கத்தின் கல்வித்துறைதான் என்பதை ஆதாரத்துடன் விளக்குகிறார். 1870-71ல் பள்ளி செல்லும் மாணவர்கள் பிராமணர்கள், மற்ற இந்துக்கள், கிழக்கு இந்தியர்கள், ஐரோப்பியர்கள், முகமதியர்கள், உள்நாட்டு கிறிஸ்தவர்கள், பார்சிகள் என்று வகைப்படுத்தப்பட்டனர். 1880களில் இந்துக்கள் பிராமணர், வைசியர், சூத்திரர், மற்ற இந்துக்கள் என வகைப்படுத்தப்பட்டனர். 19ஆம் நூற்றாண்டு முடிவதற்குள் சுருக்கமாக பிராமணர், பிராமணரல்லாதோர் என்று வகைப்படுத்தப்பட்டனர் என்று குறிப்படுகிறார் இர்ஷசிக்.

பிராமணரல்லாதோர் சமூகம் முரண்பாடுகள்:

ஜஸ்டிஸ் கட்சி கட்டமைக்க முயற்சி செய்த பிராமணரல்லாதோர் சமூகத்திற்குள் இருந்த முரண்பாடுகள் கட்சி ஆரம்பிப்பதற்கு முன்னிருந்த பத்தாண்டுகளில் பலவகைகளில் வெளிப்பட்டன. தங்கள் பண்ணைகளில் அடிமை ஊழியம் புரிவதற்கு பள்ளர், பறையர், பள்ளி இன மக்களை அமர்த்தியதில் பிராமண நிலப்பிரபுக்களுக்கு எந்த விதத்திலும் குறைந்தவர்கள் அல்லர் பிராமணரல்லாத நிலப்பிரப்புகள். “தென்னிந்தியாவில் நிலமும் சாதியும்” என்ற தன் புத்தகத்தில் பொருளாதாரப் பேராசிரியர் தர்மாகுமார் இவ்வாறு குறிப்பிடுகிறார். ‘‘19ஆம் நூற்றாண்டின் துவக்கத்தில் பிராமணரல்லாத (வெள்ளாள) விவசாயிகள் அடிமைகளை வைத்திருந்தனர். முதலாளிகள் அவர்களை விற்கவும், அவர்களின் பணியை அடகு வைக்கவும் அல்லது வாடகைக்கு எடுக்கவும் முடியும்.” பள்ளி என்ற சாதியினரை வகைப்படுத்துதல் தொடர்பான விவாதத்தின்போது மேலும் அவர் எழுதுகிறார்: “பள்ளி, பள்ளர், பறையர் ஆகிய மூன்று விவசாய அடிமை சாதிகள் உண்டென்று எல்லிஸ் என்ற ஆய்வாளர் கூறிய போதிலும், தஞ்சாவூரில் பள்ளர் மற்றும் பறையர் மட்டுமே அடிமை சாதிகளாக இருந்ததாக 1819ல் அந்த மாவட்ட ஆட்சியர் கூறியிருக்கிறார். மேலும், பள்ளி சாதியினர் பிராணர்களுக்கு அடிமைகளாகவும் மற்ற பள்ளர், பறையர் இருசாதியினரும்

பிராமணரல்லாதோருக்கும் பணி புரிந்தனர். 1881ல் நடந்த மக்கள்தொகை கணக்கெடுப்பின்படி பள்ளி சாதினர் பலரும் ஒருகாலத்தில் வெள்ளாள நிலப்பிரபுக்களின் அடிமைகளாக இருந்திருக்கக்கூடும் என்றும், இணைந்த ஒன்பது தமிழ் மாவட்டங்களிலும் பண்ணையாட்கள் வாங்கப்பட்டதற்கும், அடகு வைக்கப்பட்டதற்கும் ஏராளமான ஆதாரங்கள் உள்ளன." என்று தர்மாகுமார் கூறுகிறார்.

பிராமணரல்லாதோரில் ஒருபிரிவினர் பிராமணரல்லாத மற்ற சில பிரிவினரை அடிமைகளாக நடத்தினர் என்ற வரலாற்று உண்மைகளைக் கண்ட பின்னரும் பிராமணரல்லா தோர் என்றஒரு பொது அடையாளம் எப்படி நியாயமானதாக இருக்கமுடியும்? அவர்களுக்கென்று பொதுவான நலன் எதுவாக இருக்கமுடியும்? அடுத்தடுத்து வந்த பஞ்சங்களின் தாக்குதலிலிருந்து தப்பிக்க இலங்கை, மலேசியா, மேற்குத்தொடர்ச்சி மலைகள் என்று கூட்டம் கூட்டமாக புலம் பெயர்ந்தவர்களில் மிகப் பெரும்பான்மையினர் அல்லது அனைவரும் பிராமணரல்லாதோர்தானே?

நிலவுடைமையாளரின் சாதி எதுவாக இருந்தபோதிலும் விவசாயிகளின் கூலி, 19ஆம் நூற்றாண்டு முழுவதிலும் உயராமல் தேங்கி நின்றது. விலைவாசியுடன் ஒப்பிடும்போது கூலியின் சிறு உயர்வு விவசாயத் தொழிலாளி வாழ்க்கையில் எவ்வித நல்ல மாற்றத்தையும் ஏற்படுத்திவிட முடியாது என்று பொருளாதார வல்லுநர்கள் கூறலாம். தஞ்சை மாவட்டத்தில் 1873ஆம் ஆண்டில் விவசாயத் தொழிலாளியின் மாதாந்திரக் கூலி ரூ. 2.95. 1900ல் இது ரூ.5.06ஆக உயர்ந்தது. தானியமாக (நெல்) கொடுக்கப்பட்ட வருடாந்திரக் கூலி இந்தக் காலகட்டத்தில் சரிந்தது. தஞ்சாவூர் மாவட்டத்தில் 1873ல் வருடத்திற்கு 735 சீர் அரிசி கொடுக்கப்பட்டு வந்தது. 1900ல் இது 572 சீராகக் குறைக்கப்பட்டது. இதே காலகட்டத்தில் அரிசியின் விலை 48 புள்ளிகளும், சோளத்தின் விலை 60 புள்ளிகளும், கம்பின் விலை 51 புள்ளிகளும், ராகியின் விலை 65 புள்ளிகளும் உயர்ந்தன.

பொருளியல் வரலாற்றாசிரியர்கள் பலரும் எழுதியது போல பிரிட்டிஷ் ஆட்சியாளர்கள் இந்தியாவை கச்சாப்பொருள் சுரங்கமாகவே கண்டனர். விவசாயத்திலிருந்து எவ்வளவு உபரி கிடைக்குமோ அது முழுமையும் உறிஞ்சி எடுப்பதுதான் அவர்களின் நோக்கம். இந்த நோக்கத்தை அடைவதற்கு அவர்களுக்குக் கிடைத்த கூட்டாளிகள்தாம் இந்தியாவின் பெரும்பாலான நிலப்பிரபுக்களான பிராமணர்களும், பிராமணரல்லாதோர்களும். இந்த வர்க்க கூட்டணியின் விளைவாகத்தான் இந்தியாவின் விவசாயிகளுக்கும், விவசாயத் தொழிலாளிகளுக்கும் 19ஆம் நூற்றாண்டு முழுதும் துயரங்களின் தொடராக இருந்தது. இந்தத் துயரத்தின் தாக்கம் விவசாயத் தொழிலாளரில் பெரும்பான்மையாக இருந்த தாழ்த்தப்பட்ட மக்களையே அதிகம் பாதித்தது. சாதியக் கொடுமைகளும் சேர்ந்து அவர்கள் இரட்டைத் தாக்குதலுக்குள்ளாயினர். பொருளாதார முரண்பாடுகளும், சமூக முரண்பாடுகளும் நிறைந்த இந்தச் சமூகத்தை எப்படி இரண்டே அடையாளங்களுக்குள் அடக்கிவிட முடியும்?

1916ல் வெளியிடப்பட்ட பிராமணரல்லாதோரின் அறிக்கை அரசாங்கப் பதவிகளிலும், கல்வியிலும், நீதித்துறையிலும் பிராணர்களின் ஆதிக்கத்தைச் சரியாகவே சுட்டிக்காட்டியது. இந்த முரண்பாட்டைத் தீர்க்க பிராமணரல்லாதோர் அதிகக் கல்வியறிவு பெற வேண்டும் பத்திரிகை தொடங்கவேண்டும் என்றும் சரியாகவே கூறியது. அடுத்தடுத்து வந்த பஞ்சங்களின் தாக்குதலிலிருந்து தட்டுத் தடுமாறி தப்பித்து பொருளாதார, சாதியக் கொடுமைகளைச் சந்தித்து வந்த கோடிக்கணக்கான பிராமணரல்லாத மக்களைப் பற்றி அது பேசவேயில்லை. மாறாக இந்த நாட்டின் பொருளாதார இழிநிலைக்கு முழுமுதற் காரணமாய் இருந்த பிரிட்டிஷ் அரசாங்கமே சமூகங்களுக்கிடையே நீதியை நிலைநாட்டிட முடியும் என்றுகூறி அந்த அரசுக்கு தன் முழு ஆதரவைத் தெரிவித்தது.

அடையாள அரசியலின் ஆரம்பத்தில் இருந்த இந்தமுரண்பாடுகள் இன்றும் தீர்க்கப்படாமலே தான் இருக்கின்றன.

சுயமரியாதை அடையாளம்:

முரண்பாடுகள் இருந்தபோதிலும் ஜஸ்டிஸ் கட்சி 1919ல் அரசியல் அதிகாரத்தைக் கைப்பற்றியது. ஒருவரின் சொத்து மதிப்பையும், கல்வித் தகுதியையுமே வைத்து வாக்குரிமை என்ற நிலையில் பிராமணரல்லாதாரில் மேட்டுக்குடியினர் ஆதரவுடன் இது சாத்தியமானது. முரண்பாடுகளால் நீதிக்கட்சியின் சமூகத் தளமும் குறுகலாகவே இருந்தது. இதை உணர்ந்து முதன்முதலாகக் குரலெழுப்பியவர் ஈ.வெ.ரா. பெரியார்.

காங்கிரஸின் தீவிர உறுப்பினராகவும், சென்னை மாகாணத் தலைவராகவும் பணிபுரிந்த பெரியாருக்கு அவ்வியக்கம் கட்டமைத்த தேசிய அடையாளத்துடன் முரண்பாடு ஏற்பட்டது. வைக்கம் போராட்டம், காங்கிரஸ் நிதியுதவியுடன் நடத்தப்பட்ட சேரன்மாதேவி குருகுலத்தில் பிராமணரல்லாத மாணவர்களுக்கு நேர்ந்த பாரபட்சம், வகுப்புவாரிப் பிரதிநிதித்துவத்திற்கு எதிராக காங்கிரஸிலுள்ள பெரும்பாலான பிராமணத் தலைவர்கள் எடுத்த நிலைப்பாடு இவையெல்லாம் காங்கிரஸிலிருந்து பெரியாரை அந்நியப்படுத்தின. இவற்றுக்கெல்லாம் மேலாக வருணாசிரம தர்மம் சமூகத் தேவை என்று மகாத்மா காந்தி எடுத்த நிலைப்பாடு பெரியார் காங்கிரஸை விட்டு முற்றிலும் விலக வைத்தது.

பிராமணியம், இந்து மதம், காங்கிரஸ் மூன்றும் ஒழிந்தால்தான் உண்மையான விடுதலை என்று கூறிவெளியேறினார் பெரியார். சென்னை மாகாணத்தின் தலைவர்களில் பெரும்பாலோர் பிராமணர்களாக இருந்ததும், அவர்கள் பிராமணியத்தை இந்து மதமாகப் பாவித்ததும், வர்ணாசிரமத்தை நியாயப்படுத்தி ஆண்டாண்டு காலமாக தொடர்ந்த சாதியப்பார்வை, பாகுபாடுகளுக்கு எதிராகக் குரல்

கொடுத்தவர்களை வகுப்புவாதிகள் என்று முத்திரை குத்தியதும் அவர்கள் கட்டமைத்த தேசியம் என்ற அடையாளத்தையே கேள்விக்குள்ளாக்கியது.

காங்கிரஸிலிருந்து வெளியேறிய பெரியார் நீதிக்கட்சியின்மீது நாட்டம் கொண்டிருந்தபோதிலும் அக்கட்சியினர் கட்டமைத்த பிராமணரல்லாதார் என்ற அடையாளத்தின் முரண்பாடுகளை பிராமணரல்லாதார் மாநாட்டில் இவ்வாறு சுட்டிக்காட்டினார்: “நம் இயக்கம் என்னவென்பதை சாதாரண மக்களுக்கு முதலில் புரியச் செய்துவிட்டோமா? சாதாரண மனிதனின் ஆதரவைப் பெறுவதற்கு நாம் ஏதாவது செய்திருக்கிறோமா? அரசாங்கத்தில் பதவிகளை கவர்ந்து கொண்டோம். கௌரவப் பதவிகளைப் பெற்றுக்கொண்டோம் ஆனால் இவை மக்களுக்குப் பலனைத் தந்தனவா? நமது அதிகாரத்தையும் பதவியையும் பயன்படுத்தி பிராமணர்களின் முன்னேற்றத்தை தடுத்துவிட்டோம் என்பதில் சந்தேகமில்லை. ஆனால், மக்களை ஆட்டிப்படைத்து அவர்களைக் கூலிகளாகவும் ஏழைத் தொழிலாளிகளாகவும் வைத்திருக்கும் துயரங்களிலிருந்தும் மூட நம்பிக்கைகளிலிருந்தும் விடுவிப்பதற்கு நாம் என்ன செய்து விட்டோம்? பதவிகளும் பட்டங்களும் தேவையில்லை என்று நான் கூறவில்லை. ஆனால் அவை மட்டுமே நம் இலக்குகளாக இருக்க முடியாது. நாம் பிராமணரல்லாதார் என்று சொல்லிக்கொள்ளும்போது 90 சத ஏழைகளையும் வாழ்வு மறுக்கப்பட்டவர்களையும் குறிப்பிடுகிறோமே தவிர ராஜாக்களையும் ஜமீன்தார்களையும் அல்ல. இங்கு கூடியுள்ளோர் உண்மையிலேயே பிராமணரல்லாதவரின் நலனைக்காக்க உறுதி கொண்டுள்ளவர்களா அல்லது தேர்ந்தெடுக்கப்பட்ட சிலரின் வளர்ச்சிக்காக நிற்பவர்களா என்று கேட்கிறேன். இங்குள்ள தலைவர்கள் எல்லோரும் இந்த விஷயத்தில் புத்திசாலித்தனமாகவும் பொறுப்புணர்வுடனும் நடப்பதற்கு உறுதி கொடுப்பார்கள் என நம்புகிறேன். அப்படி நடக்க வேண்டும் என்று கேட்டுக் கொள்கிறேன்” என்றார் பெரியார்.

நீதிக்கட்சியின் முரண்பாடுகளையும், குறைபாடுகளையும் துல்லியமாக உணர்ந்திருந்த பெரியார் அடுத்தக்கட்டமாக பிராமணரல்லாதார் இயக்கத்தை விரிவாக்கி மேலும் ஜனநாயகப்படுத்த முற்பட்டார். பிராமணரல்லாதார் என்ற அடையாளத்திற்கு புதிய பரிமாணங்களை அளித்தார். அவரைப் பொறுத்தவரையில் பிராமணரல்லாதோர், கலாச்சார ரீதியாக பிராமணர்களால் அடிமைப்படுத்தப்பட்டுள்ளதால் பொருள் மற்றும் அறிவாதாரங்களை இழந்தவர்கள்.

சாதிய அமைப்பு பிராமணியம் என்ற தத்துவத்தின் ஆதாரத்துடனும் புராணங்கள் வேதங்கள் உதவியுடனும் நிலைநிறுத்தப்பட்டுள்ளது. இதுவே பிராமணரல்லாதாரின் முன்னேற்றத்திற்குத் தடை. சாதியத்தின் தத்துவார்த்த தூண்களை தாக்கிய பெரியார் அதன் பொருளாதார அடிப்படையான நிலப்பரபுத்துவத்தை அடையாளப்படுத்தாமல் இருப்பது கவனிக்கத்தக்கது. ஆயினும் அவர் கண்ட சுயமரியாதை இயக்கம் பிராமணரல்லாத மேட்டுக்குடியினர் வகுத்த எல்லைகளை மீறி தாழ்த்தப்பட்ட மக்களையும், நாடார், அகமுடையார், இசைவேளாளர், செங்குந்தர், வன்னியகுல சத்திரியர் போன்ற பிரிவினரையும் சென்றடைந்தது. இச்சாதிகளில் பெரும்பாலோர் விவசாயத் தொழிலாளரகளாகவும், தொழில்முறை பயிற்சியில்லாத தொழிலாளர்களாகவும் இருந்தனர். தமிழ் பேசும் எல்லா மாவட்டங்களிலும் பரவியிருந்தனர். இதனால் பிராமணரல்லாதார் இயக்கம் புதிய பரந்துபட்ட பிரிவினரை தன்பால் ஈர்க்க முடிந்தது. சுயமரியாதை இயக்கம் அந்த அடையாளத்திற்கு வலுசேர்த்தது. சுயமரியாதை இயக்க வீரர்கள் சாதிப்பெயர்களைத் துறந்தனர். சாதியக் குறியீடுகளைத் தவிர்த்தனர். கலப்பு மணத்தை ஆதரித்தனர். மகளிர் உரிமைக்காக குரல் கொடுத்தனர். குழந்தைத் திருமணத்தை எதிர்த்தனர். விதவை மறுமணத்தை ஆதரித்தனர். பெண்களுக்கு குடும்ப சொத்தில் சமபங்கு கோரினர். பெண்களுக்கு விவாகரத்து உரிமை கோரினர். ஒரு

ஆய்வின்படி 1932ஆம் ஆண்டில் மட்டும் 1,50,000 பேர் சாதிப்பெயர்களைத் துறந்தனர்.

சுயமரியாதை இயக்க மாநாடுகளில் பின்வருமாறு தீர்மானங்கள் நிறைவேற்றப்பட்டன. 1. பிராமணரல்லாதார் வழிபாட்டிற்காக ஒரு பைசாக்கூட செலவு செய்யக்கூடாது. 2. வழிபடுபவர்களுக்கும், வழிபடப்படும் தெய்வங்களுக்கும் நடுவில் இடைத்தரகர் தேவையில்லை. 3. கோவில்கள் கட்டக்கூடாது. 4. இருக்கும் கோவில்களிலிருந்து கிடைக்கும் வருமானம் தொழில்நுட்பக் கல்விக்கும், தொழிற்சார்ந்த கல்விக்கும், கல்வித்துறை ஆராய்ச்சிக்கும் செலவிடப்படவேண்டும். 5. கோயில்களில் விழாக்கள் நடத்தக்கூடாது, அதற்கு பதிலாக மருத்துவம், சுகாதாரம் பற்றிய விழிப்புணர்வு ஏற்படுத்தும் வகையில் கண்காட்சிகள் நடத்தப்பட வேண்டும்.

பெரியாரும் சுயமரியாதை இயக்கமும் கட்டமைத்த அடையாளம் பன்முகத்தன்மை கொண்டிருந்தது. மதச்சார்பற்ற, சாதியத்திற்கு எதிரான, அறிவியல் மீது நம்பிக்கை கொண்ட, பாலியல் சமத்துவம் கோரும், பிராமணரல்லாத மனிதன் என்ற அடையாளம், வீரியமும் வீச்சும் நிறைந்ததாய் இருந்தது. சென்னை மாகாணத்தில் கலாச்சாரத் தத்துவார்த்த தளங்களில் ஒரு தாக்கத்தை ஏற்படுத்தியது. மனித சக்தி அளவில்லாதது, பிறப்பனால் தடைபடாதது என்ற ஐரோப்பிய மறுமலர்ச்சிக்கால நவீனயுகத்தின் சிந்தனை ஆதாரத்துடன் மக்களின் பொதுப்புத்தியில் தாக்கத்தை ஏற்படுத்தியது.

"சுயமரியாதைக்காரர்கள், தமிழ்ப்பிரியர்கள், சுற்றித்திரியும் சாதுக்கள், பெண்கள், ஆதிதிராவிடர்கள், தொழிலாளர்கள் மட்டுமின்றி காங்கிரஸாரையும் உள்ளடக்கி பெரியார் கட்டமைத்த வரலாற்றுக் குழுமம்" நீதிக்கட்சியை விட மிக அதிகத்திறன் வாய்ந்த அரசியல் சக்தியாக இருந்ததாக எஸ்.வி. ராஜதுரை, வ.கீதா தங்களுடைய புத்தகத்தில் குறிப்பிடுகின்றனர். சுயமரியாதை இயக்கமும்

நடைமுறைகளும், திட்டங்களும், பிராமணர்களை மட்டுமின்றி நீதிக்கட்சியினரையும் கொதிப்படையச் செய்தது. தீவிரமான மதச்சார்பற்ற புதிய அடையாளம் மேல்சாதியினர் எல்லோருக்குமே பயத்தைக் கொடுத்தது. பெரியார் தன் இயக்கத்தை அடுத்த தளத்துக்கு கொண்டுசெல்ல முற்பட்டபோது இந்தப் பயம் மேல்சாதி பிராமணர், பிராமணரல்லாதார் மட்டுமின்றி பிரிட்டிஷ் அரசாங்கத்தையும் தொற்றிக் கொண்டது. பெரியார் உருவாக்கிய சமூக அடையாளம் வர்க்கம் என்ற தளத்தை அடைந்தது. வரலாற்றில் ஒரு திருப்புமுனைக்கான அறிகுறிகள் தென்பட்டன.

வர்க்கம் என்ற தளத்தை அடைந்தபோது பிராமணரல்லாதோர் அரசியல் மற்றொரு குணாம்ச ரீதியான மாற்றம் அடைந்தது. முதல் மாற்றம் அது பிராமணரல்லாத மேட்டுக்குடியினரின் ஆதிக்கத்திலிருந்து நழுவிச் சென்று மற்ற சாதிப் பிரிவினரை அடைந்தது. அடுத்து புதிதாக உருவாகி வர்க்க உணர்வு பெற்றுவந்த தொழிலாளர்களை அடைந்தது. 1917ல் நடந்த ரஷ்யப் புரட்சியின் வீச்சினாலும் அதன் தாக்கத்தினால் எழுந்த கம்யூனிஸ்டு தலைவர்களான சிங்காரவேலர், ஜீவானந்தம் போன்றோரால் வர்க்க உணர்வு கூர்மையடைந்தது. இந்த காலகட்டத்தில்தான் தொழிற்சாலைகளின் எண்ணிக்கைக் கூடியது. 1920ல் 511 தொழிற்சங்கங்கள் இருந்தன. அடுத்த பத்தாண்டுகளுக்குள் எண்ணிக்கை 1661ஆக உயர்ந்தது.

நாகப்பட்டிணத்தில் நடந்த ரயில்வே தொழிலாளர் போராட்டத்திற்கு பெரியார் ஆதரவளித்தார். 1931ஆம் ஆண்டில் சோஷலிஸக் கருத்துக்களைப் பறைசாற்றும் வகையில் பல கட்டுரைகள் குடியரசு இதழில் பெரியார், சிங்காரவேலரால் எழுதப்பட்டன. கம்யூனிஸ்டுக் கட்சி அறிக்கையின் மொழிபெயர்ப்பு குடி அரசில் தொடராக வந்தது.

அதற்கு எழுதிய முன்னுரையில் பெரியார் ஏன் கம்யூனிஸக் கருத்துக்கள் இந்தியாவில் வேகமாகப் பரவவில்லை

என்பதற்கு ஒரு விளக்கம் கொடுக்கிறார். மற்ற நாடுகளில் ஏழை,பணக்காரன் என்ற இருசாரார்களுக்கும் இடையே நடக்கும் மோதல் நேரடியானது. இந்தியாவில் இந்த நேரடி முரண்பாட்டை மறைக்கும் வகையில் சாதிய அமைப்பு உள்ளது. பெரியார் அன்று கூறியபடி, வர்க்கத்தால் வேறுபட்டாலும் சாதியால் ஒன்றுபடுவதும் வர்க்க அடையாளத்தை சாதிய அடையாளத்திற்குள் மறைத்து நடக்கும் அரசியல் இன்றுவரை தொடர்கிறது. ஒரே சாதிக்குள் வர்க்க ரீதியாக மேல்நிலை அடைந்தவர்கள், தங்களுடைய வர்க்க அரசியல் நலனுக்காகவும் மற்ற சாதியிலேயே மேலெழுந்து வந்த பிரிவினருடன் பேரம் பேசுவதற்கும் சாதிய அடையாள அடிப்படையில் மக்களைத் திரட்டுவதையும் நாம் காண முடிகிறது. ஆனால் சிங்காரவேலரும், பெரியாரும் அன்று சுயமரியாதை, சமதர்மம் என்று எடுத்த நிலைப்பாடு பிராமணரல்லாதோர் என்ற அடையாளத்துக்கு ஒரு புதிய பரிமாணத்தைக் கொடுத்தது.

சோவியத் யூனியனுக்கு பெரியார் மேற்கொண்ட பயணம் சோஷலிஸ சிந்தனைகளின் தாக்கத்தினை அவர் மீது அதிகப்படுத்தியது. இந்தக் காலகட்டத்தில் அவருடைய எழுத்துக்களிலும், உரைகளிலும் பிராமணர்களை மட்டுமின்றி பணக்காரர்களையும் எதிரிகளாக அடையாளப்படுத்துகிறார். திராவிடன் அல்லது தமிழன் என்று அவரால் அடையாளப் படுத்தப்பட்ட மனிதன் பிராமணல்லாதவன், பிராமணரல்லாதோரில் கீழடுக்கில் இருப்பவன், சாதியத்தை விடுத்து சாதிப்பெயர்களை நீக்கிக்கொண்டவன், மதம், மூட நம்பிக்கைகளிலிருந்து விடுபட்டவன், உழைத்துப் பிழைப்பவனேயன்றி மற்றவரின் அறிவை முதல் ஆக்காதவன், அறிவியலின் திறன்களையும், பயன்பாடுகளையும் உணர்ந்தவன், இவற்றிற்கெல்லாம் மேலாக, பெண்களை பிள்ளை பெறும் எந்திரங்களாகப் பார்க்காமல் சொத்தில் சம உரிமை கொடுப்பவன்; பெண்களுக்கு விவாகரத்து உரிமையைக்கூட கொடுப்பவன்.

அவர் கட்டமைத்த அடையாளம் பன்முகத் தன்மை கொண்டிருந்தது. சுயமரியாதை இயக்கம் வகுத்த ஈரோட்டுத் திட்டம் சமூகத் தளைகளிலிருந்து விடுதலை பெற விரும்பிய தமிழர்களை அரசியல், பொருளாதாரத் தளைகளிலிருந்து விடுவிக்கும் திறன் கொண்டதாயிருந்தது. இத்திட்டத்தின் பிரதான அம்சங்களாவன, 1. பிரிட்டிஷ் மற்றும் பிற முதலாளித்துவ அரசுகளினின்றும் முழு விடுதலை. 2. எல்லாத் தேசியக் கடன்களும் ரத்து 3. இரயில்வே, வங்கி, கப்பல் மற்றும் பிற போக்குவரத்துக்கள் மட்டுமின்றி நிலமும் நீர்வளமும் பொதுவுடமை. 4. விவசாய நிலங்கள், காடுகள் எவ்வித நஷ்ட ஈடுமின்றி பொதுவுடைமையாக்கப்படும். 5. தொழிலாளர்களும், விவசாயிகளும் வாங்கிய கடன்கள் தள்ளுபடி. 6. எல்லா மாநிலங்களையும் ஒன்றிணைத்து தொழிலாளர் விவசாயிகளின் ஆட்சியின் கீழுள்ள ஒரு கூட்டமைப்பு 7. வேலைநேரம், ஊதிய நிர்ணயம் வாயிலாக தொழிலாளர், விவசாயிகளின் வாழ்க்கைத் தரத்தை உயர்த்துவது, வேலை கிடைக்காதோருக்கு உதவித்தொகை, தொழிலாளர் பயன்பெறும் வகையில் உடல்நல சுகாதார மையங்கள், இலவச நூலகங்கள் மற்றும் பல கலாச்சார அமைப்புகள், சுயமரியாதை சமதர்மம் என்ற அரசியல் கோஷம் தமிழ் மனிதனின் விடுதலைக்குத் தடையாக இருக்கும் மற்றவை எல்லாவற்றையும் தெளிவாக அடையாளப்படுத்தியது. இங்கு மற்றவையாக முன்னிறுத்தப்படுவன ஏகாதிபத்தியம், முதலாளித்துவம், பிராமணியம், ஆணாதிக்கச் சிந்தனை ஆகும். இந்தக் கோஷமும், திட்டமும் இரு தரப்பினரையும் ஒரே சமயத்தில் கலவரப்படுத்தின. ஜஸ்டிஸ் மற்றும் சுயமரியாதை இயக்கங்களுக்குள்ளிருந்த நிலவுடமை வர்க்கங்கள் ஒருபுறம் கிலியுற மறுபுறத்தில் பிரிட்டிஷ் அரசாங்கம் உஷாரானது. இக்காலகட்டத்தில் பெரியார் ஆற்றிய உரைகள் இவர்களை மேலும் உலுக்கியது.

மேற்கத்திய நாடுகளுடன் சோவியத் யூனியன் சுற்றுப்பயணம் முடிந்து நாடு திரும்பிய பெரியாருக்கு

சுயமரியாதை இயக்க இளைஞர்கள் ஈரோட்டில் அளித்த வரவேற்பில் பெரியார் எடுத்து வைத்த கருத்துக்களை பாருங்கள். "புரட்சி என்ற சொல்லைக் கண்டு அஞ்சாதீர்கள். ஒரு விஷயத்தை தலைகீழாய் புரட்டிப் போடுவதே புரட்சி. அரசன், கடவுள், மதங்கள் இவையாவும் பணக்காரர்களையும், பிராமணர்களையும் பாதுகாப்பதற்கென்று உருவாக்கப் பட்டவை. எவையெல்லாம் சுயமரியாதை உணர்ச்சியை மறுதலிக்கின்றனவோ அவற்றையெல்லாம் மாற்ற வேண்டும். அரசு சிம்மாசனத்தில் பிராமணரை அமரவைப்பதோ, பிராமணனிருக்கும் இடத்தில் அரசனை வைப்பதோ ஒருபோதும் சுயமரியாதை ஆகாது. மாற்றத்தைக் கொண்டு வர சீர்திருத்தங்கள் மட்டும் போதாது. புரட்சியே இப்போதைய தேவை." என்றும் முழக்கமிட்டார் பெரியார்.

சீர்திருத்தவாதியை ஏகாதிபத்தியமும், நிலவுடமை வர்க்கமும் ஏற்றுக்கொள்ளும். புரட்சிக்காரனை அவை பொறுத்துக் கொள்ளாது. வன்முறை கூடாது. நல்லெண்ணம் ஏற்பட்டுவிட்டாலே புரட்சி நிகழ்ந்துவிடும் என்று பெரியார் கூறியபோதிலும் சுயமரியாதை இயக்கம் செல்லும் பாதை சரியில்லையென்று இயக்கத் தலைவர்களில் ஒருசாரார் பெரியாருக்கு நெருக்குதல் கொடுத்தனர். வளர்ந்து வரும் கம்யூனிஸ்ட் இயக்கத்தின் மீது கொடூரமாகப் பாய்ந்த பிரிட்டிஷ் அரசாங்கத்தின் பார்வை பெரியார் மீதும் திரும்பியது. அரசாங்கத்தின் தாக்குதலுக்குள்ளானால் பிராமணரல்லாதோர் இயக்கம் அடைந்த பலன்களை இழக்க நேரிடும் என்ற அச்சவுணர்வில் சம தர்மப் பாதையிலிருந்து மீண்டும் சீர்திருத்தப் பாதைக்கு பெரியார் திரும்பினார்.

தமிழன் என்ற அடையாளம்

தேசிய உணர்வுகளின் எழுச்சியினால் இந்தக் காலகட்டத்தில் சென்னை மாகாணத்தில் காங்கிரஸ் ஆட்சி அதிகாரத்தைக் கைப்பற்றிய நிகழ்வினை பிராமணிய ஆதிக்கத்தின் எழுச்சியாகவே பெரியார் கண்டார். இந்தப் பார்வையினை வலுப்படுத்தும் விதமாக அப்போது முதல்வராகப் பொறுப்பேற்ற சி.ராஜகோபாலாச்சாரியார்

(ராஜாஜி) இந்தியைக் கட்டாயப் பாடமாக்கினார். பிராமணரல்லாதோர் இயக்கம் இதனைத் தமிழின் மீது பிராமணியம் தொடுத்த தாக்குதலாகவே கண்டது.

சமூக நீதிகோரி பிராமணரல்லாதோர் இயக்கம் தோன்றி வளர்ந்து வந்த காலத்திலேயேதான், மறைமலையடிகளின் தனித்தமிழ் இயக்கமும் வளர்ந்து வந்தது. ஐரோப்பாவிலிருந்து வந்து கிறிஸ்துவப் பாதிரியார்களான ஜி.யூ.போப், கால்டுவெல், வீரமாமுனிவர் எனப்படும் பெஸ்கி தமிழ்மொழியின் அரிய பொக்கிஷங்களையும் அதன் சிறப்புகளையும் எடுத்துச் சொன்னதில் தமிழ்பேசும் மக்களிடையே மொழியுணர்வு உருவாகி இருந்தது. தம்மொழியைப் பற்றிய பெருமையுணர்வும் கல்வி கற்க முடிந்த, தமிழ் படித்து வளர்ந்த புதிய மத்திய தர வர்க்கத்தினரிடையே நிலவியது. இவர்கள் ஜஸ்டிஸ் கட்சி அரசாங்கத்தினால் கொண்டு வரப்பட்ட இட ஒதுக்கீட்டு முறையினால் பயன்பெற்ற தலைமுறையினர் என்பதும் கவனிக்கத்தக்கது. மொழியுணர்வும், பிராமணரல்லா தோருக்கான சமூக நீதி உணர்வும் கொண்டிருந்த இந்தப் பிரிவினரிடையே இந்தி மொழித் திணிப்பு பெரும் எதிர்ப்புணர்வாகக் கிளம்பியது.

"ஆரிய பிராமண மொழியான" இந்தியைப் பிராமணரல்லாத தமிழ்பேசும் மக்களின் மீது காங்கிரஸ் திணிக்க முயல்வது பிராமணியத்தின் சூழ்ச்சியாகவே அவர்களுக்குப் பட்டது. இந்தி எதிர்ப்புப் போராட்டம் தொடங்கியது. இதனை ஒடுக்குவதற்கு இந்தியப் பாதுகாப்பு சட்ட விதிகள் என்ற கொடூரமான ஆயுதத்தை ராஜாஜி பிரயோகித்தார். தேசிய இயக்கத்தினை ஒடுக்குவதற்காக காங்கிரஸ் மீது ஏவப்பட்ட பிரிட்டிஷ் சட்டத்தை, மொழிப் போராளிகளுக்கு எதிராக ஏவியது காங்கிரஸ்.

சென்னை மாகாணத்தில் எழுந்த இந்தி எதிர்ப்பு உணர்வு கிழக்குக் கடற்கரை பகுதியில் சென்னையில் மெரீனா கடற்கரையில் சங்கமித்தது. ஒரு லட்சம் பேர் கலந்து

கொண்ட இக்கூட்டத்தில்தான் ‘திராவிட நாடு’ என்ற பிரிவினை கோஷம் எழுந்தது. பிரிட்டிஷ் ஆட்சியின் பிடியிலிருந்து நாடு விடுதலை பெற்றால், பிராமணிய (காங்கிரஸ்) ஆட்சியின் கீழ் வந்துவிடும். சமூகநீதி மறுக்கப்படும். தமிழ் மொழிக்கு மதிப்பு இருக்காது என்பவைதான் திராவிட நாடு கேட்டவர்களின் வாதம். பெரியார், சிங்காரவேலர் தலைமையில் பன்முகத்தன்மை பெற்று அடையாளம் மீண்டும் பிராமணர் பிராமணரல்லாதோர் என்று இரட்டை அடையாளமாகவும், பிராமணரல்லாத, ஆரியரல்லாத தமிழன் என்ற ஒரு வலுப்பெற்ற பரிமாணத்துடன் புதிய வடிவம் பெற்றது. திராவிட இயக்கத்தின் வலுவான அஸ்திவாரமானது.

இதே காலகட்டத்தில்தான் தேசிய இயக்கம் வலுப்பெற்று பெரும் எழுச்சியடைந்தது. வர்க்க அடிப்படையில் மக்களைத் திரட்டிய கம்யூனிஸ்டுகளும் வலுவடைந்து வந்தனர். தேசிய இயக்கத்தின் வீச்சினால் ஜஸ்டிஸ் கட்சியின் பிரிட்டிஷ் ஏகாதிபத்திய ஆதரவு நிலை அடிவாங்கியது. நிலப்பரபுத்துவ அரசியலின் செல்வாக்கு சரியத் துவங்கியது. இதைச் சரியாக உணர்ந்து கொண்டு பெரியாரின் கொள்கைகளால் ஈர்க்கப்பட்டு பிராமணரல்லாதோர் இயக்கத்திற்கு வந்தார் சி.என்.அண்ணாதுரை அவர்கள்.

பிராமணரல்லாதோர் அரசியல் அதிகாரம்பெற வேண்டுமெனில் நிலப்பிரபுத்துவ சக்திகளிடமிருந்து அதனை மீட்க வேண்டுமென்று முடிவெடுத்த அவர் பட்டுச் சட்டைகளையும், ஜரிகை வேட்டிகளையும் சாடினார். பிராமணரல்லாதோர் இயக்கத்துக்குக்குள் நிகழ்ந்த இந்த முரண்பாட்டினை நிலப்பிரபுத்துவ சக்திகளுக்கும், தமிழ்நடுத்தர வர்க்கத்திற்கும் இடையேயான முரண்பாடு என்று இலங்கைத் தமிழறிஞர் கா.சிவத்தம்பி கூறுவார். ஜஸ்டிஸ் கட்சி திராவிடர் கழகமாக மாறியதற்கான பின்னணி இதுதான்.

தேசிய இயக்கத்தின் தொடர்ந்த எழுச்சியினால், அன்னிய ஆட்சியிலிருந்து விடுதலை என்ற நிலை ஏற்பட்டபோதே,

சுதந்திர இந்தியாவின் அரசியல் சாத்தியக் கூறுகளை உணர்ந்த அண்ணாதுரை பெரியாரின் பாதையிலிருந்து விலகத் தொடங்கினார். ஆகஸ்டு 15ஐ துக்கநாளாக பெரியார் அறிவிக்க, அரசியல் விடுதலையைக் கொண்டாட முற்பட்டார் அண்ணா. திராவிட நாடு என்ற பிரிவினை கோரிக்கை அப்போதே நீர்த்துப்போனது. பெரியார் எடுத்துச் சென்ற சமூக தளத்திலிருந்து இயக்கத்தை அரசியல் தளத்திற்கு கொண்டு செல்ல அண்ணா முற்பட்டபோது கடவுள் மறுப்புக் கொள்கை வளர்ச்சிக்குத் தடையாக இருக்கும் என்பதை உணர்ந்து ஒன்றே குலம், ஒருவனே தேவன் என்று புதிய பாதையில் சென்றார். இந்த முரண்பாடுகளின் விளைவாகப் பிறந்தது தான் திராவிட முன்னேற்றக் கழகம்.

சுதந்திர இந்தியாவின் அரசியல் தளத்தில் தமிழ் அடையாளத்தை முன்வைத்து திமுக அரங்கேற்றிய அரசியலில், அதுவரை மற்றதாக இருந்த பிராமணிய ஆரிய அரசியல் ஆதிக்கம், வட இந்தியாவின் ஆதிக்கமாக மாறியது. காங்கிரஸ் கட்சி தேர்ந்தெடுத்த முதலாளித்துவ வளர்ச்சி பாதையினால் ஏற்பட்ட சமச்சீரற்ற வளர்ச்சியால் நாட்டின் பல பகுதிகளில் மக்களின் அதிருப்திக்கு இட்டுச் சென்றது. இந்தி எதிர்ப்புணர்வைத் தமிழகத்தில் அரசியலாக்குவதற்கு தமிழ் அடையாளம் பயன்பட்டது. சமச்சீரற்ற வளர்ச்சியால் எல்லாத் திசைகளிலுமுள்ள பகுதிகளும் பாதிக்கப்பட்டிருந்த போதிலும் தெற்கு மட்டும் தேய்வதாகக் காட்டி பிராமண ஆரிய வட இந்திய ஆதிக்கத்திற்கு எதிராகத் தமிழ் மக்களை திரட்ட முடிந்தது.

இந்தப் பணியில் சினிமா, பத்திரிகை போன்ற ஊடகங்களின் மூலமாக தமிழர்களின் பொதுப் புத்தியில் ஒரு வலுவான தாக்கத்தை ஏற்படுத்தியது அண்ணாவின் தலைமையிலான திமுக. சினிமா வசனங்களிலும், நாடகங்களிலும், பத்திரிகைக் கட்டுரைகளிலும் தமிழ் என்ற மொழியின் ஆற்றல் முழுவதையும் அற்புதமாகப் பயன்படுத்தினர். மொழி அங்கீகாரம், சமூக நீதி என்ற

பிரச்சனைகள் மட்டுமின்றி பணக்காரன் ஏழை என்ற வர்க்கப் பிரச்சினைகளும் பொதுப்புத்தியைச் சென்றடையச் செய்தனர் அண்ணாதுரை, கருணாநிதி போன்ற தலைவர்கள். "கல்லைத்தான், மண்ணைத்தான் காய்ச்சித்தான் குடிக்கத்தான் கற்றுக் கொடுத்தான் அந்த இறைவன்" என்றும் "கோவில் கூடாது என்பதல்ல, அது கொடியவர்களின் கூடாரமாக ஆகிவிடக்கூடாது" என்று பராசக்தியில் குணசேகரனும் பேசும் உணர்ச்சிகரமான வசனங்கள் பல அரசியல், சமூக, பொருளாதார கலாச்சாரச் செய்திகளாக வந்து தமிழர்களின் பொதுப்புத்தியைத் தாக்கின.

காங்கிரஸ் அரசின் அடக்குமுறை அரசியல், தத்துவார்த்தப் பிரச்சினைகளினால் கம்யூனிஸ்டு இயக்கம் நெருக்கடிக்குள்ளாயிருந்த சூழலில், வர்க்கப் பிரச்சினைகளையும், பொதுவுடைமை கருத்துக்களையும் அடுக்குத் தமிழில் பேசி, சமூக நீதி, மொழியுணர்வு என்று தமிழர்களிடையே உருவாக்கி வைத்திருந்த அடையாளத்திற்குப் பன்முக தன்மை அளித்ததுதான் திமுகவின் அடையாள அரசியலுக்குப் பெரும் பலத்தைக் கொடுத்தது.

அது மக்களின் மனங்களை வெல்வதற்கான போட்டியில் காங்கிரஸ், கம்யூனிஸ்டு இயக்கங்களை முந்திச் சென்றது.

இந்தி திணிப்பு

திராவிட இயக்கம் கட்டமைத்த அடையாளத்தை மேலும் வலுப்படுத்தும் வகையில்தான் காங்கிரஸ் அரசாங்கத்தின் கொள்கைகளும் இருந்தன. சுதந்திர இந்தியாவைப் பற்றிய உழைக்கும் மக்களின் கனவுகள் தகர்ந்தபோது பல மாநிலங்களிலும் காங்கிரஸ் எதிர்ப்பு அலைகள் எழுந்தன. 1937ல் ராஜாஜி செய்த அதே தவற்றை நேரு அரசாங்கமும் செய்தது. மீண்டும் இந்தி மொழி திணிப்பு நடந்தது. ஏற்கனவே தவறான முதலாளித்துவ வளர்ச்சிப்பாதையினால் ஏற்பட்ட பொருளாதாரப் பிரச்சினைகளில் மற்ற மொழிப் பிரிவினரைப் போலவே பாதிக்கப்பட்டிருந்த தமிழ்மக்களுக்கு, இந்தி எதிர்ப்புப் போராட்டம் ஒரு

வடிகாலாக இருந்தது. பன்மொழிக் கலாசாரம் நிலவும் ஒரு நாட்டில் தாய்மொழிக்கு அரசு அங்கீகாரம், ஆதரவு கேட்பதும், சாதிய ஏற்றத்தாழ்வுகள் நிறைந்த நாட்டில் இடஒதுக்கீடு கோருவதும் ஜனநாயகத் தன்மை கொண்ட கோரிக்கைகளாகும். இந்த ஜனநாயகக் கோரிக்கைகளைத் தமிழ் அடையாளத்தின் பேரில் திரட்டப்பட்ட மக்களுக்காகக் கேட்டு அதிகாரத்தைப் பிடித்ததுதான் திராவிட அரசியலின் வெற்றியாகும்.

தமிழ் அடையாளம் என்ற ஒன்றுக்குள் எல்லா வர்க்கங்களையும் திரட்டிய திராவிட இயக்கம் உண்மையில் ஆட்சி அதிகாரத்தில் அமர்ந்தபோது எந்தவர்க்கத்தைச் சேர்ந்த தமிழருக்கான அரசாங்கமாகச் செயல்பட்டது?

பரந்துபட்ட ஒரு தமிழ் நடுத்தர வர்க்கம், இடைநிலைச் சாதியினரின் மேல்நோக்கிய எழுச்சியைப் பிரநிதித்துவப்படுத்திய திமுக ஒரு அரசியல் சக்தியாக உருவெடுத்தபோது, பிராந்திய முதலாளித்துவத்தின் ஆதரவையும் பெற்றது. தேசிய முதலாளித்துவத்துடன் போராடவும், பேரம் பேசவும் இது பயன்பட்டது. பிராந்திய முதலாளித்துவத்திற்கு அகில இந்தியச் சந்தையும், நாட்டில் பரவிக் கிடக்கும் மூலப்பொருட்கள் ஆதாரமும், மேலெழுந்து வரும் மத்திய தர வர்க்கத்திற்கு அகில இந்திய வேலைச் சந்தையின் வாய்ப்புகளும், அரசாங்கப் பதவிகளும் காத்திருக்கும்போது பிரிவினை கோருவது அர்த்தமுள்ளதாகாது. 1963லேயே அக்கோரிக்கை கைவிடப்பட்டது.

வடக்கு வாழ்கிறது என்று சுட்டிக்காட்டி மத்தியை எதிரியாகப் பார்த்தவர்களுக்கு, தேசிய அரசியலில் காங்கிரஸ் ஆதிக்கம் வீழ்ந்து கூட்டணி ஆட்சிமுறை எதார்த்தமாகிப் போன நிலையில், மத்திய அதிகாரத்திலும் பங்கு கிடைக்கும் நிலை ஏற்பட்டது. இதை முதலில் பயன்படுத்திக் கொண்டவர் அதிமுக நிறுவனத் தலைவரும், கலாச்சார அரசியலின் மற்றொரு பெரும் பயனாளியுமான எம்ஜிஆர்.

தமிழ் அடையாளத்தை வைத்து நடந்த அரசியலில்

மாநில ஆட்சி அதிகாரமும், மத்திய அதிகாரத்தில் பங்கும் ஏற்பட்ட பின்னரும் தமிழ் தொழிலாளியும், தமிழ் விவசாயிகளும், தமிழ் விவசாயத் தொழிலாளியும் ஏன் பின்னடைந்தே இருக்கின்றனர்? சாதிய, வர்க்க முரண்பாடுகளைத் தாண்டி ஒரு தமிழ் அடையாளம் உண்டென்றால் ஏன் இன்று வன்னிய அடையாளம், தலித் அடையாளம் என்று பிற அடையாளங்கள் எழுகின்றன?

தமிழ் மக்களின் ஜனநாயக அபிலாசைகளையும், எதிர்பார்ப்புகளையும் உள்ளடக்கிக் கட்டப்பட்ட தமிழ் அடையாள அரசியல், வர்க்க ரீதியாகவும், சாதிய ரீதியாகவும் ஒடுக்கப்பட்ட தமிழ் மக்களின் உண்மையான முழுமையான விடுதலைக்கான ஒரு அரசியல் திட்டத்தை வரையறுத்து செயல்பட்டுள்ளதா? அப்படி ஒரு திட்டம் இருந்திருந்தால் இங்கு நிலச் சீர்திருத்தம் ஏற்பட்டு தமிழ் விவசாயிகளும், தமிழ் விவசாயத் தொழிலாளர்களில் பெரும்பான்மையாய் இருக்கும் தலித்துகளும் ஓரளவுக்காவது முன்னேறியிருக்க வேண்டுமே! நாற்பது ஆண்டுகால திராவிட இயக்க ஆட்சிக்கு பின்னும், கல்வியிலும் அரசாங்க வேலைகளிலும் தலித்துகளுக்காக ஒடுக்கப்பட்ட இடங்கள் நிரம்பாமலே இருக்கின்றனவே? தமிழ் அடையாள அரசியலினால் மேலெழுந்த வர்க்கங்களும், சாதிகளுக்குள் இருக்கும் வர்க்கங்களும் ஒரு கட்டத்தில் இந்திய மயமானதைப் போல இப்போது உலகமயாகிக் கொண்டிருக்கின்றனவா?

தமிழன் என்று சொல்லி தலை நிமிர்ந்து நின்று ஆட்சி அதிகாரத்தை கையில் வைத்திருக்கும் போதும் ஏன் கூலி உயர்வு கேட்டு ஊர்வலங்கள்? வேலை கேட்டு உண்ணா விரதங்கள்? இருக்கும் வேலையைப் பாதுகாக்கவும், போராடிப் பெற்ற உரிமைகளையும் சலுகைகளையும் தக்கவைத்துக் கொள்ளவும் ஏன் பேரணிகள்? ஏன் தேநீர்க் கடைகளில் இரட்டை டம்ளர்?

1916ல் பிராமணரல்லாதார் அறிக்கை வெளியானபோது, பிராமணரல்லாதாருக்குள்ளேயே எந்த வர்க்கத்தின் நலன்களை அது முன்னெடுத்துச் செல்லப்போகிறது என்ற

கேள்வி எழுந்தது. ஏறக்குறைய ஒரு நூற்றாண்டு காலம் தமிழ் அடையாளத்தை முன்வைத்து அவ்வியக்கம் நாற்பதாண்டு காலம் ஆண்ட பிறகும் இந்தக் கேள்வி தொடர்கிறது. இதுதான் திராவிட இயக்கத்தின் தீர்க்கப்படாத முரண்பாடு. இது தீர்க்கப்படாத ஒரே காரணத்தால்தான் அதற்குள்ளிருந்து பல்வேறு புதிய அடையாளங்களை முன்வைத்து தமிழ்நாட்டில் பல அரசியல் இயக்கங்கள் தோன்றியுள்ளன. இவ்வடையாளங்கள் அவற்றுக்கு உள்ளேயிருக்கும் முரண்பாடுகளை தீர்த்து முன்னேறுமா அல்லது அடையாளமற்றுப் போய்விடுமா என்பதே கேள்வி.

(சென்னை ரோஜா முத்தையா ஆய்வு நூலகம் நடத்திய கருத்தரங்கம் மற்றும் டோன்போஸ்கோ விவாத அரங்கம் நடத்திய விவாதம் ஆகியவற்றில் சமர்ப்பிக்கப்பட்ட ஆய்வுத்தாளின் அடிப்படையில் இது எழுதப்பட்டுள்ளது.)

புதுவிசை - 2007

7

எங்களைக் கைது செய் - தென்ஆப்பிரிக்கா

இருண்ட கண்டம்' என்றழைக்கப்படும் ஆப்பிரிக்காவின் தென்முனையில் தோலின் நிறத்தைக் காட்டி பெரும்பான்மை கறுப்பின மக்களை அடக்கி ஆண்டு வருகிறது நிறவெறி வெள்ளையர் கூட்டம். தங்கத்தையும், வைரத்தையும் தன் மண்ணுக்குள் வைத்திருக்கும் தென்னாப்பிரிக்காவின் பிரச்சனை விசேஷமானது. அது அன்னிய ஆதிக்கத்திலிருந்து விடுதலை பெற்றும் நிறவெறிக் கொடுமையிலிருந்து விடுதலை பெறாத ஒரு சுதந்திர அடிமை. 260 இலட்சம் கறுப்பின மக்களை 50 லட்சம் வெள்ளையர்கள் ஆளுகின்றனர். அடக்கி வைத்துள்ளனர். தாங்கள் செல்லும் பேருந்துகளில் கறுப்பின மக்கள் ஏறக்கூடாது. கறுப்பர்களுக்கென்று தனிக் குடியிருப்புகள். அவர்களுக்கான அரசியல் அமைப்புகள் மீது தடை இப்படி எண்ணற்ற நிறவெறிக் கொடுமைகளுக்கு அரசியல் சட்டத்தின் அங்கீகாரமும் உண்டு. 'மனித உரிமைகள்' மறுக்கப்படுவது பற்றி கண்ணீர் வடித்து உருகும் ஏகாதிபத்திய சக்திகளின் மறைமுக ஆதரவும் உண்டு.

இந்த நிறவெறி அமைப்பை எதிர்த்து மக்களைத் திரட்டிப் போராடிவரும் இயக்கங்களில் ஒன்றுதான் 1912ஆம் ஆண்டு துவக்கப்பட்ட ஏ.என்.சி. என்றழைக்கப்படும் ஆப்பிரிக்க தேசிய காங்கிரஸ். அதன் தலைவர்களுள் ஒருவர்தான் 27 ஆண்டுகளைச் சிறையில் கழித்து சமீபத்தில் விடுதலையான

நெல்சன் மண்டேலா. அமைதியான வழிமுறைகளில் நிறவெறி அக்கிரமங்களை எதிர்த்துப் போராடத் துவங்கிய இவ்வியக்கம் ஆயுதமேந்திய போராட்ட வழிக்குத் தள்ளப்பட்டதற்குக் காரணம் நிறவெறி அரசின் மிருகத்தனமான அடக்குமுறைகள்.

முதலில் மனுக்கள் கொடுப்பது. தூதுக்குழுக்கள் மூலமாகப் பேச்சுவார்த்தைகள் நடத்துவது ஆகிய முறைகளில் நிறவெறி அக்கிரமங்களைச் சுட்டிக்காட்டி, அவற்றைக் களையும் முயற்சியில் ஏ.என்.சி. ஈடுபட்டது. பின்னர் இந்திய விடுதலை இயக்கத்தினைப் பின்பற்றி ஒத்துழையாமை இயக்கங்களை நடத்தியது. ஸ்தாபனம் மேலும் வளர்ந்த பின் வேலைநிறுத்தங்களும், பெரும் அரசியல் இயக்கங்களும் நடத்தப்பட்டன. ஆனால் இத்தகைய ஒவ்வொரு இயக்கமும் மிருகத்தனமான போலீஸ் அடக்குமுறைகளால் நசுக்கப்பட்டன என்பதை ஏ.என்.சி. தலைமையும் அதற்கு ஆதரவாய் இருந்த மக்களும் புரிந்து கொண்டனர். இதற்குப் பின் ஏ.என்.சி.யின் போராட்ட முறைகளில் ஒரு திருப்புமுனை ஏற்பட்டது.

1960ஆம் ஆண்டு மார்ச் 21இல் நடந்த ஷார்ப்பவில் படுகொலையே இத்திருப்பம். "எல்லாக் கறுப்பர்களும் பார்ப்பதற்கு ஒரே மாதிரியாகத் தோற்றமளிக்கின்றனர்; அவர்கள் எல்லோருமே கிரிமினல்கள்" என்ற முடிவுக்கு வந்த நிறவெறி அரசாங்கம், 16 வயதுக்கு மேற்பட்ட எல்லாக் கறுப்பர்களுக்கும் அனுமதிச் சீட்டு (பாஸ்) வழங்க முடிவெடுத்தது. போலீஸ் கேட்கும் போது இச்சீட்டினைக் காண்பிக்க வேண்டும். தவறினால் கைது செய்யப்படுவர். கறுப்பினத்தைச் சேர்ந்த பெண்களுக்கும் இது பொருந்தும். இந்த அனுமதிச் சீட்டு முறைக்கெதிராகக் கொதித்தெழுந்தனர் மக்கள். தங்கள் அனுமதிச் சீட்டுக்களை வீட்டிலேயே வைத்துவிட்டு எல்லோரும் காவல் நிலையங்களுக்குச் சென்று கைதாவது என்று அவர்கள் முடிவெடுத்தனர். ஜோஹன்னஸ்பர்க் நகரத்திற்கு அருகில் உள்ள வெரீனிகங் என்ற இடத்தில் ''எங்களைக் கைது செய்'' என்று

முழக்கமிட்டுக் குழுமியிருந்த 10,000 ஆப்பிரிக்க மக்களை விரட்டியடிக்க ஜெட் விமானங்களை ஏவியது அரசாங்கம். வெரீனிகங்கிற்கு எட்டு கி.மீ.தொலைவிலுள்ள ஷார்ப்பாவில் என்ற நகரத்திலும் 20,000 பேர் கூடியிருந்தனர். தலைக்கு மேல் தாழ்வாகப் பறந்து அச்சுறுத்தும் விமானங்களை எதிர்த்து ஆவேசமடைந்த அம்மக்கள் மீது போலீஸ் துப்பாக்கிச் சூடு நடத்தியது. இதில் 67 பேர் துப்பாக்கித் தோட்டாக்களுக்கு பலியாயினர். நூற்றுக்கணக்கானோர் காயமடைந்தனர்.

சோவீட்டோ எழுச்சி

பீதியுற்ற அரசாங்கம் ஏ.என்.சி.யைத் தடை செய்தது. அவசர நிலை பிரகடனம் செய்தது. ஆயிரக்கணக்கானோர் கைது செய்யப்பட்டனர். அதற்குப் பின் வந்த மூன்று வாரங்களில் அலையலையாய் வேலை நிறுத்தங்கள், போலீசுடன் மோதல்கள், துப்பாக்கிச் சூடுகள்!

ஆப்பிரிக்க மக்களின் போராட்டத்தில் மெய்சிலிர்க்க வைக்கும் மற்றொரு வீர காவியம் “சொவீட்டோ எழுச்சி” ஆகும்.

பத்து லட்சம் கறுப்பின மக்கள் வாழும் நகரமே சொவீட்டோ. இங்கு 86 சதவிகித வீடுகளுக்குத் தண்ணீர் இல்லை. கறுப்பின மக்கள் வாழ்வதற்கென்று வெள்ளை அரசு ஏற்படுத்திய ‘பன்டுஸ்தான்’ என்றழைக்கப்படும் பகுதிகளில் இது ஒன்றாகும்.

சொவீட்டோ எழுச்சியின் உடனடிக் காரணம், ஆப்பிரிக்க மக்களின் குழந்தைகள் படிக்கும் பள்ளிகளில் ஆப்பிரிக்கான்ஸ் என்ற மொழியைப் புகுதியதே என்றாலும், அழுகிப்போன நிறவெறி அமைப்பிற்கு எதிரான ஒரு அரசியல் போராட்டமாகவே அது இருந்தது. தென்னாப்பிரிக்காவின் பொது மொழியான ஆங்கிலத்தை விட்டு விட்டு, போயெர்ஸ் என்றழைக்கப்படும் வெள்ளை இனத்தவரின் மொழியான ஆப்பிரிக்கான்ஸைத் திணித்தது அரசாங்கம். கலாச்சாரம், அரசியல் ரீதிகளில்

ஆப்பிரிக்கர்களைத் தனிமைப்படுத்தும் முயற்சியெனக் கருதிய மக்கள் தங்கள் எதிர்ப்பினைத் தெரிவிக்க முடிவு செய்தனர். இவ்வெழுச்சியில் பிரதான பங்கு வகித்தவர்கள் 19 வயதிற்கும் குறைவான மாணவர்கள். இதில் தொடக்கப்பள்ளி மாணவர்களும் அடங்குவர். ஆயிரத்துக்கும் மேற்பட்ட போலீஸ் படையின் நவீன எந்தித் துப்பாக்கிகளினின்றும் தோட்டாக்கள் சீறிப் பாய்ந்தபோது இந்த இளஞ்சிங்கங்கள் நெஞ்சுயர்த்தி நின்றனர். ஒவ்வொரு இளம் குருத்தின் உடல் குருதி கொப்பளிக்க மண்ணில் சரிந்த போதும், நூற்றுக்கணக்கான இளைஞர்களின் உள்ளங்களிலும் போராட்டத்தை முன் நடத்திச் செல்ல வேண்டும் என்ற உறுதி ஏற்பட்டது. இது நடந்தது ஜுன் 25, 1976இல். இவ்வெழுச்சியும் ஒரு வாரம் தொடர்ந்து நடந்தன. சொவீட்டோவின் தீ இதர நகரங்களுக்கும், பல்கலைக் கழகங்களுக்கும் பரவியது. அரசாங்கம் அளித்த தகவல்களின்படி 174 கறுப்பின மக்கள் கொலையுண்டனர். 1,225 பேர் காயமடைந்தனர். ஆனால், ஏ.என்.சி.யின் கணக்குப்படி 252 பேர் மரணமடைந்தனர். 2,000 பேர் காயமுற்றனர். 2,000 பேர் கைதாயினர்.

தென் ஆப்பிரிக்க நாட்டின் எழுச்சியைப் பற்றி தன் புத்தகத்தில் வில்ஃபிரட் பரச்செட் எழுதுகிறார்:

''சொவீட்டோவிலிருந்து தப்பி அண்டை நாடான மொசாம்பிக்கிற்கு ஆயுதங்களையும், பயிற்சியையும் தேடி வந்த சில இளைஞர்களை நான் சந்தித்தேன். செயல்பட வேண்டும் என்கிற உணர்ச்சி பற்றியெரிய அவர்கள் வருகிறார்கள். அவர்களைச் சாந்தப்படுத்துவதற்கு வியட்நாமின் வீரப் போராட்டத்தில் தங்கள் தாய்மார்களையும், சகோதரிகளையும் பறிகொடுத்து பழி வாங்கும் உணர்வுடன் ஓடி வந்த இளைஞர்களுக்குக் கூறப்பட்ட அறிவுரைதான் கூறப்பட்டது. 'வீரம்' என்பதுதான் நம் தாரகமந்திரம். "ஆனால் புத்திசாலித்தனமான வீரம் வேண்டும். எப்படிப் பழி வாங்குவது என்பதை நன்றாகக் கற்றுக்கொள்ளுங்கள். இயலும்போது போராடுங்கள்.

ஏனெனில் நாம் இன்னொரு நாளும் போராட வேண்டும்! மிகவும் சக்திமிக்க வகையில் எப்படிப் போராடுவது என்பதை நாங்கள் உங்களுக்குக் கற்றுத் தருகிறோம்!".

சொவீட்டோவின் பள்ளி மாணவர்கள் அன்று எழுப்பிய கோஷங்கள் தான் பின்னர் கறுப்பின மக்களின் முக்கியக் கொள்கைகளாக மாறின.

பன்டுஸ்தான்களைக் கலைத்துவிடு!

அனுமதிச் சீட்டு முறையை ரத்து செய்!

வெள்ளையரல்லாதோரை மட்டும் கட்டுப்படுத்தும் போலீசை அகற்று!

குடியிருப்பு மற்றும் வேலை செய்வதற்கான இடத்தைத் தேர்ந்தெடுக்கும் உரிமையைக் கொடு!

இக்கோஷங்களின் சாராம்சம் இதுதான்.

காலனியாதிக்க முதலாளித்துவ அமைப்பு தகரட்டும்!

போராட்டம் தொடர்கிறது ... புதிய சரித்திரத்தை நோக்கி!

(தென்னாப்பிரிக்க மக்களின் போராட்டம் இறுதியாக வென்றது. ஏ.என்.சி. தலைமையிலான அரசாங்கம் அமைந்தது.)

இளைஞர் முழக்கம்

8

மாண்டேலாவுக்கு ஒரு கடிதம்

அன்புள்ள மண்டேலா,

எங்களில் பலர் பிறப்பதற்கு முன்னே நீ சிறைக்கு சென்றுவிட்டாய். இருபத்தி ஏழு ஆண்டுகளைச் சிறையில் கழித்து பிப்ரவரி 11, 1990 அன்று விடுதலையாகி வெளிவந்த போது, உலகம் முழுவதும் உன்னை வரவேற்று ஆர்ப்பரித்தபோது உன்னைப் பற்றி அறிந்து கொள்ள எனக்குச் சந்தர்ப்பம் கிடைத்தது. ஆச்சரியமாக இருக்கிறது.

1918 ஆம் ஆண்டு 18ல் டிரான்ஸ்கி பிரதேசத்தின் டெம்பு என்ற பிரபு வம்சத்தில் பிறந்த நீ உன் இன மக்களின் மரபுத் தலைவனாக இருந்து, செல்வத்தில் திளைத்திருக்கலாம். நீ நினைத்திருந்தால் உன் சம வயதுடைய இளைஞர்கள் செய்ததைப் போல் பன்றிகளைத் திருடி காட்டுக்கு எடுத்துச் சென்று பொசுக்கித் தின்னும் 'சாகசங்களில்' ஈடுபட்டு பஷி நதிக்கரையின் ஓரத்தில் உல்லாச வாழ்க்கை நடத்தியிருக்கலாம்.

வாயில் 'விசிலை' வைத்துக்கொண்டு உடை முழுவதும் 'பாட்ஜூகள்' குத்தி, ஜோஹன்ஸ்பர்க் நகரத்திலுள்ள ஒரு சுரங்கத்தின் காவல்காரனாகவே நீ தொடர்ந்திருந்தால் ஒரு தியாக வரலாற்றை நாங்கள் இழந்திருப்போம். நல்ல வேளை நீ அந்த வேலையில் தொடரவில்லை. நிறவெறி அரசினை எதிர்த்து எந்நேரமும் போலிஸ் தாக்குதலை எதிர்நோக்கி

இருக்க வேண்டிய தலைமறைவு வாழ்க்கையைத்தான் நீ தேர்ந்தெடுத்தாய். ஆப்பிரிக்க தேசிய காங்கிரஸில் (ஏ.என்.சி.) சேர்ந்து 1950 களில் அதன் தலைவனாக உயர்ந்தாய். அரசுக்கு எதிராக ஆப்பிரிக்க மக்களைத் தூண்டிவிட்டதாகக் குற்றம் சாட்டி 1962 நவம்பர் 7 ல் ஐந்து வருட சிறைத்தண்டனை உனக்குக் கிடைத்தது. நீ சிறையில் இருக்கும்போதே ஜோஹன்ஸ்பர்க் நகரத்தின் ரிவோனியா பகுதியிலிருந்த ஏ.என்.சி. யின் ரகசிய தலைமையகத்தைப் போலீஸ் சோதனையிட்டபோது, வெடிமருந்து தயாரிப்பு மற்றும் கொரில்லாப்போர்த் தந்திரங்கள் பற்றிய ஆவணங்கள் அவர்களின் கையில் சிக்கியது. ஏ.என்.சி. யின் தலைவர்களான கோவன்பெகி, வால்டேர்சிசுலு, ஆகியோரும் கைது செய்யப்பட்டனர்.

பின்னர் தொடரப்பட்ட 'ரிவோனியா சதிவழக்கில்' உன்னை முதல் குற்றவாளியாக்கினர். ஐந்தாண்டு சிறை தண்டனை அப்போதுதான் ஆயுள் தண்டனையாக மாறியது.

பிரிட்டோரியாவின் உச்சநீதிமன்றத்தில் நீ செய்த முழக்கம் உலகமெங்கும் இன்று எதிரொலித்துக் கொண்டிருக்கிறது.

''நான் ஏன் இவ்வாறெல்லாம் செய்தேனென்றால் தென்னாப்பிரிக்காவில் எனக்கு ஏற்பட்ட அனுபம்தான். நான் சதிவேலைகளில் ஈடுபட்டது என்னுடைய பொறுப்பற்றத் தன்மையில் அல்ல. வன்முறையின் மீது எனக்கு எவ்விதக் காதலும் கிடையாது. ஒரு ஜனநாயக, சுதந்திர சமுதாயம் அமையவேண்டும் என்ற லட்சியத்தை நான் போற்றி வருகிறேன். இந்த லட்சியத்தை அடைவதற்காக நான் வாழ நினைக்கிறேன். ஆனால், தேவையிருந்தால், அதற்காக மரணத்தைப் தழுவவும் தயாராயிருக்கிறேன்."

இரண்டு நாள் சிறை வாழ்க்கையைப் பொறுக்க முடியாமல் மன்னிப்புக் கடிதம எழுதிக்கொடுத்து வெளியே வந்தவர்களெல்லாம் தியாகிகளாகிவிடும் அவங்களைப் பார்த்துக்கொண்டிருக்கும் என்னைப் போன்றவர்களுக்கு நீ

முடிவில்லாத ஆச்சரியக்குறிதான். 'மனித உரிமைக்காக' குடம்குடமாய் கண்ணீர் வடிக்கும் ஏகாதிபத்திய சக்திகள் மண்டேலா என்ற மனிதன் உரிமையென்று வந்தபோது, தென்னாப்பிரிக்காவின் தங்க வைர சுரங்கங்களில் தலையைப் புதைத்துக்கொண்ட நெருப்புக்கோழிகளாய் ஆனபோது அவர்களின் உண்மை நிறம் அம்பலமானது. உன் பெயர் கேட்டபோதெல்லாம் அவர்களுக்கு ஜுரம் கண்டது. என்னுடைய ஆச்சரியம் தொடர்கிறது. சிறகுக்குள்ளிருந்துகொண்டே ஏகாதிபத்தியத்திற்கும், நிறவெறி அரசாங்கத்துக்கும் சிம்மச்சொப்பனமாய் இருந்த உன்னைக் காண ஆர்வமாக இருக்கிறேன். தென்னாப்பிரிக்கா மக்களின் உரிமைகளுக்காக முதன்முதலாக ஐ.நா. சபையில் குரல்கொடுத்த நாடு என்ற வகையில் நீ இந்தியாவுக்கு வருவதாக சொல்லியிருக்கிறாய். போராட்டம்தான் ஏகாதிபத்தியத்திற்கு எதிராக, நிறவெறிக்கு, முதலாளித்துவ சுரண்டலுக்கு எதிராக உன்னையும் என்னையும் இணைக்கிறது. எனவே, என் போன்ற இந்திய இளைஞர்களுக்கு உத்வேகமளிக்கும் செய்தியாகும் உன்வருகை. காத்திருக்கிறேன் ! மற்றவை நேரில்,

இப்படிக்கு

இந்திய இளைஞன்.

9

செப்டம்பர் நினைவுகள்

அருந்ததி ராய் (மொழிபெயர்ப்பு)

இப்பொதெல்லாம் அடிக்கடி நான் ஒரு ‘‘சமூகச் செயல்வீரர்’’ என்று வர்ணிக்கப்படுவதைக் காண்கிறேன். என் கருத்துக்களை ஏற்கிறவர்கள் என்னை “வீரஞ்செறிந்தவர்” என்கின்றனர். ஏற்காதவர்கள் எனக்கெதிராகக் கூறும் கடுஞ்சொற்களை நான் இங்கு திரும்பக் கூறப்போவதில்லை. நான் ஒரு சமூக செயல்வீரர் அல்ல; குறிப்பிட்டுச் சொல்லும்படியான வீரமும் எனக்கில்லை. எனவே, நான் சொல்லியே ஆக வேண்டியவற்றை இங்கு நின்று நான் சொல்லும்போது எனக்குள் இருக்கும் நடுக்கத்தை தயவுசெய்து குறைத்து மதிப்பிட்டு விடாதீர்கள்.

எழுத்தாளர்கள் கதைகளை இந்த உலகத்திலிருந்து தாங்கள் தேர்ந்தெடுத்துக் கொள்வதாக நினைக்கிறார்கள். வீண் தற்பெருமைதான் இவர்களை இவ்வாறு நினைக்கத் தூண்டுகிறது என நான் நம்பத் தொடங்கியிருக்கிறேன். உண்மை நிலை இதற்கு நேர்மாறானது கதைகள்தாம் எழுத்தாளர்களை இவ்வுலகத்திலிருந்து தேர்வு செய்கின்றன. கதைகள் தம்மைத்தாமே நமக்கு வெளிப்படுத்துகின்றன. பொதுவான கதைகள், தனிப்பட்ட கதைகள் - இவை நம்மை ஆக்கிரமித்துக் கொள்கின்றன. அவை நம்மை எழுதுமாறு பணிக்கின்றன. தாம் சொல்லப்பட வேண்டுமென்று நிர்ப்பந்திக்கின்றன. புனைகதையும் உண்மைக் கதையும் சொல்லின் வெவ்வெறு உத்திகளே. ஏனென்று புரியவில்லை, புனைகதைகள் களிநடனம் புரிந்து என்னுள்ளிருந்து

வெளிப்படுகின்றன. கற்பனை கலக்காத கதைகளோ நான் ஒவ்வொரு காலைப் பொழுதிலும் விழித்தெழுந்து நோக்கும் வேதனை மிகுந்த, உடைந்து போன இந்த உலகத்தினால் என்னுள்ளிருந்து பறித்து எடுக்கப்படுகின்றன.

புனைவாயிருந்தாலும், உண்மையாயிருந்தாலும், என் எழுத்தின் கருப்பொருள் பெரும்பாலும் அதிகாரத்திற்கும் அதிகாரமின்மைக்கும் இடையே உள்ள உறவைப் பற்றியதாகவும், அவற்றிற்கிடையே முடிவில்லாமல் சுற்றிச்சுற்றி நிகழும் மோதலைப் பற்றியதுமாகவே இருக்கிறது. அற்புதமான எழுத்தாளரான ஜான் பெர்கர் ஒருமுறை இவ்வாறு எழுதினார்: "எந்தவொரு கதையும் அது மட்டுமே கதை என்ற விதத்தில் இனி சொல்லப்பட மாட்டாது." தனியொரு கதை என்று எப்போதுமே ஒன்று இருக்கமுடியாது. பார்க்கப்படும் முறைகள் மட்டுமே இருக்கின்றன. எனவே நான் ஒரு கதையைச் சொல்லும் போது கேள்விக்கு இடமில்லாத ஒரு தத்துவத்தை மற்றொரு தத்துவத்திற்கு எதிராக நிறுத்தி வாதிடும் ஒரு கொள்கையாளனைப் போல் செல்வதில்லை; தான் உலக நடப்புகளைப் பார்க்கும் விதத்தைப் பிறரிடம் பகிர்ந்து கொள்ள நினைக்கும் ஒரு கதை சொல்லியைப் போலவே சொல்கிறேன். பார்ப்பதற்கு அப்படித் தோன்றினால் கூட என்னுடைய எழுத்து உண்மையில் தேசங்களையும், வரலாறுகளையும் பற்றியதல்ல. அது அதிகாரத்தைப் பற்றியது. அதிகாரத்தின் மனப்பிரமைகளையும், ஈவிரக்கமின்மையையும் பற்றியது. அதிகாரத்தின் இயல்பைப் பற்றியது. ஓர் அரசோ அல்லது நாடோ, ஒரு ஆணையமோ அல்லது நிறுவனமோ - ஏன், ஒரு தனிமனிதன், ஒரு வாழ்க்கைத் துணை, ஒரு சினேகிதன் அல்லது சகோதரன் கூட - எந்தத் தத்துவத்தின் பெயராலும் பரந்த தங்குதடையற்ற அதிகாரத்தைத் தன்னகத்தே குவித்துக் கொள்ளும்போது கோட்பாடுகள் எதுவானாலும் அதீதங்களுக்கு இட்டுச் செல்லும். அத்தகைய அதீதங்கள் பற்றி தான் இங்கு நான் பேசப் போகிறேன்.

இந்திய, பாகிஸ்தானிய அரசாங்கங்கள் குடிமக்களுக்கு (மூளைச் சலவைச் செய்யப்பட்ட) சத்தியம் செய்து கொடுத்திருக்கும் ஓர் அணு ஆயுதப் பேரழிவின் நிழலில், "பயங்கரவாதத்திற்கு எதிரான போர்" நடக்கும் பகுதியின் அருகில் நானும், பல லட்சக்கணக்கானோரும் வாழ்ந்து கொண்டிருக்கும் இந்த வேளையில், குடிமக்களுக்கும் அரசுக்கும் இடையே நிலவும் உறவைப் பற்றி நான் அதிகமாகச் சிந்திக்கிறேன். இந்தப் போரைத்தான் அமெரிக்க அதிபர் ஜார்ஜ் புஷ் என்றும் முடியாத கடமை என்று விவிலியத் தொனியில் கூறுகிறார்.

இந்தியாவில் அணுகுண்டுகள், பெரிய அணைகள், தொழில் நிறுவன உலகமயமாக்கல், இந்துமத பாசிசத்தின் வளர்ந்து வரும் அச்சுறுத்தல் ஆகியவை குறித்து நம்மில் சிலர் இந்திய அரசின் நிலைப்பாடுகளுக்கு முரணான கருத்துக்களைத் தெரிவிக்கிறபோது, அவை தேசவிரோதக் கருத்துக்கள் என முத்திரை குத்தப்படுகிறது. இந்தக் குற்றச்சாட்டு என்னுள் வேதனையை நிரப்பவில்லை. எனினும், அது நான் செய்வதையோ, சிந்திப்பதையோ பற்றிய துல்லியமான மதிப்பீடு அல்ல என்று நினைக்கிறேன்.

தேசியமும், படுகொலைகளும்

ஒருநபர் தேசவிரோதி என்றழைக்கப்படும் போது அவளுடைய அல்லது அவனுடைய சொந்த தேசத்திற்கு எதிரானவர் என்று பொருள்; அவளோ அல்லது அவனோ வேறு எதற்கோ ஆதரவானவள் - ஆதரவானவன் என்றும் அப்பொருள் உணர்த்தி நிற்கிறது. ஆனால் எல்லாவித தேசியவாதங்களையும் ஆழமான சந்தேகத்துடன் பார்ப்பதோ, தேசியவாதத்திற்கு எதிராகச் சிந்திப்பதோ, தேசவிரோதமாக இருக்க வேண்டுமென்று அவசியம் இல்லை. இருபதாம் நூற்றாண்டில் நிகழ்ந்த படுகொலைகள் பலவற்றிற்கும் ஏதாவது ஒரு வகையிலான தேசியவாதம்தான் காரணமாக இருந்திருக்கிறது. மக்களின் மனங்களைச் சுருக்கிக் கட்டி வைக்கவும், பின்னர் இறந்தவர்களைப் புதைக்கும் போது உடலைச் சுற்றிக் கட்டுவதற்கும் அரசாங்கங்கள்

பயன்படுத்தும் வண்ணத் துணித்துண்டுகளே தேசியக் கொடிகள்! சுதந்திரமாகச் சிந்திக்கக் கூடிய மனிதர்கள் (இதில் நான் நிறுவனமயமாக்கப்பட்ட ஊடகங்களைச் சேர்க்க மாட்டேன்) அக்கொடிகளின் கீழ் திரளும்போது, எழுத்தாளர்களும், ஓவியர்களும் திரைப்படம் தயாரிப்பவர்களும் சீர்தூக்கிப் பார்த்து முடிவு செய்யும் தங்கள் சிந்தனைத் திறனை நிறுத்தி வைத்துவிட்டு தங்களின் தலைகளை "தேசம்" என்ற நுகத்தடியில் கண்மூடித்தனமாகப் பூட்டிக் கொள்ளும்போது, நாம் எல்லோரும் எழுந்தமர்ந்து கவலைப்பட வேண்டும்.

இந்தியாவில் 1998-ஆம் ஆண்டு அணு சோதனைகளுக்குப் பின்னும், 1999-ஆம் ஆண்டு பாகிஸ்தானுக்கு எதிரான கார்கில் யுத்தத்தின்போதும் இது நிகழ்ந்தது. அமெரிக்காவில் வளைகுடாப் போர் நேரத்திலும் தற்போது நடக்கும் பயங்கரவாத எதிர்ப்புப் போரின்போதும், இது நிகழ்ந்தது.

சமீப காலத்தில், அமெரிக்க அரசாங்கத்தின் செயல்களை விமர்சித்த அனைவரும் (நான் உட்பட) அமெரிக்க எதிர்ப்பாளர்கள் என்றழைக்கப்படுகின்றனர். அமெரிக்க எதிர்ப்பியம் என்பது ஒரு தத்துவமாக புனிதப்படுத்தப்பட்டு வருகிறது.

அமெரிக்க ஆட்சியதிகார நிறுவனம் தன்னை விமர்சிப்பவர்களை வரையறுத்து, இழிவுப்படுத்துவதற்காக வழக்கமாகப் பயன்படுத்தும் சொல்தான் "அமெரிக்க எதிர்ப்பாளர்" என்பது. இந்த வரையறையில் தவறில்லை; அது துல்லியமானதல்ல என்று வேண்டுமானால் கூறலாம். ஒருவருக்கு அமெரிக்க எதிர்ப்பாளர் என்று முத்திரை குத்திய பிறகு, அவன் அல்லது அவளது தரப்பு வாதத்தைக் கேட்கும் முன்னரே தீர்ப்பு வாசிக்கப்பட்டுவிடும்; அவரது வாதம் புண்பட்ட தேசியப் பெருமை அழுதுபுரண்டு எழுப்பும் இரைச்சலுக்குள் அமிழ்ந்துவிடும்.

அமெரிக்க எதிர்ப்பு என்பதற்கு என்ன அர்த்தம்? அமெரிக்க எதிர்ப்பாளர் என்றால் நீங்கள் ஜாஸ் இசைக்கு எதிரானவர்

என்று பொருளா?, நீங்கள் பேச்சுரிமைக்கு எதிரானவர் என்று பொருளா? நீங்கள் டோனி மோரிஸன், ஜான் அப்டைக் போன்ற அமெரிக்க எழுத்தாளர்களின் படைப்புகளை ரசித்து மகிழாதவர் என்று அர்த்தமா?பெருத்த உடல்வாகு கொண்ட செவ்விந்திய பழங்குடியினரான சீகோயா இன மக்களுடன் உங்களுக்கு சண்டை என்று அர்த்தமா? அணு ஆயுதங்களுக்கு எதிரான பேரணியில் சென்ற நூறாயிரக்கணக்கான அமெரிக்க குடிமக்களையும் அல்லது அமெரிக்க அரசாங்கத்தை வியட்னாமிலிருந்து பின்வாங்கச் செய்த ஆயிரக்கணக்கான போர் எதிர்ப்பாளர்களையும் நீங்கள் பாராட்டவில்லையென்று அர்த்தமா? நீங்கள் எல்லா அமெரிக்கர்களையும் வெறுக்கிறீர்கள் என்று அர்த்தமா?

அமெரிக்க வெளியுறவுக் கொள்கைக்கு எதிரான (துரதிருஷ்டவசமாக, அமெரிக்காவில் சுதந்திரமாகச் செயல்படும் "பத்திரிக்கைத் துறை" இருந்த போதிலும் பெரும்பாலான அமெரிக்கர்களுக்கு இந்தக் கொள்கைப் பற்றி அதிகமாக தெரியாது) விமர்சனத்தை அமெரிக்கக் கலாச்சாரத்திற்கும், இசைக்கும், இலக்கியத்திற்கும், அந்நிலப்பரப்பின் திகைக்க வைக்கும் அழகிற்கும், சாதாரண மனிதர்களின் சாதாரண சந்தோஷங்களுக்கும் எதிரானதாக இணைத்துப் பார்ப்பது திட்டமிட்ட திறன்மிகு தந்திரமாகும். புறமுதுகிட்டோடும் ஒரு ராணுவப்படை மக்கள் தொகை மிகுந்த நகர மொன்றில் தஞ்சம் புகுவதன் மூலம் பொதுமக்கள் தாக்கப்படலாம் என்பதால் எதிரிகள் சுடத் தயங்குவார்கள். எனவே தப்பித்துவிடலாம் என நினைப்பதற்கு ஒப்பான செயலாகும் இது.

அரசாங்கத்தின் கொள்கையோடு தங்களை இணைத்துப் பார்ப்பதை நினைத்தாலே நடுங்கும் அமெரிக்கர்கள் பலர் இருக்கின்றனர். அமெரிக்க அரசாங்கக் கொள்கைகளின் போலித்தனத்தையும், முரண்பாடுகளையும் பற்றி மிகவும் அறிவுப்பூர்வமான, ஆவேசமான, கூர்மையான, நையாண்டி மிக்க விமர்சனங்கள் அமெரிக்கக் குடிமக்களிடமிருந்துதான் வந்துள்ளன. அமெரிக்க அரசாங்கம் என்ன திட்டத்துடன்

செயல்படுகிறது என்பதை அறிய அமெரிக்காவிற்கு வெளியிலிருப்பவர்கள் நாடுவது, நோம் சோம்ஸ்கி, எட்வர்ட் செய்ட், ஹோவார்ட் ஜின், எட் ஹெர்மான், ஆமி குட்மன், மைக்கேல் ஆல்பர்ட், சால்மர்ஸ் ஜான்ஸன், வில்லியம் ப்ளம், அந்தோணி அர்னோவ் போன்றவர்களின் எழுத்துக்களையும் பேச்சுக்களையும்தான்!

அதேபோல், இந்தியாவில் பயங்கரவாதத்தை ஒழிக்கிறோம் என்ற பெயரில் பயங்கரவாதத்தைக் கட்டவிழ்த்து விட்டுள்ளது மட்டுமின்றி, குஜராத்திலுள்ள முஸ்லீம்களுக்கு எதிராக அரசே முன்வந்து நடத்திய படுகொலையைக் கண்டும் காணாமல் இருந்த தற்போதைய இந்திய அரசாங்கத்தின் பாசிஸக் கொள்கைகளுடன் ஏதாவது ஒரு வகையில் இணைத்துக் கூறினால், சில நூற்றுக்கணக்கானோர் அல்ல, நம்மில் லட்சக் கணக்கானோர் வெட்கப்படுவோம். வேதனைப்படுவோம். இந்திய அரசாங்கத்தினை விமர்சிப்பவர்கள் அனைவரும் “இந்தியாவிற்கு எதிரானவர்கள்” என்று கூறுவது மடமை. ஆயினும் இப்போதைய அரசாங்கம் இத்தகைய நிலைப்பாட்டை எடுக்க என்றுமே தயங்கியதில்லை!

‘இந்தியா’ அல்லது ‘அமெரிக்கா’ என்பது என்ன என்றோ எப்படி இருக்கவேண்டும் என்றோ வரையறை செய்யும் உரிமையை இந்திய அரசாங்கத்திற்கோ, அமெரிக்க அரசாங்கத்திற்கோ,ஏன் யாருக்குமே விட்டுக் கொடுப்பது அபாயகரமானது.

ஒருவரை அமெரிக்க எதிர்ப்பாளர் என்று அழைப்பதோ அல்லது அமெரிக்க எதிர்ப்பாளராகவே ஒருவர் இருப்பதோ (அந்தவகையில் இந்திய எதிர்ப்பாளர் என்றோ டிம்பக்டூ எதிர்ப்பாளர் என்றோ கூறுவது) இனவெறிப் பார்வை மட்டுமல்ல, அது கற்பனா சக்தி பொய்த்துப் போனதன் அடையாளமும் கூட. ஆளும் நிறுவனம் உருவாக்கியிருக்கும் வரையறை தவிர வேறு எந்த விதத்திலும் உலகத்தைப் பார்க்க முடியாத இயலாமை. அதாவது நீங்கள் புஷ்

ஆதரவாளரில்லையெனில், நீங்கள் தாலிபான் ஆதரவாளர், நீங்கள் எங்களை நேசிக்கவில்லையெனில், வெறுக்கிறீர்கள் என்று அர்த்தம்; நீங்கள் நல்லவர் இல்லையெனில் தீயவர்; நீங்கள் எங்கள் பக்கம் நிற்கவில்லையெனில் பயங்கரவாதிகளின் பக்கம் நிற்கிறீர்கள் என்று அர்த்தம்!

சென்ற வருடம், செப்டம்பர் 11 தாக்குதலுக்குப் பின் கேட்ட முழக்கங்களை ஏளனமாகப் பார்க்கும் தவறினை நானும் பலரைப்போல் செய்தேன்; அவை முட்டாள்தனமானவை. அகந்தை மிக்கவை என்று உதாசீனம் செய்தேன். அம்முழக்கங்கள் முட்டாள்தனமானவை அல்ல என்று இப்போது உணர்ந்து கொண்டேன். ஒரு தவறான, அபாயகரமான போருக்கு ஆதரவாளர்களைத் தேர்வு செய்யும் புத்திசாலித்தனமான முயற்சியின் ஒரு பகுதியே அவை. ஆப்கானிஸ்தானில் நடக்கும் போரினை எதிர்ப்பது பயங்கரவாதத்திற்கு ஆதரவான செயல் அல்லது தாலிபானுக்கு ஆதரவான ஓட்டு என்று எத்தனை பேர் நம்புகிறார்கள் என்பதை நினைத்து நான் ஒவ்வொரு நாளும் அதிர்ச்சியடைகிறேன். ஒசாமா பின்லேடனை பிடிப்பது (உயிருடனோ/பிணமாகவோ) என்ற ஆரம்பகாலப் போர் நோக்கம் நிறைவேறாமல் போன நிலையில், இலக்குக் கம்பங்கள்(கோல் போஸ்ட்டுகள்) மாற்றியமைக்கப்பட்டுள்ளன. தாலிபான் ஆட்சியைப் கவிழ்ப்பதும் ஆப்கானியப் பெண்களைப் பர்தாக்களிலிருந்து விடுவிப்பதுமே போரின் உண்மையான இலக்கு என்று கதை கட்டப்படுகிறது. அமெரிக்கக் கப்பற்படை வீரர்கள் பெண்ணியக் கடமையைத்தான் செய்கின்றனரென்று நாம் நம்ப வேண்டுமென்று கேட்டுக்கொள்ளப்பட்டுள்ளது. (அது உண்மையென்றால், அவர்களின் அடுத்த கடமை அமெரிக்காவின் இராணுவக் கூட்டாளியான சவுதி அரேபியாவிலா?) இப்படி யோசித்துப் பாருங்கள்; இந்தியாவில் தீண்டத்தகாதவர்கள், கிறிஸ்துவர்கள், முஸ்லீம்கள் மற்றும் பெண்களுக்கு எதிராக வெறுக்கத்தக்க சமூகக் கொடுமைகள் நடைபெறுகின்றன. பாகிஸ்தான்,

பங்களாதேஷ் ஆகிய நாடுகளை விட மோசமாக சிறுபான்மையினரும், பெண்களும் நடத்தப்படுகின்றனர். இதற்காக இந்த நாடுகளின் மீது குண்டு வீசித் தாக்க வேண்டுமா? டெல்லி, இஸ்லாமாபாத், மற்றும் தாக்கா அழிக்கப்பட வேண்டுமா? இந்தியாவில் நிலவும் குரூரமான மதவெறியைக் குண்டு போட்டு அழித்திட முடியுமா? வழியெங்கும் குண்டுகளை வீசிக்கொண்டே சென்றால் பெண்ணிய சொர்க்கத்தைச் சென்றடைவோமா? அப்படித்தான் அமெரிக்கப் பெண்களுக்கு ஓட்டுரிமை கிடைத்ததா? அப்படித்தான் அமெரிக்காவில் அடிமைமுறை அழிக்கப்பட்டதா? இன்று நான் நின்று கொண்டிருக்கும் இந்த சான்டாஃபே நகரத்தை குண்டுவீசித் தாக்கி பல லட்சக்கணக்கான பூர்வகுடி அமெரிக்கர்களைக் கொன்று அவர்களின் சடலங்களின் மீது அமெரிக்காவை நிர்மாணித்த செயலுக்கு பரிகாரம் கிடைக்குமா?

இழப்பின் வலி

மாற்ற முடியாததை நினைவுபடுத்துவதற்கு ஆண்டு விழாக்கள் நம் யாருக்கும் தேவையில்லை. எனவே பயங்கரமான நினைவுகள் நிரம்பிய இந்த செப்டம்பர் மாதத்தில், இன்று நான் அமெரிக்க மண்ணில் நிற்பது ஒரு தற்செயலான நிகழ்வே! இத்தருணத்தில் எல்லோருடைய சிந்தனையிலும் குறிப்பாக அமெரிக்கர்களின் சிந்தனையில் மிகுந்திருப்பது ஒன்பது பதினொன்று (9/11)என்றறியப்படுகிற அந்த நாளின் கொடூரம்தான். பயங்கரவாத தாக்குதலில் ஏறக்குறைய மூவாயிரம் குடிமக்கள் உயிரிழந்த நாள் அது. அந்தத் துயரம் இன்றும் நம்முள் ஆழமாகப் பதிந்துள்ளது. அந்தக் கோபம் இன்றும் கூர்மையாக உள்ளது. கண்ணீர் துளிகள் இன்னும் காயவில்லை. ஒரு விசித்திரமான, விபரீதமான போர் உலகெங்கும் நடந்து கொண்டிருக்கிறது. ஆயினும் தான் நேசித்தவரை இழந்த ஒவ்வொரு மனிதனுக்கும் அடிமனத்தில் ஆழமாக ஒன்று மட்டும் நிச்சயம் தெரியும். எந்தவொரு போரும், எந்தவொரு பழிவாங்கும் செயலும் தரையோடு ஒட்டி எறியப்படும்

கிரிக்கெட் பந்துகளைப் போல் எத்தனை குண்டுகளை வேறொவரின் நேசிப்புக்குரியவர்களின் மீதோ குழந்தைகளின் மீதோ எறிந்தாலும் அவர்களின் இழப்பின் வலியை மட்டுப்படுத்தாது அவர்கள் நேசித்தவர்களின் உயிர்களை மீட்டுத் தராது என்று அவர்களுக்குத் தெரியும் இறந்தவர்களுக்காக ஒரு போரினால் பழிவாங்க முடியாது. போர் அவர்களைப் பற்றிய நினைவுகளின் புனிதத்தைக் கெடுக்கிறது.

மக்களின் துயரத்தைச் சூழ்ச்சியாகப் பயன்படுத்தி மற்றொரு போரைத் தூண்ட முயற்சி நடைபெறுகிறது. - இம்முறை இப்போர் ஈராக்குக்கு எதிராக என்று கூறப்படுகிறது. சலவை சோப்பு அல்லது ஓட்டப்பந்தய வீரர் அணியும் காலணிகளை விற்கும் பெரும் வர்த்தக நிறுவனங்களால் ஸ்பான்சர் செய்யப்படும் தொலைக்காட்சிச் சிறப்பு நிகழ்ச்சிகளுக்கு ஏற்றவாறு அதைத் தயாரித்துக் கொடுப்பது என்பது மக்களின் துயரத்தை மலிவுப்படுத்தி அதன் தன்மையைக் குறைத்து, அதனை அர்த்தமிழக்கச் செய்வதாகும். துக்கத்தை வியாபாரமாக்கும் கீழ்த்தரமான காட்சியை, மிகவும் தனிப்பட்ட மனித உணர்வுகளைக்கூட கொள்ளையடிக்கும் செயலைத்தான் நாம் இப்போது பார்த்துக் கொண்டிருக்கிறோம். அரசு தன் மக்களுக்கே இழைக்கும் வன்முறை இது. கொடுமை இது.

ஒரு பொதுக்கூட்ட மேடையில் பேச லாயக்கான புத்திசாலித்தனமான பொருளல்ல என்றபோதிலும் நான் உங்களோடு உண்மையில் பேச விரும்புவது 'இழப்பு' என்பது பற்றி இழப்பு, இழப்பது, துக்கம், தோல்வி, உடைந்துபோதல், மரத்துப் போதல், நிச்சயமின்மை, அச்சம், உணர்ச்சியின் மரணம், கனவின் மரணம், முற்றும் முதலுமான, இடைவெளியில்லாத பழக்கமாகிப் போன உலகின் நியாயமின்மை... ஆகியவை பற்றி. தனி மனிதர்களுக்கு இழப்பு என்பதன் அர்த்தம் என்ன? இழைப்பையே தன் நிரந்தரமான நண்பனாகக் கொண்டு வாழப் பழகிவிட்ட அத்தனை கலாச்சாரங்களுக்கும் அத்தனை

மக்களுக்கும், இழப்பு எதை உணர்த்துகிறது?

செப்டம்பர் 11 க்குப் பிறகுதான் அந்தத் தேதியின் அர்த்தம் என்ன என்பதை நாம் நினைத்துப் பார்க்கிறோம். கடந்த வருடம் அதே தேதியில் நேசத்துக்குரியவர்களை இழந்த அமெரிக்கர்களுக்கு மட்டுமின்றி, உலகின் மற்ற பகுதியில் வாழ்பவர்களுக்குக் கூட செப்டம்பர் 11 நீண்டகாலமாகவே முக்கியமான தேதியாக இருந்து வந்துள்ளது. வரலாற்றினை நான் இப்போது அகழ்ந்தெடுப்பது யார் மீதும் குற்றம் சாட்டவோ அல்லது யாருடைய கோபத்தையும் கிளறிவிடவோ அல்ல. வரலாற்றின் துக்கத்தைப் பகிர்ந்து கொள்வது மட்டுமே என் நோக்கம். அமெரிக்க குடிமக்களுக்கு நான் மிகவும் மென்மையாகவும், மிகுந்த மனித நேயத்துடனும் கூறுவது இது தான் இதோ இந்த உலகத்தை வந்து பாருங்கள்.

இருபத்து ஒன்பது வருடங்களுக்கு முன் அதாவது 1973 செப்டம்பர் 11 அன்று சிலி நாட்டில் ராணுவத் தளபதி பினோசே, சி.ஐ.ஏ.வின் ஆதரவுடனான ராணுவ சூழ்ச்சி மூலம் ஜனநாயக முறையில் தேர்ந்தெடுக்கப்பட்ட சால்வடோர் அலெண்டே அரசாங்கத்தினை தூக்கி எறிந்தார். "சிலி நாட்டின் மக்கள் பொறுப்பற்றவர்கள் என்பதற்காக அந்நாடு மார்க்சியப் பாதையில் செல்ல அனுமதிக்கப்படக்கூடாது" என்று அன்றைய அமெரிக்க அரசின் செயலாளரும், அமைதிக்கான நோபல் பரிசு பெற்றவருமான ஹென்றி கிஸிஞ்சர் கூறினார்.

இராணுவ சதி முடிந்தபின் ஜனாதிபதி மாளிகைக்குள் சால்வடோர் அலெண்டேயின் சடலம் கிடந்தது. அது கொலையா, தற்கொலையா என்று நமக்குத் தெரியாது. அதற்குப் பின் வந்த பயங்கரவாத ஆட்சியின்போது ஆயிரக்கணக்கானோர் கொல்லப்பட்டனர். மேலும் பலர் "மறைந்து போயினர்". துப்பாக்கிப் படையினர் பகிரங்கப் படுகொலைகளைச் செய்தனர். நாடு முழுவதும் அரசுக்கு எதிரானவர்களைச் சிறைப்படுத்தும் முகாம்களும், சித்ரவதைக் கூடங்களும் திறக்கப்பட்டன. இறந்தவர்கள்

சுரங்கங்களிலும், அடையாளமற்ற புதைகுழிகளிலும் புதைக்கப்பட்டனர். நள்ளிரவில் தட்டப்படும் கதவுகள், மறைந்து போகும் மனிதர்கள், திடீர்க் கைதுகள், சித்ரவதைகள் எனப் பதினேழு வருடங்கள் பீதியுடனேயே வாழ்ந்தனர் அந்நாட்டு மக்கள். சான்டியாகோ நகரத்தின் விளையாட்டுத் திடலில் ஒரு மக்கள் கூட்டத்தின் கண்ணெதிரிலேயே விக்டர் ஜாரா என்ற இசைக்கலைஞனின் கைகள் வெட்டப்பட்ட கதையை சிலி மக்கள் கூறுவார்கள். அவரைச் சுட்டுக் கொல்லும் முன், பினோசேயின் படைவீரர்கள் கையிழந்த அக்கலைஞனுக்கு அருகே கிடாரை எறிந்து அதனை வாசிக்கச் சொல்லி வேடிக்கையாக ஆணை பிறப்பித்ததையும் அவர்கள் கூறுவார்கள்.

பின்னர் 1999 இல் பினோசே இங்கிலாந்து நாட்டில் வைத்து கைது செய்யப்பட்ட பின் அமெரிக்க அரசாங்கம் ஆயிரக்கணக்கான ரகசிய ஆவணங்களைப் பொதுப்பார்வைக்கு வெளியிட்டது. சிலியில் நடந்த இராணுவ சதியில் சி.ஐ.ஏ.விற்கு இருந்த பங்கினைப் பற்றி மட்டுமின்றி, பினோசேயின் ஆட்சிக்காலத்தில் சிலியின் நிலைபற்றி ஏராளமான விவரங்களை அமெரிக்க அரசாங்கம் அறிந்திருந்தது என்பதற்குமான தெளிவான ஆதாரங்கள் இந்த ஆவணங்களில் இருந்தன. பினோசே ஆட்சியைப் பற்றித் தெரிந்தபோதிலும், கிஸிஞ்சர் பினோசேயிடம் பின்வருமாறு கூறினார்: "நீங்கள் செய்யும் முயற்சிகளுக்கு அமெரிக்காவில் இருக்கும் எங்களின் ஆதரவு உள்ளது. உங்கள் அரசாங்கம் வெற்றி பெற வாழ்த்துகிறோம்."

ஒரு சர்வாதிகார ஆட்சியின் கீழ் வாழ்வதும், சுதந்திரத்தின் முழுமையான இழப்பினைத் தாங்கிக் கொள்வதும் எவ்வளவு கடினம் என்பதை ஜனநாயகத்தில், அது எவ்வளவு குறையுடைய ஜனநாயகமாயினும், வாழும் நாம் கற்பனை கூடச் செய்து பார்க்க முடியாது. பினோசேயினால் படுகொலை செய்யப்பட்டவர்களைப் பற்றி மட்டுமல்ல உயிரோடு இருக்கும்போதே வாழ்க்கை திருடப்பட்டவர்களைப் பற்றிய கணக்கும் தேவை.

தென் அமெரிக்கப் பிரதேசத்தில் அமெரிக்காவின் தனி கவனிப்புக்கு உள்ளானது சிலி மட்டுமல்ல என்பதுதான் வருத்தமான விஷயம். குவாட்டிமாலா, கோஸ்டாரிகா, ஈக்வெடார், பிரேசில், பெரு, டொமினிகன் குடியரசு, பொலிவியா, நிகராகுவா, ஹோன்டுராஸ், பனாமா, எல் சால்வடோர், மெக்சிகோ, கொலம்பியா - இந்நாடுகள் அனைத்துமே சி.ஐ.ஏ.வின் ரகசிய - சில நேரங்களில் நேரடியான - நடவடிக்கைகளுக்கான விளையாட்டுத் திடலாக இருந்து வந்துள்ளன. சி.ஐ.ஏ. தாங்கிப் பிடித்த எதேச்சாதிகாரிகள், உதவாக்கரை சர்வாதிகாரிகள், போதை மருந்து வியாபாரிகள், ஆயுத வியாபாரிகள் ஆகியோரின் பிடியில் சிக்கிய நூறாயிரக்கணக்கான லத்தீன் அமெரிக்கர்கள் படுகொலை செய்யப்பட்டனர், சித்தரவதைக்குள்ளாயினர், சிலர் மாயமாய் மறைந்து போயினர். (இந்தச் சர்வாதிகாரிகள் மற்றும் வியாபாரிகளில் பலரும் அமெரிக்காவின் ஜார்ஜியா மாநிலத்தில் உள்ள ஃபோர்ட் பென்னிஸ் என்ற இடத்தில் அமெரிக்க அரசின் நிதியுதவியுடன் நடத்தப்படும் ஸ்கூல் ஆஃப் அமெரிக்காஸ் என்ற பள்ளியில் பயிற்சி பெற்றவர்கள். (இது வரை அப்பள்ளி 60,000 'பட்டதாரிகளை' உருவாக்கியுள்ளது.) இத்தகைய அவமானங்கள் போதாதென்று தென் அமெரிக்க நாடுகளில் வாழும் மக்கள், ஜனநாயகத்திற்கு லாயக்கற்றவர்கள் என்ற அவப்பெயரையும் சுமக்கின்றனர் ராணுவச் சதிகளும், படுகொலைகளும் அவர்களின் மரபணுக்களிலேயே பொறிக்கப்பட்டுள்ளது போலும்!

இந்தப் பட்டியலில் ஆசிய, ஆப்பிரிக்க நாடுகளைச் சேர்க்கவில்லை. அமெரிக்க ராணுவத் தலையீட்டினால் பாதிக்கப்பட்ட வியட்னாம், கொரியா, இந்தோனேஷியா, லாவோஸ், கம்போடியா போன்ற நாடுகளில் எத்தனை செப்டம்பர் மாதங்களில் எத்தனைப் பத்தாண்டுகளாய் பல லட்சக்கணக்கான ஆசியர்கள் குண்டுவீச்சுக்கு ஆளாகினர்; எரிக்கப்பட்டனர்; படுகொலை செய்யப்பட்டனர், நூறாயிரக்கணக்கான சாதாரண ஜப்பானியர்களைப்

பலிகொண்ட ஹிரோஷிமா, நாகசாகி அணுகுண்டுத் தாக்குதல் நடந்த 1945 ஆகஸ்டுக்குப் பிறகு எத்தனை செப்டம்பர்கள் கடந்து சென்றிருக்கின்றன! அந்த அணுகுண்டுத் தாக்குதல்களில் மடியாமல் உயிர் பிழைத்த ஆயிரக்கணக்கான ஜப்பானியர்களும், அவர்களுக்கு பிறக்கிற குழந்தைகளும், குழந்தைகளின் குழந்தைகளும், ஜப்பானிய மண்ணும், வானமும் காற்றும், நீரும், நிற்பவையும், நடப்பவையும், பறப்பவையும் எத்தனை செப்டம்பர்களாக நரக வாழ்க்கையை வாழ்ந்து கொண்டிருக்கின்றன. கொழுத்த மனிதன், குட்டிப் பையன் என்று அமெரிக்கா செல்லப் பெயரிட்டு அழைத்த அணுகுண்டுகள்தாம் ஹிரோஷிமா, நாகசாகி மீது வீசப்பட்டன. அந்த குண்டுகளைப் போல் வடிவமைக்கப்பட்ட காது வளையங்கள் நினைவுப் பொருட்கள் போல அருகிலிருக்கும் ஆல்பர்க்கர்க் நகரிலுள்ள தேசிய அணு ஆயுதக்காட்சியகத்தில் பல நாட்கள் வைக்கப்பட்டிருந்தன. கோழைத்தனமான இளைஞர்கள் பலர் அந்த வளையங்களை அணிந்தனர். ஒவ்வொரு காதிலும் ஒவ்வொரு படுகொலை! என்னுடைய தலைப்பிலிருந்து விலகிச் செல்கிறேன். நான் பேசுவது செப்டம்பரைப் பற்றி. ஆகஸ்டு அல்ல!

பாலஸ்தீனப் பறிமுதல்

செப்டம்பர் 11 மேற்காசியப் பகுதியில் சோக நினைவுகளைத் தூண்டும் தேதி. செப்டம்பர் 11, 1922-ல் தான் பிரிட்டிஷ் அரசாங்கம் அரேபியர்களின் ஆவேச ஆட்சேபனைகளை மீறி பாலஸ்தீனப் பகுதியில் யூதர்களின் நாடு ஒன்றினை உருவாக்குவதற்கான ஆணையைப் பிறப்பித்தது. இது 1917 இல் ஏகாதிபத்திய பிரிட்டிஷ் அரசாங்கம் பாலஸ்தீனிய நகரமான காஜாவின் நுழைவாயிலில் தன் படைகளைக் குவித்து வைத்துக் கொண்டு வெளியிட்ட பால்ஃபோர் பிரகடனத்திற்கு அடுத்த கட்ட நடவடிக்கை. இந்தப் பிரகடனம் யூத இன மக்களுக்கு பாலஸ்தீனப் பகுதியில் ஒரு தாயகத்தை ஏற்படுத்தித் தருவோம் என்று ஐரோப்பாவில் யூத இன வெறிக் கொள்கையினரான

ஜியோனிஸ்டுகளுக்கு உறுதியளித்தது. (அக்காலக்கட்டத்தில் சூரியன் அஸ்தமிக்காத அப்பேரரசு, பள்ளிக்கூடத்தில் கோலிக்குண்டுகளை ஒரு குழந்தையிடமிருந்து பறித்து மற்றவர்களுக்குக் கொடுத்து விளையாடும் சட்டாம்பிள்ளையைப்போல், தாயகங்களைப் பறித்து பங்குபோடும் அளவுக்குச் சுதந்திரம் பெற்றிருந்தது.) பிரகடனம் வெளியிடப்பட்ட இரண்டு ஆண்டுகளுக்குப் பின், பிரிட்டிஷ் வெளியுறவுச் செயலாளர் பால்ஃபோர் பிரபு இவ்வாறு கூறினார்: "பாலஸ்தீனத்தில் தற்போது வாழும் மக்களைக் கலந்தாலோசித்து அவர்களின் விருப்பங்களை அறிந்துகொள்ளும் முறையையெல்லாம் பின்பற்றும் எண்ணமும் எங்களுக்கில்லை. ஜியோனிஸம் என்பது சரியோ தவறோ, நல்லதோ கெட்டதோ, அது பழமை வாய்ந்த பாரம்பரியங்களிலும், தற்கால தேவைகளிலும், தற்போது அந்தப் புராதன நாட்டில் வாழும் ஏழு லட்சம் அராபியர்களின் ஆசைகள் அல்லது தப்பெண்ணங்களை விட ஆழமான நம்பிக்கைகளிலும் வேரூன்றியது."

யாருடைய தேவைகள் ஆழமானவை, யாருடைய தேவைகள் ஆழமற்றவை என்று எவ்வளவு மமதையுடன் ஆணையிடுகிறது இந்த ஏகாதிபத்தியம்! எத்தனை அலட்சியத்துடன் அது புராதன நாகரீகங்களைத் துண்டாடியது! காஷ்மீரும், பாலஸ்தீனமும் பிரிட்டிஷ் ஏகாதிபத்தியம் நவீன உலகத்திற்கு வழங்கிய புரையோடிப் போன ரத்தம் வழியும் பரிசுகள்! இன்று நடைபெறும் பல சர்வதேச மோதல்களின் ஆரம்பப் புள்ளிகள் அவை.

1937-இல் பாலஸ்தீனியர்களைப் பற்றி வின்ஸ்டன் சர்ச்சில் இவ்வாறு கூறினார். "தொட்டிக்குள் இருக்கும் நாய் வெகு நீண்டகாலமாக அங்கேயே கிடந்திருந்தாலும் தொட்டியின் மீது அதற்கு மட்டும்தான் உரிமை உண்டு என்று சொன்னால் நான் ஒப்புக் கொள்ளமாட்டேன். நாய்க்கு அந்த உரிமையை அளிக்க மாட்டேன். உதாரணத்திற்கு அமெரிக்கக் கண்டத்தின் செவ்விந்தியர்களுக்கும், அல்லது ஆப்பிரிக்காவின் கறுப்பின மக்களுக்கும் பெரும் தவறிழைக்கப்பட்டதாக நான் ஒப்புக்

கொள்ளமாட்டேன். அம்மக்களை விட சக்திவாய்ந்த, உயர் மதிப்புள்ள, சொல்லப்போனால் உலகஞானம் அதிகமுள்ள, ஒரு இனம் உள்ளே நுழைந்து அவர்களுடைய இடத்தைப் பிடித்துக் கொண்டது என்பதற்காக அவர்களுக்கு தவறிழைக்கப்பட்டது எனக் கூறுவதை ஒப்புக் கொள்ள மாட்டேன்." இந்தக் கூற்றுதான் பாலஸ்தீனியர்களின்பால் இஸ்ரேலிய அரசு காட்டிவரும் அணுகுமுறைக்கு அடித்தளமிட்டது. 1969 -இல் இஸ்ரேலியப் பிரதமர் கோல்டா மெயர் பாலஸ்தீனியர்கள் என்று யாரும் இல்லை என்று கூறினார். அவரைத் தொடர்ந்து பிரதமரான லெவி எஷ்கோல் இவ்வாறு கூறினார்: "பாலஸ்தீனியர்கள் என்றால் யார்? நான் இங்கு (பாலஸ்தீனத்துக்கு) வந்தபோது,2,50,000 யூதரல்லாதவர்கள், முக்கியமாக அரேபியர்களும், பெடூலின்களும், இருந்தனர். இது ஒரு பாலைவனமாக, அதிக வளர்ச்சியடையாத பகுதியென்று கூட சொல்லமுடியாத நிலையிலிருந்தது. இங்கு ஒன்றுமேயில்லை அப்போது." பாலஸ்தீனியர்கள் என்று யாரும் இல்லை" என்று கூறினார். " பாலஸ் தீனியர்கள் இரண்டு கால் மிருகங்கள் என பிறகு வந்த இஸ்ரேலியப் பிரதமர் மெனாசெம் பெகின் கூறினார். யிட்ஸாக் ஷமீர் என்ற பிரதமரோ அவர்கள் நசுக்கப்படக்கூடிய "வெட்டுக்கிளிகள்" என்று கூறினார். இப்படியெல்லாம் கூறியவர்கள் சாதாரண மக்கள் அல்ல. அரசுத் தலைவர்கள்!

1947-ல் ஐக்கிய நாடுகள் சபை பாலஸ்தீனத்தை இரு கூறாக்கி பாலஸ்தீனர்கள் வாழ்ந்த நிலப்பரப்பில் 55 சதவீதத்தை ஜியோனிஸ்டுகள் பாலஸ்தீனிய நிலப்பிரப்பில் 76 சதவீதத்தை அபகரித்துக் கொண்டனர் 14, 1948 -இல் இஸ்ரேல் ஒரு நாடாக பிரகடனப்படுத்தப்பட்டது. இப்பிரகடனம் வெளியான சில நிமிடங்களுக்குள்ளாகவே அமெரிக்கா இஸ்ரேலை அங்கீகரித்தது. ஜோர்டானின் மேற்குக் கரைப்பகுதியைக் கைப்பற்றியது. காஸா ஸ்ட்ரிப் பகுதி எகிப்திய ராணுவத்தின் கட்டுப்பாட்டுக்குள் வந்தது. இவ்வாறு பாலஸ்தீனம் என்ற நாடே இல்லாமற் போனது. அகதிகளாக்கப்பட்ட நூறாயிரக்கணக்கான பாலஸ்தீனியர்களின் சிந்தனையிலும், உணர்விலும் மட்டுமே அது நாடாக இருந்தது.

1967 ஆம் ஆண்டின் கோடைக் காலத்தில் மேற்குக் கரை, காஸா ஸ்டிரிப் பகுதிகளை இஸ்ரேல் கைப்பற்றியது. ஆக்ரமிக்கப்பட்ட இப்பகுதிகளுக்குள் குடியேற முன்வந்த இஸ்ரேலியர்களுக்கு அரசு மானியங்களும், வளர்ச்சிக்கான நிதியுதவியும் வழங்கப்பட்டன. அனேகமாக ஒவ்வொரு நாளும் பாலஸ்தீனியக் குடும்பங்கள் அவர்களின் நிலங்களிலிருந்து வெளியேற்றப்பட்டு அகதிகள் முகாம்களுக்குள் விரட்டப்பட்டனர். இஸ்ரேலில் தொடர்ந்து வாழும் பாலஸ்தீனியர்களுக்கு, யூத இனமக்களுக்கு வழங்கப்பட்டுள்ள பல உரிமைகள் மறுக்கப்பட்டன அவர்களின் பூர்விக நாட்டிலேயே இரண்டாந்தர குடிமக்களாக்கப்பட்டுள்ளனர் பாலஸ்தீனியர்கள்.

கடந்த பல பத்தாண்டுகளாக பாலஸ்தீனப் பகுதிகளில் பல எழுச்சிகளும், போர்களும், இண்டிஃபாடா எனப்படும் எதிர்ப்பியக்கங்களும் நடை பெற்றுவருகின்றன. பத்தாயிரக் கணக்கான பாலஸ்தீனியர்கள் உயிரிழந்திருக்கின்றனர். பல ஒப்பந்தங்களும், உடன்படிக்கைகளும் கையெழுத் தாகியுள்ளன. போர்நிறுத்த ஒப்பந்தங்கள் பிரகடனமாகி பின் மீறப்பட்டுள்ளன. ஆனால் ரத்தம் சிந்துவது நிற்கவில்லை. பாலஸ்தீனம் இன்னமும் சட்ட விரோதமாக ஆக்கிரமிக்கப்பட்டுள்ளது. பாலஸ்தீனியர்கள் மனிதத் தன்மையற்ற சூழலில் வாழ்கின்றனர். ஆப்பிரிக்காவில் குடியுரிமை மறுக்கப்பட்ட பன்டுஸ்தான்களில் நடப்பது போல, பாலஸ்தீனியர்களுக்கு கூட்டுத் தண்டனைகள் வழங்கப்படுகின்றன. 24 மணி நேர ஊரடங்கு உத்தரவுகள் பிறப்பிக்கப்படுகின்றன. அனேகமாக ஒவ்வொரு நாளும் அவர்கள் அவமானப் படுத்தப்படுகின்றனர், மிருகத்தனமாக தாக்குதலுக்குள்ளாகி வருகின்றனர். எப்போது தங்கள் வீடுகள் தரைமட்டமாக்கப்படும், குழந்தைகள் சுட்டுக் கொல்லப்படுவர், மதிப்பிற்குரிய மரங்கள் வெட்டிச் சாய்க்கப்படும், சாலைகள் மூடப்படும், உணவு மற்றும் மருந்துகளை வாங்குவதற்கு கடைக்குச் செல்ல எப்போது அனுமதி கிடைக்கும் என்று நிச்சயமற்ற நிலையில் நித்தம்

வாழ்கின்றனர். அவர்கள் கண்ணியம் என்பது துளிக்கூட இல்லாமல் வாழ்கிறார்கள். நம்பிக்கை என்பது கண்ணுக் கெட்டாத வாழ்க்கை அது. அவர்களின் நிலங்களின் மீதும், பாதுகாப்பின் மீதும், குடிநீர் வினியோகத்தின் மீதும் அவர்களுக்கு எவ்வித கட்டுப்பாடும் இல்லை. இச்சூழலில் ஒப்பந்தங்கள் கையெழுத்தாகும் போதும், 'சுயாட்சி', தேச அந்தஸ்து என்ற சொற்கள் சுதந்திரமாகப் பிரயோகப் படுத்தப்படும் போதும், சில கேள்விகள் எழுகின்றன. நீங்கள் பேசுவது என்ன மாதிரியான சுயாட்சி? என்ன மாதிரியான தேசம்? அதன் குடிமக்களுக்கு எத்தகைய உரிமைகள் இருக்கும்?

கோபத்தைக் கட்டுப்படுத்தவியலாத பாலஸ்தீனியர்கள் தங்களை மனிதவெடிகுண்டுகளாக மாற்றிக்கொண்டு இஸ்ரேலியத் தெருக்களிலும், பொது இடங்களிலும் சுற்றித் திரிந்து தங்களைத் தாங்களே தகர்த்துக் கொள்கின்றனர். சாதாரண மக்களைக் கொல்கின்றனர். தினசரி வாழ்க்கையை திகில் நிறைந்ததாக்குகின்றனர். இவற்றின் விளைவாக இரு சமூகங்களிலும் பரஸ்பர சந்தேகங்களும் வெறுப்புகளும் இறுக்கமடைகின்றன. இஸ்ரேலில் நடக்கும் ஒவ்வொரு குண்டுவெடிப்பும் பாலஸ்தீன மக்களுக்கெதிரான இரக்கமற்ற தாகுதல்களும், துன்பங்களும் அதிகரிக்கின்றன. ஆனால் மனித வெடிகுண்டுகள் மூலம் தங்களை மாய்த்துக் கொள்வது தனிமனித விரக்தியின் வெளிப்பாடு; ஒரு புரட்சிகர உத்தி அல்ல. பாலஸ்தீனியர்கள் நடத்தும் தாக்குதல்கள் இஸ்ரேலிய மக்களிடையே அச்சத்தைத் தோற்றுவித்தாலும், பாலஸ்தீனியப் பகுதிகளில் தினசரி ஊடுருவுவதற்கும், பழைய பத்தொன்பதாம் நூற்றாண்டுக் காலனியாதிக்கத்தை நவீன இருபத்தோராம் நூற்றாண்டின் 'போர்' என்று அலங்காரம் செய்து தாக்குதல் நடத்தவும் சரியான சாக்காகப் பயன்படுகின்றன.

இஸ்ரேலின் தீவிர அரசியல், ராணுவக் கூட்டாளியாக இருப்பது, எப்போதுமே இருந்து வந்திருப்பது, அமெரிக்க அரசாங்கம். பாலஸ்தீனியப் பிரச்சனைக்கு ஒரு அமைதியான, நியாயமான தீர்வு காணும் நோக்கில் கொண்டுவரப்பட்ட

ஒவ்வொரு ஐ.நா.தீர்மானத்தையும் அமெரிக்காவும், இஸ்ரேலும் நிறைவேற்றாமல் தடுத்து வருகின்றன. அனேகமாக இஸ்ரேல் தொடுத்த எல்லாப்போர்களையும் அமெரிக்கா ஆதரித்துள்ளது. இஸ்ரேல் பாலஸ்தீனத்தைத் தாக்கும்போது பாலஸ்தீனியரின் வீடுகளைத் தவிடு பொடியாக்குவது அமெரிக்க ஏவுகணைகள்தாம். ஒவ்வொரு வருடமும் பல லட்சக்கணக்கான டாலர்களை இஸ்ரேல் அமெரிக்காவிடமிருந்து பெற்றுவருகிறது.

இத்துயர்மிகு மோதலிலிருந்து நாம் பெறும் படிப்பினைகள் என்ன? மிகக் கொடூரமான துன்பங்களைச் சந்தித்த யூத இன மக்களுக்கு வரலாற்றில் வேறெந்த இனத்தையும் விட அதிகம் கொடுமைகளுக்குள்ளானவர்கள் என்று கூடச் சொல்லலாம் - அவர்களால் தூக்கியெறியப்பட்ட பாலஸ்தீனியரின் பரிதாப நிலையையும், ஏக்கங்களையும் புரிந்து கொள்ள இயலாதா? எப்போதுமே மிதமிஞ்சிய துன்பங்கள் மனிதர்களுக்குள் கொடூரத் தன்மையை தூண்டிவிடுகின்றனவா? அப்படியென்றால் மனித இனத்திற்கு மிஞ்சியிருக்கும் நம்பிக்கைதான் என்ன? போரில் வெற்றி பெறும் பட்சத்தில் பாலஸ்தீனியர்களுக்கு என்ன ஆகும்? நாடில்லாத தேசிய இனம் ஒரு நாட்டைப் பிரகடனம் செய்தால் அது எத்தகைய அரசாக இருக்கும்? அதன் கொடியின் கீழ் எத்தகைய கொடூரங்கள் அரங்கேறும்? நாம் தனியான ஒரு நாடு கேட்டுப் போராட வேண்டுமா அல்லது இன மதப் பாகுபாடின்றி எல்லா மக்களுக்கும் சுதந்திரமான, கண்ணியமிகு வாழ்க்கை கேட்டுப் போராட வேண்டுமா?

ஒரு காலத்தில் மேற்கு ஆசியாவில் மதச்சார்பின்மையின் அரணாக விளங்கியது பாலஸ்தீனம். ஆனால் இப்போது ஒரு பலவீனமான, ஊழல் நிறைந்த, ஆனால் குறுகிய இன, மதப்பார்வை இல்லாதது என்று கூறிக்கொள்ளும் பாலஸ்தீன விடுதலை இயக்கம், தன் குறுகிய இன மத வாதத் தன்மையை பகிரங்கமாகப் பிரகடனப்படுத்தி, இஸ்லாமிய மதத்தின் பெயரால் போராடும் ஹமாஸ் அமைப்பிடம் தன்

தளங்களை இழந்து வருகிறது.

"நாங்கள் இஸ்லாமின் படை வீரர்களாகியிருப்போம், எதிரிகளை எரித்தழிக்கும் இஸ்லாமியத் தீயின் விறகுகளாக இருப்போம்" என்று ஹமாஸ் அரசியல் அறிக்கை கூறுகிறது.

மனித வெடிகுண்டுகளாய் நடமாடும் தற்கொலைப் படையினரை உலகம் கண்டிக்க வேண்டும் என்று குரல் கேட்கிறது. ஆனால் தற்கொலைக்குத் தயாராகும் நிலையை அடைவதற்கு முன் அவர்கள் எத்தகைய நீண்ட பாதையில் பயணித்து வந்துள்ளனர் என்பதை நாம் கவனத்தில் கொள்ளாமலிருக்க முடியுமா? செப்டம்பர் 11 1922 முதல் செப்டம்பர் 11,2002 வரை 80 ஆண்டுகள் போர் என்பது வரலாற்றில் ஒரு நீண்ட நெடுங்காலமாகும். பாலஸ்தீன மக்களுக்குக் கூறுவதற்கான அறிவுரை ஏதும் இந்த உலகத்திடம் உள்ளதா? ஒரு நம்பிக்கைக் கீற்றையாவது நாம் அவர்களுக்குத் தர முடியுமா? அவர்களை நோக்கி எறியப்படும் சில ரொட்டித் துண்டுகளைப் பெற்றுத் திருப்தியடைந்து, சிலர் வர்ணித்தபடி இரண்டு கால் மிருகங்களாகவும், வெட்டுக் கிளிகளாகவும் தொடர்ந்து வாழவேண்டுமா? கோல்டா மெயர் கூறியதுபோல்அவர்கள் தாங்கள் இல்லாமற்போவதற்காக உண்மையிலேயே முயற்சிக்கவேண்டுமா?

சட்டென்று எதிரியான சதாம்

மேற்குஆசியாவின் வேறு பகுதியில்கூட செப்டம்பர் 11 சமீப கால நினைவுகளை 'சீனியர் ஜார்ஜ் புஷ்' தன் அரசாங்கம் ஈராக்கின்மீது போர் தொடுக்க முடிவு செய்திருப்பதாக அமெரிக்க பாராளுமன்றத்தின் கூட்டுக்கூட்டத்தில் அறிவித்தார். ஈராக் அதிபர் சதாம் உசேன் ஒரு போர் குற்றவாளியென்று தன் மக்களையே படுகொலைசெய்த கொடூரமான ராணுவ சர்வாதிகாரி என்றும் அமெரிக்கா கூறுகிறது. இது ஏறக்குறைய துல்லியமான விமர்சனம்தான். 1988 - ல் சதாம் உசேன் வட ஈராக்கிலுள்ள நூற்றுக்கணக்கான கிராமங்களைத் தரைமட்டமாக்கினார். ரசாயன

ஆயுதங்களையும், இயந்திரத் துப்பாக்கிகளையும் கொண்டு ஆயிரக்கணக்கான குர்து இன மக்களைக் கொன்று குவித்தார். அதே வருடத்தில்தான் அமெரிக்க விவசாய விளைபொருட்களை வாங்குவதற்காக 500 மில்லியன் டாலர்களை அமெரிக்க அரசாங்கம் அவருக்கு மானியமாக வழங்கியதாக இப்போது நமக்குத் தெரிய வந்துள்ளது. குர்து இன மக்களுக்குகெதிரான இந்தப் படுகொலையை வெற்றிகரமாக நடத்தி முடித்த ஆண்டில் மானிய தொகையை இருமடங்காக்கி 1 மில்லியன் டாலர்களைச் சதாமுக்கு வழங்கியது அமெரிக்கா! ஆந்திராக்ஸ் கிருமிகளை உற்பத்தி செய்யும் உயர்தர நுண்ணுயிர் வித்துக்களையும், ஹெலிகாப்டர்களையும், ரசாயன, உயிரியல் ஆயுதங்களை உற்பத்தி செய்யத் தேவையான மூலப்பொருட்களையும் சதாமுக்கு கொடுத்தது அமெரிக்கா!

ஆக, சதாம் உசேன் மோசமான அட்டூழியங்கள் செய்து வந்த காலத்தில்தான் அமெரிக்க, பிரிட்டிஷ் அரசாங்கங்கள் அவருடைய நெருங்கிய கூட்டாளிகளாக இருந்திருக்கின்றன என்று தெரிய வந்துள்ளது. இன்று மனித உரிமைமீறலில் உலகில் முன்னணியில் இருக்கும் துருக்கிய அரசாங்கம் அமெரிக்காவின் நெருங்கிய நண்பன். துருக்கி அரசாங்கம் பல ஆண்டுகளாக குர்து இன மக்களை நசுக்கிப் படுகொலை செய்து வருகிறது என்ற உண்மை தெரிந்ததும் கூட அந்த நாட்டிற்கு வழங்கும் ஆயுதங்களையும், வளர்ச்சி நிதியையும் அமெரிக்கா நிறுத்தவில்லை. இதிலிருந்து, குர்து இன மக்களின் மீதுள்ள அக்கறையினால் அதிபர் புஷ் ஈராக் யுத்தம் தொடுக்கவில்லை என்பது தெளிவாகிறது.

என்ன மாறிப்போனது? ஆகஸ்டு 1990 - இல் சதாம் உசேன் குவைத் நாட்டிற்குள் ஊடுருவினார். ஒரு போர் நடவடிக்கையை மேற்கொண்டார் என்பதல்ல அவர் செய்த பாவம், அதை தன்னிச்சையாக எஜமானர்களின் உத்தரவுக்குக் காத்திராமல் செய்தார் என்பதுதான் அவர் செய்த பாவம் சதாமின் தன்னிச்சையான செயல்பாடு வளைகுடாப் பகுதியில் அமெரிக்காவின் கணக்குகளைத் தப்பாக்கிவிடப்

போதுமானதாக இருந்தது. எனவே சதாமை தீர்த்துக்கட்ட வேண்டுமென்று தீர்மானிக்கப்பட்டது - வளர்ப்பவரின் சிநேகத்தை இழந்த செல்லப் பிராணியைப் போல.

ஜனவரி 1991 -ல் அமெரிக்காவும் அதன் கூட்டு நாடுகளும் ஈராக்கின் மீதான முதல் தாக்குதலைத் தொடுத்தன. தொலைக்காட்சியில் ப்ரைம்-டைம் (பிரதான நேர) ஒளிபரப்பில் போரினை உலகம் கண்டது. (கேபிள் டி.வி. இல்லாத அந்நாட்களில் சி.என்.என். ஒளிபரப்பை இந்தியாவில் காண ஐந்து நட்சத்திர ஓட்டல்களுக்குத்தான் செல்ல வேண்டும்). நாசகர குண்டுத் தாக்குதலில் ஒரு மாதத்திற்குள் பல்லாயிரக்கணக்கான மக்கள் மடிந்தனர். ஆனால் வளைகுடாப் போர் அந்த ஒரு மாதத்தில் முடியவில்லை எனப் பலருக்குத் தெரியாது. வெளித்தாக்குதல் தொடங்கிய போர் தணிந்து விமானத் தாக்குதலில் தொடர்ந்தது. வியட்னாம் யுத்தத்துக்குப் பின் உலகிலேயே நீண்டகாலமாக இத்தாக்குதலைச் சந்தித்த நாடு ஈராக்தான். கடந்த பத்தாண்டுகளில் அமெரிக்க, பிரிட்டிஷ் படைகள் ஆயிரக்கணக்கான ஏவுகணைகளையும், குண்டுகளையும் ஈராக் மீது வீசியிருக்கின்றன. ஈராக்கின் நிலப்பரப்புகள், வயல்வெளிகள் மீது 300 டன் எடை கொண்ட உள்ளீடற்ற யுரேனியத்தினலான கதிரியக்கத் திறனுள்ள ஆயுதங்கள் பொழியப்பட்டுள்ளன. இத்தகைய ஆயுதங்களைப் பரிசோதனை செய்து பார்க்க அதற்கென்றே பிரத்யேகமாக கான்கிரீட் கலவையிலான குகைகளை அமெரிக்காவும், பிரிட்டனும் கட்டிவைத்துள்ளன. பரிசோதனைகளுக்குப் பின் கதிரியக்கக் கழிவுகள் கழுவி ஒதுக்கப்பட்டு, சிமெண்டினால் சீல் வைக்கப்பட்டு கடலில் கொட்டப்படுகின்றன (கடலில் அக்கழிவுகளைக் கொட்டுவது கூட அபாயகரமானதுதான்). ஆனால் ஈராக்கிலோ அத்தகைய யுரேனிய ஆயுதங்கள் வேண்டுமென்றே, வன்மத்துடன் மக்களின் உணவு மற்றும் குடிநீர் ஆதாரங்கள் மீது எறியப்படுகின்றன.

அமெரிக்கக் கூட்டு நாடுகளின் போர் விமானங்கள் நீர்

சுத்திகரிப்பு நிலையங்களைக் குறிவைத்துத் தாக்கின. அந்நிய உதவியில்லாமல் அந்நிலையங்களைச் சீர்படுத்தி மீண்டும் செயல்பட வைக்க முடியாது என்பது அவர்களுக்கு நன்றாகவே தெரியும். தெற்கு ஈராக்கில் புற்றுநோய்க்குள்ளாகும் குழந்தைகளின் எண்ணிக்கை நான்கு மடங்கு அதிகரித்துள்ளது. வளைகுடாப் போருக்குப் பின் வந்த பத்தாண்டுகளில் அமெரிக்கா விதித்த தடைகள் காரணமாக மக்களுக்கு அடிப்படையான அத்தியாவசியமான உணவு, மருந்து, மருத்துவமனை உபகரணங்கள், ஆம்புலன்சுகள், சுத்தமான நீர் மறுக்கப்பட்டுள்ளன.

தடைகளின் விளைவாக ஏறக்குறைய ஐந்து லட்சம் ஈராக்கியக் குழந்தைகள் இறந்திருக்கின்றன. இதைப் பற்றிக் குறிப்பிடும்போது அன்று அமெரிக்காவின் ஐ.நா. தூதுவராக இருந்த மேடலின் அல்பிரைட் கூறிய புகழ்மிக்க வார்த்தைகள் இவை: “அது ஒரு கடினமான முடிவுதான் இருந்தாலும் அடைந்த லாபத்தை எண்ணும்போது கொடுத்த விலை சரிதான் என்று நாங்கள் நினைக்கிறோம்.'' ஆப்கானிஸ்தான் மீது அமெரிக்கா தொடுத்த போரினை விமர்சித்தவர்கள் ''தார்மீகரீதியாக இரட்டைநிலை'' எடுப்பவர்கள் என்று கண்டனத்திற்குள்ளாயினர். ஆல்பிரைட் உதிர்த்த வார்த்தைகளைக் கொண்டு அவரும் தார்மீகரீதியான இரட்டைநிலை எடுத்திருப்பதாகக் குற்றம் சாட்ட முடியாது. அவர் சொன்னதெல்லாம் அல்ஜிப்ரா கணக்கு போல் அத்தனை தார்மீக சுத்தம்!

பத்தாண்டுகள் குண்டுவீசித் தாக்கிய பின்னரும் “பாக்தாத் விலங்கு'' என்றழைக்கப்படும் சதாம் உசேனின் அரசாங்கத்தைத் தூக்கியெறிய முடியவில்லை. வளைகுடாப் போர்முடிந்து ஏறக்குறைய 12 ஆண்டுகளாகி விட்ட நிலையில் ‘ஜூனியர்’ ஜார்ஜ் புஷ் மறுபடியும் போர் வெறிப் பேச்சைத் தொடங்கியிருக்கிறார். ஈராக்கில் ஆட்சி மாற்றம் வேண்டும் எனக்கூறி ஒரு முழுமூச்சான போர் அறிவிப்பு முயற்சியில் அவர் ஈடுபட்டுள்ளார். “சதாம் உசேன் என்ற அபாயத்தைச் சந்திக்க வேண்டியதன் அவசியத்தை அமெரிக்க

மக்களுக்கும், பாராளுமன்றத்திற்கும் தன் நேச நாடுகளுக்கும் உணர்த்துவதற்காக நுணுக்கமாக வரையப்பட்ட ஒரு திட்டத்தை "புஷ் நிர்வாகம் அமுல்படுத்தி வருவதாக நியூ யார்க் டைம்ஸ் பத்திரிக்கை கூறுகிறது.

வெள்ளை மாளிகையில் தலைமை அலுவலராயிருக்கும் ஆண்ட்ரு ஹெச் கார்ட் இலையுதிர் காலத்தில் போரைத் துவங்குவதற்கான திட்டத்தை அமெரிக்க நிர்வாகம் முன்னெடுத்துச் செல்லும் விதத்தை பின்வருமாறு விவரிக்கிறார். "சந்தை விற்பனை என்று வரும்போது ஆகஸ்டு மாதத்தில் புதிய பொருட்கள் அறிமுகப்படுத்தப் படுவதில்லை."

வாஷிங்டன் தன்னுடைய "புதிய பொருளை" அறிமுகப்படுத்துவதற்கு இம்முறை பயன்படுத்தும் வியாபார வாசகம் குவைத் மக்களின் பரிதாப நிலை என்பதல்ல; மனிதர்களைக் கூட்டாக அழித்தொழிக்கும் ஆயுதங்களை ஈராக் வைத்திருக்கிறது என்பதாகும். "அமைதிப் பிரச்சாரகர்கள் செய்யும் வீண் நீதிபோதனைகளை மறந்துவிடுங்கள். அவர் நம்மைத் தாக்கும் முன் நாம் அவரைத் தாக்க வேண்டும்" என்று அமெரிக்க அதிபர் புஷ்ஷின் முன்னாள் ஆலோசகர் ரிச்சாட் பேர்ல் கூறினார்.

மனிதர்களைக் கூண்டோடு கொல்லும் ஆயுதங்கள் ஈராக்கிடம் உள்ளதா என்பதைப் பற்றி ஐ.நா. அனுப்பிவைத்த ஆயுத ஆய்வாளர்கள் முரண்பட்ட அறிக்கைகள் கொடுத்துள்ளனர். ஈராக்கின் ஆயுதக் கிடங்கு இடிக்கப்பட்டுவிட்டது. புதிய கிடங்குகளை கட்டும் திறன் அந்நாட்டிற்கு இல்லை என அவர்களில் பலர் கூறியுள்ளனர். ஆனால் அமெரிக்காவின் அணு மற்றும் ரசாயன ஆயுதக்கிடங்குகளின் அளவு ஆற்றல் பற்றி எவ்விதச் சந்தேகமும் இல்லை. அவற்றைப் பார்வையிட ஆயுத ஆய்வாளர்களை அனுப்பினால் அமெரிக்கா வரவேற்குமா? பிரிட்டன் வரவேற்குமா? இஸ்ரேல் வரவேற்குமா?

அப்படியே ஈராக்கிடம் ஒரு அணுகுண்டு இருந்தாலுமே கூட அந்நாட்டினை அமெரிக்கா முன்னெச்சரிக்கை

நடவடிக்கையாகத் தாக்குவது நியாயமாகுமா? உலகத்திலேயே மிகப்பெரிய அணு ஆயுதக் கிடங்கு அமெரிக்காவில்தான் உள்ளது. சாதாரணக் குடிமக்கள் மீது அணு ஆயுதத் தாக்குதல் நடத்திய ஒரே நாடு அமெரிக்காத்தான்! அமெரிக்கா முன்னெச்சரிக்கையாக ஈராக்கை தாக்குவது நியாயமென்றால் அணு ஆயுதம் வைத்திருக்கும் எந்தவொரு நாடும் முன்னெச்சரிக்கையாக மற்றொரு அணு ஆயுத நாட்டினைத் தாக்குவதும் நியாயம்தான். இந்தியா பாகிஸ்தானைத் தாக்கலாம். பாகிஸ்தான் இந்தியாவைத் தாக்கலாம். இந்தியப் பிரதமர் மீது வெறுப்பு ஏற்பட்டால் முன்னெச்சரிக்கையாக நடவடிக்கை என்று கூறி, அமெரிக்கா அவரையும் கூடத் தாக்கலாம்..!

சமீபத்தில் ஒரு போரின் விளிம்பிலிருந்து இந்தியாவையும், பாகிஸ்தானையும் பின்வாங்கச் செய்வதில் அமெரிக்கா பெரும் பங்கு வகித்தது. இந்நாடுகளுக்கு வழங்கிய அறிவுரையை தானே பின்பற்றுவது அமெரிக்காவுக்கு அத்தனை கடினமா? வீண் நீதிபோதனை செய்பவர்கள் யார்? போரை நடத்திக்கொண்டே சமாதானத்தை போதிக்கும் குற்றத்தை செய்வது யார்? "இப்புவியிலேயே மிக அமைதியான நாடு" என ஜார்ஜ் புஷ் வர்ணித்த அமெரிக்கா கடந்த ஐம்பது ஆண்டுகளாக ஏதாவது ஒரு நாட்டுடன் ஒவ்வொரு வருடமும் போர் புரிந்து கொண்டே இருக்கிறது.

எண்ணெய் மீது கண்

பொதுநலக் காரணங்களுக்காகப் போர்கள் நடப்பதில்லை. வழக்கமாக மேலாதிக்கத்துக்காவும், வியாபாரத்திற்காகவுமே அவை நடக்கின்றன. போரே கூடத் தொழிலாகவும் ஆகிவிடுகிறது. உலகத்திலிருக்கும் எண்ணெய்வளங்கள் முழுமையுமே தன் கட்டுப்பாட்டுக்கு கொண்டு வருவதுதான் அமெரிக்க வெளியுறவுக் கொள்கையின் அடிப்படை நோக்கம். சமீபகாலத்தில் பால்கன் மற்றும் மத்திய ஆசியப் பகுதியில் அமெரிக்காவின் ராணுவத்தலையீடுகள்

அங்கிருக்கும் எண்ணெய் வளத்தை இலக்காகக் கொண்டவை. தலையாட்டி பொம்மை போல் ஆப்கானிஸ்தான் அதிபராக அமெரிக்கா நிறுத்தி வைத்திருக்கும் ஹமீத் கர்ஸாய், யூனோகால் என்ற அமெரிக்க எண்ணெய் நிறுவனத்தின் முன்னாள் ஊழியர் என்று சொல்லப்படுகிறது. உலக எண்ணெய்க் கையிருப்பில் மூன்றில் இரண்டு பங்கு மேற்கு ஆசியாவில் இருப்பதால்தான் பித்தம் பிடித்து அப்பிரதேசத்தையே சுற்றிவருகிறது அமெரிக்கா. அமெரிக்காவின் என்ஜின்கள் இனிமையாக உறுமிக் கொண்டிருப்பது இந்த எண்ணெயினால்தான். உலக எண்ணெய்வள ஆதாரத்தைக் கையில் வைத்திருப்பவரே உலக சந்தையைக் கட்டுப்பாட்டில் வைத்திருப்பதாக அர்த்தம். எண்ணெய் வளத்தை எப்படி கட்டுப்பாட்டுக்குள் கொண்டு வருவது?

இந்தக் கேள்விக்கு நியூயார்க் டைம்ஸ் கட்டுரையாளர் தாமஸ் ஃபிரைட்மான் விட ஆழமான பதிலை வேறு யாரும் கூறமுடியாது. “பித்து பலன்தரும்” என்ற தலைப்பில் அவர் இவ்வாறு எழுதுகிறார்.” எவ்விதப் பேச்சுவார்த்தையோ, தயக்கமோ அல்லது ஐ.நாவின் ஒப்புதலோ இல்லாமல் அமெரிக்கா பலப்பிரயோகம் செய்யுமென்று ஈராக்கிற்கும், தன் நேசநாடுகளுக்கும் அமெரிக்கா தெளிவுபடுத்திட வேண்டும்.’’ அவருடைய அறிவுரை அப்படியே ஏற்றுக்கொள்ளப் பட்டது. ஈராக் மற்றும் ஆப்கானிஸ்தான் மீது அமெரிக்கா தொடுத்த போர்களின் போதும் அனேகமாக தினந்தோறும் ஐ.நா. சபையை அமெரிக்கா அவமானப் படுத்துவதிலும் இது தெளிவானது. “தி லெக்ஸஸ் அண்ட் தி ஆலிவ் ட்ரீ” என்ற புத்தகத்தில் ஃபிரைட்மான் இவ்வாறு எழுதுகிறார். “ரகசிய முஷ்டி இல்லாமல் சந்தையின் ரகசியக் கை வேலை செய்யவே செய்யாது. மாக்டொன்னெல் டக்ளஸ் இல்லாமல் மக்டோனால்ட்ஸின் வியாபாரம் செழிக்காது சிலிகான் பள்ளத்தாக்கின் தொழில்நுட்பங்கள் செழிப்புற்று வளர்வதற்கான பாதுகாப்பான சூழலை ஏற்படுத்தித் தரும் ரகசிய முஷ்டிகள்தான் அமெரிக்கத் தரைப்படையும்,

விமானப்படையும், கப்பற்படையும்.''

ஒருவேளை இது ஒரு பலவீனமான நேரத்தில் எழுதப்பட்டிருக்கலாம். ஆனால் தொழில்நிறுவன உலகமயமாக்கல் என்று நான் படித்த பெரும் திட்டத்தினை இதைவிட கச்சிதமாக, துல்லியமாக வர்ணிக்க முடியாது.

செப்டம்பர் 11, 2001 மற்றும் "பயங்கரவாதத்திற்கு எதிரான போர்" ஆகியவற்றுக்குப் பின் அமெரிக்காவின் மற்றொரு ஆயுதமான சுதந்திரச் சந்தை உள்ளத்திலில்லாமல் உதட்டில் மட்டுமே நிற்கும் புன்சிரிப்புடன் வளர்ந்து வரும் உலகத்தை நொறுக்கிவருவது நமக்குத் தெளிவாகத் தெரிகிறது. என்றும் முடியாத கடமை' என்று அமெரிக்கா கூறுவது அமெரிக்க ஏகாதிபத்தியத்தை விரிவுபடுத்த ஏவியிருக்கும் பிசகற்ற போர். பழுதற்ற வாகனம். உருது மொழியில் ஃபய்தா என்ற சொல் லாபத்தினைக்குறிக்கும் அல்-கொய்தா என்றால் கடவுளின் சொல், சட்டம் என்று அர்த்தம். அதனால் தான் அமெரிக்காவின் பயங்கரவாத எதிர்ப்புப் போர்.'' அல்கொய்தாவிற்கும் அல் ஃபாய்தாவுற்குமிடையே, அதாவது "சொல்லிற்கும் லாபத்திற்கும்" இடையே நடக்கும்போர் என்று இந்தியாவிலுள்ள சிலர் கூறி வருகிறோம்.

இப்போதைக்கு அல்ஃபய்தா வெற்றிபெறும் என்று தோன்றுகிறது. ஆனால் நிச்சயமாக எதையும் சொல்வதற்கில்லை...

சுதந்திர சந்தையின் தாண்டவம்

தொழில் நிறுவன உலகமயமாக்கல் எவ்விதக்கட்டு பாடுமின்றி நடந்துவரும் இந்த பத்தாண்டுகளில் உலகத்தின் மொத்த வருமானம் ஆண்டுக்கு 25 சதவீதம் என்று வளர்ந்திருக்கிறது. ஆனால் உலகத்திலுள்ள ஏழைகளின் எண்ணிக்கை 100 மில்லியன் அதிகரித்துள்ளது. உலகிலுள்ள நூறு பெரிய பொருளாதார அமைப்புகளில் 51 அமைப்புகள். தொழில் நிறுவனங்களே, தனிப்பட்ட நாடுகள் அல்ல. ஒரு சதவீதமாக உள்ள உலகத்தின் மிகப்பெரும் பணக்காரர்களின் மொத்த வருமானம் அடித்தட்டிலிருக்கும் 57 சதவீத மக்களின்

வருமானத்திற்கு சமமாகும். இந்தஏற்றத்தாழ்வு மேலும் அதிகரித்துக் கொண்டிருக்கிறது. பயங்கரவாத எதிர்ப்புப் போரின் பரவிவரும் வீச்சினால் இப்போக்கு மேலும் துரிதப்பட்டுள்ளது. கோட்டு சூட்டு அணிந்த மனிதர்கள் சகிக்கமுடியாத அவசரத்திலிருக்கிறார்கள். நம்மீது குண்டு மழைபொழிந்துக் கொண்டிருக்கும்போது உலகத்தை மேலும் பாதுக்காப்பான இடமாக மாற்றுவதற்காக அணு ஆயுதங்கள் குவிக்கபட்டிருக்கும்வேளையில் பல ஒப்பந்தங்கள் கையெழுத்தாகிக் கொண்டிருக்கின்றன. உரிமங்கள் பதிவு செய்யப்பட்டுக் கொண்டிருக்கின்றன.

தொழில் நிறுவன உலகமயமாக்கல் திட்டத்தின் ஓர் முனையான கட்டமைப்புச்சீராக்கல் இந்தியா போன்ற நாடுகளில் மக்களின் வாழ்க்கையைச் சீரழித்துச்செல்கிறது. வளர்ச்சித் திட்டங்களும், மாபெரும் தனியார் மயமாக்கல் போக்கும், தொழில்களுக்கான சட்டச் சீர்திருத்தங்களும் மக்களை அவர்களின் சொந்த நிலங்களிலிருந்தும், வேலைகளிலிருந்தும், வெளியே தள்ளிக் கொண்டிருக்கின்றன. இதன் விளைவாக வரலாறு காணாத அளவு காட்டுமிராண்டித்தனமாக உடைமைப் பறிப்பு நடந்து கொண்டிருக்கிறது. உலகம் முழுவதிலும் சுதந்திரச் சந்தை எவ்விதக் கூச்சமுமின்றி மேற்கத்திய சந்தைகளைப் பாதுகாத்து வர்த்தகக் கட்டுப்பாடுகளை நீக்குமாறு வளர்ந்துவரும் நாடுகளை நிர்பந்தித்துவரும் வேளையில், ஏழைகள் மேலும் ஏழைகளாக்கப் படுகின்றனர். பணக்காரர்கள் மேலும் செழிப்புற்று வருகின்றனர். உலகம் என்ற கிராமத்தில் மக்களின் அதிருப்தி பீறிட்டுக் கிளம்புகின்றது. அர்ஜென்டினா, பிரேசில், மெக்சிகோ, பொலிவியா, இந்தியா போன்ற நாடுகளில் தொழில் நிறுவன உலகமயமாக்லுக்கு எதிர்ப்பியக்கங்கள் வளர்ந்து வருகின்றன. அவற்றை அடக்க அரசாங்கங்கள் தங்கள் பிடியை இறுக்குகின்றன. கிளர்ச்சியாளர்களுக்கு பயங்கரவாதிகள் என்ற முத்திரை குத்தப்பட்டு பயங்கரவாதிகள் போலவே நடத்தப்படுகின்றனர். ஆனால்

அதிருப்தி என்பது உலகமயமாக்கலுக்கு எதிரான போராட்டங்கள் பேரணிகள், ஆர்ப்பாட்டங்கள் என்ற வடிவங்களில் மட்டும் வெளிப்படுவதில்லை. துரதிருஷ்டவசமாக அவை விரக்திச் சூழலாக மாறி குற்றங்களிலும், குழப்பத்திலும், நம்பிக்கையின்மையிலும் முடிகின்றன. இவை எப்படி மெல்லமெல்ல கலாச்சார தேசியவாதம், மதப் பிற்போக்குவாதம், பாசிசம், பயங்கரவாதம் என்ற கொடூரமான விஷயங்கள் வளர்வதற்கான வளமான சூழலை உருவாக்குகின்றன என்பதை வரலாற்றிலிருந்து மட்டுமல்ல நம்முன்னே இன்று நடக்கும் நிகழ்வுகளிலிருந்தும் உணரலாம்.

இவையாவும், தொழில் நிறுவன உலகமயமாதல் என்ற போக்குடன் கைகோர்த்து அணிவகுத்துச் செல்கின்றன.

சுதந்திரச் சந்தை தேசிய எல்லைகளை உடைத்தெறிகிறது "நாடுகளே இல்லையென்று கற்பனை செய்யுங்கள்" என்று ஜான் ஸன்ஸ் எழுதியபாடலுக்கேற்ப நாமெல்லாம் ஒன்றாய்ச் சேர்ந்து மகிழ்ந்து வாழும் இதயத்தை மட்டுமே பாஸ்போர்ட்டாகக் கொண்ட ஹிப்பிகளின் சொர்க்கத்தை உருவாக்குவதே தொழில் நிறுவன உலகமயமாக்கலின் இறுதிலட்சியம் என்றெல்லாம் ஒரு கருத்து வளர்ந்து வருகிறது. இது ஒரு பச்சைப் பொய்.

சுதந்திரச் சந்தை தகர்ப்பது தேசிய எல்லைகளையல்ல. ஜனநாயகத்தைத் தான் ஏழைகளுக்கும் பணக்காரர்களுக்கும் இடையே உள்ள ஏற்றத்தாழ்வுகள் வளரும் வேளையில் அந்த ரகசிய முஷ்டியின் கடமை என்ன என்பது தெளிவாக வரையறுக்கப்பட்டுள்ளது. ஏராளமான லாபங்களை அள்ளித்தரும் ''இனிமையான'' ஒப்பந்தங்களைத் தேடியலையும் பன்னாட்டு நிறுவனங்கள். வளர்ந்துவரும் நாடுகளின் அரசு எந்திரத்தின் - போலீஸ், நீதிமன்றங்கள், சில நேரங்களில் ராணுவம் - உதவியின்றி ஒப்பந்தங்களை அடையவும், அவற்றின் அடிப்படையிலான திட்டங்களை நிர்வகிக்கவும் முடியாது. ஏழை நாடுகளில் மக்களின்

ஆதரவற்ற சீர்திருத்தங்களை அமுல்படுத்தவும், கலகங்களை அடக்கவும் விசுவாசமான, ஊழல் நிறைந்த, முடிந்தால் எதேச்சாதிகரமான, அரசாங்கங்களின் கூட்டமைப்பு ஒன்று தொழில் நிறுவன உலகமயமாக்கலுக்குத் தேவைப்படுகிறது. சுதந்திரமாகச் செயல்படுவதாக பாவனை காட்டும் பத்திரிக்கைத் துறையும் தேவையாக இருக்கிறது. பணமும் உற்பத்திப் பண்டங்களும் உரிமங்களும் சோலைகளும் மட்டுமே உலகமயமாகுமாறு உத்திரவாதப்படுத்தப்படும். அணு ஆயுதங்களும், தயார் நிலையில் ராணுவங்களும், இன்னும் கடினமான குடியேற்ற சட்டங்களும் அதற்குத்தேவை. மக்கள் சுந்திரமாக நாடுவிட்டு நாடு செல்லும் வசதி தேவையில்லை. மனித உயிர்களுக்கு மரியாதை தேவையில்லை.

இனப்பாகுப்பாட்டு நடவடிக்கைகள், ரசாயன மற்றும் அணு ஆயுதங்கள், சுற்றுப்புறச் சூழலை மாசுபடுத்தும் வாயுக்கள், தட்பவெப்பச் சூழல் மாற்றம், ஏன் நீதி நிர்வாகத்தையே கட்டுப்படுத்தும் சர்வதேச உடன்பாடுகள் சுதந்திர சந்தைக்குத் தேவையில்லை.

ஆப்கானிஸ்தானத்து இடிபாடுகளின் நடுவிலிருந்து கொடியசைத்து துவக்கி வைக்கப்பட்ட பயங்கரவாத எதிர்ப்பு போர் ஏறக்குறைய ஒரு வருடமாகிவிட்ட நிலையில் ஒவ்வொரு நாட்டிலும் சுதந்திரத்தைப் பாதுகாப்பது என்ற பெயரில் சுதந்திரங்கள் கட்டுப்படுத்தப்படுகின்றன. ஜனநாயத்தைப் பாதுகாப்பது என்ற பெயரில் குடியுரிமைகள் நிறுத்தி வைக்கப்படுகின்றன. எல்லாவித எதிர்ப்புகளும் பயங்கரவாதம் என்று வரையறுக்கப்படுகின்றன. அதனைச் சமாளிக்க என்னென்னவோ சட்டங்கள் இயற்றப்படுகின்றன. ஒசாமா பின்லேடன் காற்றில் கரைந்து மறைந்துவிட்டது போலிருக்கிறது. தாலிபான் தலைவர் முல்லா ஓமர் மோட்டார் பைக்கில் ஏறித் தப்பிச் சென்றதாகக் கூறப்படுகிறது. அவரைப் பிடிக்க டின்-டின் என்ற சித்திரக் கதை நாயகனை அனுப்பியிருக்கலாம். தாலிபான் மறைந்து போயிருக்கலாம். ஆனால் அவர்களுடைய உணர்வு அவர்கள்

பின்பற்றிய குரூர நிதி நிர்வாகம் போன்றவை நாம் எண்ணிப் பார்க்க முடியாத இடங்களிலெல்லாம் தலைத்தூக்குகின்றன. இந்தியாவில், பாகிஸ்தானில், நைஜீரியாவில், அமெரிக்காவில், விதவிதமான சர்வாதிகாரிகளால்ஆளப்படும் மத்திய ஆசியக் குடியரசுகளில் அமெரிக்க ஆதரவுபெற்ற வடக்குக் கூட்டணி ஆளும் ஆப்கானிஸ்தானத்தில்கூட

இதற்கு நடுவில் கடைவீதியின் கோடியில் இடைக்கால வியாபரம் மும்முரமாக நடைபெறுகிறது. அங்கு எல்லாமே தள்ளுபடி விலையில். கடல்கள், ஆறுகள், எண்ணெய், மரபணுக்கள், குளவிகள், பூக்கள், குழந்தைப் பருவங்கள், அலுமினியத் தொழிற்சாலைகள், தொலைப்பேசித் தொழிற்சாலைகள், அறிவாற்றல், காடுகள், குடியுரிமைகள், சுற்றுப்புறச் சூழலமைப்புகள், காற்று - 4600 மில்லியன் ஆண்டுகளாக பரிணாம வளர்ச்சியுற்ற எல்லாமே அவையெல்லாம் ஒழுங்காகக் கட்டப்பட்டு சீல் செய்யப்பட்டு முத்திரை குத்தப்பட்டு விலை குறிக்கப்பட்டு அலமாரியிலிருந்து நேரடியாக விற்பனைக்கு தயார் (விற்ற பொருட்கள் திரும்பப் பெறமாட்டாது) நீதி கூட விற்பனைக்கு வந்துள்ளதாக என்னிடம் கூறினார்கள். அமெரிக்கர்கள் அவர்களின் வாழ்க்கை முறையைத் தொடர வேண்டியதன் அவசியத்தை இவ்வுலகம் புரிந்து கொள்ள வைப்பதே பயங்ரவாத எதிர்ப்புப் போரில் தன் கடமை என்று அமெரிக்கப் பாதுகாப்புத் துறை செயலாளர் டோனல்ட் ரம்ஸ் ஃபீல்ட் கூறியுள்ளார். கோபம் கொண்ட அரசன் காலைத் தரையில் உதைக்கும் போது தம் குடியிருப்புகளிலுள்ள அடிமைகள் நடுங்குவர். இந்த அமெரிக்க மண்ணில் நின்றுகொண்டு இதைச் சொல்லக் கஷ்டமாயிந்தாலும், சொல்லியேதான் ஆகவேண்டும் “அமெரிக்க வாழ்க்கை முறை பேணத்தக்கதல்ல. ஏனெனில் அமெரிக்காவைத் தாண்டி ஓர் உலகம் உள்ளது என்பதை அது ஏற்றுக் கொள்வதில்லை.”

அதிர்ஷடவசமாக அதிகாரத்திற்கும் வாழ்நாள் என்று உள்ளது. நேரம் வரும்போது பலம் வாய்ந்த இந்தப் பேரரசும்,

அதற்கு முன்னிருந்த பல பேரரசர்கள் போலவே, தன் சக்திக்கு மீறிச்செயல்பட்டு உள்ளுக்குள்ளேயே வெடித்துச் சிதறலாம். அதன் கட்டமைப்பில் ஏற்கனவே விரிசல்கள் தோன்றிவிட்டன. போலிருக்கிறது. பயங்கரவாத எதிர்ப்புப் போர் தன் வலையை மேலும் மேலும் பரப்பி வருகையில் அமெரிக்காவின் தொழில் இதயத்தில் ரத்தம் கசிகிறது. ஜனநாயகம் பற்றி முடிவற்ற வெற்றுப் பேச்சு நடந்தபோதிலும், உலகமே மூன்று மிக ரகசியமான நிறுவனங்களால் நடத்தப்படுகிறது. பன்னாட்டு நிதியம், உலக வங்கி, சர்வதேச வர்த்தக நிறுவனம் இவை மூன்றும் அமெரிக்க ஆளுமையின் கீழுள்ளன. அவற்றின் முடிவுகள் ரகசியமாகவே எடுக்கப்படுகின்றன. அவற்றை நிர்வகிப்பவர்களின் நியமனங்களும் ரகசியமே! அவற்றின் நிர்வாகிகளைப் பற்றியோ, அரசியலைப் பற்றியோ, நம்பிக்கைகள் பற்றியோ, உள்நோக்கங்கள் பற்றியோ யாருக்கும் தெரியாது. அவர்களை யாரும் தேர்ந்தெடுப்பதில்லை. நம் சார்பாக அவர்கள் முடிவெடுக்கலாமென்றும் யாரும் அவர்களிடம் கூறவில்லை. யாருமே தேர்ந்தெடுக்காத பேராசை பிடித்த வங்கியாளர்களாலும், தலைமை செயலதிகாரிகளாலும் நடத்தப்படும் ஓர் உலகம் நீடித்திருப்பது சாத்தியமில்லையென்றே தோன்றுகிறது.

சோவியத் பாணி கம்யூனிசம் தோல்வியடைந்தது அது உள்ளியல்பால் தீமையானது என்பதால் அல்ல. மாறாக தவறாக கையாளப்பட்டது என்பதால், மிகச் சிலபேர் மிக அதிகமான அதிகாரங்களைக் கைப்பற்றிக் கொள்ள அது அனுமதித்தது. அமெரிக்க பாணி 20ம் நூற்றாண்டு சந்தை முதலாளித்துவமும் இதே காரணங்களுக்காக தோல்வியடையும் இந்த இரண்டு அமைப்புகளுமே மனிதனின் புத்திசாலித்தனத்தால் எழுப்பப்பட்டவை. மனிதனின் இயல்பால் தகர்க்கப்பட்டவை.

நிலைமை மோசமடைந்து பின்னால் மேம்படலாம். மேலே இருக்கும் சொர்க்கத்தில் ஏதோ ஒரு குட்டித்தேவதை

நமக்காக தம்மை யார் செய்து கொண்டிருக்கலாம். இன்னொரு உலகம் என்பது சாத்தியம் என்பது மட்டுமில்லை, அவள் நம்மை நோக்கி வருகிறாள். அவள் வரும்போது வாழ்த்துவதற்கு நம்மில் பலர் இருக்கமாட்டோம். ஆனால் ஓர் அமைதியான நாளில் நான் கூர்ந்து கவனித்தால் அவள் சுவாசிப்பதை என்னால் கேட்க முடிகிறது!

(செப்டம்பர் 18, 2002 -இல் அமெரிக்காவின் நியூ மெக்சிகொ மாநிலத்திலுள்ள சான்டா ஃபே நகரிலுள்ள வான்னன் ஃபவுன்டேஷனில் அருந்ததி ராய் ஆற்றிய உரை.)

மொழியாக்கம் : ஆர். விஜயசங்கர்.

பாரதி புத்தகாலயம், சென்னை, 2002.

10

மறக்கக்கூடாத இருண்ட காலம்

என்ன நடந்தது எமர்ஜென்சியில்?

"ஜனாதிபதி அவசர நிலை பிரகடனம் செய்துள்ளார். இதில் பீதி அடைவதற்கு ஒன்றுமில்லை"

- பிரதமர் இந்திரா காந்தி,
ஜூன் 26.1975

தனக்கும் தன் கட்சிக்கும் ஆட்சிக்கும் வந்த அபாயத்தை இந்த நாட்டிற்கே வந்த அபாயமாக பிரச்சாரத்தைக் கட்டவிழ்த்து விட்டுத்தான் அவசரநிலைச் சட்டத்தை பிறப்பித்தார் இந்திர காந்தி! "பாசிசச் சக்திகள்" மீதும் அவரை எதிர்க்கும் அந்நிய சக்திகள் மீதும் பழி போட்டார். நாடு சோஷிலிஸப் பாதையில் செல்வதை விரும்பாத இச்சக்திகள் நாட்டில் குழப்பம் விளைவிக்கின்றன என்ற சாக்கில் அவர் தாக்குதல் தொடுத்தது எதிர்கட்சிகள் மீதுதான். அவரின் அடுத்த பிரதான இலக்குகள் பாராளுமன்ற ஜனநாயகத்தின் தூண்களாய் இருக்கும் 'அரசியலமைப்புச் சட்டம். பாராளுமன்றம், பத்திரிகைகள் ஆகியன. இவையெல்லாம் நாட்டைக் காப்பாற்ற புறப்பட்டதாகச் சொன்ன ஒருவர் தன்னைக் காப்பாற்றிக் கொள்ள செய்த முயற்சிகள்

மத்திய அமைச்சரவையின் ஒப்புதலின்றி கட்டாயத்தின் பேரில் அவசர அவசரமாக நெருக்கடிநிலை பிரகடனமாகு முன்னரே, இருள் விலகாத ஒருஅதிகாலைப் பொழுதில் எதிர்க்கட்சி தலைவர்கள் கைது செய்யப்பட்டனர். ஜெயப்

பிரகாஷ் நாராயணன், முன்னாள் உதவிப் பிரதமர் மொரார்ஜி தேசாய், ஜன சங்கத் தலைவர் எல்.கே. அத்வானி பாராளுமன்றத்தில் ஆளும் கட்சிக்குச் சிம்ம சொப்பானமாக விளங்கிய மார்க்சிஸ்டு எம்.பி. ஜோதிர்மாய் பாசு, 1971ல் இந்திராவை எதிர்த்துப் போட்டியிட்டு தோற்று பின் அலகாபாத் நீதிமன்றத்தில் வெற்றி பெற்ற சோஷலிஸ்ட்டுக் கட்சி தலைவர் ராஜ் நாராயணன், நகர்வாலா வழக்கில் சம்பந்தப்பட்டு மர்மமாக இறந்தவர்களைப் பற்றிய நீதி விசாரணை கேட்ட பிலு மோடி ஆகியோர் சிறையிலடைக்கப்பட்டனர். ஜெ.பி. ஜோதிர்மாய் பாசு போன்றோர்க்கு தனிமைச் சிறை. இந்த எதிர்க்கட்சி தலைவர்களுடன் சிறையிடைக்கப்பட்டவர்களில் காங்கிரஸ் எதிர்ப்பில் முன்னணியிலிருந்த இந்தியன் எக்ஸ்பிரஸ் பத்திரிகை ஆசிரியர் குல்திப் நய்யாரும் அடக்கம். நாடு முழுவதிலும் ஆயிரக்கணக்கான ஊழியர்கள் வளைத்து பிடிக்கப்பட்டனர்.

பல் இழந்த பாராளுமன்றம் அர்த்தம் இழந்த அரசியல் சட்டம்.

நெருக்கடி நிலைப் பிரகடனம் செய்யப் பட்ட மறுநாள், அரசியலமைப்புச் சட்டத்தின் 356(1) பிரிவின் கீழ் ஒரு கொடூரமான ஆணை பிறப்பிக்கப்பட்டது. நாடாளுமன்றம் கூட்டப்படாத நிலையில் பிறப்பிக்கப்பட்ட இந்த நிர்வாக ஆணை அரசியல் சட்டத்தின் ஷரத்துகள் 14, 21 மற்றும் 22 மக்களுக்கு வழங்கியிருந்த உரிமைகளைத் தற்காலிகமாக ரத்து செய்தது.

ஜூன் 30 அன்று, மிசா என்றழைக்கடும் உள்நாட்டுப் பாதுகாப்பு சட்டம் திருத்தப் பட்டது. மிசாவின் கீழ் கைது செய்யப்படுபவர்களுக்கு அவர்களின் கைதுக்கான காரணம் தெரிவிக்கப்பட வேண்டிய அவசியமில்லை என்றது இத் திருத்தம். பத்திரிகைகளும் கைது செய்யப்பட்டவர்களின் பெயர்களை வெளியிடக் கூடாது என்று ஏற்கனவே தடை விதிக்கப்பட்டருந்தது.

ஜூலை 15 இல் துவங்கப்பட வேண்டிய பாராளுமன்றத்தின் மழைக்காலக் கூட்டத் தொடருக்கான அழைப்பு ஜூன் முதல் வாரத்திலேயே வருவது வழக்கம். ஜூன் 21 வரை அழைப்பு வராததைக் கண்டு ஐயமுற்ற எதிர்க்கட்சி உறுப்பினர்கள், சிலர் (ஜோதிமாய் பாசு, இரா.செழியன், மதுலிமாயி, சமர் குகா போன்றோர்) சபாநாயகருக்கு எழுதிய ஒரு கடிதத்தில் ஏற்றுக் கொள்ளப்பட்ட ஜன நாயக நெறிகளுக்குக்கேற்ப அவையைக் கூட்டச் சொல்லி ஜனாதிபதியை வற்புறுத்துமாறு கேட்டுக்கொண்டனர். ஆனால் எமர்ஜென்சியை அறிவித்து ஏறக்குறைய ஒரு மாதத்திற்குப் பின்தான் நாடாளுமன்றக் கூட்டத் தொடர் துவங்கும் (ஜூலை 21) என அழைப்பு வந்தது. அது துவங்குவதற்கு ஒருநாள் முன்பு தான் அவை நடவடிக்கைகளைப் பற்றி பத்திரிக்கைகளில் பிரசுரிக்கக்கூடாது என்ற தடை வந்தது.

ஜூலை 21 அன்று நாடாளுமன்றம் கூடியவுடனே பாராளுமன்ற விவகாரங்கள் அமைச்சர் ஒரு பிரேரணையைக் கொண்டு வந்தார். அதன்படி நாடாளுமன்ற நடவடிக்கை விதிகள் தற்காலிகமாக நிறுத்தி வைக்கப் பட்டன. அவசரமாக விவதிக்கப்பட வேண்டிய விஷயங்களைக் குறித்து உறுப்பினர்கள் கேள்வி எழுப்புவதும் தீர்மானம் கொண்டு வருவதும் தடை செய்யப்பட்டன.

நாடாளுமன்றத்தில் போர்வாள்களாய் இருந்த பல்வேறு கட்சித் தலைவர்களை கைது செய்துவிட்டு, இருக்கும் உறுப்பினர்களின் உரிமைகளையும் பறித்து விட்டு இந்த நிலையில் அவசர அவசரமாக நெருக்கடி நிலைப் பிரகடனத்திற்கான "ஒப்புதல்" பெறப்பட்டது. இதனைக் கடுமையாக ஆட்சேபித்த எதிர்க் கட்சிகள், ஜூலை 23 முதல் பாராளுமன்றத்தைப் புறக்கணிக்க முடிவு செய்தன. இதே பாராளுமன்றத்தில்தான் மனிதர் தம்மை அடிமை செய்யும் பல சட்டங்களும் சட்ட திருத்தங்களும் அரங்கேற்றப்பட்டன.

ஆகஸ்ட் 1ல் 38 வது அரசியல் சட்ட திருத்தம் கொண்டு வரப்பட்டது. ஜனாதிபதி நெருக்கடி நிலைப் பிரகடனம்

செய்ததற்கான காரணங்களை எதிர்ப்பதையும் ஆராய்ச்சி செய்வதையும் தடை செய்தது அத்திருத்தம். அதாவது, எமர்ஜன்சி சட்டப்படி கைது செய்யப்பட்ட ஒருவர் செல்லாது என்று கூற கோர்ட்டுக்கும் செல்ல முடியாது. வக்கீல் இல்லை. வாதங்கள் இல்லை. அப்பீல் இல்லை. பிரிட்டிஷ் ஆட்சி 1919ல் கொண்டு வந்த ரௌலட் சட்டத்தை விட மோசமானது இச்சட்டம். ஏற்கனவே ஜூன் 27ல் பிறப்பிக்கப்பட்ட ஆணை, குடிமக்கள் அனைவரையும் சட்டத்தின் முன் சமமாகப் பாவிக்க வேண்டும் என்ற உரிமையையும் (அரசியல் சட்டப்பிரிவு 14) அவர்களின் உயிருக்கும் உடமைக்கும் பாதுகாப்பளிக்கும் உரிமையையும் (பிரிவு 21) அவர்கள் காரணமின்றிக் கைது செய்யப்படக்கூடாது அல்லது காவலில் வைக்கப்படக்கூடாது (பிரிவு 22) என்ற பாதுகாப்பினையும் தற்காலிகமாக நிறுத்தி வைத்திருந்தது.

மக்களின் உரிமைகளை ஒரேயடியாகத் தகர்த்துவிட்ட இந்திராகாந்தி, அடுத்து தன்னையும் தன் பதவியையும் சட்டம் எந்த வகையிலும் தொட்டுவிடக்கூடாது என்பதை உறுதி செய்யும் நடவடிக்கைகளில் இறங்கினார். ஆகஸ்ட் 5ல் நிறைவேற்றப்பட்ட தேர்தல் திருத்தச் சட்டம், பிரதமருக்கு எதிராக வந்த அலகாபாத் உயர்நீதி மன்றத் தீர்ப்பினைச் செல்லாது என்று அறிவித்தது. இரண்டு நாட்களுக்குப் பின்பு பிரதமரைப் பாதுகாக்க அரசியல் சட்டம் திருத்தப்பட்டது. 38வது அரசியல் சட்டத் திருத்தத்தின் கீழ் பிரதமர் உட்பட உயர்ந்த அரசுப் பதவியில் இருக்கும் யாரையும் தேர்தல் தில்லுமுல்லு செய்ததற்காக விசாரிக்கும் உரிமையை நீதிமன்றங்கள் இழந்தன.

அதற்கு அடுத்த நாள் (ஆகஸ்ட் 9) மேலும் ஒரு திருத்தம் வந்தது. அரசியல் சட்டத்தில் செய்யப்பட்ட அந்த 40வது திருத்தம் பிரதமருக்கு எதிராக சிவில் அல்லது கிரிமினல் வழக்குகள் ஏதும் தொடர முடியாது என்று கூறியது. அவர் பதவியேற்ற நாளிலிருந்து எதிர்காலத்தில் பதவியிலிருந்து இறங்கும் நாள் வரையில் எந்தவொரு காரணத்திற்காகவும்

சட்டம் அவரைச் சீண்ட முடியாது என்பதே இதன் அர்த்தம். பின்னர், பதவிலிருந்து அவர் போனாலும்கூட வழக்குத் தொடர முடியாது என்று சலுகை நீட்டிக்கப்பட்டது.

சட்டத்தாலும், அரசியலமைப்புச் சட்டத்திலும் முதல் தவணை திருத்தங்களை முடித்துப் பாராளுமன்றத்தை ஒத்தி வைத்த இந்திரா அரசு, அத்திருத்தங்களை எடுத்துக் கொண்டு உச்சநீதிமன்றத்திற்கு ஓடியது. அலகாபாத் உயர்நீதி மன்றத்தில் இந்திராவுக்கு எதிராக வழங்கப்பட்ட தேர்தல் வழக்குத் தீர்ப்பு, அரசியல் சட்டத்தின் புதிதாகச் செய்யப்பட்ட 39வது திருத்தத்தின்படி செல்லாது என்று வாதிட்டது. வேறு வழியில்லாமல் உச்சநீதிமன்றம் அலகாபாத் தீர்ப்பினை ரத்து செய்தது. இவ்வாறு இந்திராவுக்கு வந்த அபாயம் நீங்கியவுடன், அவரை எதிர்த்தவர்கள் மீது வெறித்தனமாகப் பாய்ந்தது அரசு. இதில் அதற்கு ஆயுதம் மிசா எனப்படும் உள்நாட்டுப் பாதுகாப்புச் சட்டமும், டி.ஐ.ஆர். எனப்படும் இந்தியாப் பாதுகாப்பு விதிகளும் ஆகும்.

அக்டோபர் 17 இல் மிசா மீண்டும் திருத்தப்பட்டது. ஒருவர் என்ன காரணங்களுக்காக கைது செய்யப்பட்டார் என்பதை சிறை அதிகாரிகள் கோர்ட்டுக்குத் தெரிப்பது குற்றம் என்றது அந்த திருத்தம். ஜனவரி 22, 1976 இல் கொண்டு வரப்பட்ட மற்றொரு திருத்தத்தின்படி, ஒரு மிசா கைதியின் சிறையிருப்புக் காலம் முடிந்தவுடன் மறுபடியும் பழைய காரணங்களுக்காகவே அவரை மீண்டும் கைது செய்ய முடியும். அதாவது குறைந்தது மூன்று வருடங்களாவது கைதுக்கான காரணங்களை அறியாமலும், கைது பற்றிய செய்தி வெளி உலகிற்குத் தெரியாமலும் ஒருவர் சிறையில் அடைக்கப்படலாம் என்று சட்டம் கூறியது. சட்டமே இப்படிக்கூறும்போது அதனை அமுல்படுத்தியவர்கள் எந்த அளவுக்கு சென்றிருப்பார்கள், சென்றிருந்தார்கள் என்பது பின்னர் தெரியவந்தது. (1971ல் கொண்டு வரப்பட்ட இச்சட்டத்தினை எமர்ஜென்சிக்கு முன்பே மிக அதிகமாகப் பிரயோகித்தது சித்தார்த்த சங்கர் ரே தலைமையிலான மேற்குவங்க அரசாகும். சுமார் 30,000 பேர் மிசா கைதிகளாக

இருந்தனர் என்று அம்மாநிலத் தலைமைச் செயலாளரே ஒப்புக் கொண்டதாக 8.1.72 தேதியிட்ட ஸ்டேஸ்மேன் ஆங்கில நாளிதழ் கூறியது)

மிசா அரசியல் கட்சிகளுக்கு எதிராகப் பாயாது என்று அன்றைய உள்துறை அமைச்சர் கூறியிருந்தபோதிலும் சிபிஎம், சிபிஐ, சிபிஐ(எம்.எல்) சோஷலிஸ்ட்டுக் கட்சி, ஜனசங்கம், பாரதீய லோக்தள், ஸ்தபான காங்கிரஸ் ஆகிய கட்சிகளின் ஊழியர்களும், தலைவர்களும் எமர்ஜென்சி இரவுகளில் வேட்டையாடப்பட்டனர். காங்கிரசின் இளந்துருக்கியர் குழுவைச் சேர்ந்த கிருஷ்ண காந்தி (எம்.பி) கணக்குப்படி ஒரு லட்சம் பேர் எமர்ஜென்சி அறிவிக்கப்பட்ட வந்த ஆறு மாதங்களுக்குள் கைது செய்யப்பட்டனர். இந்திராவை எதிர்ப்பவர்கள் எல்லோரும் இந்தியாவை எதிர்ப்பவர்கள் என்ற ரீதியில் கைதுகள் தொடர்ந்தன.

அரசியல் தொழிற்சங்க தலைவர்கள் மட்டுமின்றி ஏராளமான மாணவர்களும் கைது செய்யப்பட்டனர். இந்திய மாணவர் சங்கம் செல்வாக்குப் பெற்றிருந்த ஜவஹர்லால் நேரு பலகலைக்கழக மாணவர் விடுதிகளை ஒருநாள் முழுதும் முற்றுகையிட்டு பல மாணவர்களை கைது செய்தனர்.

தனிமைச் சிறையில் தலைவர்கள்

கைது செய்யப்பட்ட ஜெயப்பிரகாஷ் நாராயண், ஜோதிர்மாய் பாசு போன்றோர் தனிமைச் சிறையிலடைக்கப்பட்டனர். உறவினர்களும், வழக்கறிஞர்களும் கூடச் சந்திக்க முடியாத தனிமை அது! அஹிம்சையை போதித்த ஜெ.பிக்கும். சிறையில் கிடைத்த மரியதைகளினால் ஏற்கனவே அவருக்கிருந்த சிறுநீரக நோய் முற்றி உடல் நலம் சீரழிந்தது. ஜூலை 1, 1975ல் அவர் பிரதமருக்கு எழுதிய உருக்கமான ஆனால் உறுதியான கடிதத்தில் அவர் கூறினர். "நான் வயது முதிர்ந்தவன் என்பது உங்களுக்குத் தெரியும். வாழ்க்கை முழுவதையும் இந்த நாட்டிற்காக அர்ப்பணித்தவன் நான்."

ஜூலை 9, 1975ல் கைதுசெய்யப்பட்ட ஜோதிர்மாய் பாசு டில்லியின் புகழ்பெற்ற திகார் சிறையில் தனிமையில் அடைக்கப்பட்டு, அவதிப்பட்டு நூதனமான சித்ரவதைக்கு உள்ளானார். ஒரு ஆள் மட்டுமே நுழைய முடியும் அறையில், ஆயிரம் வாட்ஸ் விளக்கு ஒன்றின் கீழ்பல மணி நேரம் தொடர்ந்து இருக்க செய்தார்கள். இந்த சித்ரவதையில் அவர் உடல் நலம் குன்றியது. இது டில்லி உயர்நீதிமன்றத்தின் கவனத்திற்கு கொண்டு செல்லப்பட்டது. நீதிமன்றம் அவரை மருத்துவமனையில் சேர்க்க உத்தரவிட்டது. அதற்குப்பின் ஹரியானாவில் உள்ள திகார் சிறைக்கு மாற்றப்பட்டார். பின்னர் கல்கத்தா உயர்நீதிமன்ற உத்தரவின்படி அவர் மருத்துவ சிகிச்சைக்காக கல்கத்தா நகரிலுள்ள மருத்துவமனையில் சேர்க்கப்பட்டார். பாராளுமன்ற தணிக்கைக்குழு தலைவராக இருந்தபோது இந்திரா காந்தியின் ஊழல்களை வெளிச்சத்திற்கு கொண்டு வந்ததற்காக அவருக்கு கிடைத்த பரிசு இது.

சித்ரவதைக் கூடங்கள்

மக்களால் அங்கீகரிக்கப்பட்ட தலைவர்களுக்கே இந்நிலை என்றால் நாடெங்கிலும் கைது செய்யப்பட்ட ஆயிரக்கணக்கான பல அரசியல் ஊழியர்கள் மாணவர் தலைவர்கள் தொழிற்சங்க தலைவர்கள் மனித உரிமை குழுக்களின் தலைவர்கள் அனுபவித்த சித்ரவதை பற்றி தனியாக ஒரு புத்தகமே எழுதலாம். சாதாரணச் சட்டங்களை வைத்தே மக்களை அச்சுறுத்தும் போலீசார் அவசர நிலையின் விசேஷச் சட்டங்களின் மூலம் அரசியல் கைதிகளை வேட்டையாடினர். சிறைகளில் வெறித்தாண்டவமாடினர். நவம்பர் 14, 1975ல் எதிர்க்கட்சிகள் உருவாக்கிய மக்கள் போராட்ட கமிட்டி அறைகூவலுக்கு இணங்க அமைதியான முறையில் நாடு முழுவதும் 3000 இடங்களில் சத்தியாகிரகம் செய்த 1 லட்சம் ஊழியர்கள் கைது செய்யப்பட்டனர். தடியடிக்கு உள்ளாகினர். கையில் விலங்கிட்டு, வயிற்றில் கயிற்றினைக் கட்டி இழுத்துச் செல்லப்பட்டனர். மூத்த வழக்கறிஞர்கள், பேராசிரியர்கள், பொறியாளர்கள்,

மாணவர்கள் போன்ற எல்லா சத்தியாக்கிரகிகளுக்கும் கைவிலங்கிடப்பட்டது. போராட்டத்தில் ஈடுபட்ட ஒரு கர்ப்பிணிப் பெண்ணை கட்டிலோடு சேர்த்து சங்கிலியிட்டு வைத்தனர். கொலை, திருட்டு, விபசாரக் குற்றங்களுக்காக சிறையிலிருந்த பெண் குற்றவாளிகளுடன் சேர்ந்து அரசியல் குற்றம் புரிந்த பெண் சத்தியாகிரகிகளும் அடைக்கப்பட்டனர். அவர்கள் இருந்த கொட்டடிக்குள் நள்ளிரவில் அத்துமீறி நுழைந்த போலீசார் அவர்களை மோசமான வார்த்தைகளால் திட்டினர், மிரட்டினர். சில நாட்கள் சிறையிலிருந்த சத்தியாக்கிரகிகளுக்கே இந்த கொடுமை என்றால் மிசாவில் கைதானவர்கள் மனிதர்கள் போலவே நடத்தப்படவில்லை. பலர் தலைகீழாக கட்டி தொங்கவிடப்பட்டனர். அதே நிலையில் அடிக்கப்பட்டனர். காதுகளின் வழியே ரத்தம் வரும்வரை தாக்கப்பட்டனர். அவர்களின் பிறப்புறுப்புகளின் மீது தொடர்ந்து அடிவிழுந்தது. பாதங்களில் சவுக்குக் கட்டையினால் தாக்கினார்கள். படுத்த நிலையில் அவர்களின் கால்களின் மீது உருட்டுக்கட்டைகள் வைக்கப்பட்டு அக்கட்டைகளின் இரு புறங்களிலும் போலீசார் ஏறி நின்று எலும்புகள் உடையும் வரை உருட்டினர். ஹரியானா சிறையில் மூன்று கைதிகளின் வாயில் போலீசார் சிறுநீர் கழித்ததாக செய்தி உண்டு. சிறைக்குச் சென்ற பலர் சின்னா பின்னமாயினர். சிலர் திரும்பி வரவேயில்லை. இந்தியாவின் சிறைகளுக்குள் மனித உரிமைகள் மடிந்து கொண்டிருந்த செய்தி பத்திரிகை தணிக்கை அதிகாரிகளின் பேனா மையின் பின் மறைக்கப்பட்டது.

காலம்: அவசரகாலம்

இடம்: மகாராஷ்டர மாநிலத்தில் ஒரு பத்திரிகை அலுவலகம்

பாத்திரங்கள்: பத்திரிகை ஆசிரியர், தணிக்கை அதிகாரி, மாநில உள்துறை செயலர்.

பத்திரிகை ஆசிரியர்: (நீலப்பென்சில் கோடுகளால் அடிக்கப்பட்ட 12 பக்கங்களை காண்பித்து) இதெல்லாம் என்ன?

தணிக்கை அதிகாரி: பிரச்சனைக்குரிய எதையும் நீங்கள் பிரசுரித்தால் எனக்கே ஆபத்து வந்துவிடும். தவறுகளைக் கூட சரியாகச் செய்வதில் நான் கவனமாக இருக்க வேண்டும்.

ஆசிரியர்: முழுப் பக்கங்களையும் அடித்து விட்டால் எது சரி, எது தவறு என்று எங்களுக்கு எப்படித் தெரியும்?

அதிகாரி: உள்துறைச்செயலரையே கேளுங்கள். நான் உங்களுக்கு எதையும் சொல்ல முடியாது.

(இரண்டு நாட்களுக்கு பின்)

உள்துறைச் செயலர்: நீங்கள் எழுதியவற்றில் சிலவற்றை நாங்கள் அனுமதித்திருக்கலாம் தான். ஆனால் சட்டம் ஒரு கழுதை. அதை நிறைவேற்ற வேண்டிய நாங்களும் கழுதைகள் தாம். இந்தக்கட்டுரை முழுவதையுமே தடை செய்ய வேண்டும்.

நெருக்கடி நிலையின்போது பல பத்திரிக்கை அலுவலகங்களின் அனுபவம் இவ்வாறுதான் இருந்தது. நாடாளுமன்றம், அரசியல் சட்டம், எதிர்க்கட்சிகள், கட்சிக்குள் எதிரிகள், குடியுரிமைகள் என எல்லாவற்றின் மீதும் விழுந்த எமர்ஜென்சி இருள் பேச்சுரிமை எழுத்துரிமையினைப் பிரதிநிதித்துவப் படுத்தும் செய்திப் பத்திரிக்கைகளையும் தன்னுள் இழுத்துக் கொண்டது.

நெருக்கடி நிலைப் பிரகடனம் செய்யப்பட்ட அதே நாளில் இந்தியப் பாதுகாப்பு விதிகளின் டி.ஐ.ஆர். 48 – வது பிரிவின் கீழ் பொதுவான பத்திரிக்கை தணிக்கை அறிவிக்கப்பட்டது. மத்திய அரசின் பத்திரிக்கைத் தகவல் அமைப்பு அல்லது மாநில அரசின் தகவல் தொடர்பு ஆணையரின் முன் அனுமதியின்றி எமர்ஜென்சியைப் பற்றியோ, கைதுகளைப்பற்றியோ எந்த விதமான செய்திகளையோ, விமர்சனங்களையோ, வதந்திகளையோ வெளியிடக் கூடாது என்று தடை விதிக்கப்பட்டது.

சில பொதுவான நெறிமுறைகள் பத்திரிக்கையாசிரியர்களிடம் வழங்கப்பட்டன. பத்திரிக்கைகள் பின்பற்ற வேண்டிய இந்த நெறிமுறைகளை பத்திரிக்கைகளில்

பிரசுரிக்க கூடாது என்றும் உத்தரவிடப்பட்டது. ஒரு மாதத்திற்கு பின் மேலும் கடுமையான நெறிமுறைகள் திணிக்கப்பட்டன இவை செய்திகளை மட்டுமின்றி, விளம்பரங்கள், கார்ட்டூன்கள், புகைப்பட விளக்கக் குறிப்புகள், ஆசிரியர்களுக்குக் கடிதங்கள் என ஒரு பத்திரிக்கையின் எல்லாப் பகுதிகளையும் இவை கட்டுப்படுத்தின.

டிசம்பர், 8. 1975 மேலும் மூன்று அதிரடி ஆணைகள் பிறப்பிக்கப்பட்டன. 'ஆட்சேபத்திற்குரிய' விஷயங்களைப் பிரசுரிப்பதும், நாடாளுமன்ற நடவடிக்கைகளைப் பற்றிய செய்திகள் அளிப்பதும் தடை செய்யப்பட்டதுடன் பத்திரிக்கைகளின் கூட்டமைப்பாகிய பிரஸ் கவுன்சிலும் ஒழிக்கப்பட்டது. யாருடைய ஆட்சேபத்திற்குரிய விஷயங்கள்? அரசின் ஆட்சேபத்திற்குரிய விஷயங்கள். எவையெல்லாம் ஆட்சேபத்திற்குரியவை? எந்த ஒரு மனிதனின், அல்லது வர்க்கத்தின், துவேஷ உணர்வையும், பகைமையையும், ஒற்றுமையின்மையையும், துண்டாடுவது ஆட்சேபத்திற் குரியது; வார்த்தைகளிலோ, குறியீடுகளிலோ, ஜனாதிபதி, பிரதமர், உதவி ஜனாதிபதி, நாடாளுமன்றத்தின் சபா நாயகர், மாநில ஆளுநர்கள், மத்திய மாநில அமைச்சர்களை அவதூறு செய்வதோ, அல்லது அவ்வார்த்தைகளும் குறியீடுகளும் தங்களை அவமதிப்பதாக அவர்கள் கருதும்போதோ, அவை ஆட்சேபத்திற் குரியவையாகும்.

இது செய்திப் பத்திரிக்கைகளுக்கு மட்டுமின்றி, புத்தகங்கள், சிறுபிரசுரங்கள், இசையொலிக் குறிப்புகள், ஒலிபரப்புகள் ஆகிய எல்லா மனித அறிவு, உணர்வு வெளிப்பாட்டு சாதனங்களுக்கும் பொருந்தும்.

எதையெல்லாம் எழுதலாம், எதையெல்லாம் எழுதக்கூடாது என்பதற்கு சில சான்றுகள்:

'அமெரிக்கா போன்ற ஒரு நட்பு நாட்டுடன் உள்ள உறவுகளை பலப்படுத்த வேண்டியிருப்பதால்' அந்த நாட்டை அவமதிக்கும் வகையில் எழுதக்கூடாது; உகாண்டவின் இடி அமீன், சிலி நாட்டின் பினேசெட் போன்றவர்களைப் பற்றி

எழுதுவது தடுக்கப்பட்டது. (அவர்களைச் சர்வாதிகாரிகள் என்று விமர்சிக்கும் போது படிப்பவர்களுக்கு வேறெங்கும் சிந்தனை செல்லக்கூடாது என்பதற்காக) பாசிஸத்தின முகத்தை நீதிமன்றக்கூண்டில் நின்று அம்பலப்படுத்திய ஜார்ஜ் டிமிட்ரோவைப் பற்றி எழுதக் கூடாது என்று கேரளத்தில் தடுக்கப்பட்டதாகவும் செய்தி உண்டு. லாபம் என்ற சொல்லுக்குப் பதிலாக கொள்ளை என்ற சொல்லை பயன்படுத்தக் கூடாது. தணிக்கை அதிகாரிகள் காட்டிய இடங்களில் வெற்றிடம் இருக்கக் கூடாது என்று கூறப்பட்டது.

சிந்தனை வெளிப்பாடு மட்டும் சிறைப்படுத்தப் படவில்லை. பத்திரிக்கைகளும், அலுவலர்களும், நேரடியாக அரசின் கவனிப்பிற்குள்ளான கதைகளும் ஏராளம். இதில் தேசிய அளவில் எமர்ஜென்சி எதிர்ப்பில் முன்னணியில் இருந்த இந்தியன் எக்ஸ்பிரஸ் பத்திரிக்கைதான் அதிகம் பாதிக்கப்பட்டது. அப்பத்திரிக்கை ஆசிரியர் குல்தீப் நய்யார் மிசாவில் கைது செய்யப்பட்டார். இந்தியன் எக்ஸ்பிரஸ் அலுவலகங்களைச் சுற்றி வளைத்த ஆயுதமேந்திய போலீசார் உள்ளே நுழைந்து சோதனைகளை நடத்தினர். வருமான வரி செலுத்தவில்லை என்று அப்பத்திரிக்கையின் சொத்துக்களை பறிமுதல் செய்ய மேற்கொள்ளப்பட்ட முயற்சி டில்லி உயர்நீதிமன்றத்தின் தலையீட்டினால் நின்றது. இதேபோல் கல்கத்தா, டில்லி ஆகிய நகரங்களிலிருந்து வெளிவரும் ஸ்டேட்ஸ்மேன் பத்திரிக்கையை முடக்கிவிட முயற்சி மேற்கொள்ளப்பட்டது. அதன் பொது மேலாளர் சி.ஆர். இராணியின் பாஸ்போர்ட் பறிமுதல் செய்யப்பட்டது.

பத்திரிக்கை சுதந்திரத்திற்காகக் குரல் கொடுத்து சில மடிந்த சிறு பத்திரிக்கைகளும் உண்டு. செமினார், ஒபீனியன், ஜனதா, மெயின்ஸ்ட்ரீம், சாதனா, ஃப்ல்க்ரம் ஆகியவை இவ்வகையை சேர்ந்தவை.

பத்திரிக்கைகள் ஒன்று சேர்ந்து ஒரு டிரஸ்டின் மூலம் நடத்தும் பிரஸ் டிரஸ்ட் ஆப் இந்தியா (பி.டி.ஐ). மற்றும் யுனெடெட் நியூஸ் ஆப் இந்தியா (யுஎன்ஐ) ஆகிய செய்தி

நிறுவனங்கள் சரியன செய்தியைத் தருவதில்லை அல்லது போதுமான அளவு விஷயங்களை செய்திகளாகக் கொண்டு வருவதில்லை, என்று கூறி அவையிரண்டையும் ஒன்றாக்கி சமாச்சார் என்ற பெயரில் தன் கட்டுப்பாட்டுக்குள் கொண்டு வந்தது எமர்ஜென்சி அரசு.

பத்திரக்கைகளின் வாயடைக்கப்பட்ட இந்நேரத்தில் அரசின் ஊதுகுழலாகச் செயல்பட்டது அகில இந்திய வானொலி (டெலிவிஷன் பெரிய அளவில் வராத நேரம் அது). 1971 - ல் 'வறுமையே வெளியேறு' என்று கோஷமிட்டே வறுமையை வெளியேற்றிய இந்திரா, எமர்ஜென்சி காலத்தில் இந்தியாவை மேலும் சோசிலிசத்திற்கு அருகே கொண்டு செல்லும் நோக்குடன் அறிவித்த 20 அம்சத் திட்டம் பற்றிய இடைவிடாத பிரச்சாரத்தினை இந்த 'அகில இந்திரா வானொலி' தான் செய்தது. நிகழ்ச்சிகளுக்கு இடையே பொருளாதார ரீதியில் பின்தங்கிய மக்களுடன் பேட்டி ஒலி பரப்பப்படும். 20 அம்சத்திட்டம் வந்த பிறகு தங்கள் வாழ்வு வளம் பெற்றதாக அவர்கள் சொல்லும் வரை விடமாட்டார்கள். தேசப்பக்திப் பாடல்கள் என்று அறிமுகப்படுத்தி மக்களை உணர்ச்சிப் பிரவாகத்தில் ஆழ்த்தினர்.

இந்த 20 அம்சத் திட்டம் என்பது ஏறக்குறைய 5 வருடங்களுக்கு மேல் சுதந்திர இந்தியாவை ஆண்டு கொண்டிருந்த ஒரு கட்சி செய்திருக்க வேண்டிய, செய்ய மறந்த அடிப்படையலான மாற்றத்தை நினைவு படுத்துவதாகவே இருந்தது. 'விலை வாசியைக் குறைப்பது, உபரிநிலங்களை நிலமற்றவர்களுக்குப் பிரித்துக் கொடுப்பது, போன்ற அரசின் அடிப்படை கடமைக்குப் பூசப்பட்ட புதிய வர்ணம் தான் 20 அம்சத் திட்டம்.

இந்தியாவிற்காக ஒரு 'குட்டிக்கார்' தயாரிக்கிறேன் என்று புறப்பட்ட இளவல் சஞ்சய் காந்தி '20 - அம்சத்துடன் சேர்ந்து 5அம்சக்' குட்டித்திட்டம்' ஒன்றை அறிவித்தார். ஆனால் நடைமுறையில் அவர் பதினாறு அடி பாய்ந்தார். இளைஞர் காங்கிரஸைத் தன்னுடைய அடியாள் படையாய் மாற்றிக்

கொண்டு அவர் செய்த அக்கிரமங்கள் ஏராளம். நேரு - இந்திரா குடும்பத்திற்கு தங்கள் சுயமரியாதையை எழுதிக் கொடுத்து விட்டு காங்கிரஸ்காரர்கள் ‘இந்திய அரசின் உதய சூரியனே’ என்று அவரை வரவேற்றனர். ஒளிரும் சூரியனல்ல, குடிசை வாழ் மக்களையும் சிறுபான்மையனைரையும் சுட்டெரிக்கும் சூரியன் என்பதற்குச் சான்றாய் புதுடில்லியிலும் துர்க்மான் கேட் என்ற பகுதியில் நடந்தது.

நாடாளுமன்றத்திலிருந்து 3 கி.மீ அப்பால், ஜூம்மா மசூதிக்கு அருகில் பெரும்பாலும் முஸ்லிம்கள் வசிக்கும் துர்க்மான் கேட் பகுதியில் ஒரு ஏப்ரல் காலையில் மத்திய ரிசர்வ் போலீஸ் பாதுகாப்புப் படையுடன் குண்டர் படைகள் வந்து இறங்கின. அங்கிருந்த வீடுகள் இடிக்கப்பட்டன. பீதியுற்ற மக்கள் இதை எதிர்த்தபோது காட்டுமிராண்டித் தனமாகத் தாக்கப்பட்டனர். ஆயுதமற்று போராடிய பெண்கள் மீதும் தாக்குதல்கள் நடந்தது. பால் குடித்துக் கொண்டிருந்த குழந்தைகளை போலீசார் தரையில் வீசினர். துப்பாக்கிச்சூடு நடந்தது. நுற்றுக்கும் மேற்பட்டோர் மண்ணில் வீழ்ந்து மடிந்து நகரை தூய்மைப்படுத்தும் சஞ்சய் திட்டத்தின் அஸ்திவாரமானார்கள். குடிசைகள் ஒருபுறம் தகர்ந்து விழுந்துகொண்டிருந்த போதே அத்தனைபேருக்கும் கருத்தடை அறுவை சிகிச்சை செய்யப்பட்டது. இதில் வயதானவர்களும் மணமானவர்களும் அடக்கம். இதே போல் வடஇந்தியாவின் பல பகுதிகளிலும் லட்சக்கணக்கான பேர் கட்டயமாக இந்த அறுவைச் சிகிச்சைக்கு உள்ளாக்கப்பட்டனர்.

இப்படி பலர் எமர்ஜென்சி அக்கிரமங்கள் தொடர்ந்து கொண்டிருந்த நிலையில் டிசம்பர் 29, 1975ல் கூடிய காங்கிரஸ் மாநாட்டில் மார்ச் 18, 1976ல் நடக்க வேண்டிய பொதுத் தேர்தல்களை மேலும் ஒரு வருடத்திற்கு தள்ளிப்போட முடிவு செய்யப்பட்டது. பிப்ரவரி 6, 1976 அன்று இதற்கான மசோதா நாடாளுமன்றத்தில் நிறைவேற்றப்பட்டது. வராமலேயே போய்விடும் என்றிருந்த தேர்தல்கள்

கடைசியாக மார்ச் 16, 1977 அன்று வந்தன. சிறையிலிருக்கும் எதிர்க்கட்சித் தலைவர்கள் ஒன்றுபட்டு காங்கிரசை எதிர்த்துப் போராடுவது சாத்தியமற்றது என்று நினைத்து இந்திரா இந்தத் தேர்தல் அறிவிப்பினை திடீரென்று ஜனவரி 17 அன்று வெளியிட்டார். 60 நாட்களுக்குள் எதிர்க்கட்சிகள் ஒன்றுபட்டு ஆட்சிக்கு வர முடியாது என்பது அவர் கணக்கு.

ஆனால் ஜனநாயாகத்திற்கு ஏற்பட்டுள்ள போராபத்தினை அடக்குமுறை கால அனுபவங்களினால் உணர்ந்து கொண்ட எதிர்க்கட்சிகள் ஜனதா என்ற கொடியின் கீழ் ஒன்றுபட்டனர். சிபிஐ தவிர எல்லா இடதுசாரி கட்சிகளும் ஜனதாவும் களத்தில் இறங்கிய போது நாடெங்கிலும் உற்சாக வெள்ளம் கரை புரண்டோடியது. சர்வாதிகார முறையில் தீர்ப்புகளைத் திருத்திய இந்திராவுக்கு எதிராக ஜனநாயகத் தீர்ப்பினை மக்கள் வழங்கினர். எதேச் சதிகாரத்திற்கு பல்லக்கு தூக்கிய காங்கிரஸ் தலைவர்கள் பலரும் மக்கள் மன்றத்தில் தோற்றனர். இந்திராவும் சஞ்சய் காந்தியும் படுதோல்வி அடைந்தனர் என்ற செய்தியும் இருட்டை கிழித்துக் கொண்டு வந்தது. 19 மாதங்களுக்கு முன் விடியற்காலையில் பரவிய இருள் அன்றைய நள்ளிரவில் விலகியது.

11

மதச்சார்பின்மை - புதிய சவால்கள்

கே.என். பணிக்கர் (மொழிபெயர்ப்பு)

கலாச்சாரம், சமூக உணர்வு ஆகிய பிரச்சினைகள் குறித்து மார்க்ஸிஸ்டுகளிடையே நடக்கும் விவாதங்கள் யாவும் அவைக் குறைத்து மதிப்பிடப் பட்டிருக்கின்றனவா இல்லையா என்ற பிரச்சினைக்குள்ளேயே சுற்றி வருகின்றன. இவ்விவாதங்களுக்கு ஆதாரமாய் மார்க்ஸின் "ஜெர்மன் தத்துவம்," மற்றும் அரசியல் பொருளாதார விமர்சனத்திற்கு ஒரு முன்னுரை ஆகிய நூல்களில் காணப்படும் கருத்துக்களையும், கட்டமைப்பு - மேல்கட்டுமானம் ஆகியவற்றின் உறவு குறித்து ஏங்கெல்ஸ் அளித்த விளக்கங்களையும் அவர்கள் எடுத்துக் கொள்கிறார்கள். உணர்வின் வடிவங்கள் குறித்து மார்க்ஸ் கூறுகிறார்:

"இவ்வாறு ஒழுக்கம், மதம், இயக்க மறுப்பியல் மற்றும் பிற தத்துவ விஷயங்களும், உணர்வு வடிவங்களும் எதையும் சாராத சுய தன்மை கொண்டவை என்ற தோற்றம் இனியும் இல்லை. - அவற்றிற்கென்று ஒரு வரலாறு இல்லை. வளர்ச்சியும் இல்லை மாறாக, பௌதீக உற்பத்தியின் வாயிலாகவும் மற்றும் பரஸ்பர உறவுகள் மூலமாகவும் மனிதர்கள் தங்களுடைய உண்மையான உலகத்தை மாற்றுவதோடு மட்டுமின்றி தங்கள் சிந்தனையையும், சிந்தனையின் விளைவுகளையும் மாற்றுகின்றனர்.

இந்தக் கருத்தையே மார்க்ஸ் "கம்யூனிஸ்டு அறிக்கையில்" மேலும் தெளிவாக எடுத்துரைக்கிறார் "பௌதீக உற்பத்தியின்

மாற்றத்திற்குத் தகுந்த அளவில்தான் அறிவு உற்பத்தியின் தன்மையும் மாறுபடுகிறது என்பதைத் தவிர வேறு எதைத்தான் கருத்துகளின் வரலாறு நிரூபிக்கிறது?"

மார்க்ஸ் வாழ்ந்த காலத்திலேகூட இக்கருத்தோட்டத்தின் குறைத்து மதிப்பிடுகின்ற - தீர்மானிக்கின்ற தன்மையை விமர்சித்தவர்கள் உண்டு. இதனால்தான் எங்கெல்ஸ் பல்வேறு அம்சங்களிடையே நடைபெறும் பரஸ்பர வினைகளின் முக்கியத்துவத்தினைக் சுட்டிக்காட்டி "பொருளாதாரம் என்ற அம்சத்திற்கு தேவைக்கு அதிகமான முக்கியத்துவத்தினை" கொடுக்க மறுத்து அடிப்படைவாதத் திரிபுகளை திருத்துமாறு கோருகிறார். இதன் விளைவாக மூன்று மட்டங்களிலும் நடைபெறும் பரஸ்பர வினையை அவர் வலியுறுத்துகிறார் அவையாவன: 1. பௌதீக அடிப்படை 2. அரசியல் மற்றும் சட்ட மேல்கட்டுமானம் 3. தத்துவார்த்த மற்றும் கலாச்சார மேல்கட்டுமானம். ஆயினும் மார்க்ஸின் விளக்கங்களில் காணப்படாத சில சொற்றொடர்கள் எங்கெல்ஸின் விளக்கங்களில் காணப்பட்டன. "இறுதியாகத் தீர்மானிக்கக் கூடிய அம்சம், "கடைசியில் தேவையானதென்று தன்னைத்தானே உறுதி செய்துகொள்ளும் பொருளாதார இயக்கம்", "எப்போதுமே இறுதியாக இன்றியமையாத ஒன்றான பொருளாதாரத் தேவை" போன்றவை இச்சொற்றொடர்கள். உண்மையில், மார்க்ஸின் கருத்தில், அடித்தளமும் மேல்கட்டுமானமும் ஒன்றையொன்று சார்ந்திருப்பது மட்டுமின்றி ஒன்றையொன்று ஊடுருவவும் செய்கின்றன.

இன்றைய நமது விவாதத்திற்கு முக்கியமானது பல்வேறு, மேல்கட்டுமானத்தின் அம்சங்களுக்கிடையே நடைபெறும் பரஸ்பர வினைக்கு எங்கெல்ஸ் அளித்த முக்கியத்துவம்தான். இக்கருத்து "ஜெர்மன் தத்துவம்", "சரியானது எது என்பது பற்றிய ஹெகல் தத்துவத்தின் மீதான விமர்சனம்" ஆகிய நூல்களிலும் காணப்படுகிறது. ஸ்டார்கென்பர்க் என்பவருக்கு ஜனவரி 25, 1894 இல் எழுதிய கடிதத்தில் ஏங்கெல்ஸ் இவ்வாறு குறிப்பிடுகிறார்:

"அரசியல், நீதி, இலக்கியம், கலை போன்றவைப் பொருளாதார வளர்ச்சியை அடிப்படையாகக் கொண்டவையாகும். ஆனால் இவையாவும் ஒன்றன் மீது ஒன்று மட்டுமின்றி பொருளாதார அடித்தளத்தின் மீதும் வினைபுரிகின்றன. பொருளாதார நிலை மட்டுமே எல்லாவற்றிற்கும் காரணம், அது மட்டுமே தீவிரமாகச் செயல்படுகிறது. மற்றவை அனைத்தும் எவ்வித பாதிப்பையும் நிகழ்த்துவதில்லை என்பது சரியல்ல."

இவ்வாறு, மார்க்சியத்தின் தொடக்க காலத்திலேயே மேல்கட்டுமானத்தின் முக்கியத்துவம் உணரப்பட்டிருந்த போதும், ஒப்பிட்டு நோக்கும்போது மேல்கட்டுமானத்திற் குள்ளே நிகழும் இயக்கவியலைப் பற்றி மார்க்ஸிஸ்டுகள் அதிக அக்கறை செலுத்தவில்லை. குறிப்பாக இந்தியாவின் தற்போதைய சூழலிலும் வரலாற்றுப் போக்கிலும் இந்த அக்கறைக் குறைவு ஒரு பிரச்சினையாக இருக்கிறது. சூழலைப் பொறுத்தவரையில் இதுவே உண்மையாகும்.

இந்திய முதலாளிவர்க்கம் தன் கையிலிருக்கும் அரசு இயந்திரம் முழுவதையும் திறமையாகப் பயன்படுத்தி ஒரு தத்துவ அமைப்பினை உருவாக்கத் தயாராகிக் கொண்டிருக்கும் இன்றைய அரசியல் சூழ்நிலையில், அது தோற்றுவிக்கச் சாத்தியமுள்ள அரசியல், சமூக உணர்வுகளைப் பற்றி விழிப்புடன் இருப்பது அவசியம். மிக விரைவாக வளர்ச்சியடைந்து வரும் அரசின் கட்டுப்பாட்டிலுள்ள தகவல் தொடர்பு சாதனங்களும், நவீனமயமாக்கப்பட்டுவரும் நிர்வாகக் கட்டமைப்பும் முதலாளித்துவ மேலாதிக்கத்தை வளர்க்கும் முக்கியமான இணைப்புகளாகும்.

முதலாளித்துவ வர்க்கத்தின் கையிலிருக்கும் அரசு அதிகாரங்களை வைத்துப் பார்க்கும் போது, அரசியல் தவிர வேறு எந்த வழி, வகைகளில் இந்த மேலாதிக்கத்தை உருவாக்க முடியும் என்று சிந்திக்க வேண்டியுள்ளது. முதலாளித்துவம் முன்னெப்போதும் கண்டிராத அளவில் தன்னுடைய கலாச்சார, தத்துவத் தாக்குதல்களை

அதிகரித்துவரும் இவ்வேளையில், இப்பிரச்சினையின் மீது கவனம் செலுத்துவது முக்கியமாகும்.

இந்தக் கொள்கை மற்றும் நடைமுறைப் பிரச்சனைகளைப் பற்றி நான் குறிப்பிடுவது அவற்றைப் பற்றிய கருத்துக் கூறுவதற்காக அல்ல என்பது தெளிவாகும். மாறாக, அடிமை இந்தியாவில் நடந்த கலாச்சார-தத்துவார்த்தப் போராட்டங்களை எந்தச் சூழலில் பொருத்திப் பார்ப்பது என்று சுட்டிக்காட்டுவதே என்னுடைய உரைகளின் நோக்கம். இதற்கு ஒரு அரசியல் முக்கியத்துவம் உண்டு. அதனைப் பற்றி இறுதியில் இன்னும் விரிவாகக் காண்போம்.

பகுத்தறிவும், மதம் பற்றிய விமர்சனமும்

மதத்தைப் பற்றிய விமர்சனமே எல்லா சமூக விமர்சனங்களின் தொடக்கம் என்று கூறியதன் மூலம், சமுதாய அமைப்பு மற்றும் அரசுடன் மதத்திற்கு இருந்த தொடர்பினை மார்க்ஸ் சுட்டிக் காட்டினார். மதம் மக்களை மயக்கும் அபினி என்று மிகவும் அழுத்தமாக அவர் குறிப்பிட்டுள்ளது மதங்களின் தத்துவார்த்த முக்கியத்துவத்தை உணர்த்தவே. தன்னுடைய நண்பர் போஸஸ் ஹெஸ் மதத்தை அபினிக்கும், மதுவிற்கும் ஒப்பிட்டது போல் வெறுப்புணர்வுடன் மார்க்ஸ் இதைச் சொல்லவில்லை, அவர் வலியுறுத்தியதெல்லாம் மதத்தின் தத்துவார்த்த தன்மையையும், அதற்கு அத்தன்மை இருப்பதற்கான காரணங்களையும் மட்டுமே, அவரைப் பொறுத்தவரையில் மதம் என்பது "ஒடுக்கப்பட்ட ஜீவன்களின் பெருமூச்சு, இதயமில்லா உலகத்தின் இதயம், ஆன்மாவற்ற சூழ்நிலையின் ஆன்மா." ஆகவே ஒடுக்கப்பட்ட மக்கள் மதத்தில் சரணடைகிறார்கள். மதமோ அவர்களுக்கு ஒரு "மாயையான சந்தோஷத்தையும்"ஆறுதலையும் அளிப்பதன் மூலம் துயரங்களைத் தாங்கிக்கொள்ள உதவுகிறது. உலகில் அவர்களின் வாழ்க்கை நிலையினைப் பற்றிய விளக்கமளிக்கவும், அதனை நியாயப்படுத்தவும் மதம் அவர்களுக்கு உதவுகிறது.

இதன் விளைவாக, பிரெஞ்சு நாட்டு பொருள்முதல்வாதி ஹோல்பாக் கூறியது போல, தங்களை ஆள்பவர்கள் ஏவிவிடும் அடக்குமுறைகளைப் பற்றி அவர்களைச் சிந்திக்க விடாமலும் செய்கிறது மதம். மதத்தின் நியாயப்படுத்தும் தன்மையினையும், மாயைத் தன்மையையும் கர்மா, மாயா ஆகிய இந்து மதத்தத்துவங்கள் உள்ளடக்கியுள்ளன. ஆகவே மாயையான சந்தோஷமாகிய மதத்தினை ஒழிப்பது என்பது அவர்களின் உண்மையான சந்தோஷத்திற்குத் தேவையான ஒன்றாகும். வாழ்க்கை நிலை பற்றிய மாயைகளை விட்டுவிட வேண்டும் என்ற கோரிக்கையயானது, மாயைகள் தேவைப்படும் ஒரு வாழ்க்கை நிலையை விட்டு விடவேண்டும் என்ற கோரிக்கையாகும். எனவே மதங்களை விமர்சிப்பது என்பது, மதம் என்ற ஒளிவட்டத்தைத் தாங்கிவரும் இந்தத் துயரச் சூழலை விமர்சிப்பதே ஆகும்.

இன்றைய இந்தியாவில் மதம் வாழ்வின் எல்லாப் பகுதிகளையும் தழுவிநிற்கும் ஒரு தத்துவமாக உள்ளது. சமூக பொருளாதார, அரசியல் யதார்த்தங்களை மறைக்கவும் செய்கிறது. எனவே மக்கள் யதார்த்தத்தைக் காண வேண்டுமானால் மதம் அகற்றப்பட வேண்டும் எனவே மதத்தைப் பற்றிய விமர்சனம் ஒன்றை உருவாக்குவது என்பது ஒரு உடனடியான அரசியல் கடமையாகிறது.

மதத்தின் தத்துவார்த்தத் தன்மையைப் பார்க்கும் போது, இறுதியாக அதனை அழித்தொழிக்கும் நோக்கத்துடன் ஒரு விமர்சனம் வைக்க இயலாதென்றே தோன்றுகிறது. கடந்த காலத்தில் அன்னியர் ஆதிக்க காலத்தில் மதங்களைக் குறித்து எத்தகைய சிந்தனைப் போக்கு இருந்தது என்பதைப் பார்த்தால், வரலாற்றில் அறிவுப் பூர்வமான விமர்சனத்திற்குள் மதம் எவ்வாறு கொண்டுவரப்பட்டது என்பதைப் பற்றிய சில பயனுள்ள குறிப்புகள் கிடைக்கும்.

குற்றவியல் சட்டம்போல :

சமூக - மதச் சீர்திருத்தங்களைப் பற்றியே 19 ஆம் நூற்றாண்டின் அறிவுஜீவிகள் பெரிதும் அக்கறை

கொண்டிருந்தனர். மதத்தை விமர்சனம் செய்யவில்லை என்றாலும் கூட, மத அமைப்பைக்கூட விமர்சனம் செய்யவில்லை. இத்தகைய விமர்சனத்தின் தொடக்ககால வெளிப்பாடு 1802 ஆம் ஆண்டில் ராம் மோகன் ராய் எழுதிய தூஹாஃபத் - உல் - முவாஹிதீன் என்ற நூல். அடிப்படையில் மதம் மற்றும் மத அமைப்பின் பூர்வீகத்தையும், தன்மையையும் குறித்து பொதுவாகவும் யூகமாகவும் எழுதப்பட்ட இந்நூலில் ராம்மோகன் எடுக்கும் நிலை நாத்திகத்திற்கு மிக அருகில் செல்வதாய் உள்ளது. கடவுள் இருப்பதையோ வேறொரு உலகம் இருப்பதையோ அவர் மறுக்கவில்லை. நடைமுறைக் காரணங்களுக்காக ஒருவித சந்தேகத்துடனேயே அவற்றை ஏற்றுக் கொள்கிறார். கடவுளோ, வேற்றுலகமோ இருப்பதை நிரூபிக்கமுடியாது என்பதிலிருந்து எழும் சந்தேகம் அது. இருந்தாலும் சமுதாயத்தில் மனிதனை நெறிப்படுத்துவதற்கு அவை தேவை என்று ராம் மோகன் கருதினார்.

“ஆத்மாவும், வேறொரு உலகமும் இருக்கிறது என்ற தத்துவத்தை ஏற்றுக்கொண்டு, போதித்து வரும் மனித குலம் மக்களின் நலனைக் கருதி மன்னிக்கப்பட வேண்டும். ஏனெனில் அடுத்த உலகத்தில் தண்டனை கிடைக்குமோ என்ற பயமே அவர்களைத் தீய காரியங்கள் செய்யவிடாமல் தடுக்கும்.” என்கிறார்.

ராம் மோகன் கண்ட மதத்தின் நடைமுறைப் பயன் குற்றவியல் சட்டம் போன்றது. வோல்டெய்ரின் கூற்றை நினைவுபடுத்தும் வகையில் அவர் கூறினார்: “என்னுடைய வக்கீல், டெய்லர், பணியாளர், என் மனைவியும் கூட, கடவுளை நம்ப வேண்டும் என நான் நினைக்கிறேன். இதனால் அவர்கள் என்னிடம் திருடுவதும் என்னை ஏமாற்றுவதும் குறையும்.”

மதத்தின் நடைமுறைத் தேவைக்குக் கொடுக்கப்பட்ட முக்கியத்துவமானது மதத்தின் தோற்றத்தைப் பற்றிய கேள்விக்கும் இட்டுச் சென்றது. எதனால் சமுதாயத்தில் மதம் தோன்றியது? அதன் தேவை என்ன? அதன் நோக்கம் என்ன?

"மதம் எல்லாவற்றிற்கும் மேலான சக்தியினால் தோன்றியது, அது உண்மையை உணரச் செய்யும்" போன்ற விளக்கங்களை ராம் மோகன் நிராகரித்துவிட்டார். சமுதாய தேவைகளிலிருந்துதான் மதம் தோன்றியது என்று அவர் கூறினார். வேறு வார்த்தைகளில் கூறுவதென்றால் ஏற்கனவே இருந்துவந்த சொத்துறவுகளைக் காப்பதற்கும், சமுதாய உறவுகளை ஒழுங்குபடுத்துவதற்குமான ஒரு கருவியாக மதம் இருப்பதாகவே அவர் கருதினார். ராம் மோகனின் கருத்துக்களுக்குத் தேவையற்ற விளக்கங்களை நான் அளிப்பதாக நீங்கள் நினைத்துவிடக் கூடாது என்பதற்காக அவருடைய வார்த்தைகளை இங்கு தருகிறேன்.

"இயற்கையிலேயே மனிதர்கள் சமூக ஜீவிகள். அவர்கள் சமூகத்துடன் ஒட்டி வாழவேண்டியிருக்கிறது. ஆனால் சமுதாயமானது தங்கள் பரஸ்பர எண்ணங்களை புரிந்து கொள்ள வேண்டிய தனிமனிதர்களையே நம்பியிருப்பதாலும் ஒருவருடைய உடமையிலிருந்து மற்றொருவருடையதைப் பிரித்துக் காட்டி, ஒருவர் மற்றொருவர் மீது ஆதிக்கம் செலுத்துவதைத் தடுக்கும் விதிகளின்படி அவர்கள் வாழ்வதாலும், வெவ்வேறு நாடுகளை ஆள்வோரும், தனியான தீவுகளிலும் உயர்ந்த மலைகளிலும் வசிப்போரும் சில எண்ணங்களைக் குறிக்கும் விசேஷ வார்த்தைகளைக் கண்டுபிடித்தனர். மதம் கண்டுபிடிக்கப்பட்டதற்கான அடிப்படை இதுதான். சமுதாயத்தை ஸ்தாபிப்பதும் இதைச் சார்ந்துதான் உள்ளது"

ராம்மோகன் மதத்திற்கு இவ்வாறு ஒரு சமூக ரீதியான விளக்கம் அளித்ததன் விளைவாக மதத்தின் உண்மையான தன்மையுடன் ஒன்றிக் கலந்தவை என்று கூற முடியாத சில நம்பிக்கைத் தத்துவங்களையும் அற்புத விளக்கங்களையும் நிராகரிக்க வேண்டி வந்தது. தங்களின் சுயநலத்திற்காக, அப்பாவித்தனமாகத் தங்களைப் பின்பற்றிய மக்களை ஏமாற்றுவதற்காக மதத்தலைவர்கள் பிற்காலத்தில் ஒட்டவைத்த தத்துவங்களே அவை. ஆதி இயற்கைத் தத்துவத்தின் மீதும் வேத அறிவின் மீது தங்களுக்கிருந்த

ஏகபோக உரிமையைச் சக்திவாய்ந்த கருவிகளைப் பயன்படுத்தி இதனைச் சாதித்தனர் மதத்தலைவர்கள். இதனால் மத அமைப்பு, நம்பிக்கைகள், மத நடவடிக்கைகள் இவையாவும் மனிதனை ஏமாற்றும் அமைப்புகளே என்று எழுதினார் ராம்மோகன். ராம்மோகனின் மத விமர்சனம் மிகவும் கடுமையானதாகவும், முற்றிலும் மாறுப்பட்டதாகவும், ஏற்றுக்கொள்ள இயலாததாகவும் இருக்கலாம். ராம்மோகனுக்கே கூட தன்னுடைய கருத்துக்களைத் தொடர்ந்து காத்து வருவது கடினமாயிருந்தது. பின்வந்த நாட்களில் தன்னுடைய கருத்துகளைக் கணிசமான அளவு அவர் திருத்திக் கொண்டார்.

ஆனால் மிகவும் முக்கியமான விஷயம் என்னவெனில், ராம் மோகன் பகுத்தறிவை மதம்குறித்த விமர்சனத்திற்கு மட்டும் பயன்படுத்தவில்லை. சமூக, இயற்கை சக்திகளையும் பகுத்தறிவு கொண்டு ஆராய்ந்து பிரபஞ்சம் முழுவதையும் இணைக்கும் காரண விதியையும் கோடிட்டுக் காட்டினார்.

“ உலகத்தில் உள்ள எல்லாமும் ஒரு குறிப்பிட்ட காரணத்தையும், நிலையையும் சார்ந்தே உள்ளன என்ற உண்மையில்தான் பிரபஞ்சத்தின் ரகசியம் அடங்கியிருக்கிறது. மனிதப் புலன்களுக்கு அப்பாற்பட்டதாய் தோன்றும் பல அற்புதமான கண்டுபிடிப்புகளை ஐரோப்பிய மக்கள் செய்துள்ளனர் என்றும், மற்றவர்களின் போதனைகளிலிருந்து பெற்ற நுண்ணறிவின் மூலம் காரணங்களைத் திருப்திகரமாகக் கண்டறிய முடியும் என்பதையும் நல்ல அறிவுள்ளவர்களும், நியாயத்தை நேசிப்பவர்களும் அறிந்தே இருக்கிறார்கள்.”

இந்தப் பகுத்தறிவு விளக்கம் மிகக்தெளிவானது. உண்மை என்பது இயற்கைக்கு அப்பாற்பட்ட சக்தியினாலோ அல்லது மதத்தலைவர்களின் கட்டளைகளினாலோ தீர்மானிக்கப் படுவதில்லை. ராம்மோகனைப் பொறுத்தவரையில் உண்மையைத் தீர்மானிக்கும் ஒரே அளவுகோல் அது நிரூபிக்கப்படுவதாய் இருக்கவேண்டும் என்பதுதான்.

அதாவது, உண்மை அறிவுக்குப் புறம்பானதாய் இருக்கக் கூடாது.

பகுத்தறிவும் நாத்திகமும் :

தன்வாழ்வின் பிற்பகுதியில் அவர் இந்தத் தீவிரப் பகுத்தறிவு நிலைப்பாட்டைக் கைவிட்டபோதிலும், அவருக்குப் பின்வந்த சிலர் அந்த நிலைப்பாட்டை மேலும் விரிவுபடுத்தினர். அவர்களில் முக்கியமானவர் யங் பெங்கால் என்ற அமைப்பின் உறுப்பினரான அக்ஷய் குமார் தத். 'யங் பெங்கால்' உறுப்பினர்கள் எல்லா சமூக, மதப் பிரச்சினைகளுக்கும் நடவடிக்கைகளுக்கும் எவ்வித சமரசமும் இன்றி அறிவுப்பூர்வமான விமர்சனத்தைப் பயன்படுத்திய " ஈவிரக்கமில்லாத பகுத்தறிவுவாதிகளாய்" இருந்தனர். இந்து மதத்தை "பகுத்தறிவிற்கு ஒவ்வாதது, மூடத்தனமானது" என்று அவர்கள் கருதியதால் அதனை முற்றிலும் நிராகரிக்க வேண்டும் என்ற நிலையெடுத்தனர்.

''நாங்கள் இதயபூர்வமாக எதையாவது வெறுக்கிறோமென்றால் அது இந்து மதத்தைத்தான் " என்று யங் பெங்கால் குழுவினைச் சேர்ந்த மாதவ் சந்திர மல்லிக் கூறினார்.

நம்பிக்கையின்மைவாதமும், நாத்திகக் கருத்துக்களும் இக்காலகட்டத்தில் வெளிவரத் தொடங்கின. இந்துக் கல்லூரியின் பிரபல விரிவுரையாளரும் யங் பெங்கால் குழுவின் பின்னாலிருந்த பிரதான உந்து சக்தியாகவும் விளங்கிய ஹென்றி விவியன் டெரோஸியோ கல்லூரியிலிருந்து வேலைநீக்கம் செய்யப்பட்டார். அவர் வகுப்பறையில் ஆத்திகத்தை போதிக்கவில்லை, கடவுள் பற்றி தத்துவ ஞானிகளுக்கிருந்த சந்தேகங்களை மாணவர்களுக்கு எடுத்துரைத்ததார், என்பதே அவர்மீது தொடுக்கப்பட்ட குற்றச்சாட்டுகள்.

அந்த நாளில் டெரோஸியோவின் கருத்துக்கள் ஒரு சலசலப்பை உண்டாக்கியது என்றாலும் மதத்தின் மீதான விமர்சனத்தைப் பொது விவாத மேடைக்கு எடுத்துச்

சென்றவர். தத்துவபோதினி பத்ரிகா என்ற பத்திரிகையின் செல்வாக்கு மிகுந்த ஆசிரியரும் அடிமை இந்தியாவின் மிகத்தீவிரமான பகுத்தறிவாளருமான அக்க்ஷய் குமார் " பிரபஞ்ச இயற்கையே நம் சாஸ்திரம், சுத்தமான பகுத்தறிவுவாதமே நமது கொள்கை" இதுதான் அவருடைய இலட்சிய வாசகம். அவரைப் பொறுத்தவரையில் அறிவுதான் உரைகல், அதற்கு ஒத்துவராத எதுவுமே செல்லாது. இயற்கைக்கு அப்பாற்பட்ட சக்தி, கடவுள் என்ற கருத்துகள் அறிவுக்கு முரணானது என்று பிரம்ம சமாஜத்திற்குள்ளேயே எடுத்துரைத்துப் போராடினார். நீண்ட விவாதங்கள், கருத்து மோதல்களுக்குப் பிறகு அவருடைய கருத்து சமாஜத்தினால் ஏற்றுக் கொள்ளப்பட்டன. தன்னுடைய பகுத்தறிவு விமர்சனத்திற்குள் அவர் கொண்டு வந்த விஷயம் வழிபாட்டு முறை பற்றியதாகும். உண்மையில் வழிபடுதல் என்பதே பகுத்தறிவற்ற செயல் என்று கூறி அதனை எதிர்த்தார். முற்றிலும் புதுமையான இக்கருத்து பத்தொன்பதாம் நூற்றாண்டில் ஏற்றுக் கொள்ளப்படவில்லை.

இந்த விஷயத்தில் மிகவும் புரட்சிகரமான பிரம்மோ (பிரம்ம சமாஜ உறுப்பினர்) என்று கருதப்பட்ட கேசவ சந்திர சென்னுடைய கருத்து இரட்டைத் தன்மையுடையதாய் இருந்தது. ஆரம்பகாலத்தில், சாஸ்திரங்களை முற்றிலும் நிராகரித்து, பகுத்தறிவின் மூலம் மட்டுமே உண்மையை அறியமுடியும் என்று அவர் கூறி வந்தார். தனிமனித மனசாட்சிக்கு அவர் கொடுத்த முக்கியத்துவம் ஆதேஷா - உள்ளுணர்வு - என்ற கருத்துக்கு அவரை இட்டுச் சென்றது. கேசவின் மத சிந்தனைகளின் மையக்கருத்தாக "ஆதேஷா" இருந்தது. அதே நேரத்தில் மனித அறிவிற்கு இருந்த குறைபாடுகளையும் அவர் சுட்டிக்காட்டினார். பிற்காலத்தில் ஆதேஷா கருத்தில் இருந்த அகநிலை அம்சத்தை அவர் கைவிட்டார்.

அறிவுபூர்வ விமர்சனம் மதம் சார்ந்த கருத்துக்களுடன் நின்றுவிடவில்லை. மதச்சார்பற்ற விஷயங்களிலும் பயன்படுத்தப்பட்டது. மத நம்பிக்கையின் அடிப்படையில்

சமூகப் பிரச்சினைகளுக்குத் தீர்வுகாணும் வழக்கம் போய், அறிவுக்குப் பொருத்தமான வகையிலும் சமூகத்திற்குத் தேவையான முறையிலும் தீர்வுகள் காணப்பட்டன. மரபுவழி அதிகாரம், மத ஒப்புதல் ஆகியவற்றிற்குப் பதிலாக, பகுத்தறிவும் விஞ்ஞானமுமே சமூக மாற்றத்திற்கு அடிப்படையாக வேண்டும் என்றும் வந்தது.

சமூக நிறுவனங்கள், செயல்பாடுகள் ஆகியவற்றோடு மதத்திற்கு இருந்த இணைப்புகளை அகற்றி மதச்சார்பற்ற முறையில் மாற்றியமைக்க முயற்சி செய்யப்பட்டது. உதாரணமாக, பால்ய விவாகத்தினால் சமுதாயத்தில் ஏற்படும் பாதிப்பினைக் காரணமாகக் கொண்டுதான் அது ஒழிக்கப்பட வேண்டும். இதனை மருத்துவர்களின் கருத்தை வைத்துத் தீர்மானிக்க வேண்டுமே ஒழிய, மதகுருக்களின் ஒப்புதலை வைத்து அல்ல. இவ்விஷயத்தில் இதைவிடத் தீவிரமான கருத்துக்களை கொண்டிருந்தவர் லோகிதவாதி என்று பிரபலமாய் அறியப்பட்டிருந்த கோபால் ஹரிதேஷ்முக் (1823-1892) அவர் தன்னுடைய "ஷதபத்தே" என்ற நூலில் நூறு கடிதங்களில் பல சமூக, மதப் பிரச்சினைகளை விவாதிக்கிறார். சமுதாயத்தில் மாறுதல்களைக் கொண்டுவருவற்கு மதத்தின் ஒப்புதலைப் பெறுவது என்பது ஒரு நடைமுறைத் தேவையாகக் கூட முக்கியத்துவம் பெறக் கூடாது என்று அவர் கூறினார். மதம் மனிதர்களால் மனிதர்களுக்காக உருவாக்கப்பட்டதே தவிர மனிதர்கள் மதத்திற்காகக் கிடையாது. எனவே, மதச் சட்டங்கள் மாற்றத்தை அனுமதிக்கவில்லையெனில் அச்சட்டங்களையே மாற்ற வேண்டும். மதம் முன்னேற்றத்திற்குக் குறுக்கே நிற்பதை அனுமதிக்கக் கூடாது. பல சீர்திருத்தவாதிகள் கூட வேதங்களை வழிகாட்டியாக எடுத்துக்கொண்டது லோகிதவாதிக்கு புரியாத விஷயமாகவே இருந்தது. ஏனெனில் வேதங்களின் போதனைகள் 19 ஆம் நூற்றாண்டின் இந்தியச் சூழலுக்குப் பொருந்தி வராது என்று அவர் நம்பினார். மதத்தோடு தொடர்புடைய ஒழுக்கம் மற்றும் தார்மீகக் கருத்துக்கள் காலம், இடம் ஆகிய கட்டுக்குள் அடங்கியவை என ராம்மோகனைப் போலவே அவரும் நம்பினார்.

சமூக, மதப் பிரச்சினைகளில் பகுத்தறிவுப் பூர்வமான அணுகுமுறையை மேற்கொண்டவர்கள் இந்துக்களிடையே சீர்திருத்தம் வேண்டியோர் மட்டுமல்லர். மற்ற மதங்களிலிருந்த சீர்திருத்தவாதிகளும் கூட இதே கருத்தைக் கொண்டிருந்தனர். சமூக, மதப்பிரச்சினைகளில் அறிவையே வழிகாட்டும் நெறியாகக் கொண்டிருந்தார் சையித் அகமத் கான்.

"ஞானத்தைப் பெறுவதற்கும், உறுதியான நம்பிக்கைக்கும் ஒரே வழி பகுத்தறிவுதான் என்ற முடிவுக்கு நான் வந்தேன். பகுத்தறிவின் அடிப்படையில் அமையவில்லையென்றால் அவை எந்தக் காலத்திலும் எதையும் சாதிக்க முடியாது" என்றார் அவர்.

ஒவ்வொரு காலகட்டத்தின் தேவைகளுக்கேற்ப அறிவுத்துறை நெறிகள் (இல்ம்-இ-கலம்) உருவாக்கப்பட வேண்டியது அவசியம் என்று நம்பிய சையித், நவீன காலத்திய தேவைகளுக்கேற்ப இஸ்லாமிய விளக்கங்களைத் தர முயற்சி செய்தார். அவருடைய மதச் சிந்தனைகளின் மையக் கருத்தாக பகுத்தறிவினை வைத்தார். நபியின் மரபுகளைப் (அஹாதி) பகுத்தறிவுப் பூர்வமாக ஆராய்ந்து, அறிவுக்கும், மனித அனுபவத்திற்கும் ஒவ்வாத மரபுகளை நிராகரிக்க வேண்டுமெனக் கூறினார். இஸ்லாமிய சட்டம், மரபு குறித்து ஒரு புதிய பார்வை கொண்டிருந்தார். அவருடைய கருத்துக்கள் இறையியல் ரீதியாகச் செம்மையற்றவை என்று முஸ்லீம் பழைமைவாதிகள் தூற்றியதில் ஆச்சரியப்படுவதற்கு ஒன்றுமில்லை.

பகுத்தறிவுக் கண்ணோட்டத்தின் வளர்ச்சியில் இருவிதமான போக்குகள் தென்படுகின்றன. ஒன்று, மதப்பிரச்சினைகளில் பகுத்தறிவு அணுகுமுறையை மேற்கொண்டு, 19 ஆம் நூற்றாண்டில் இருந்த மத அமைப்பினைப் பற்றிய ஒரு விமர்சனத்தை உருவாக்கியது. இரண்டாவதாக, பகுத்தறிவின் அடிப்படையிலான ஓர் அமைப்பை உருவாக்க முயற்சித்ததன் மூலம் இறையியல் பகுத்தறிவுவாதம் என்ற நிலையிலிருந்து விஞ்ஞானப்

பகுத்தறிவுவாதம் என்ற நிலைக்குச் செல்லவில்லை மாறாக பல திரிபுகளும், பின்னடைவுகளும் ஏற்பட்டன. இன்றைய சமுதாயத்தின் அறிவு எதிர்ப்பு வாதத்தின் வேர்கள், இந்தச் சிதைவுகளிலும், பின்னடைவுகளிலும்தான் உள்ளன.

மனிதநேயமும் மதமும்

மதஅமைப்பினைக் குறித்த பகுத்தறிவுப் பூர்வமான விமர்சனம் ஒரு மனிதநேயக் கண்ணோட்டத்துடன் நெருங்கிய தொடர்புடையது. "நான் ஒரு மனிதன். மனிதனோடு தொடர்புடைய எந்த விஷயத்திலும் நான் அக்கறையின்றி இருப்பதில்லை." என்ற ரோமனியக் கவிஞர் டெரன்ஸின் கருத்தையே இந்தியாவின் அறிவு ஜீவிகளும் கொண்டிருந்தனர் போலத் தெரிகிறது. ஆனால் அடிமை இந்தியாவில் இருந்த மனிதநேயக் கொள்கை பொதுவானது அல்ல. அது முதலாளித்துவ உலகப்பார்வைக்கு உள்ளடங்கியதாகவே இருந்தது.

ஐரோப்பிய மறுமலர்ச்சிக் காலத்தில் நிலவிய மனிதநேயக் கொள்கையின் முக்கிய அம்சம் ஒன்று என்னவெனில், அது மறு உலகம் உண்டு என்ற மத்தியகால கிறிஸ்துவ தத்துவத்திற்கு எதிரான எழுச்சியாகவும், இவ்வுலகில் மனிதர்கள் உயிர்வாழ்வதில் இருந்த பிரச்சினைகளைக் கவனத்துக்குக் கொண்டு வரும் முயற்சியாகவும் இருந்தது. இந்த ஒரு விஷயத்தில் தான் இந்திய மற்றும் ஐரோப்பிய மனிதநேயக் கொள்கைகளுக்கிடையே சில ஒற்றுமைகள் காணப்படுகின்றன. மறுமலர்ச்சிக்காலத்தில் ஐரோப்பாவில் ஏற்பட்டது போல் படைப்பாற்றல் எழுச்சி இந்தியாவில் நடக்கவில்லை.

காலனியாதிக்க காலத்திற்கு முற்பட்ட இந்தியாவில் தோன்றிய மதச் சீர்திருத்த இயக்கங்கள் யாவும் - புத்தமதம் மற்றும் சில மதக் குழுக்கள் - முக்தியடைவதற்கான வழி வகைகளைக் கண்டறிவதிலேயே கண்ணாயிருந்தன. இதற்கு மாறாக, அடிமை இந்தியாவில் தோன்றிய சீர்திருத்த இயக்கங்கள் முக்தி என்ற கருத்தாக்கத்தில் அனேகமாக அக்கறையின்றியே இருந்தன. மற்றொரு உலகம்,

இயற்கைக்கு மேலான சக்தி ஆகிய கருத்தாக்கங்களுக்கு கொடுக்கப்பட்ட முக்கியத்துவம் குறைந்து உயிர் வாழ்வதிலுள்ள பிரச்சினைகள் மீது கவனம் திரும்பியது. மதத்தின் முக்கியத்துவம், உயிர்வாழத் தேவையான பொருட்கள் ஆகியவற்றை ஒப்பிட்டு நோக்கும் ஒரு கண்ணோட்டத்தின் மூலமே இந்த மாற்றம் வெளிப்பட்டது. மதத்திற்குத்தான் பிரதான பங்கு என்று கூறிய பங்கிம் சந்திர சட்டர்ஜி, விவேகானந்தர் போன்றவர்கள்கூட உயிர் வாழ்வதற்கான பொருட்தேவைகளுக்கும் முக்கியத்துவம் அளித்தனர். நவீன இந்துமதம் பற்றிப் பேசிய விவேகானந்தர் கூட ஆன்மீகம் பொருள் தேவைகளையும் கணக்கில் எடுத்துக் கொள்ள வேண்டும் என்று தொடர்ந்து வலியுறுத்தி வந்தார்.

மற்றொரு உலகம் என்ற தத்துவத்தில் ஏற்பட்ட இந்த மாற்றத்தினோடு ஒட்டி வந்த ஒரு விஷயம் மதத்தை சமுதாய வாழ்க்கைத் தேவைகளுக்காகப் பயன்படுத்துவது என்பதாகும். பத்தொன்பதாம் நூற்றாண்டில் நடந்த எல்லா சீர்திருத்த முயற்சிகளிலும், மத ஒப்புதல் பெறப்பட்டது. முக்கியமாக நடைமுறைத் தேவைக்காக சாஸ்திரங்கள் கற்கப்பட்டனவே தவிர, காலனியாதிக்க காலத்திற்கு முன் இருந்தது போல, இறையியல் காரணங்களுக்காக அல்ல. மத நம்பிக்கையின் அடிப்படையில் இருந்துவந்த சமூக வழக்கங்களை ஒழிப்பதற்கு மதத்தின் ஆதரவு வேண்டும் என்று கருதினர்.

விதவை மறுமணத்திற்கு வேதத்திலேயே ஒப்புதல் உண்டு என்று உறுதியான நம்பிக்கை ஏற்படும் வரை தான் அத்தகைய விவாகத்தை ஆதரித்து எழுதவில்லை என்று கடவுள் நம்பிக்கையற்ற ஈஸ்வர் சந்திர வித்யாசாகர் கூறியதற்கான விளக்கம் மேற்கூறிய கருத்தில் இருக்கிறது. உண்மையிலேயே அடிமை இந்தியாவில் சமூகப் பிரச்சினைகளைச் சந்திப்பதற்கான ஒருவழியாகவே மதச் சீர்திருத்தங்கள் மேற்கொள்ளப்பட்டன. சமூக நலமும், அரசியல் முன்னேற்றமுமே அவற்றின் நோக்கம்.

'ஒன்றே கடவுள்

மதத்தை சமூக வாழ்க்கைக்காகப் பயன்படுத்துவதில் இன்னொரு அம்சம், முன்னேற்றத்துக்குத் தடையாகக் கருதப்படும் சமூக நிறுவனங்களை ஒழிப்பதற்கு மத நம்பிக்கையைப் பயன்படுத்துவது. சாதிய எதிர்ப்புணர்வை உருவாக்கும் வகையில் மதக் கருத்துக்கள் வியாக்கியானம் செய்யப்பட்டன. ஒரே கடவுள் என்ற தத்துவத்தினால் சமுதாயத்தில் ஏற்படக்கூடிய பாதிப்புக்களைக் குறித்து கேசவ் சந்திர சென் அளித்த விளக்கம் இதற்கு சிறந்த உதாரணமாகும். சாதிய எதிர்ப்பு இயக்கங்களின் எதிர்மறையான, அழிவிற்கு இட்டுச் செல்லக்கூடிய அணுகுமுறையின் பயன் குறித்து கேசவிற்கு சந்தேகமிருந்தது. மக்களுக்குத் தங்களைப் பற்றிய ஒரு மாறுபட்ட சுய உணர்வை அளிக்கக் கூடிய மாற்றினை உருவாக்காமல் சாதியை ஒழிப்பது கடினமாகும். கடவுளைத் தந்தையாகவும், சகமனிதர்களைச் சகோதர்களாக பாவிக்கும் ஒரே கடவுள் தத்துவத்திலிருந்து (monotheism) இத்தகைய மாற்றினை உருவாக்கமுடியும் என கேசவ் நம்பினார். எல்லோரும் ஒரே கடவுளை பொதுவான உந்து சக்தியாகப் பாவித்து சகோதர உணர்வுடன் ஒன்றுபடும்போது சாதி வேறுபாடுகளுக்குச் சமுதாயத்தில் இடமில்லை; சாதி மட்டுமல்ல, மதவேறுபாடுகூட தானாகவே மறைந்து போகும், என்று அவர் நம்பினார்.

"என்னுடைய கடவுள் ஒன்றே என்றும், நம்மையெல்லாம் அவன்தான் படைத்தான் என்றும் நான் நம்பினால், அதே நேரத்தில் நம்மைச் சுற்றி வாழ்பவர்கள் அனைவரையும், அவர்கள் பார்ஸிகளானாலும், இந்துக்களானாலும், முஸ்லீம்களானாலும் அல்லது ஐரோப்பியர்களானாலும். உள்ளுணர்வுடன், இயற்கையில் உள்ள நேச உணர்வுகளுடனும் என்னுடைய சகோதரர்களாக பாவிப்பேன்." என்றார் கேசவ்.

ஒரு பிரபஞ்சக் கண்ணோட்டத்தில் ஆழமாக வேரூன்றியிருக்கும் இந்தக் கருத்து ஒரே நேரத்தில்

ஒற்றுமையை உருவாக்கக் கூடியதாகவும், எதிர்ப்புணர்வை வெளிக்காட்டுவதாகவும் அமைந்துள்ளது. இத்தகைய எதிர்ப்புணர்வின் வெளிப்பாடே ஸ்ரீநாராயண குருவின் தத்துவமாகிய “ஒரே கடவுள், ஒரே சாதி, ஒரே மதம் ” என்பது.

ஆத்மா, முக்தி போன்ற பிரச்சினைகளிலிருந்து மதநம்பிக்கையாளரின் கவனத்தைத் திருப்பியது இந்த தத்துவம். மதரீதியான சுரண்டலையும் அது தாக்கியது. முக்கியமாக, சாஸ்திர ஞானத்தின்மீது தங்களுக்கிருந்த ஏகபோக உரிமையைப் பயன்படுத்திக் கொண்டு, வழிபடுபவர்களுக்கும் வழிபடப்படுபவர்களுக்கும் இடையே நடுவர் பணியைச் செய்து பணம் பறித்துத் தங்களைப் பின்பற்றுவோரையே இழிவுக்குள்ளாக்கும், சாமியார்களை இது மிகவும் பாதித்தது. மதரீதியான சுரண்டலுக்கு ஒரு நல்ல உதாரணம் பம்பாயிலுள்ள வல்லபாச்சாரி என்ற மதப்பிரிவினைச் சேர்ந்த மகாராஜாக்கள்.இவ்வம்சத்தில் வந்த மகாராஜாவின் பக்தைகள் அவரது உடலுறவு இச்சைகளைத் தீர்த்து வைக்கத் தங்களை அர்ப்பணித்தனர். அவர் குளித்த நீரை தெய்வீக மருந்தாகப் போற்றி வந்தனர். இந்த மகாராஜாவின் சேட்டைகளை மக்கள் மத்தியில் அம்பலமாக்கியவர் கார்ஸோன்தாஸ் மூல்ஜி. மதத் தலைவர்களின் செல்வாக்கிற்கு ஏற்பட்ட புதிய சவாலை இது காட்டுகிறது. மகாராஜாவின் பக்தர்கள் பலர் அவருக்கு ஆதரவாக நின்றபோதிலும், அவர் மேல் தொடரப்பட்ட அவதூறு வழக்கு அவருடைய செல்வாக்கைச் சரித்தது.

இந்த ஒரு அவதூறு வழக்கை தனியான ஒரு விஷயமாகப் பார்க்கக் கூடாது. மாறாக, சாஸ்திர ஞானத்தின் மீதும் அதிலிருந்து மதக்கருத்துகளை மக்களிடையே பரப்புவதற்கு இருந்த உரிமை மீதும் சாமியார்களுக்கிருந்த ஏகபோகத்தை உடைப்பதற்காக நடந்த முயற்சியின் ஒரு பகுதியாகவே அவ்வழக்கைக் காணவேண்டும். ராம்மோகன் தொடங்கிவைத்த இந்த முயற்சியை அனேகமாக நாட்டின் மற்ற எல்லாப் பகுதிகளிலுமிருந்த சீர்திருத்தவாதிகள் தொடர்ந்து நடத்திச் சென்றனர். பிராமணரல்லாதோருக்கு

வேதங்களைப் படிப்பதற்கு மட்டுமல்ல, அவற்றிற்கு விளக்கமளிக்கவும் உரிமை உண்டு என்று வாதாடினார் தயானந்த சரஸ்வதி. சாஸ்திர ஞானத்தை மக்களிடையே பரப்புவதற்கு 19 ஆம் நூற்றாண்டில் நடந்த முயற்சிகள், பக்தி இயக்கத்தைச் சேர்ந்த சாமியார்களும் பல்வேறு மதப்பிரிவுகளும் 18 ஆம் நூற்றாண்டில் செய்த முயற்சிகளினின்றும் தன்மையில் மாறுபட்டவை. எவ்வாறெனில், கடவுளுடன் தொடர்பு கொள்வதற்கு குரு தேவை என்ற கருத்து 19 ஆம் நூற்றாண்டில் ஏற்றுக்கொள்ளப்படவில்லை.

மேலே கூறப்பட்ட கண்ணோட்டம் ஆத்மா, முக்தி போன்ற பிரச்சினைகளைவிட அதிக உடனடித் தேவைகள் மீது அதிக கவனம் செலுத்தியது. தனிமனிதனின் சுதந்திர செயல்பாட்டிற்கு இடையூறாக இருக்கும் பல்வேறு சங்கிலிகளிலிருந்து அவனை விடுவிக்கும் புதிய நெறியைக் காட்டுவதாகவே அது இருந்தது. முக்தியடைவதற்கான முயற்சிகளோடு இணைந்த மத மூட நம்பிக்கைகளையும் சாமியார்களின் கட்டுப்பாடுகளையும் எதிர்த்துக் கேள்வியெழுப்பியதன் மூலம் இப்புதிய நெறி மானிட கௌரவத்தை மீட்பதற்கும், தனிமனித முன்னேற்றத்திற்கும் வழிவகுத்தது.

மனிதநேயம் மையக்கருத்தாக

மனித நேய அக்கறை மதத்திற்கு வெளியிலுள்ள வறுமை, சமூகச் சுரண்டல் போன்ற பல விஷயங்களிலும் காணப்பட்டது. மனித நேய அக்கறை எந்தெந்தப் பகுதிகளில் வெளிப்பட்டது என்பது பற்றியும், அதன் தன்மை, குறைபாடுகள் குறித்தும் இங்கு சுருக்கமாகக் காணலாம்.

மனிதனின் துன்பங்களுக்குப் பிரதான காரணிகளாகக் கருதப்பட்ட சமூக ஏற்றத்தாழ்வுகள், வறுமை ஆகியவற்றின் மீது 19 ஆம் நூற்றாண்டின் தொடக்கத்திலிருந்தே கணிசமான கவனத்தை ஈர்த்தன. மற்ற பல விஷயங்களைப் போலவே

இதிலும் ராம்மோகன் முன்னோடியாக விளங்கினார்.

பிரிட்டிஷ் பாராளுமன்றத்தில் உரையாற்றும்போது வறுமையின் கொடுமையில் மக்கள் சிக்கித் தவிக்கிறார்கள் என்றும், சில நிலப்பிரபுக்கள் தவிர மற்ற எல்லோருமே சாதாரண வசதிகள் கூட இல்லாமல் வாழ்கிறார்கள் என்றும் ராம்மோகன் சுட்டிக்காட்டினார். ஆனால் வறுமை மிகவும் கொடியது என்று கருதிய அக்ஷய்குமார் அதுபற்றி விரிவாகக் குறிப்பிடுகிறார். வறுமைக்குக் காரணம் என்னவென்று கண்டறிய அவர் நடத்திய ஆய்வு முக்கியமாக அறிந்து கொள்ள வேண்டிய ஒன்றாகும். இயற்கையின் செல்வங்கள் ஒன்றாக இருந்தபோதிலும் சமுதாயத்தின் ஒரு பிரிவினர் மற்றொரு பிரிவினர் தம் உழைப்பினால் உருவாக்கும் செல்வங்களைத் தங்களிடமே சமர்ப்பித்துவிட வேண்டும் என்று செய்யும் நிர்ப்பந்தத்தினால்தான் வறுமை உண்டாகிறது என்ற முடிவுக்கு வந்தார். இதற்கு ஒரு படிமேல் சென்ற கேசவ் தன்னுடைய "முக்கிய மனிதர்கள்" என்ற கட்டுரையில் ஏழை வர்க்கங்களினால் செல்வம் உருவாக்கப்பட்டதென்றும் ஆனால் அதனை அனுபவிப்பவர்கள் பணக்காரர்கள் என்றும் கூறினார். "முக்கிய மனிதர்கள்" என்று ஏழைகளைக் குறிப்பிடும் அவர், அவர்கள் தங்களின் நலனுக்கான நடவடிக்கைகளில் இறங்கவேண்டும் என்று கூறுகிறார்.

"தொழிலாளிகள் ஊமைகளாகவும், மண்ணில் கிடந்து துயரத்தில் உழல்பவர்களாகவும் இல்லாத காலம் ஒரு நாள் வரும். உங்களில் விவசாயியாகவும், தொழிலாளியாகவும் இருப்பவர்கள் ஒன்று சேர்ந்து எழுந்து நிற்க வேண்டும். உங்கள் நிலையில் அபிவிருத்தி காணவும், குடியானவன் மீது நடத்தப்படும் இழிசெயல்களையும், கொடுமையையும், அடக்குமுறையையும், தடுத்து நிறுத்தவும் உங்களின் முழு சக்தியையும் பயன்படுத்தி செயல்படுங்கள். உறங்கியது போதும் விழித்தெழ வேண்டிய நேரம் வந்துவிட்டது." என்றார்.

ராஜாராமின் துஹாஃபட் - உல் - முவாஹிதீனைப் போலவே இந்திய அறிவுலக வரலாற்றில் ஒரு மைல்கல் எனக் கருதப்படும் சம்யா என்ற தன்னுடைய ஆய்வுரையில் பங்கிம் சந்திரர் வறுமையையும், ஏற்றத்தாழ்வுகளையும் குறித்து மேலும் நுண்ணிய விளக்கத்தை அளிக்கிறார். ஒரு பக்கத்தில் ரூஸோ, புரூதோன், மில் போன்றவர்களும் மறுபுறத்தில் லூயி பிளாங், ராபர்ட் ஓவன், செயிண்ட் சைமன் ஆகியோரும் ஏற்றத்தாழ்வுகளைப் பற்றிக் கூறிய கருத்துகளை எடுத்துக்கொண்டு அவை இந்திய சமுதாயத்தில் வெளிப்படும் வடிவங்களையும் சுட்டிக்காட்ட விழைகிறார் பங்கிம். இயற்கையிலேயே உள்ள வேறுபாடுகள் நியாயமானவை என்று ஏற்றுக்கொள்ளும் அதேநேரத்தில் செயற்கையான காரணங்களால் தோற்றுவிக்கப்படும் ஏற்றத்தாழ்வுகள் மனிதகுலத்திற்கு தீங்கிழைப்பவை, அநீதி செய்பவை என்றார். இந்தியச் சூழலில் உள்ள இயற்கைக்குப் புறம்பான ஏற்றத் தாழ்வுகளை அவர் மூன்று வகையாக்கினார்: 1. பிராமணருக்கும் சூத்திரர்களுக்கும் இடையே இருப்பது, 2. அன்னியருக்கும், இந்தியருக்கும் இடையில் உள்ளது 3.எல்லாவற்றிற்கும் மேலாக ஏழைக்கும், பணக்காரனுக்கும் இடையில் உள்ள ஏற்றத்தாழ்வுகள் இந்தியாவில் மக்களின் சமூகரீதியான பின்தங்கிய நிலைக்கும், பின்னடைவுக்கும் இவையே காரணங்கள் என்று அவர் கருதினார்.

'சம்யாவி'ன் பெரும்பகுதி சமத்துவம் என்ற கருத்தாக்கத்தின் வளர்ச்சியைக் குறித்தே பேசுகிறது. சாக்ய சிங்கா புத்ததேவ், இயேசு கிறிஸ்து முதல் ரூஸோ, கற்பனைவாத சோஷலிஸ்டுகள் வரை சமத்துவம் என்ற கருத்தின் பயணத்தை ஆராய்கிறார். ஞானிகளும் கூர்ந்த நோக்குடையோரும் கல்விமான்களும் நிலத்தின் பொதுவுடைமை என்ற கருத்தை வலியுறுத்துவதாகக் குறிப்பிடுகிறார். கற்பனைவாத சோஷலிஸ்டுகளின் அவர்களின் கருத்துக்களைப் பின்வருமாறு தொகுத்துரைக்கிறார். "மேலும் செல்வங்களைப் பெருக்கக் கூடிய நிலமும் மூலதனமும் எல்லோருடைய பொதுவான

உடைமையாக இருக்க வேண்டும். இதில் ஏழை, பணக்காரன் என்ற வேறுபாடில்லை. எல்லோரும் சமமான அளவு உழைக்கவேண்டும். செல்வத்தின் சமமான பங்குதாரர்களாக அனைவரும் இருப்பர். இதுதான் உண்மையான கம்யூனிசம்."

சமத்துவம் என்ற கருத்தின் முக்கியமான அம்சங்களைப் பட்டியலிடும் பங்கிம், மகாராஜாக்களுக்கெல்லாமும் மகாராஜாவாய் இருந்தாலும் சரி, வங்கத்தைச் சேர்ந்த ஏழை விவசாயியானாலும் சரி, எல்லோருக்கும் சமமான சொத்துரிமை வேண்டும் என முடிக்கிறார். இந்த உரிமை இல்லை என்பதை விளக்க பரன் மண்டல் என்ற ஏழை விவசாயியின் கண்ணீர்க் கதையையும் அதிலிருந்து முற்றிலும் மாறுபட்ட ஜமீன்தாரின் வாழ்க்கையும் குறிப்பிடுகிறார்.

'சம்யா'வின் சாரத்தைப் பார்க்கும்போது, அது ஒரு தனிப்பட்ட முயற்சியென்றாலும், நிலவிவரும் சமூகசிந்தனையின் பின்னணியில் இந்திய சமுதாயத்தின் பிரச்சினைகளைப் பார்ப்பது தெரிகிறது. எத்தகைய தத்துவார்த்தக் குறைபாடுகளுக்கிடையே இந்தியாவின் அறிவுஜீவிகள் பணியாற்றிவந்தனர் என்பதையே அது காட்டுகிறது. சோஷலிஸக் கருத்துக்களை ஏறக்குறைய ஏற்றுக் கொள்ளுமளவிற்குப் புகழ்ந்தாலும் கூட அவற்றை இந்திய சமூகச் சூழ்நிலையில் நடைமுறைப்படுத்த அவர் முயற்சிக்கவில்லை. உண்மையில், வங்கத்தில் விவசாயிகள் எவ்வாறு சுரண்டப்படுகிறார்கள் என்பதைப் பற்றிய பகுதி சம்யாவின் இரண்டாவது பதிப்பிலிருந்து நீக்கப்பட்டது.

பத்தொன்பதாம் நூற்றாண்டில் இந்தியாவில் ஏற்றத்தாழ்வுகள், வறுமை பற்றிய பொதுவான விமர்சனம் முதலாளித்துவக் கண்ணோட்டத்திற்குள்ளேயே அடைபட்டிருந்தது. அது ஏற்றத்தாழ்வுகளைத் தோற்றுவிக்கும் அமைப்பினை மேலும் பலப்படுத்துவதற்கான வழிமுறைகளைக் கண்டறிவதில்தான் அதிக அக்கறை கொண்டிருந்ததே தவிர, அவ்வமைப்பை மாற்றுவதில் அல்ல. ஆயினும் அது சாதாரண மனிதனின்

துயரங்களை விவரமாகப் படம்பிடித்துக் காட்டியிருந்தது. அறிவினை வளர்த்துக் கொள்வதையும், வர்க்க சமரசத்தையுமே தீர்வுகளாக முன்வைத்தது. உதாரணமாக, விவசாயிகளும் தொழிலாளிகளும் தங்களைத் தாங்களே பாதுகாத்துக் கொள்ள ஒரு எழுச்சி தேவை எனக் கூறும் கேசவ் சந்திர சென் பின்வரும் தீர்வைக் கொடுக்கிறார்:

"வளர்ந்த நாடுகளில் ஏற்கெனவே ஒரு வர்க்கப்போர் தொடங்கிவிட்டது. தொழிலாளர்கள் அநியாயங்கள் செய்யவேண்டும் என்று நாம் விரும்பவில்லை. அவர்கள் சட்டத்திற்குப் புறம்பான செயல்களில் ஈடுபடாமல் நிலவுடைமையாளர்களுக்கு புத்தி புகட்ட வேண்டும் என்று நாம் நிச்சயமாக விரும்புகிறோம். கடவுள் படைக்கும் போது உங்களுக்கு உணர்வையும், புரிந்துகொள்ளும் சக்தியையும் கொடுக்கவில்லையா? அப்படியெனில் ஏன் இன்னும் அறியாமைத் தூக்கத்தை தொடர்கிறீர்கள்? உங்கள் சக்தி முழுவதையும் திரட்டி முயற்சி செய்யுங்கள், பேரறிவு பெறுங்கள்."

அதேபோல், சூத்திரர்களுக்கே எதிர்காலம் என்றும் ஏழைகளுடனேயே கடவுள் இருப்பதாகவும் கூறிய விவேகானந்தர்கூட அறிவை வளர்ப்பதையும், பேரறிவு பெறுவதையுமே தீர்வாக மீண்டும் மீண்டும் கூறுகிறார்.

அடிமை இந்தியாவில் வாழ்ந்திருந்த அறிவுஜீவிகள் வறுமை என்ற பிரச்சினைமீது அக்கறைக்கொண்டிருந்தார்கள் என்பது ஒரு குறிப்பிடத்தகுந்த விஷயமல்ல. அப்போதைய நிலைமைகளைப் பார்க்கும்போது வறுமை குறித்த பிரக்ஞையற்றவர்களாக அவர்கள் இருந்திருக்க முடியாது. ஆயினும் வறுமை என்ற பிரச்சினையை அவர்கள் எவ்வாறு பார்த்தார்கள் என்பதுதான் இங்கு முக்கியம். வறியவர்களின் கோணத்திலிருந்தா அல்லது வசதிபடைத்தவர்களின் கோணத்திலிருந்தா? பொதுவாக அவர்களின் அணுகுமுறை வசதிபடைத்தவர்களுக்குச் சாதகமாய் இருந்ததால்தான் வறுமையைச் சாடிய போதிலும் அதை உருவாக்கிய

அமைப்பினை அவர்கள் நிந்திக்க வில்லை. எனவே மக்களுக்கு ஆசுவாசம் அளிப்பதற்கும், அறக்கட்டளை முறைக்கும், தங்கள் நிலையை அபிவிருத்தி செய்து கொள்வதற்கு வாய்ப்புகள் அளிப்பதற்குமே அவர்கள் முக்கியத்துவம் கொடுத்தனர். இத்தகைய நடவடிக்கைகள் இல்லையெனில் வசதிபடைத்தவர்கள் தீவிரமாக பாதிக்கப்படுவர் என்பதுதான் இதற்குக் காரணம்.

பத்தொன்பதாம் நூற்றாண்டின் சீர்திருத்தவாதிகள் அனைவரது சமூக சிந்தனைகளிலுமே இந்த உணர்வுகள் இருப்பதைக் காணலாம். அக்ஷய் குமார் எழுதிய தரம்நிதி என்ற நூல் சமுதாயத்தின் ஒட்டுமொத்தமான வளர்ச்சி தேவை என்று வேண்டுகோள் விடுத்தபோதிலும், வறுமை என்ற பிரச்சினையினால் வசதிபடைத்தவர்களுக்கு என்ன பாதிப்புகள் ஏற்படும் என்பதை தெளிவாகச் சுட்டிக்காட்டுகிறது. இந்த வர்க்க சார்புக் கண்ணோட்டம், அடிமை இந்தியாவில் வாழ்ந்திருந்த அறிவுஜீவிகள் எவ்வாறு முதலாளித்துவ தத்துவங்களின் ஆக்கிரமிப்புக்கு ஆளாகியிருந்தனர் என்பதையே காட்டுகிறது. இந்தப் பின்னணியில் முக்கியமான விஷயம் ஒன்றைக் குறிப்பிடவேண்டியுள்ளது. சமூக மற்றும் அரசியல் முக்கியத்துவம் என்ற கோணத்திலிருந்து பார்க்கும் போது, ஒரு கருத்து தனக்கென்று ஒரு முக்கியத்துவம் பெற்றிருக்கவில்லை, எவ்வாறு எதிர்காலம் குறித்த பார்வையுடன் அது இணைக்கப்பட்டுள்ளது என்பதிலிருந்தே முக்கியத்துவம் பெறுகிறது எனத் தெரிகிறது. இன்றைய நமது சமுதாயத்திலே கூட, ஏழைகளின் நிலைபற்றி தொடர்ந்து பேசிவரும் அதே முதலாளித்துவத் தலைமைதான் வறுமையையும், சுரண்டலையும் தோற்றுவித்து நீடிக்கச் செய்யும் அமைப்பினையும் நடத்தி வருகிறது.

மதச்சார்பின்மையாக்கல் - ஒரு கண்ணோட்டம்

இந்தியாவில் தோன்றிய பகுத்தறிவு வாதம் மற்றும் மனிதநேயக் கருத்துகளும் நமக்கு இரண்டு முக்கியமான விஷயங்களை விட்டுச் சென்றுள்ளன. ஒன்று,

பகுத்தறிவினால் கட்டுப்படுத்தப் படும் நம்பிக்கைகளையும், சமூக நடவடிக்கைகளையும் உருவாக்குவதற்கான ஒரு போராட்டம். இதற்கு மதத்தைப் பற்றியும், சமூக வழக்கங்களைப் பற்றியும் ஒரு பகுத்தறிவுப் பூர்வமான விமர்சனம் தேவை. இரண்டாவதாக, ' வேறொரு உலகம்' என்ற நம்பிக்கைக்கு அளிக்கப்படும் முக்கியத்துவத்தை அகற்றி இவ்வுவக வாழ்க்கையின் யதார்த்தத்தின் மீது கவனத்தைத் திருப்புவதற்கான முயற்சி. காலனியாட்சியில் வளர்ந்து வந்த முதலாளித்துவ அமைப்பினோடு இயைந்த தத்துவார்த்த உருவாக்கத்தின் ஒரு பகுதியே இந்தக் கருத்துக்கள். ஆனால் இந்தக் கருத்துக்களின் முழுவீச்சையும் உணர்வதற்குத் தேவையான சமுதாய அமைப்பை காலனியாதிக்கம் தோற்றுவிக்காத காரணத்தால் அவை மிகவும் மோசமாக பாதிக்கப்பட்டன. மேலும் 19 ஆம் நூற்றாண்டின் பிற்பகுதியில் காலனி மேலாதிக்கத்திற்கு எதிராக எழுந்த அறிவு, கலாச்சாரப் பாதுகாப்பு முயற்சிகளின் விளைவாக இக்கருத்துகள் ஒரு பகுதி கைவிடப்பட்டது. இதனால் இந்தியாவின் மதச்சார்பின்மையும் பாதிக்கப்பட்டது. ஏனெனில் மதச்சார்பின்மையின் வளர்ச்சி பகுத்தறிவு மற்றும் மனிதநேயச் சிந்தனைகளோடு பின்னிப் பிணைந்துள்ளது.

அரசியல் பாகுபாட்டிற்குள்ளாகாமல் பல்வேறு மதப்பிரிவினரும் ஒன்றாக வாழும் இந்திய சமூகச் சூழலில் மதச்சார்பின்மை என்ற கருத்தைச் செயல்படுத்துவது பற்றி சிறிது விளக்கம் தேவை.

முதலில் என்னுடைய சொந்த அனுபவத்தைக் கூறுகிறேன். ஏறக்குறைய 20 ஆண்டுகளுக்கு முன்பு டெல்லியிலுள்ள ஜவஹர்லால் நேரு பல்கலைக் கழக வளாகத்தினுள் குடியேறி வசிக்கத் தொடங்கியிருந்த போது ஈத் பண்டிகைக்காக பொருளுதவி செய்யுமாறும் கொண்டாட்டங்களில் பங்கேற்குமாறும் வேண்டி சிலர் என்னை அணுகினார்கள். மத விழாக்களை பொது நிகழ்ச்சியாக வெளியே கொண்டாடுவதை எதிர்க்கும் நான்

குறைந்தபட்சம் பல்கலைக்கழகத்தின் உள்ளேயாவது அம்மாதிரியான கொண்டாட்டங்கள் இருக்கக் கூடாது எனக் கருதினேன்.

இதன் விளைவாக எனக்கும் வந்தவர்களுக்குமிடையே மதச்சார்பின்மை குறித்து சூடான விவாதம் நடை பெற்றது. நான் அந்த முஸ்லிம் பண்டிகையில் பங்கெடுக்க மறுத்தமையால் அவர்கள் என்னை இந்து மதவாதி என்ற முத்திரை குத்திவிட்டுச் சென்றனர். இந்த நிகழ்ச்சி நடந்த சில நாட்களுக்குப் பின்னர் பல்கலைக் கழக வளாகத்தினுள் ஒரு இந்துப் பண்டிகை கொண்டாட முயற்சி மேற்கொள்ளப்பட்டது. இதற்கும் நான் எதிர்ப்பு தெரிவித்தேன். அதற்கு அதிகபலன் இல்லை என்பதை நான் சொல்ல வேண்டியதில்லை. ஆனால் இந்த தகராறுகளின் ஒரு நல்ல விளைவாக, சில மூத்த பேராசிரியர்கள் கூடி வளாகத்தினுல் பண்டிகைகள் கொண்டாடுவதற்கான சில வழிமுறைகளை உருவாக்குவது பற்றி விவாதித்தனர். அக்கூட்டத்தில், முஸ்லிம் பண்டிகைகளைக் கொண்டாடுவதற்கு இந்துக்களும், கிறிஸ்துவப் பண்டிகைகளைக் கொண்டாடுவதற்கு முஸ்லிம்களும், இந்துப் பண்டிகைகளைக் கொண்டாட கிறிஸ்தவர்களும் முன்முயற்சி எடுக்கவேண்டும் என்ற ஒரு ஆலோசனை முன்வைக்கப்பட்டது.

பிரபஞ்சப் பார்வை

எல்லா மதங்களுக்கும் சமமான அந்தஸ்தும், மரியாதையும் கொடுப்பதன் மூலம் மத நல்லிணக்கத்தையும், சமாதான சகவாழ்வையும் மேம்படுத்தலாம் என்றும், மதவேறுபாடுகளைக் குறைக்கலாம் என்றும் ஒரு உயரிய நோக்கத்திலிருந்தே இந்த ஆலோசனை எழுந்தது. மதச்சார்பின்மை குறித்த இந்தியக் கருத்தினை நடைமுறைப்படுத்துவதே இந்தப் பேராசிரியர்களின் முயற்சி. இந்த மதச்சார்பின்மைக் கருத்து அரசு கூறும் இரண்டு கோட்பாடுகளின் அடிப்படையிலமைந்ததாகும். ஒன்று, எல்லா மதங்களையும் சமமாக பாவிப்பது. இரண்டு, எல்லா

மதத்தினரையும் பாகுபாடின்றி நடத்துவது. அரசு மற்றும் அரசாங்கக் கட்டுப்பாட்டில் இயங்கும் தகவல் தொடர்பு சாதனங்களில் பணிபுரிவோர் இந்த லட்சியங்களையே முன்னெடுத்து வைக்கின்றனர். ஆயினும் தேர்தல் அரசியலின் தேவைகளுக்குட்பட்டே இதனைச் செய்கின்றனர். நமது தேசத் தலைவர்கள் எல்லா மதவழிபாட்டுத் தலங்களுக்கும் சென்று எல்லாக் கடவுள்களிடமும் சமமான பக்தியை வெளியிடுவதன் மூலம் தங்களை மதச்சார்பற்றவர்களாக காட்டிக் கொள்கின்றனர். தகவல் தொடர்பு சாதனங்களும், வெவ்வேறு மத வழிபாடுகளை சமமான அளவு நேரம் ஒலி, ஒளி பரப்பு செய்கின்றனர். பக்தி இயக்கக் காலத்திலிருந்து வரும் பரந்த பிரபஞ்ச.... மதநோக்கத்திலிருந்தே இந்தக் கோட்பாடுகளும் செயல்பாடுகளும் தோன்றியிருக்க வேண்டும்.

அனைத்து மதங்களுக்கும் பொதுவான சில அம்சங்களுக்கு அழுத்தம் கொடுப்பதன் மூலம் எல்லா மதங்களும் சாராம்ச ரீதியாக உண்மையானவையே என்றும் ஆனால் கடவுளை உணர்வதற்கு அவை வெவ்வேறு பாதைகளில் செல்கின்றன என்பதும் இந்தப் பரந்த நோக்கம் ஆகும். பத்தொன்பதாம் நூற்றாண்டின் மதச் சிந்தனை இந்த நோக்கத்திலிருந்து எழுந்தது மட்டுமின்றி, பல்வேறு மதங்கள் வாழும் இந்தியச் சூழ்நிலையில் அதன் வெவ்வேறு அம்சங்களைக் கண்டறிந்து அதனை மேலும் விரிவுபடுத்தியது.

உதாரணமாக, மதங்கள் யாவும் ஒரே பிரபஞ்ச இறையுணர்வின் வெவ்வேறு உருவங்கள் என்று கூறினார் ராம்மோகன். சைய்யித் அஹமத் கான் எல்லா தீர்க்கதரிசிகளும் ஒரே தீர்வினைக் கொண்டிருந்தனர் என்று கூறியதன்மூலம் இப்பிரபஞ்ச நோக்கின் முக்கியத்துவத்தை எடுத்துரைத்தார். எல்லாமதங்களையும் பின்பற்றியதாகக் கூறிய ராமகிருஷ்ணரும் அவற்றின் பொதுத்தன்மையை விளக்குவதற்காக, நீர் அது இருக்கும் பாத்திரத்தின் வடிவத்தை எடுக்கிறது என்ற உதாரணத்தைக் கொடுத்தார். இக்கருத்துக்களிலிருந்து ஊக்கம் பெற்றிருந்த விவேகானந்தர்

உலகின் வெவ்வேறு மதங்கள் முரண்பட்டவையோ, பகையானவையோ அல்ல என்று கூறினார். மாறாக அவற்றை வாழ்க்கையின் வெவ்வேறு நிலைகளுக்குப் பொருந்தும் ஒரே அழிவில்லா மதமாகக் கண்டார். அவர் கூறுகிறார்:

"உன் மதமா என் மதமா, உன் தேச மதமோ என் தேச மதமோ என என்றுமிருந்ததில்லை. பல தேசிய மதங்களும் என்றுமிருந்ததில்லை. மதம் ஒன்றுதான்... நாம் எல்லா மதங்களையும் மதிக்க வேண்டும்."

காலனியாதிக்கத்தினால் அலைக்கழிக்கப்பட்ட சமுதாயத்தில் உள்ள மதங்களுக்கிடையேயும், மதங்களுக்கு உள்ளேயேயும் ஒற்றுமை உணர்வுக்கான வெளிப்பாடாகவே இந்தப் பிரபஞ்ச மதநோக்கம் இருந்தது. ஆயினும் இது நீண்டகாலம் பயனளிக்கவில்லை. காலனி கலாச்சார மேலாதிக்கத்தை எதிர்கொள்வதற்காக மத மரபுகளைக் காக்க வேண்டிய அவசியம் இருந்ததால் இந்தப் பரந்தநோக்கம் ஒத்துவரவில்லை. அந்த அவசியத்தை நிறைவேற்றுவதற்கு, ஒரு மதத்தை விட மற்றது உயர்ந்தது என்ற கொள்கையாலேயே முடியுமென்றிருந்தது. இவ்வாறு பிரபஞ்ச மதநோக்கம், இந்து அல்லது முஸ்லீம் மதம் உயர்வானது எனக் கூறும் குறுகிய நோக்கமானது. இதனால் இந்து அல்லது முஸ்லீம் மதம் மற்ற மதங்களை விட உயர்வானது என்ற எண்ணமும் ஏற்பட்டது. பிரபஞ்சப் பார்வை கொண்டிருந்த ராமகிருஷ்ணருடைய சீடரான விவேகானந்தர் கூட இந்துமதம் மட்டுமே ஒரே பிரபஞ்ச மதம் என்று பிரகடனம் செய்ததன்மூலம் இப்பிரபஞ்ச நோக்கத்தையே தலைகீழாக மாற்றினார்.

பத்தொன்பதாம் நூற்றாண்டின் பிரபஞ்சவாதக் கருத்துக்கள் முதலாளித்துவ அரசியல் அமைப்போடு இணைக்கப்பட்டதால் உருவானதே மதச்சார்பின்மைக் கருத்தின் இன்றைய வடிவம். எல்லா மதங்களுக்கும் மரியாதை கொடுப்பதனாலோ இறையுணர்வு ஒன்றே என்ற கருத்தினாலோ, மதச்சார்பின்மையை உருவாக்க முடியாது என்பதே 19ஆம் நூற்றாண்டில் நமக்குக்கிடைத்த அனுபவம்

நிரூபிக்கிறது. மாறாக அவை சமுதாய உணர்வை மத அளவுகோல்களுக்கிடையே குறுக்கி வைக்கின்றன. இதனால் பின்னால் ஏதாவது சந்தர்ப்பங்களில் தங்கள் மதம் உயர்வானது என்ற போக்கும் பகையுணர்வும் மீண்டும் தோன்றுவதற்கான வாய்ப்பு உள்ளது. " இந்திய மதச் சார்பின்மைக் " கருத்தின் குறைபாடும் இதுதான். மதத்தை உயிருடன் வைத்திருப்பதால் மத உணர்வை இது அதிகப்படுத்துகிறது : மதரீதியான அடையாளங்களைப் பாதுகாத்துத் தூக்கிப் பிடிப்பதனால் அது பலமதக் குழுக்களிடையே உள்ள சமூக இடைவெளியை அதிகரிக்கிறது.

ஐரோப்பாவைப் போல மதாலயத்தையும் (சர்ச்) அரசையும் பிரிப்பது என்பது இந்தியாவில் மையப்பிரச்சினையாய் இருக்கவில்லை. ஐரோப்பாவிலும் கூட அது புரோட்டஸ்டன்டு சீர்திருத்தத்தின் போது தொடங்கிய ஒரு போக்கின் அரசியல் அம்சமாகவே அரசு - மதப் பிரிவினை இருந்தது.

அரசையும் மதத்தையும் பிரிப்பதில் மட்டுமே மதச்சார்பின்மையின் சமூக, கலாச்சார அர்த்தங்கள் அடங்கியிருக்க வேண்டுமென்ற அவசியமில்லை.

மதக் காரணங்களின் அடிப்படையில் செயல்பாடுகளை நடத்திச் செல்லாத ஓர் அரசு இருப்பது மதச்சார்பற்ற ஒரு சமுதாயத்தை உருவாக்குவதற்கு மிகவும் அவசியம். ஏனெனில் மதச்சார்புள்ள அரசு அபாயகரமானது. குறிப்பிட்ட மதத்திற்கு அரசு மறைமுக ஆதரவு அளித்தால்கூட அது மதச்சார்பின்மைக்கு அடிக்கப்படும் சாவு மணியாகத்தான் இருக்கும். இந்தியாவில் அரசு எந்தவொரு மதத்தோடும் கூட்டு சேர்ந்தோ அல்லது எந்தவொரு மத நிறுவனத்தின் கருவியாகவோ இல்லை. ஆனால் நடைமுறையில் மதத்திலிருந்து அரசு தன் தொடர்புகளை துண்டித்துக் கொள்ளவில்லை. மாறாக அனைத்து மதங்களையும் அவற்றின் சமூக நடவடிக்கைகளையும் பகிரங்கமாக ஏற்றுக் கொள்வதன் மூலம் நடுநிலை வகிப்பது போன்ற அலங்காரத்

தோற்றத்தை ஏற்படுத்துகிறது அரசு. இதன் தொடர்ச்சியாக மூடநம்பிக்கைகளை ஆதாரமாகக் கொண்ட வழக்கங்களையும், செயல்களையும் கூட புனிதமானவை என வைத்து அவற்றைப் பாதுகாக்கிறது. முஸ்லீம் பெண்களுக்கு ஜீவனாம்சம் வழங்குவது என்ற பிரச்சினை இந்த நிலைபாட்டிற்கு சமீபத்திய உதாரணம். இத்தகைய நிலையில்லா நடுநிலைமையில் இருந்து செயல்படும்போது அரசியலின் அவசரத் தேவைகளுக்காக, அரசு மதச்சார்புள்ளதாக மாறும் அபாயம் உள்ளது.

இந்தியா போன்ற பல்வேறு மதங்களைக் கொண்ட சமுதாயங்களின் சமூக, அரசியல் வாழ்க்கையில் மதரீதியான அடையாளங்களும், விசுவாசங்களும் தொடர்ந்து முன்னுக்கு வருகின்றன. இதற்கு அடிக்கடி கூறப்படும் தீர்வு என்னவெனில் மதத்தை மதச் சார்பற்றதாக்குவதும், மதத்தை அவரவரின் தனிப்பட்ட நம்பிக்கையாகக் கருதி தனிமனித வாழ்க்கைக்குள் தள்ளிவிட வேண்டும். பொதுவாழ்வில் அதற்கு எந்தவொரு இடமும் அளிக்கப்படக் கூடாது என்பதாகும். இது நடைமுறைக்குச் சம்பந்தமில்லாத விஷயம். ஏனெனில் மதத்தை மதச்சார்பின்மை அற்றதாக்குவது என்பதே வார்த்தைகளிலேயே ஒரு முரண்பாடாகும். மேலும் சொந்த வாழ்வையும், பொதுவாழ்வையும் இரண்டு தனிப்பட்ட விஷயங்களாகப் பார்ப்பது யதார்த்தமற்றதாகும். ஏனெனில் உண்மையான வாழ்க்கையில் அத்தகைய பிரிவினை இல்லை பொதுவாழ்வில் தனிமனித நம்பிக்கை எல்லாநேரங்களிலும் குறுக்கிடுவதில்லை என்றாலும், தனிமனித அடையாளங்கள் கூட்டு அடையாளத்தில் ஒன்று சேரும்போது அது எளிதில் மீண்டும் தலைதூக்குகிறது.

மதச்சார்பின்மை சமுதாயத்தில் ஒரு நேர்மறையான சக்தியாக வளர்ச்சி பெறுவதில் எவ்வளவு சிக்கல்கள் உள்ளன என்பதையே அடிமை இந்தியாவிலும், தற்போதைய இந்தியாவிலும் நமக்குக் கிடைத்த வரலாற்று அனுபவங்கள் காட்டுகின்றன. பிரபஞ்சவாத நம்பிக்கைகளோ அல்லது மதம்

என்பது தனிமனித விஷயம் என்று கூறுவதோ அதன் வளர்ச்சிக்கு உதவவில்லை. கடந்த 40 வருடங்களில் மதச்சார்பின்மைக்கு பெரும் முக்கியத்துவம் அளிக்கப்பட்டது. ஆனால் சமுதாயமோ மேலும் மேலும் மதவாதத்திற்குள்ளாகி வருகிறது. மத அடிப்படையிலமைந்த அரசியல் கட்சிகளும், பொது அமைப்புகளும் நாடு முழுவதும் பெருகி வருகின்றன. சாதிய அமைப்புகள் அரசியல் கட்சிகள் என்ற வேஷத்தில் வந்துள்ளன. அரசியல் கட்சிகளுக்கு உள்ளேயும், சாதிய கோஷ்டிகள் தங்கள் தேவைக்கேற்றவாறு கட்சிக்கு நெருக்கடி தரும் குழுக்களாகச் செயல்பட்டு வருகின்றன. ஏன் மதவாதம் சக்தி வாய்ந்தது என்பதைப் பற்றித்தான் அறிவுஜீவிகளும், அரசியல் ஊழியர்களும் அக்கறைக் கொண்டிருக்கிறார்களே தவிர, மதச்சார்பின்மை ஏன் வேரூன்றவில்லை என்பதைப் பற்றியல்ல. ஒரு ராட்சஸனை எதிர்த்துப் போராடும் நாம், ஒரு ஆக்கப்பூர்வமான நம்பிக்கையை உருவாக்குவதாகத் தெரியவில்லை.

இந்தத் தேக்கநிலையிலிருந்து விடுபடுவதற்கு ஒரே வழி மதத்துடன் நேரிடையே மோதுவதுதான் என்று தோன்றுகிறது. மதத்தினை மறுக்கும் வகையில் தாட்சண்யமில்லாத ஒரு விமர்சனம் செய்வது தேவையாகிவிட்டது. மார்க்ஸின் வார்த்தைகளில் கூறுவோமானால் “உறுதியாக, நேர்மறையாக மதத்தை அழிப்பது'' அதுதான் மதச்சார்பின்மைக்கு உண்மையான ஆதாரமாய் இருக்கமுடியும். சமுதாயத்தில் மதத்திற்கிருக்கும் செல்வாக்கினையும், வளர்ந்து வரும் மதஉணர்வுகளையும் காணும்போது மதத்தை ஒழிப்பதென்பது கற்பனைவாதமாகவும், நடைமுறைப்படுத்த முடியாததாகவும் தோன்றலாம்.

‘‘நம்மில் மதத்திற்கெதிரான போர்ப் பிரகடனம் செய்பவர்கள் நம் எதிரியையே பலப்படுத்துகின்றனர் ” என 19 ஆம் நூற்றாண்டின் இறுதியில் ஜெர்மன் கம்யூனிஸ்ட் கட்சி கூறியது போல, மத ஒழிப்பு என்பது புத்திசாலித்தனமல்ல என்று பலரும் நினைக்கலாம். இதனால் மக்களிடமிருந்து தனிமைப்படும் அபாயத்திலிருந்து

மீள்வது கடினமெனத் தோன்றலாம். மதத்தின் இரண்டு அங்கங்களாகிய நம்பிக்கை, கலாச்சாரம் ஆகியவற்றை வேறுபடுத்திப் பார்ப்பது இந்தச் சூழ்நிலையில் பயனுள்ளதாக இருக்கும். மத நம்பிக்கையிலிருந்து வேறுபடுத்தப்பட்ட கலாச்சாரம் மக்களுடன் தொடர்புகொள்ளத் தேவையான ஒரு வழியை ஏற்படுத்திக் கொடுக்கிறது. வேண்டுமெனில், ஒரு துவக்க முயற்சியாக, மத அடிப்படையில் அமைந்த ஸ்தாபனங்கள் கட்சிகள், மற்றும் நடவடிக்கைகளுடன் நமக்கு சம்பந்தமில்லை என்று முழுமையாகவும், விமர்சனபூர்வமாகவும் விலகிக் கொள்ளலாம். மதச்சார்பின்மையில் நம்பிக்கையு உடையவர்கள் முழுமையாக மதநம்பிக்கைகளை எதிர்க்க இயலவில்லை என்றாலும் மதச் சார்புடைய அமைப்புகளிலிருந்து விலகுவது அவசியம் செய்யவேண்டிய ஒன்றாகும்.

இந்த நேரத்தில்தான் காலனியாதிக்க காலத்தில் முதலாளித்துவ சிந்தனையாளர்கள் உருவாக்கிய மத விமர்சனம் முக்கியத்துவம் பெறுகிறது. இந்த மரபின் துணையை நாடுவது முதல் அடி எடுத்து வைப்பதில் பயனுள்ளதாயிருக்கும். இதிலிருந்து மேலும் பல யுக்திகளை சக்திவாய்ந்த முறையில் உருவாக்க முடியும். ஆயினும் நமது விமர்சனம் குணாம்சரீதியாக பழைய விமர்சனங்களிலிருந்து வித்தியாசமாயிருக்கும். ஏனெனில் அவ்விமர்சனத்தை உருவாக்குவது மட்டுமே நம் லட்சியம் அல்ல. ஒரு லட்சியத்தை அடைவதற்கான பாதையாகத்தான் அதை நாம் உருவாக்குகிறோம். மார்க்ஸ் கூறுவது போல, "மனித சாரத்தின் உயர்ந்த வடிவம் மனிதனே என்ற போதனையோடு மதத்தைப் பற்றிய விமர்சனம் முடிவடைந்து விடுவதால், மனிதனை இழிவுபடுத்தி அடிமையாக்கும் உறவுகளையெல்லாம் தூக்கியெறிய வேண்டியது அவசியம்." எனவே மத விமர்சனம் என்பது சமுதாயப் புரட்சியினைக் கொண்டுவரும் நோக்கத்துடன், உணர்வுக்காக நடக்கும் ஒரு போராட்டம். மனித மனங்களை வெல்வதற்கான ஒரு போர்.

வேறு வார்த்தைகளில் கூறுவதென்றால், மதச் சார்பின்மைக்கான போராட்டம், சமூகப்பொருளாதார அடிப்படையில் மாற்றத்தைக் கொண்டுவரும் உணர்வினை உருவாக்குவதற்காக நடத்தப்படும் பொதுப் போராட்டத்தின் ஒரு பகுதியாகும். இந்த லட்சியத்தினை அடைவதற்கு, தற்போது உள்ள உணர்வு நிலையையும், புதிய உணர்வுநிலையை உருவாக்குவதில் உள்ள சிக்கல்களையும் கண்டறிந்து, புரிந்துகொள்வது அவசியம்

கலாச்சாரத்தின் தன்மையும் உணர்வின் வளர்ச்சியும்

இதற்கு முன், ஒருவகையில் மார்க்ஸிய கலாச்சாரக் கோட்பாட்டின் மையக்கருத்தாக இருக்கும் அடித்தளம் மேல்கட்டுமானம் பற்றிய விவாதத்தை குறிப்பிட்டுள்ளேன். மார்க்ஸ் ஒரு முழுமையான கலாச்சார கோட்பாட்டை உருவாக்கவில்லை, அதனைப் பற்றிய ஒரு பொதுவான குறிப்பினையே உருவாக்கினார் என்று கூறப்பட்டுவருகிறது. அப்படியே இருந்தாலும் கூட, கலாச்சாரத்தைப் பற்றி ஆய்ந்தறியவும், சமூக உணர்வின் வளர்ச்சியிலும் அமைப்புரீதியான மாற்றத்தைக் கொண்டுவருவதில் அதன் முக்கியத்துவத்தைப் பற்றி வரையறுக்கவும் தேவையான அளவு மார்க்ஸ் கலாச்சாரத்தைப்பற்றி எழுதியுள்ளார். அரசியல் பொருளாதார விமர்சனத்திற்கு ஒரு முன்னுரை என்ற நூலில் மார்க்ஸ் குறிப்பிடுகிறார்.

"பொதுவாக, பௌதீக வாழ்க்கையின் உற்பத்திமுறையே சமூக, அரசியல், அறிவு வளர்ச்சிப் போக்குகளை நெறிமுறைப்படுத்துகிறது. பொருளாதார அடித்தளத்தின் மாற்றத்தோடு, மிகப்பெரும் மேல்கட்டுமானம் முழுவதுமே ஏறக்குறைய விரைவாக மாற்றப்படுகிறது. இத்தகைய மாற்றத்தை நோக்கும்போது இயற்கை விஞ்ஞானத்தினால் மிகவும் துல்லியமாக மதிப்பிடக்கூடிய பொருளாதாரநிலை மாற்றத்திற்கும் சட்டம், அரசியல், மதம், அழகியல் அல்லது தத்துவார்த்த வடிவங்களில் ஏற்படும் மாறுதல்களுக்கும் இடையே உள்ள வேறுபாட்டைக் காண வேண்டும்.

சுருக்கமாகக் கூறுவதானால், பின்னர் கூறப்பட்ட தத்துவார்த்த வடிவங்களில் தான் மனிதர்கள் இந்த முரண்பாட்டை உணர்ந்து அதைப் போராடி அழிப்பதற்குத் தயாராகிறார்கள்."

மேல்கட்டுமான மாற்றத்தின் தன்மையைப் பற்றி குறிப்பிடும்போது "பொதுவாக, ஏறக்குறைய" என்ற பதங்களை மார்க்ஸ் பயன்படுத்தியிருக்கிறார். பொருளாதார உற்பத்தி நிலைகளில் ஏற்பட்டிருக்கும் மாற்றத்தைக் கணக்கிடும் அளவுக்குத் துல்லியமாக மேல்கட்டுமானத்தின் கூறுகளைப் பற்றி அறிய முடியாது என்று இதிலிருந்து தெரிகிறது. மனித உணர்வுகளை அங்கமாய்க் கொண்டிருக்கும் மேல்கட்டுமானத்தின் சிக்கலான தன்மையே இங்கு கூறப்பட்டுள்ளது. அது சிக்கலானதாய் இருப்பதற்கு காரணம் பல்வேறு தன்மைகளைக் கொண்டிருப்பதனால் மட்டும் அல்ல. அது சரித்திரப் பூர்வமாய் இருப்பதனாலும்தான் என்று ரோமாண்ட் வில்லியம்ஸ் கூறுகிறார். "அது எந்த ஒரு குறிப்பிட்ட நேரத்திலும், கடந்த காலத்தின் தொடர்ச்சிகளையும். நிகழ்காலத்தின் எதிர்வினைகளையும் தன்னகத்தே கொண்டிருக்கிறது என்கிறார் அவர். மார்க்ஸீயக் கலாச்சாரக் கோட்பாடு இந்த சிக்கலான தன்மையில்தான் வேரூன்றியுள்ளது. அதே நேரத்தில் அது பொருளாதார அமைப்பையும் அதன் விளைவான சமூக உறவுகளும் கலாச்சாரத்துடன் உயிருள்ள தொடர்பு கொண்டவை என்பதையும் கவனத்தில் கொண்டிருக்கிறது. தான் வாழும் சூழ்நிலைகளை மாற்றும் திறன் அவற்றின் மையத்திலிருக்கும் மனிதனுக்கு உண்டு என்ற கருத்தும், மேல்கட்டுமானத்தின் இந்த சிக்கலான தன்மையைக் குறிப்பதாகவே உள்ளது. வரலாற்று வளர்ச்சிப் போக்கில் மனிதன் ஒரு செயலற்ற கூறு அல்ல. மாறாக, அவன் அப்போக்கின் மீது உறுதியான வகையில் செல்வாக்கு செலுத்தும் செயல்துடிப்புள்ள ஊக்க சக்தியாக இருக்கிறான். "புரட்சிகரத் தன்மை என்பது பொருளின் ஆணிவேரைப் புரிந்து கொள்ளுதல் ஆகும். ஆனால் மனிதனின் ஆணி வேர் மனிதனேயாவான் " என்கிறார் மார்க்ஸ் எனவே,

மனிதனையும், அவனது உணர்வு எவ்வாறு கட்டப்பட்டுள்ளது என்பதையும் புரிந்துகொள்ளுதல் அவசியம்.

இவ்வாறு மார்க்ஸ் மேல்கட்டுமானத்தை ஆராய்ந்து எழுதியுள்ளார். இந்த ஆய்வுகளை ஒரு விருப்பு வெறுப்பற்ற 'புறநிலைரீதியாக' கடமைக்காகச் செய்யவில்லை அவர். மாறாக சமுதாய மாற்றத்தைக் கொண்டுவருவதில் மேல்கட்டுமானத்திற்குள்ள பங்கினைப் புரிந்துகொள்ளும் நோக்கத்திலேயே இந்த ஆய்வுகள் மேற்கொண்டார். இந்த முயற்சிகளுக்கு கூட்டாக "கலாச்சார மார்க்ஸிஸம்" என்ற பெயர் கொடுக்கப்பட்டது. இக்கண்டுபிடிப்பிற்கு ஒரு முக்கிய அம்சம் என்னவெனில், அவை, "சில தொடர்ச்சியான நிகழ்ச்சிப்போக்குகளில் குறிக்கிட்டு அவற்றின் பாதையை மாற்றுவதற்கு மனிதனென்ற உந்து சக்திக்கு இருக்கும் திறனைப் பற்றியும், பகுத்தறிவுப்பூர்வமான, தார்மீக வேகத்துடன் பணியாற்ற அவனுக்குள் இருக்கும் ஆற்றலைப்பற்றியும்" தெளிவாக குறிப்பிடுகிறது கலாச்சார மார்க்சியம். மார்க்ஸிஸத்தின் பொருளாதார அல்லது அரசியல் நோக்கினை விட்டுவிடாமல், அரசு, தத்துவம் ஆகியவற்றின் மீது கவனத்தை திருப்புவதாயும் இவையிரண்டுமே ஆதிக்கச் சக்திகள் என்று அழுத்தம் கொடுப்பதாயும் கலாச்சார மார்க்சியர்களின் முயற்சிகள் இருந்தன.

இவர்கள் மார்க்ஸியத்தின் கவனத்தை அடித்தள அமைப்பிலிருந்து திசை திருப்பி மேல்கட்டுமானத்தின் மீது செலுத்தினார்கள்; "இயந்திரரீதியான பொருள் முதல்வாதத்தினால் புறக்கணிக்கப்பட்ட சமூக கலாச்சார அம்சங்களை உள்ளடக்கி உணர்வு பூர்வமான அனுபவம் என்ற கருத்தினை உருவாக்கி, மரபுரீதியான மார்க்ஸிய அரசியல் பொருளாதார விமர்சனத்தை மறுக்கும் வகையில் அல்லாமல், நிறைவுசெய்யும் வகையில் செயல்பட்டனர். அன்டோனியோ கிராம்ஸ்கி, ஜார்ஜ் லுகாக்ஸிலிருந்து தொடங்கி ஈ.பி.தாம்ஸன், ரேமாண்ட் வில்லியம்ஸ் மற்றும் லூசியன் கோல்ட்மான் வரையான மார்க்ஸிய சிந்தனையாளர்கள் பலர்

உருவாக்கிய கோட்பாடுகளிலிருந்து இக்கருத்து உருவானது. இவர்கள் ஒரேமாதிரியான கருத்துக்களைக் கூறவில்லையென்றாலும் கூட அவர்களின் சிந்தனையில் ஒருவித ஒற்றுமை இருந்தது.

அவர்களின் அணுகுமுறையில் ஒரு தெளிவான தீர்மானமான அரசியல் கண்ணோட்டமும், புரட்சிக்கான நீண்டகாலத் திட்டமும் அடங்கியிருந்தன. உதாரணமாக, அன்டோனியோ கிராம்சியின் பார்வையில், " சமுதாய புரட்சி என்பது மக்களின் உணர்வில் ஏற்படும் நீண்டகால, சிக்கலான அனுகூல ரீதியான மாற்றத்தின் விளைவு, முதலாளி வர்க்கங்களின் கலாச்சார ஆதிக்கத்திலிருந்து மக்கள் விடுதலைபெறும் வளர்ச்சிப்போக்கின் உச்ச கட்டம்'' ஆட்சிஅதிகாரத்தைக் கைப்பற்றுவற்கு முன்னால் கலாச்சார ஆதிக்கம் பெறவேண்டும் என்பது அவரது வாதம்.

ஆட்சியைக் கைப்பற்றும் லட்சியத்தை நோக்கிச் செல்கையில் ''கலாச்சார மார்க்ஸியம்'' நடைமுறைக்கு ஒத்துவராத அணுகுமுறை என்று ஒதுக்கித்தள்ளப்படும் அபாயத்தை இங்கு நான் சுட்டிக்காட்ட வேண்டியுள்ளது. கலாச்சார மார்க்ஸியம் மார்க்ஸிய செயல் முறையிலும், எழுத்துக்களிலும் ஆழமாக வேரூன்றியுள்ளது. ஆனால், தற்போதைய தொழில்நுட்ப யுகத்தின் பிரச்சினைகளை சந்திக்க மார்க்ஸியத்தினால் இயலாது என்று நிரூபிப்பதற்காக, மேல்கட்டுமானத்திற்கு நாம் அளிக்கும் முக்கியத்துவத்தையே சிதைக்க மார்க்ஸிய எதிர்ப்பாளர்கள் முயற்சி செய்யலாம். கலாச்சார மார்க்ஸியத்தின் அறிவு மற்றும் கலாச்சார வாதங்கள் ஐரோப்பிய எழுத்தியல் மரபில் வேரூன்றியவை. இவை பெருமளவு நமது சிந்தனை முறைக்கும் அப்பாற்பட்டவை. இவ்வாறு மேல்கட்டுமான சூழ்நிலைகள் குணாம்சரீதியாக மாறுபட்டபோதிலும், கலாச்சார மார்க்ஸிய விவாதங்களில் எழுப்பப்பட்ட அடிப்படைப் பிரச்சினைகள் இந்தியச் சூழலுக்கும் சம்பந்தமுடையவையே. நம் சமுதாயத்தில் வேகமாக வளர்ந்துவரும் முதலாளித்துவ ஆதிக்கத்தைத் தடுப்பதற்கு தற்போது நிலவும் சமூக, கலாச்சார உணர்வுகளில்

ஒரு உடைப்பை உண்டாக்க வேண்டியது முன்தேவையாகும். இந்திய முதலாளித்துவத்தின் ஆதிக்கம் இன்னும் முழுமையானதாகவில்லை. ஆனால் இந்த ஆதிக்கத்தை அடைவதற்காக, அரசு அமைப்பை முழுமைப்படுத்தும் முயற்சியில் அது இப்போது ஈடுபட்டுள்ளது. இத்தகைய அமைப்பிற்கெதிராக ஒரு சக்திவாய்ந்த எதிர்ப்பை உருவாக்கி இறுதியில் அழிப்பற்கு, கலாச்சார, அரசியல் போராட்டங்களை இணைப்பதன் அடிப்படையில் அமைந்த நீண்டகாலத் திட்டங்கள் தேவை. இத்தகைய இணைந்தப் போராட்டங்களை உருவாக்குவதற்குத் தற்போது நிலவிவரும் கலாச்சார, அரசியல் உணர்வு நிலைகளையும், போராட்டங்களையும் புரிந்து கொள்ளுதல் அவசியமாய் உள்ளது. அரசியல் உணர்வு, போராட்டங்களைப் பற்றி உற்சாகமான விவாதங்கள் நடைபெறும் அதேநேரத்தில், கலாச்சார உணர்வு, போராட்டங்கள் ஆகிய விஷயங்களில் குறைந்த அளவே கவனம் செலுத்தப்படுகிறது. எனவே கலாச்சார விஷயங்களையும் அவற்றோடு அரசியல் போராட்டங்களுக்கு உள்ள தொடர்பையும் அல்லது தொடர்பின்மையையும் அதன் தற்கால பாதிப்புகளையும் உங்கள் கவனத்திற்குக் கொண்டுவருகிறேன்.

கலாச்சார அமைப்புகளும் - போராட்டங்களும்

அடிமை இந்தியாவில் இருந்த கலாச்சார அமைப்பு மற்றும் போராட்டங்களின் தன்மையை பற்றி விவாதிக்கும் முன் எதை கலாச்சாரம் என்று நாம் கூறுகிறோம் என்பதை தெளிவுபடுத்துவோம். பொதுவாக, கலாச்சார ஆய்வில் மூன்று வரையறைகள் பயன்படுத்தப்படுகின்றன. முதலில் கலாச்சாரம் என்ற லட்சியம். இதன்படி "சில குறிப்பிட்ட முழுமையான அல்லது உலகளாவிய மதிப்பீடுகளின்படி மனிதனை முழுமையடையச் செய்யும் முயற்சி அல்லது வளர்ச்சிப்போக்கே" கலாச்சாரமாகும். இரண்டாவது, கலாச்சாரம் என்பது ஒரு "ஆவணம்". மனித சிந்தனையையும், அனுபவத்தையும் விவரமாகப் பதிவு செய்யும் "அறிவும், கற்பனைத் திறனும் கொண்ட

படைப்பே கலாச்சாரம்.” மூன்றாவது, கலாச்சாரத்தின் சமூக வரையறை. இதன்படி, கலை, கல்வி மட்டுமின்றி நிறுவனங்களையும், சாதாரணமாக நாம் நடந்து கொள்ளும் முறைகளையும் குறித்த சில அர்த்தங்களையும், மதிப்பீடுகளையும் கொண்ட ஒரு குறிப்பிட்ட வாழ்க்கை முறையே கலாச்சாரம். கலாச்சார அமைப்பினை அதன் முழுமையான வடிவத்தில் புரிந்து கொள்ள முயற்சிப்பதனால் இந்த மூன்று வரையறைகளுக்குமே ஒரு மதிப்பீடு உண்டு. ஆயினும் நமது தற்போதைய தேவையைக் கருத்தில் கொண்டு மூன்றாவது வரையறையையே பிரதானமாகப் பயன்படுத்தப் போகிறோம். அதாவது, வாழ்க்கை அனுபவத்தையும் சமூக உறவுகளையும் முழுமையாகத் தன்னகத்தே கொண்ட ஒரு வாழ்க்கை முறையாகவே நாம் கலாச்சாரத்தைப் பார்க்கிறோம்.

கலாச்சாரக் கண்ணோட்டத்தையும், அடையாளங்களையும் சமுதாயத்தில் உருவாக்குவதில் எந்த வகையில் ஒரு மனிதன் சமூகமயமாக்கப்படுகிறான் என்பதற்கு முக்கியப் பங்குண்டு. காலனியாதிக்க காலத்திற்கு முற்பட்ட இந்திய சமுதாயத்தில், குடும்பத்திற்குள் நடைபெற்ற ஆரம்பகால சமூக மயமாக்கலின் போது குழந்தையின் மனதில் தாங்கள் எந்த மதத்தையும், சாதியையும் சேர்ந்தவர்கள் என்ற எண்ணத்தைப் புகுத்தும் போக்கு இருந்தது. குடும்பத்திற்குள் நடத்தப்பட்ட சடங்குகளும், மற்ற மதவழக்கங்களும் உருவாக்கிய கலாச்சாரச் சூழலில்தான் குழந்தையின் வாழ்க்கை துவங்கியது. குழந்தை வெளி உலகத்தைப் பார்ப்பதற்கு முன்பே அதனுடைய மத, சாதீய அடையாளங்கள் உருவாக்கப்பட்டன.

இந்த ஆரம்பகால பாதிப்புகளை நீக்குவதற்குச் சமூகமயமாக்கலின் இரண்டாம் நிலையும் உதவவில்லை. மாறாகக் குழந்தையின் விரிவடையும் சமூகவட்டம் மத, சாதீய உறவுகளுக்குள்ளேயே இருந்ததினால், இந்த தாக்கங்கள் பலமடையவே செய்தன. திறந்த, மதச்சார்பற்ற நிறுவனங்களில் பங்கெடுப்பதன் மூலம், முதல்நிலை

சமூகமயமாக்கலின்போது கிரகித்துக்கொண்டத் தவறான கருத்துக்களை ஓரளாவது போக்கியிருக்க முடியும். ஆனால் காலனியாதிக்க காலத்திற்கு முற்பட்ட சமுதாயத்தில் இதற்கான வாய்ப்புகள் இருக்கவில்லை. அப்போதிருந்த கல்வி முறையும் எல்லோரும் பங்கேற்க முடிந்த ஒன்றாக இல்லை. ஏனெனில், வீட்டிற்குள்ளேயோ அல்லது மத, சாதீய அடிப்படையில் அமைந்த பாடசாலைகள், மதரஸாக்கள் மூலமாகவோதான் கல்வி பயிற்றுவிக்கப்பட்டது. எனவே சமூக மயமாக்கலின் இரண்டாவது நிலைமையிலும் கூட குறிப்பிட்ட மத உணர்வு வாதமே முன் வந்தது. சாதீயப் பிரிவினை அதை நிறைவுசெய்யும் பணியைச் செய்தது. இவ்வாறு உருவாக்கப்பட்ட மத,சாதீய அடையாளங்கள் தனிமனிதர்களின் பழக்கங்களாலும், பொதுவாழ்க்கையில் அவர்கள் நடந்துகொள்ளும் முறையினாலும் மேலும் பலப்படுத்தப்பட்டன. தனியான உடை, மொழி, உணவு முறைகள் ஆகியவை ஒவ்வொரு பிரிவையும் மற்றொன்றிலிருந்து வேறுபடுத்திக் காட்டி மத, சாதீய அடையாளங்களை மேலும் வளர்த்தன. இதன் விளைவாக சமூக உணர்வில் சாதி, மதப் பிரிவுகள் வலுவடைந்தன.

காலனியாட்சி காலத்தில் மதச்சார்பற்ற கல்வி முறை அறிமுகப்படுத்தப்பட்ட போதிலும், பொதுவிஷயங்களில் பங்கேற்பதற்கு முன்பிருந்ததைவிட அதிக வாய்ப்புகள் இருந்தபோதிலும், நிலைமையில் குறிப்பிடத்தக்க மாறுதல் ஏற்படவில்லை, சமுதாயத்தில் ஆங்கிலக் கல்வியின் தாக்கம் பற்றி அடிக்கடி கூறப்படுகிறது. ஆனால் இந்தத் தாக்கம் மக்களின் ஒரு சிறிய பகுதியின் மீது மட்டுமே இருந்தது. மிகப் பெரும்பாலான மக்கள் தத்தம் பழைய கலாச்சாரச் சூழலிலேயே வாழ்ந்தனர். ஆங்கிலக் கல்வியில் கூட, பழைய கலாச்சாரத்தின் “கசடுகள்” பிரதானமாக இருந்தன. காலனி ஆட்சியினால் ஏற்படுத்தப்பட்ட இரண்டாம் நிலை சமூகமயமாக்கலினால் கலாச்சார உணர்விலும், அடையாளத்திலும் மாற்றங்கள் ஏற்படவில்லை.

பொது நடவடிக்கைகளில் ஈடுபட்டதனால் சாதி, மத

சம்பிரதாயங்களிலிருந்து சிலர் விலகிச் சென்றது அவர்கள் தாமாக முன்வந்து செய்தது அல்ல. சூழ்நிலையினால் அவ்வாறு நிர்ப்பந்திக்கப்பட்டனர். இதன் விளைவாக, வீட்டிற்கு உள்ளேயேயும் வெளியேயும் வெவ்வேறு விதிகள் அனுஷ்டிக்கப்பட்டன. வெளியே கடைப்பிடிக்க முடியாத சுத்தம், அசுத்தம் பற்றிய விதிகள், வீட்டிற்குள் இருக்கும் போது மட்டும் மிகவும் போற்றிப் பாதுகாக்கப்பட்டன. ஒரு மதச்சார்பற்ற இரண்டாம் நிலை சமூகமயமாக்கலிற்கான வழிகள் இருந்தபோதும், முதல் நிலை சமூகமயமாக்கலின் விளைவுகள் அதிகமாற்றமின்றி அப்படியே வைக்கப்பட்டன. சமுதாயத்தில் மாற்றம் வேண்டும் என்பதற்காகப் போராடிய சீர்திருத்தவாதிகள் கூட தங்கள் வீட்டிற்குள் நிலவிய சாதீய, மத எண்ணங்களைப் போக்க இயலவில்லை.

இந்த சாதீய மத அடையாளங்களே பொது வாழ்க்கையின் ஸ்தாபன கோட்பாடுகளுக்கு அடிப்படையாக இருந்தன. ஆரம்பகாலத்தில் இருந்த பொது ஸ்தாபனங்களும், போராட்டங்களும், விவாதங்களும் சாதீய, மத அமைப்புகளிலிருந்தே பாடங்களை எடுத்துக் கொண்டன. சமூகப் பிரிவுகளின் அடிப்படையிலேயே கலையும் இருந்தது. உதாரணமாக, பம்பாயில் இந்து மற்றும் பார்ஸி நாடகக் குழுக்கள் தனித்தனியே இயங்கின. ஏதாவது ஒரு சாதி, மதப்பிரிவின் அங்கமாகவே தனிமனிதன் பொதுவாழ்வில் ஈடுபடமுடிந்தது. தேசிய அளவிலான மதப்பிரிவுகள் தோன்றியிருக்கவில்லை என்றபோதிலும், ஸ்தல மட்டங்களில் அவை பணியாற்றி வந்தன. இதன்விளைவாக மதச் சச்சரவுகளும். எதிர்ப்புகளும், கலவரங்களும் 19 ஆம் நூற்றாண்டில் சாதாரணமாக நடைபெற்றுவந்தன.

பத்தொன்பதாம் நூற்றாண்டின் இறுதியிலிருந்தே, மத அடையாளங்கள் தேசிய உணர்வுக்குள் ஒன்றிப் போவதற்குப் பதிலாக அரசியல் ஸ்தாபனங்களை ஏற்படுத்துவதற்கும், மக்களைத் திரட்டுவதற்குமான மையப்புள்ளிகளாகவே மாறின. பொதுவிஷயங்களில் மதப்பிரிவுகளுக்கு இடமளிக்கப்பட்டது. சிம்லா பிரதிநிதித்துவம், தனித்

தொகுதிகள், லக்னோ ஒப்பந்தம், கிலாஃபத் போராட்டம் போன்றவையே இதற்கு சான்றுகள். இதன் விளைவாக பொது வாழ்க்கையில் "நாம்" "அவர்கள்" என்ற கண்ணோட்டம் அதிகரித்தது.

மிகவும் தீவிரமான மதச்சார்பற்ற தலைவர்கள் கூட வகுப்பு அடிப்படையிலான பார்வையைத் தவிர்க்க முடியவில்லை. இந்து-முஸ்லீம் ஒற்றுமைக்காகத் தீவிரமாகப் போராடிய மகாத்மா காந்தி அடிக்கடி வகுப்பு சார்பு நிலையெடுத்தார் என்பது சுயமுரண்பாடாகும். கிலாஃபத் பிரச்சனையில் அவர் காட்டிய அணுகுமுறை வலுத்த சந்தேகத்தை உருவாக்குவதாய் இருந்தது. 1921ல் நடந்த மலபார் கலகத்தின்போது இது மேலும் தெளிவாக முன்வந்தது, அவர் "மாப்ளாக்களின் பைத்தியக்காரத்தனத்தை வெறும் வார்த்தைகளால் மறுப்பது மட்டும் முஸல்மான்களின் நட்புக்கு அடையாளமல்ல. கட்டாய மதமாற்றம் மற்றும் கொள்ளையில் ஈடுபடும் மாப்ளாக்களின் நடத்தையைக் கண்டு முஸல்மான்களின் நடத்தையைக் கண்டு அவர்கள் வெட்கப்பட வேண்டும். அவர்களுக்குள்ளே மிகவும் வெறித்தனமான நம்பிக்கை உடையவர்கள் கூட அத்தகைய செயல்களில் ஈடுபடுவதை சாத்தியமற்றதாக்கும் வகையில் அவர்கள் அமைதியாகவும், சக்தி வாய்ந்த முறையிலும் செயல்பட வேண்டும்." என்றார் மகாத்மா.

இந்த முறையில்தான் அவர்கள் நடந்து கொள்ள வேண்டும் என்று கூறியதன் மூலம் ஒரு வகுப்புவாதக் கோட்டினை வரைகிறார் காந்தி: அதன்படி மாப்ளாக்கள் செய்ததைப் பற்றி முஸ்லிம்கள்தான் வெட்கப்பட வேண்டும் என்றும், மாப்ளா "வெறித்தனம்" மீண்டும் தலையெடுக்காமல் பார்த்துக் கொள்ள வேண்டிய கடமை முஸ்லிம்களுக்கு மட்டுமே உள்ளது என்று பொருள்பட அவர் பேசினார். காந்திக்கே இத்தகைய எண்ணம் இருந்திருக்கும்போது, முதல் நிலை சமூக மயமாக்கலின் பாதிப்பிலிருந்து தங்களை விடுவித்துக் கொள்ளாத சாதாரண மக்களின் எண்ணங்கள் எப்படியிருந்திருக்கும் என்பதை நாம் ஊகிக்க முடியும்.

"நாம் நமக்குள்ளே பார்க்க வேண்டும்"

காலனியாதிக்கம் கலாச்சார ரீதியாக மிகப் பெரும்பாலான மக்களை பாதிக்கவில்லை. கலாச்சார ரீதியான ஆதிக்கத்தை ஏற்படுத்த காலனியாட்சி முயற்சிக்கவில்லை என்று இதற்குப் பொருளாகாது. இன்றைய வர்க்க சமுதாயங்களில் நடப்பதைப் போல பொதுவான கலாச்சார, தத்துவார்த்தத் தாக்குதலை காலனியாட்சி நடத்தவில்லை. ஏனெனில் அத்தகைய தாக்குதலை நடத்தத் தேவையான கலாச்சாரக் கூறுகள் அன்று அரசின் கையில் இல்லை. இன்றைய நவீன கால அரசுகளிடம் இருப்பதைப் போல் தொலைக்காட்சி, வானொலி, பத்திரிகை ஆகிய சக்திவாய்ந்த தகவல் தொடர்பு சாதனங்கள் காலனி அரசிடம் இருக்கவில்லை. அந்த இடத்தை மெக்காலேதான் நிறைவு செய்தார். காலனி கலாச்சாரத்தையும் தத்துவத்தையும் கற்று அவற்றை மீண்டும் உருவாக்கவும், மக்களிடம் எடுத்துச் செல்லவும் திறமையுடைய ஒரு வர்க்கத்தை உருவாக்குவதே அவர் முன்வைத்த தீர்வு. மேற்கத்தியக் கல்வி பெற்ற மத்தியதர வர்க்கத்திற்கு அளிக்கப்பட்ட இக்கடமையை அவர்கள் பாராட்டத்தக்கவகையில் நிறைவேற்றினர்.

பத்தொன்பதாம் நூற்றாண்டில் எழுதப்பட்ட சுயசரிதைகளில் குறிப்பாக சென்னை, கல்கத்தா போன்ற பெரும் நகரங்களில் வாழ்ந்தவர்களின் சுய சரிதைகளில், இந்தப் புதிய கலாச்சாரம் உருவானதைப் பற்றிய சுவையான நகைச்சுவை மிகுந்த குறிப்புகள் மிகுந்து காணப்படுகின்றன. பலமாதங்கள் தொடர்ந்து ஒரே மாதிரியான தட்பவெப்ப நிலை நிலவும் இந்தியாவில் வாழ்ந்த அவர்கள், ஆங்கிலேயரைப் போலவே அன்றைய தட்பவெப்ப மாற்றங்களைப் பற்றி ஒவ்வொரு நாள் காலையிலும் பேசிக் கொள்வார்கள்: வெப்பமான, புழுக்கமான கோடையிலும் கூட கோட்டும், சூட்டும், "டை"யும் அணிவர்; நடன அரங்குகளில் நடனமாடக் கற்றுக் கொண்டனர். கவர்னர்கள் அளிக்கும் விருந்துகள், அவரை விடக்குறைவான படிநிலையில் இருக்கும் ஆங்கிலேயே அதிகாரிகள் அளிக்கும்

தேனீர் விருந்துகள் ஆகியவற்றிற்காக எத்தனை அழைப்புகள் பெற்றனர் என்பதைப் பொறுத்தே அவர்களின் சமூக அந்தஸ்து நிர்ணயிக்கப்பட்டது. முக்கியமாக அவர்களது பார்வை பெருநகரங்களைச் சார்ந்ததாகவே இருந்தது.

இங்கிலாந்திலுள்ள பள்ளிகளில் சேர்ந்து படிப்பதில் அவர்களுக்கு ஆர்வம் இருந்தது. ஆக்ஸ்ஃபோர்ட், கேம்பிரிட்ஜ் பல்கலைக் கழகங்களில் பட்டம் பெறுவதே அறிவு வளர்ச்சியின் உச்சகட்டமாகக் கருதப்பட்டது. அவர்களது அறிவுத் திறமை எப்படியிருந்தாலும், இந்தியாவுக்குத் திரும்பியவுடன் அதிகாரமும், கௌரவமும் நிறைந்த பதவிகளில் அவர்கள் அமர்ந்தனர். இவற்றிற்குப் பிறகும்கூட காலனி ஆட்சியாளர்களின் நோக்கம் நிறைவேறாமலேயே இருந்தது.

புதிதாக உருவாக்கப்பட்ட இந்த வர்க்கத்தின் மூலமாக காலனிய கலாச்சாரமும் தத்துவமும் மக்களைச் சென்றடையவில்லை. ஆங்கிலேயமயமாக்கப்பட்ட கனவான்களை விசித்திரமான பயத்துடனும், மரியாதையுடனும் பார்த்தாலும் கூட அவர்களைக் கலாச்சாரத்தின் சிகரமாக சாதாரண மனிதர்கள் கருதவில்லை. ஆங்கிலேய வர்த்தகர்கள் இறக்குமதி செய்த முள்கரண்டியையும், கத்தியையும் பார்த்து வியந்த போதிலும் அவற்றை சீனர்கள் எவ்வாறு ஏற்றுக்கொள்ளவில்லையோ அதே போல்தான் ஆங்கிலேயக் கலாச்சாரத்தினை இந்தியர்கள் ஏற்றுக்கொள்ளவில்லை. சீனர்களின் இப்போக்கினைப் பற்றிக் கேட்டபோது, சீனர்கள் பண்பாடற்றவர்களாய் இருந்த காலத்தில் உணவு உண்பதற்காக முள்கரண்டியையும், கத்தியையும் உபயோகித்தாகவும் அதற்குப்பின் அப்பழக்கத்தைக் கைவிட்டுவிட்டனர் என்றும் சீனத்தரகு முதலாளி ஒருவர் கூறினார். ஒரு ஆங்கிலம் பேசும் ஒரு இந்தியக் கனவானின் மொழிபுரியாமல் ஒரு குரங்கு அவரை உதைப்பதாக பங்கிம் சந்திரர் “கமலா கண்டேர் தஃப்தார்” என்ற நாவலில் எழுதியது, பிரிட்டிஷ் கலாச்சாரத்தை மக்கள் எவ்வாறு பார்த்தனர் என்பதைப் பிரதிபலிப்பதாக இருந்தது.

இவ்வாறு காலனிக் கலாச்சாரத்தின் பாதிப்பு பெருமளவில் மத்தியதர வர்க்க கூட்டத்திற்குள் மட்டுமே இருந்தது. ஆயினும் மரபுரீதியாக இருந்துவரும் மக்கள் கலாச்சாரம் மற்றும் மேல்தட்டுக் கலாச்சாரத்திலிருந்து காலனி கலாச்சாரம் முற்றிலும் தனிமைப்பட்டு நின்றதாகக் கூறமுடியாது. மாறாக, இக்கலாச்சாரங்கள் ஒன்றை ஒன்று பாதித்து ஒரு தெளிவற்ற இடைக்கலாச்சாரமும் உருவானது. இருந்தாலும் அக்கலாச்சாரங்கள் தனித்தனியாகவும், வேறுபடுத்திப் பார்க்கும் தன்மையுடையனவாகவே இருந்தன.

இரு அம்சப்போராட்டம்

இந்தச் சூழலில் பிரிட்டிஷ் இந்தியாவில் வளர்ந்துவந்த தத்துவார்த்த-கலாச்சாரப் போராட்டம் தவிர்க்க முடியாத வகையில் இரண்டு பக்கங்களைக் கொண்டிருந்தது. ஒன்று, மரபுரீதியான கலாச்சாரத்திலிருந்த பிற்போக்கு அம்சங்களுக்கெதிரான போராட்டம். இரண்டு, ஆதிக்கத்தை நிலைநாட்டும் நோக்கம் கொண்ட உருவாக்கும் வகையிலிருந்த காலனி கலாச்சாரத்தின் பாதிப்புகளுக்கெதிரான போராட்டம். இவை வெளியிலிருந்து பார்ப்பதற்கு இருவகையான, முற்றிலும் வேறுபட்ட அம்சங்களாகத் தெரிந்தாலும், காலனியாதிக்கம் என்ற புறச்சூழலினால் உருவானவையே ஆகும். மரபுரீதிக் கலாச்சாரத்தைச் சீர்திருத்தும் முயற்சியையும், காலனி கலாச்சார எதிர்ப்பையும் வேறுவேறாகப் பிரிக்க முடியாது: அவையிரண்டும் ஒரே நோக்கத்தின் இரண்டு அம்சங்களே. அப்போது வளர்ந்து வந்த சமூக-கலாச்சார உணர்வைத் தீர்மானிப்பதில் இப்போராட்டத்தின் பலமும், பலவீனமும் வளர்ச்சியும் முக்கிய அம்சங்களாகும் இந்த சமூகக்-கலாச்சார உணர்வின் அடிப்படையிலிருந்தே இன்றைய இந்தியாவின் மேல்தட்டுக் கலாச்சாரம் உருவானது. மரபுரீதியான கலாச்சாரமும் காலனி கலாச்சாரமும் இணைந்ததாலோ ஒன்றுதலந்ததாலோ ஏற்பட்டதல்ல தற்போதைய கலாச்சாரச் சூழல். மாறாக அக்கலாச்சாரங்களுக்கு எதிராக அறிவு ஜீவிகள்

தொடங்கி விரிவுபடுத்திய போரட்டத்திலிருந்தே உருவானது. அறிவு ஜீவிகள் நடத்திய கலாச்சார இயக்கங்களுக்கு அடிப்படையாக இருந்தது முதலாளித்துவ சமூகச் சூழலாகும்.

சாதி, மதம், திருமணம், குடும்பம், கல்வி, மொழி ஆகியவை சம்பந்தப்பட்ட பிரச்சினைகளையே மரபுரீதியான கலாச்சாரத்திற்கெதிரான போராட்டம் எடுத்துக் கொண்டது. சமுதாயத்தில் இப்பிரச்சினைகள் குறித்த நவீன மதிப்பீடுகளைக் கொண்டு வருவதற்கான போராட்டம் அது. மரபுரீதியான சமுதாயம் சுற்றிக் கட்டிவைத்திருந்த கணக்கிலடங்காத் தளைகளிலிருந்து தனிமனிதனை விடுவிப்பதற்கான முயற்சி இப்போராட்டத்தின் நல்ல அம்சங்களில் ஒன்றாகும்.

வரலாற்று ரீதியாக முக்கியத்துவம் வாய்ந்ததாலும், தற்போதைய நிலைமையுடன் தொடர்புள்ளதாலும், இப்போராட்டத்தின் ஒரு அம்சமாகிய சாதிய எதிர்ப்பினை இங்கு உதாரணமாகக் குறிப்பிடுகிறேன். நடைமுறையில் இல்லையென்றாலும், கருத்தளவிலாவது சாதிய எதிர்ப்பு முழுமையாகவும் எவ்வித சமரசத்திற்கு உள்ளாகாமலும் இருந்தது. சாதி என்பது ஒழுக்கத்திற்கும், தார்மீக நெறிக்கும் எதிரானது. அது சமுதாய ரீதியாக மனிதனை முடக்குகிறது. அரசியல் ரீதியாக பிரிவினையை வளர்க்கிறது. வர்ணாசிரம தத்துவத்தை ஆதரித்த தயானந்த சரஸ்வதி போன்றவர்கள் கூட குணங்களின் அடிப்படையிலேயே அத்தத்துவத்தை ஏற்றுக் கொண்டனர். அதாவது, “சிறந்த ஞானத்தையும், ஒழுக்கத்தையும் அடைந்தவனே பிராமணன் என்று கருதப்படத் தகுதியானவன். அறியாமையுள்ள மனிதன் சூத்திரன் என்ற வகையில் சேருகிறான்.”

ஜோதிபாஃபூலே, நாராயணகுரு போன்றோர் துவக்கிய தாழ்த்தப்பட்ட மக்களின் இயக்கங்களிடையே இந்த சாதிய எதிர்ப்பு மிகத் தீவிரமாக இருந்தது. இவ்விருவரும் சாதிய அமைப்பையும் அதன் விளைவுகளையும் மிகவும் கடுமையாக விமர்சித்தவர்கள்.

காந்திஜீக்கும், நாராயண குருவிற்குமிடையே நடந்த ஒரு உரையாடல் இதைத் தெளிவாக்குகிறது. நான்கு வர்ணங்களையும், மனிதர்களுக்குள்ளேயே குணாம்ச ரீதியாக இருக்கும் வேறுபாடுகளையும் மனதில் கொண்டு, ஒரு மரத்தின் எல்லா இலைகளும் அளவிலும், அமைப்பிலும் ஒரே மாதிரி இருப்பதில்லை என்று காந்தி கூறினார். இதற்கு நாராயணகுரு, இவ்வேறுபாடுகள் வெளித்தோற்றத்திலேயே உள்ளன வென்றும், சாரத்தில் இல்லையென்றும் கூறினார். அதாவது ஒரு மரத்தின் எல்லா இலைகளின் சாறும் உள்ளடக்கத்தில் ஒன்றே, ஒருஇலை கசப்பாகவும், ஒருஇலை புளிப்பாகவும் இருப்பதில்லை, என்றார்.

சாதிய எதிர்ப்பு இயக்கங்கள் யாவும் சாதி ஒற்றுமை இயக்கங்களாக மாறின என்பது விசித்திரமானதாக இருந்தாலும், தர்க்க ரீதியாக சரியானதாகும். இம்மாற்றத்திற்கு சான்றுகள், உத்திரப் பிரதேசத்தில் உருவான காயஸ்தா சபா, பஞ்சாபில் தோன்றிய சரின்சபா, தமிழ் நாட்டின் திராவிடர் கழகம், கேரளத்தின் ஸ்ரீ நாராயண தர்ம பரிபாலன யோகம், நாயர் சர்வீஸ் சொஸைட்டி ஆகியவையும் இம்மாற்றத்திற்கு உள்ளாயின. இந்த இடைசாதிகளுக்குள்ளேயே ஒரு மத்தியதர வர்க்கம் ஒன்று உருவானதால் ஏற்பட்ட மாற்றமே இது. இத்தகைய மாற்றம் அவ்வியக்கங்களில் உள்ளார்ந்த ஒன்றாகும். உதாரணமாக மற்ற கலாச்சாரங்களிலிருந்தும், ஆதிக்கக் கலாச்சாரத்திலிருந்தும் தன்னை வேறுபடுத்திக் கொண்டு சமூக அரசியல் முன்னேற்றம் காண்பதற்காக ஈழவ இனத்தின் மத்தியதர வர்க்கம் செய்த முயற்சியின் விளைவே ஸ்ரீ நாராயணகுரு தர்மபரிபாலன யோகம். இவ்வியக்கம் ஈழவ சாதியினரின் முழு நலனையும் தன்நோக்கமாகக் கொள்ளவில்லை. ஆனால் அவ்வியக்கத்தின் மத்திய தரவர்க்கம் தன்னுடைய நோக்கங்களை ஈழவ இனத்தின் எல்லாத் தரப்புகளின் பொது நோக்கமாகக் காட்டிக் கொண்டதன் மூலம், இனத்தின் பொதுவான நலனுக்காக இயக்கம் உள்ளது என்ற தோற்றத்தை ஏற்படுத்தியது.

இதைப்பார்க்கும்போது ஜாதீய-மத அடிப்படையில் இன்று உருவாக்கப்பட்டுள்ள அரசியல் கட்சிகளின் செயல்பாடுகள் தான் நினைவுக்கு வருகின்றன.

காலனியக் கலாச்சாரத்திற்கெதிரான போராட்டம் இவ்வளவு தீவிரமானதாக நடக்கவில்லை. இதற்கு ஒரு காரணம், அரசியல் போராட்டங்களில் கலாச்சாரத்தின் முக்கியத்துவம் போதிய அளவு உணரப்படாததேயாகும். காலனியாதிக்க எதிர்ப்புணர்வு என்பது பல துறைகளிலும் பரந்திருந்த போதிலும், காலனியெதிர்ப்புப் போராட்டம் ஒரு அரசியல் போராட்டமாக மட்டுமே பார்க்கப்பட்டது. காலனியெதிர்ப் புணர்வின் ஒரு முக்கிய அங்கம் கலாச்சார ரீதியானது. காலனியாதிக்க காலத்திற்கு முற்பட்ட அரசுடன் ஒப்பிட்டு நோக்குகையில், காலனி அரசில் இருந்த அரசு நிறுவனங்கள், கருவிகள், கருவிகளின் செயல்பாட்டு விதிகள் " முற்போக் கானவையாக " இருந்த போதிலும், காலனியாதிக்கத்திற்கு எதிரான உணர்வு முதன்முதலில் கலாச்சார ரீதியாகத்தான் வெளிப்பட்டது. இதற்குக் காரணம் அரசியல் ஆதிக்கம் என்ற உண்மையைவிட, காலனி கலாச்சாரக் குறுக்கீட்டின் விளைவுகள் மக்களால் எளிதில் உணரப்பட்டதாகும். தேசிய விடுதலையில் கலாச்சாரத்தின் பங்கு என்ன என்பதைப் பற்றிக் கூறிய சிந்தனையாளர்களில் ஒருவர் அமில்கார் கேப்ரால்.

"தேச விடுதலை இயக்கங்களின் வரலாற்றைப் படிக்கும்போது தெரிவது என்னவெனில், பொதுவாக அவ்வியக்கங்களுக்கு முன் கலாச்சார வெளிப்பாடுகளின் எழுச்சி ஏற்பட்ட தென்றும், அது வளர்ந்து அடக்கியாள்வோரின் கலாச்சாரத்தை மறுப்பதன் மூலம் ஆளப்படுவோரின் கலாச்சாரத்தை ஸ்தாபிப்பதற்கான ஒரு முயற்சியாக உறுதி பெற்றது. மக்களின் மீது அந்நியர் ஆதிக்கம் ஏற்படுத்துவதற்கான சூழ்நிலைகள் எதுவாயிருந்த போதிலும், அவ்வாதிக்கத்தைச் செலுத்துவதற்குப் பயன்படுத்தப்பட்ட பொருளாதார, அரசியல், சமூகக் காரணிகள் எவையாயிருந்தபோதிலும், பொதுவாக ஆதிக்க

எதிர்ப்பிற்கான கரு கலாச்சாரம் என்ற அம்சத்தில்தான் இருந்திருக்கிறது. இந்த கலாச்சார எதிர்ப்பிலிருந்துதான் விடுதலை இயக்கம் வடிவம் பெற்று வளர்ச்சியடைகிறது."

இந்தியாவில் கூட இந்த "எதிர்ப்பின் கரு" கலாச்சாரத் துறையில்தான் உருவாக்கப்பட்டது. மரபுரீதியான அமைப்புகளின் பலங்களையும், பலவீனங்களையும் சுய ஆய்வு செய்வதில் தொடங்கி பின்னர் கலாச்சார வாழ்வு முழுவதையும் பற்றிக் கொண்டது. வாழ்வுமுறை முழுவதையும், மொழி, மதம், கலை, மெய்ஞ்ஞானம் ஆகியவற்றையும் அது தழுவியது. அது காலனி கலாச்சாரத்திற்கெதிரான போராட்டமாகவே இருந்தது. அதாவது ஒரு மாற்றுக் கலாச்சார, தத்துவ அமைப்பினை உருவாக்கியது. மரபுரீதியான அமைப்புகளை மீண்டும் உயிர்ப்பித்தது. இது உள்நாட்டு வாழ்க்கை முறையினைப் போற்றிப் பாதுகாக்கும் முயற்சிக்கு இட்டுச் சென்றது. சமூகச் சட்டங்கள் குறித்த அணுகுமுறை, கிறிஸ்தவ மதப் பிரச்சாரத்திற்கு எதிர்ப்பு, மரக்கறி உணவு, புலால் உணவு ஆகியவற்றில் எது சிறந்தது என்ற விவாதங்கள், பொது அலுவலகங்களில் "ஷூ" மற்றும் தலைப்பாகை அணிவது குறித்தவிவாதங்கள் இவையாவும் அப்போது நிலவிய வாழ்க்கைமுறையைப் பேணும் முயற்சியின் பகுதிகளாகவே இருந்தன. இந்திய மருத்துவ முறைகளை மீண்டும் உயிர்ப்பிக்கச் செய்வது காலனியாதிக்கத்திற்கு முற்பட்ட காலத்தில் இருந்த தொழில் நுட்பங்களின் ஆற்றலைக் கண்டறிவது, மரபுரீதியான ஞானத்தை மறுபடியும் உருவாக்குவது ஆகியவை இந்த வளர்ச்சிப் போக்கின் பகுதிகளே. மேற்கத்திய உலகத்தைக் குறித்து ஒரு தெளிவற்ற, இரட்டை அணுகுமுறை இருந்ததால் காலனி கலாச்சாரத்துடன் உள்நாட்டுக் கலாச்சாரம் நடத்தியப் போட்டி மேம்போக்கானதாவே இருந்தது:

அதாவது சமுதாய, அறிவியல், முன்னேற்றங்களைக் கண்ட மேற்கத்தியக் கலாச்சாரத்தின் அடிப்படைகளைக் கண்டறிவதற்கான ஒரு தீவிர முயற்சியாக அது

அமையவில்லை. இதன் விளைவாக, காலனி கலாச்சாரத்திற்கெதிரான உணர்வு மேலும் மேலும் உள்நாட்டுத்தன்மைக் கொண்டதாக மாறி, போராட்டத் தன்மையைவிட தற்காப்புத் தன்மை மிகுந்ததாய் இருந்தது. இந்திய, மேற்கத்திய கலாச்சாரங்களின் கலப்பினால் ஒரு முழுமையான கலாச்சாரமாக உருவாகவில்லை. மேற்கத்திய கலாச்சாரமும், மரபுக் கலாச்சாரமும் ஒன்றோடு ஒன்று முழுவதும் ஒட்டாத ஒரு கலவையாகிப் போனது. இதன் விளைவாகத்தான் இன்று மேற்கத்திய மயமாக்கப்பட்ட (நவீன மயமாக்கப்பட்டது அல்ல) இந்தியன், மரபுரீதியான இந்தியனை விட அதிகமாக மரபினைக் கடைப்பிடிக்கும் காட்சியை நாம் காண்கிறோம். ருட்யார்ட் கிப்ளிங்கின் கிழக்கும் - மேற்கும் சந்திக்கின்றன என்ற கூற்று மெய்ப்பிக்கப்பட்டு விட்டது.

இணைப்பில்லாத கலாச்சார, அரசியல் போராட்டங்கள் செறுகாடு என்ற மலையாள எழுத்தாளர் தன்னுடைய "ஜீவிதபாதை" என்ற தன்னுடைய சுயசரிதையில் குறிப்பிட்டுள்ள ஒரு நிகழ்ச்சியை இங்கு கொடுப்பதன் மூலம் தேசிய இயக்கத்தின் போது கலாச்சார, அரசியல் உணர்வுகளிடையே நிலவிய உறவினை விளக்குகிறேன். 1920 களில் செறுகாடின் கிராமத்திலிருந்த கோவிலுக்குப் பூசாரியாக ஒரு நம்பூதிரி வந்தார். அக்காலத்தில் வழக்கமாக நடப்பது போல 'சம்பந்தம்' பண்ணுவதற்காக ஒரு பெண்ணைத் தேடிய நம்பூதிரி செருகாடின் சகோதரியைத் தேர்ந்தெடுத்தனர். (சம்பந்தம் என்பது ஒரு திருமணமுறை. நம்பூதிரிக் குடும்பங்களின் இளைய உறுப்பினர்கள் தங்கள் ஜாதிப் பெண்களைத் திருமணம் செய்யக் கூடாது என்றிருந்ததால் அவர்கள் நாயர் பெண்களுடன் "சம்பந்தம்" செய்வார்கள். இதனால் உண்டாகும் குழந்தைகளுக்கு தந்தையின் சொத்தில் உரிமை கிடையாது) முதல் நாள் இரவிலேயே ஒரு காலண்டரைக் கொண்டுவந்த நம்பூதிரி அதைச் சுவரில் அடித்து வைத்தார். ஒவ்வொரு நாள் காலையிலும் கோவிலுக்குப் போகுமுன் காலண்டரின் முன்

நின்று பிரார்த்திப்பார். அக்காலண்டரில் உள்ள படம் கணக்கிலடங்கா இந்து கடவுள்களில் ஒன்றல்ல அது மகாத்மா காந்தியின் படம். நம்பூதிரி அந்த ஒரு வருடம் மட்டுமே அக்கிராமத்திலிருந்தார். பிறகு வேறு ஒரு கிராமத்திலிருக்கும் கோவில் பூசாரியாகப் போய்விட்டார். அவருக்குக் குழந்தை பிறந்தபோது கூட கிராமத்துக்கு வரவில்லை. மனைவியையும், குழந்தையையும் பற்றி விசாரிக்கவில்லை. அவர் சென்ற கிராமத்தில் வேறொரு பெண்ணை மனைவியாக்கிக் கொண்டிருக்கலாம். காந்தியை வணங்கும் அளவுக்கு தேசிய உணர்வு கொண்டிருந்தாலும், திருமண முறையில் தனது பாரம்பரியத்தையே அவர் பின்பற்றினார். அவருடைய அரசியல் உணர்வுக்கும் கலாச்சார உணர்வுக்குமிடையே எந்தவிதத் தொடர்புமில்லாதிருந்தது போலவே தோன்றுகிறது.

இவ்வாறு அரசியல் கலாச்சார உணர்வுகளுக்கிடையே தொடர்பில்லாமைக்கு காலனியாதிக்கம் தொடங்கிய காலத்திலிருந்தே ஒரு வரலாறு இருக்கிறது. கடவுள் அருளாலேயே எல்லாம் உருவானது என்ற கருத்தை அடிப்படையாகக் கொண்டே அரசியல் யதார்த்தம் பார்க்கப்பட்டது. ஒழுக்கக்கேடு, சமூகப் பிற்போக்குத் தன்மை அரசியல் சீர்கேடு ஆகியவற்றிலிருந்து இந்தியர்களைக் காப்பாற்றுவதற்காக கடவுள் கொடுத்த வெகுமதியே காலனியாட்சி என்ற பார்வை இருந்தது. நாட்டின் மறுமலர்ச்சியையும் அரசியல் சமூக முன்னேற்றத்தையும் ஏற்படுத்தத் தேவையான கருவியாகவே காலனியாட்சி கருதப்பட்டது.

கேசவ் சந்திர சென் கூறுகிறார். “இது மனிதனின் வேலையல்ல. பிரிட்டிஷ் நாட்டைக் கருவியாகக் கொண்டு கடவுள் தன் கைகளாலேயே செய்தது.” காலனியாட்சியைப் பற்றிய இப்படி ஒரு பார்வை இருந்ததினால் இயற்கையாகவே அதை எதிர்ப்பதற்கான தேவை இல்லாமல் செய்யப்பட்டது. காலனியாதிக்கத்தைப் பற்றிய இப்பார்வையின் உள் அர்த்தம் என்னவெனில், அவ்வாட்சியின் துணையுடன்

தங்களைத்தானே இந்தியர்கள் சீர்செய்துகொள்ள வேண்டுமென்பதாகும். வேறு வார்த்தைகளில் கூறுவதனால் சமூக, கலாச்சார மறுமலர்ச்சிதான் உடனடித் தேவை என்று உணர்த்தப்பட்டது. இதன் விளைவாக, கலாச்சாரப் போராட்டத்தில் அரசியல் இயக்கத்துடன் தொடர்பு ஏற்படுவதற்கான வாய்ப்பே இல்லாமல் போனது. எனவே, காலனியாதிக்கத்தின் ஆரம்பக் காலங்களில் சமூக, கலாச்சாரப் பிரச்சினைகள் மீதே இந்தியாவின் அறிவுஜீவிகள் கவனம் செலுத்தினர். பல இந்திய மன்னர்கள் காட்டிய எதிர்ப்பிலும். 1857 இல் நடந்த எழுச்சியிலும் அவர்களால் தங்களை இணைத்துக் கொள்ளமுடியவில்லை. வட இந்தியாவில் இந்த எழுச்சி மிகவும் கடுமையாக இருந்த அதேநேரத்தில், பெரு நகரங்களில் வாழ்ந்த அறிவுஜீவிகள் பிரிட்டிஷார் வெற்றியடைய வேண்டுமென்றும், அவர்களில் அதிகாரம் இந்தியாவில் விரைவாக ஸ்தாபிக்கப் படவேண்டுமென்றும் பிரார்த்தித்தனர்.

பத்தொன்பதாம் நூற்றாண்டின் இறுதிப் பகுதியில் தேசிய இயக்கம் உருவான பின்னும் கூட, அரசியலும் கலாச்சாரமும் ஆகியவை வெவ்வேறானவை என்ற இரட்டைக் கருத்து தொடர்ந்து நிலவியது. சமூக சீர்திருத்தம் மற்றும் சட்டம் பற்றி அப்போது நடந்த விவாதங்களிலிருந்து தெரிவது என்னவெனில், கலாச்சார மறுமலர்ச்சியைப் பற்றி தேசிய அறிவு ஜீவிகளுக்கு இரட்டைத் தன்மைக் கொண்ட அணுகுமுறையே இருந்தது. புதிதாகத் தோன்றியிருந்த காலனியெதிர்ப்பு இயக்கம், சமூக சீர்த்திருத்தங்களினால் சீர்குலைக்கப்பட்டுவிடுமோ என்ற அச்சம் அரசியல் ஊழியர்களிடையே இருந்தது. தான் வாழுமிடம் என்ற கருத்திற்குப் பின்னால் இருந்த மதக் காரணங்களைப் பார்க்கும்போது, கலாச்சாரப் போராட்டம் மதரீதியில் உருவாவதற்கான தெளிவான வாய்ப்பிருந்தது, மதச்சார்பற்ற அரசியலை வளர்க்க விரும்பிய தேசிய அறிவுஜீவிகள் இப்படிப்பட்ட மதரீதியான கலாச்சாரப் போராட்டம் உருவாகாமல் தடுப்பதில் குறியாக இருந்தனர். மேலும்

அரசியல் போராட்டத்திற்கு முதன்மையளித்த அரசியல் ஊழியர்களும் அப்போராட்டத்தின் முன்னேற்றத்தை சமூகச் சீர்திருத்தம் தடுக்கும் என நம்பினர். இதனால், அரசியல் போராட்டப் பொறுப்பை இந்திய தேசிய காங்கிரஸ் ஏற்றுக் கொண்ட அதே நேரத்தில் சமூகப் பிரச்சினைகளை இந்திய சமூக மாநாடு என்ற அமைப்பிடம் விட்டுவிட்டது. அரசியல் மற்றும் கலாச்சாரப் போராட்டங்களின் முக்கியத்துவம் உணரப்பட்டிருந்தபோதிலும் அவையிரண்டும் தனித்தனியானவை, வேறுபட்டவை என்ற பார்வையே இருந்தது.

அரசியல், கலாச்சாரப் போராட்டங்களைத் தனித்தனியே வைத்ததோடு மட்டுமல்லாமல் அவற்றில் ஒன்று மற்றதைவிட முதன்மையானது என்று வரிசைப்படுத்துவதிலும் தேசிய அறிவுஜீவிகள் குறியாக இருந்தனர். இது 19 ஆம் நூற்றாண்டின் கடைசிப் பத்தாண்டுகளில் இது ஒரு பெரும் பிரச்சினைக்குரிய விஷயமாக இருந்தது. 1892 இல் கொண்டு வரப்பட்ட திருமண ஒப்புதல் அளிப்பதற்கான வயது பற்றிய சட்டம் (பெண்களின் திருமண வயதைப் பற்றியது) இப்பிரச்சினையைத் தெளிவாக விளக்கியது. அந்தச் சட்டத்தை எதிர்த்தவர்கள் பலருக்கு, சீர்திருத்தம் வேண்டுமா வேண்டாமா என்பது பிரச்சினையல்ல. அதை எவ்வாறு கொண்டு வருவது என்பதே பிரச்சினை. அரசியல், கலாச்சாரப் போராட்டங்களில் எதற்கு முன்னுரிமை கொடுப்பது என்பதைப் பற்றியோ, மிஞ்சிப்போனால் இரண்டையும் ஒரே நேரத்தில் நடத்துவது என்பதைப் பற்றியோதான் விவாதங்கள் இருந்தன. இந்த இரு போராட்டங்களையும் இணைப்பதன் மூலம் ஒரு மாற்றை ஏற்படுத்தலாம் என்ற யோசனை கூட எழவில்லை.

காந்தியின் தலைமையில் விடுதலைப் போராட்டத்திற்கு மக்களின் ஆதரவு கிடைக்கத் தொடங்கிய போதுதான் அரசியலுக்கும், கலாச்சாரத்திற்கும் இடையே உள்ள உறவு அதிக முக்கியத்துவம் பெற்றது. கலாச்சாரப் பிரச்சினையை

காந்திஜி கையாண்ட விதம் மிகவும் சிக்கலானதாயிருந்ததால் அதன் முக்கிய அம்சங்களை இங்கே வரையறுத்துக் கூறுவது கடினமாக இருக்கிறது. அதனால் காலனி எதிர்ப்புப் போராட்டத்தைப் பற்றி அவர் மற்ற எல்லா தலைவர்களையும் விட முழுமையான பார்வை கொண்டிருந்தார் என்பது தெளிவு. சமூக கலாச்சார விடுதலையில்லாமல் அரசியல் விடுதலை முழுமை பெறாது என்று அவர் கருதினார். ஏனெனில் அவருடைய அரசியல், தார்மீக பலம், சுயசார்பு, மற்றும் மனித கௌரவம் ஆகியவற்றை அடிப்படையாகக் கொண்டிருந்தது.

சௌரிசௌராவில் நடந்த வன்முறையை நிராகரித்து ஒத்துழையாமை இயக்கத்தை நிறுத்தி வைத்ததும், ஆக்கப்பூர்வமான சமூகப் பணிகளுக்கு அவர் முக்கியத்துவம் அளித்ததும் இந்த அரசியல் அடிப்படைகளை பிரதிபலிப்பதாகவே இருக்கின்றன. இந்த உண்மைகளை அவர் உணர்ந்திருந்தபோதிலும் கூட அரசியல் கலாச்சாரப் போராட்டங்களை தேசிய இயக்கத்திற்குள் ஒன்றுபடுத்த அவரால் இயலவில்லை. அவையிரண்டும் ஒன்றையொன்று சாராமலேயே இயங்கின. தேசிய இயக்கமோ அதன் தலைமையோ இப்பிரச்சினை குறித்து அக்கறை கொள்ளவில்லை என்பது இதற்குப் பொருளல்ல. கலாச்சாரப் பிரச்சனைகள் தேசியப் புனரமைப்போடு ஒன்றிணைந்தவை, அரசியல் போராட்டத்தின் ஒரு பகுதியல்ல என்று மக்களின் கூட்டு உணர்வில் பதியச் செய்யுமளவிற்கு அவை அரசியல் திட்டம் இருக்கவில்லை. அரசியல் போராட்டத்தை ஆதரித்து அதில் பங்குபெற்றவர்களில் பெரும்பாலானோர் கூட அரிஜனங்களின் ஆலயப் பிரவேசத்தையோ, தீண்டாமை ஒழிப்பையோ ஏற்றுக் கொள்ளவில்லை என்பதிலிருந்தே நிலைமை தெளிவாகிறது அவர்களின் அரசியல் மற்றும் கலாச்சார உணர்வுகளுக்கிடையே ஒரு தெளிவான பிரிவு இருந்தது. நாம் முன்பே கண்ட நம்பூதிரி இளைஞனைப் போல இவ்விரண்டு உணர்வுகளும் ஒன்றுடன் ஒன்று தொடர்பில்லாத இரண்டு பகுதிகளாகவே இருந்தன.

கலாச்சாரச் சூழ்நிலைக்கும், அரசியல் போராட்டங்களுக்கும் இடையே ஒரு காரணரீதியான உறவை ஏற்படுத்த நான் முயலுவதாக ஒரு தவறான முடிவுக்கு வந்துவிடக்கூடாது என இந்நேரத்தில் எச்சரிக்க கடமைப்பட்டுள்ளேன். மாறாக, அரசியல் மற்றும் கலாச்சார முன்னேற்றங்கள் ஒரே நேரத்தில் நடைபெறவில்லை என்பதையே நான் குறிப்பிடுகிறேன். வேறு வார்த்தைகளில் கூறவேண்டுமானால் அரசியல் உணர்விலும்-கண்ணோட்டத்திலும் ஏற்பட்ட மாறுதலானது தானாகவே கலாச்சார உணர்வில் ஒரு மாறுதலைக் கொண்டுவரவில்லை என்ற உண்மையே இங்கு வலியுறுத்தப்படுகிறது.

அரசியல் மற்றும் கலாச்சாரப் போராட்டங்களுக்கிடையே இணைப்பு இல்லாமலிருந்ததனால் பல முக்கியமான விளைவுகள் ஏற்பட்டன. 1919க்குப் பிறகு காலனியெதிர்ப்பு இயக்கம் பலத்தையும் மக்களாதரவையும் பெற்றபிறகு. கலாச்சார இயக்கங்கள் சக்தியிழந்தன. அவை அரசியல் இயக்கத்துடன் தொடர்பு கொண்டிருந்தால் தம்முடைய ஆற்றலைப் பாதுகாத்திருக்க முடியும். இத்தொடர்பு இல்லாமையால், அரசியல் இயக்கம் அதிக ஆதரவைப் பெற்ற அதேநேரத்தில், கலாச்சாரப் போராட்டம் மேலும் மேலும் பலவீனமடைந்தது. இரண்டாவதாக, அரசியல் இயக்கம் பிராதன சக்தியாக இருக்கும் நேரத்தில்தான் அதனுடன் இணைந்து நிற்பதன் மூலம் மட்டுமே, பிரதான கலாச்சாரத்திலுள்ள பிற்போக்கு அம்சங்களில் ஒரு மாற்றத்தைக் கொண்டுவரமுடியும். இவ்வாறு நடக்காததினால், கலாச்சாரத்தின் பிற்போக்கு அம்சங்கள் மக்களைப் பாதித்தது மட்டுமின்றி ஆதிக்கமும் செலுத்தியது.

இந்தியாவில் நடந்தது அரசியல், கலாச்சாரப் போராட்டங்களின் இணைப்பு அல்ல. அரசியல் வாயிலாக பிற்போக்கு கலாச்சாரத்தை மாற்றுவதற்கு பதிலாக, கலாச்சார ஆக்கிரமிப்பினால் அரசியல் சீர்கெட்டது. பால கங்காதர திலகரின் கணபதி பூஜைகள், காந்தியின் ராமராஜ்ஜியத் திலிருந்து தொடங்கிய இந்தப் போக்கு, முஸ்லீம் லீக்

மற்றும் இந்து மகாசபாவின் மதம் சார்ந்த அரசியல் என பூதாகர உருவம் எடுத்தது. சுதந்திர இந்தியாவில் அது அச்சம் தரக்கூடிய நிலையை அடைந்தது. கலாச்சார தனித் தன்மை என்ற பெயரில் இந்து, முஸ்லிம், கிறிஸ்துவ மற்றும் சீக்கிய வகுப்புவாத அரசியலுக்கு நியாயம் கற்பிக்கப்படுகிறது. இந்த நோய் இன்னும் ஆழமாகப் பரவி ஜாதீய அரசியல் என்ற நிலையையும் அடைந்து விட்டது. பீகாரில் பிராமண-பூமிஹார், உத்திரப் பிரதேசத்தில் பிராமணர் - ராஜபுத்திரர். ஆந்திரத்தில் ரெட்டி - கம்மா, தமிழ்நாட்டில் பிராமணர்-பிராமணரல்லாதோர், கேரளத்தில் நாயர்-ஈழவர் என்ற நிலை உள்ளது. இந்திய அரசியலானது மத, ஜாதீய விசுவாசங்களைப் பலப்படுத்தி அதன்மூலம் பிற்போக்குத் தனமான, பழமைவாத சமூகப் பார்வையைப் பலப்படுத்துவதாகவே தோன்றுகிறது.

புதிய உணர்வினை நோக்கி

மக்களின் உணர்வின் சிக்கலான தன்மை பற்றி அன்டோனியோ கிராம்சி தன்னுடைய "சிறைக்குறிப்புகள்" என்ற நூலில் எழுதுகிறார்.

"மக்கள் கூட்டத்திடையே வாழும் மனிதனுக்கு கொள்கைரீதியாக இரண்டு உணர்வுகள் உள்ளன (அல்லது முரண்பட்ட ஒரு உணர்வு உள்ளது) ஒன்று, அவனது செயல்பாடுகளில் உள்ளார்ந்து இருந்து, யதார்த்தமான உலகத்தை மாற்றும் பணியில் அவனுடைய சக தொழிலாளர்களுடன் அவனை ஒன்றுபடுத்துவது. மற்றொன்று கடந்த காலத்திலிருந்து விமர்சனமில்லாமல் அவன் கிரகித்து எடுத்துக் கொண்ட உணர்வு. இந்த உணர்வு மேம்போக்காகவோ அல்லது வார்த்தையளவிலோ இருக்கும். ஆனால் இந்த வார்த்தையளவிலான உணர்விற்கு விளைவுகளில்லாமல் இருப்பதில்லை. அது ஒரு குறிப்பிட்ட சமூகக் குழுவை ஒன்றாகப் பிடித்து வைக்கிறது. ஒழுக்கமான நடத்தையையும், மனத்தின் போக்கையும் பாதிப்பதாக இருக்கிறது. ஒரு முரண்பட்ட உணர்வு நிலையை உருவாக்குமளவிற்கு பலம் வாய்ந்ததாக அது இருக்கிறது.

எந்த காரியத்தையும் செய்யவியலாத, எந்தவொரு முடிவையும் எடுக்க முடியாத அல்லது எந்த ஒன்றையும் தேர்ந்தெடுக்க முடியாத ஒரு உணர்வு நிலையை தோற்றுவித்து ஒழுக்க ரீதியான மற்றும் அரசியல் ரீதியான செயலற்ற நிலையை உருவாக்குகிறது."

கலாச்சார ஆதிக்கத்தை ஏற்படுத்துவதற்கும், அதன் அரசியல் அர்த்தங்களைப் புரிந்துகொள்வதற்கும் கிராம்சியின் "முரண்பட்ட உணர்வு" என்ற கருத்து பயன்படும். கிராம்சியின் கூற்றுப்படி, உலகத்தைப்பற்றி தொழிலாளி வர்க்கத்திற்கு ஒரு கண்ணோட்டம் உள்ளது. சிறிய கரு அளவிலான நன்றாக இருந்தாலும் இக்கண்ணோட்டம் எப்போதாவது செயல்பாட்டில் பளிச்சென்று வெளிப்படுகிறது. ஆளும் வர்க்கம் தன் கையிலிருக்கும் கலாச்சார ஆதிக்கத்தைக் கொண்டு இக் "கருநிலையிலிருக்கும் கண்ணோட்டத்தை" அடக்கவோ, அழிக்கவோ பாடுபடுகிறது. இந்த நேரத்தில் தேவைப்படுவது என்னவெனில், சாதாரண மனிதனின் இக்கண்ணோட்டம் கரு நிலையிலிருந்து வளர்ந்து முழுமை பெற்று வரலாற்றினால் அவனுக்கு உள்ள ஸ்தானத்தை அடைவதற்கான சூழ்நிலைகளை உருவாக்குவதேயாகும். தனிமையை வெற்றி கொள்ளும் வகையில், கலாச்சார ஆதிக்கத்திலிருந்து அவனை விடுவிக்க வேண்டும்.

இந்த நிலையிலிருந்து பார்த்தால், தற்போதைய கலாச்சார உணர்வில் ''ஒரு சாதகமான'' மாற்றம் கொண்டு வருவதற்கான பணிக்கு கணிசமான முக்கியத்துவம் உள்ளது தெரியும். இன்றைய இந்தியச் சூழ்நிலையில் சமுதாயம் உடைவதை பண்பாடு, மற்றும் அரசியல் ரீதியாக பிரித்து ஒன்றுக்கொன்று எதிரானவையாகக் காணமுடியாது. சமூக, அரசியல் மாற்றத்தினைக் கொண்டுவருவதற்கு உறுதிபூண்ட ஒரு வரலாற்று ரீதியான மக்கள் பிரிவினை உருவாக்குவதற்கு அரசியல், கலாச்சாரம் ஆகிய இரண்டுமே தேவை.

தத்துவார்த்த மற்றும் கலாச்சாரத் துறைகளில் நடக்க வேண்டிய போராட்டம் முதல் நிலை சமூகமயமாக்கலின்

போதே அவசியம் தொடங்கப்படவேண்டும். கலாச்சாரம் மற்றும் தத்துவம் தவிர வேறு ஒரு அம்சமும் இந்த சமூகமயமாக்கலுக்குள் நுழைந்துள்ளது. நுகர்வுக் கலாச்சாரம் எரிக்ஃஃப்ராம் என்ற சிந்தனையாளர் கூறுவது போல இந்தப் பொருள் வாங்கும் கலாச்சாரம் மனிதனை மேலும், மேலும் ஒரு " பொருளாக" (thing)மாற்றிவிட்டது. இப்புதிய கலாச்சாரத்தைப் பரப்புவதில் முக்கியப் பங்கு வகிப்பது " முட்டாள் பெட்டி" (idiot box) என்றழைக்கப்படும் தொலைக்காட்சியாகும். குடிப்பதற்கு தண்ணீரும், இரண்டு வேளை சோறும் இல்லாத மக்களைக்கூட தொலைக்காட்சி சென்றடைகிறது. இப்படி உருவாக்கப்பட்ட நுகர்வோர் கலாச்சாரம் பலரைப் பொறுத்தவரையில் யதார்த்தமானதல்ல, ஆனால் முக்கியமாக கவனிக்கப்பட வேண்டியது என்னவெனில் மரபையும் நவீனத்தையும் கலந்து அது உருவாக்கியுள்ள கலாச்சாரக் கலவை செயற்கைத் தன்மை கொண்ட இக்கலவை யதார்த்தத்தை மேலும் குழப்பிவிடுகிறது.

இத்தகைய கலாச்சார - தத்துவ தாக்கம் குடும்பத்திற்குள் நடைபெறுவதால், இதனை எதிர்ப்பது கடினமாகும். இதற்கு மாற்றாக. இரண்டாம் நிலை சமூகமயமாக்கலின் போது அத்தாக்கத்துடன் போராடலாம் மாற்று (அல்லது) எதிர் சமூகமயமாக்கலின் மூலம், முதல் நிலை சமூகமயமாக்கலின் பாதிப்புகளைச் செயலிழக்கச் செய்வது மட்டுமல்லாமல், வாழ்நிலை யதார்த்தத்தின் அருகில் செல்லுமளவிற்கு ஒரு உணர்வினை உருவாக்கலாம்.மேல்கட்டுமானம் முழுவதும் பயன்படுத்தப்பட வேண்டும்.

இதை எவ்வாறு சாதிப்பது என்பதைப் பற்றி கருத்துக் கூறுவதென்பது எவருக்கும் கடினமான விஷயம்தான். புறச்சூழலைப் பொறுத்தே அதைத் தீர்மானிக்க முடியும். நாட்டின் வெவ்வேறு பகுதிகளில் பெருமளவு மாறுபட்ட புறச் சூழல்கள் நிலவுகின்றன. உதாரணமாக. கேரளாவில் ஏற்கனவே இருந்த மரபுரீதியான கலாச்சாரப் பிற்போக்கு

நிலை இன்று வெளிப்படையாகத் தெரியும் கலாச்சார கொச்சைப் படுத்தல் மூலம் மேலும் மோசமடைந்துள்ளது. இது ஒரு செயற்கையான, ஒட்டுண்ணித்தனமான செல்வச் செழிப்பினால் தூண்டப்பட்ட போக்காகும். ராஜஸ்தான், உத்திரப்பிரதேசம், மத்தியப் பிரதேசம் ஆகிய மாநிலங்களில் நவீன அல்லது முற்போக்குக் கருத்துக்களினால் ஏறக்குறைய முற்றிலும் பாதிக்கப்படாத, நிலப்பிரபுத்துவ உறவுகளின் பிடியில் சிக்கிய பெரும்பகுதிகள் உள்ளன. இதிலிருந்து இந்தியர்கள் மாறுபட்ட திட்டங்களும் வழிமுறைகளும் தேவைப்படுகின்றன என்பது தெளிவாகிறது. பிரதானமாக இருக்கக்கூடிய தத்துவார்த்த, கலாச்சார அமைப்பினை எதிர்கொள்ளும் வகையில் திட்டங்களையும், வழிமுறைகளையும் உருவாக்கி, விரிவுபடுத்துவதற்கு அறிவுஜீவிகளை ஒன்று கூட்டி ஒரு அறிவுத்துறைச் சமூகத்தினை உருவாக்க வேண்டும். இச்சமூகம் மூளைவேலை செய்பவர்களையும், அறிவு ஜீவிகளைக் கொண்டதாக மட்டும் இருக்காது. தொடர்ந்து புதிய பௌதிக, சமுதாயக் கருத்துகளை உருவாக்குபவர்களையும் ஒரு புதிய அமைப்பினை உருவாக்கி உறுதி கொண்ட விமர்சகர்களையும் கொண்டதாக இச்சமூகம் இருக்கும்.

இத்தகைய அறிவுஜீவிகளின் சமூகம் இன்று இந்தியாவில் இல்லை. தேசிய இயக்க காலத்தில் உருவான அறிவுஜீவிகளின் சமூகம், சுதந்திரத்திற்குப் பின் உடைந்து சிதறியது. அதன் உறுப்பினர்களில் பெரும்பாலோர் நிர்வாக இயந்திரத்தின் ஒரு பகுதியாக மாறிவிட்டனர். ஒரு பலமான அறிவுஜீவிச் சமூகம் இடதுசாரிகளிடையே குறிப்பாக கேரளா, மேற்கு வங்கம், ஆந்திரப் பிரதேசம் ஆகிய மாநிலங்களில் தோன்றியது. ஆனால் அது ஒரு தேய்ந்துவரும் சமூகமாகவே உள்ளது. இதே மாதிரியான போக்கு இத்தாலியில் ஏற்பட்டதை கிராம்சி குறிப்பிடுகிறார். இதன்படி துணை வர்க்கங்களில் உள்ள அறிவு ஜீவிகள் ஆதிக்க வர்க்கத்தினால் ஈர்க்கப்பட்டதால் அத்துணை வர்க்கங்களில் உள்ளார்ந்த அறிவுஜீவிகள் இல்லாமல் போய்விட்டனர். இந்தியாவிலும்

கூட அறிவு ஜீவிகள் அரசு இயந்திரத்திற்குள் கொண்டுவரும் அளவிற்கு அரசு அமைப்பு "ஈர்ப்பு சக்தி" வாய்ந்ததாகவும், மிகவும் சாதுர்யமான முறையிலும் செயல்பட்டு வருகிறது. இதனை எதிர்த்து நிற்பதற்கு அறிவு ஜீவிகளிடையே பெரும் தத்துவார்த்த உறுதிப்பாடும். ஒரு சமூகமாக அவர்களை ஒன்றுபடுத்தும் ஸ்தாபன முயற்சியும் தேவை. அவர்கள் கலாச்சார-தத்துவார்த்தப் போராட்டங்களில் தீவிரமாக ஈடுபடுவதன் மூலமே இது சாத்தியம்.

அரசியல் போராட்டங்களுடன் இணைக்கப்படாததன் விளைவாக, கலாச்சார உணர்வில் குணாம்ச ரீதியான மாற்றம் ஏற்படவில்லை என்பதை நமது வரலாற்று அனுபவம் சுட்டிக் காட்டுகிறது. இந்த அனுபவ அடிப்படையிலேயே கலாச்சாரப் பிரச்சினையை நாம் பார்த்து கலாச்சாரப் போராட்டங்களைத் தீவிரப்படுத்த வேண்டும். இப்போராட்டங்களில்லாமல் கொண்டுவரப்படும் சமுதாய மாற்றம் முழுமை பெறாத ஒன்றாக இருக்கலாம். மார்க்ஸ் கூறியதைப் போல "இறந்து போன எல்லாத் தலைமுறைகளின் மரபும் உயிரோடிருக்கும் தலைமுறையின் மூளையில் ஒரு பயங்கரக் கனவாக கனக்கிறது." ஒரு புரட்சிகரமான நெருக்கடி நிலையில் இறந்து போன தலைமுறைகளின் மரபை மீண்டும் உயிர் பெறச் செய்வதோடு மட்டுமின்றி அதனைப் பயன்படுத்தி புரட்சியையே கூடத் தடுக்க முடியும். எனவேதான் இன்றைய சமுதாயத்தில் உள்ள கலாச்சார உணர்வை மாற்றுவது அவசியமான ஒன்று ஆகும்.

ப; எல்லாக் கலாச்சாரங்களும் அறிந்து கொள்ளப்பட வேண்டியவைதான். எல்லாக் குரல்களும் கேட்கப்பட வேண்டியவை தான். நாங்கள் குரலில்லாதவர்களின் குரலாக இருக்க நினைக்கிறோம். என்று விடுதலை இறையியல் பேசும் என் இனிய கிருஸ்தவ நண்பர்கள் கூறுவதை நான் ஒப்புக் கொள்ளமாட்டேன். இல்லை, இல்லை, இல்லை. நம் எல்லோருக்கும் குரல் இருக்கிறது; நாம் பிறருக்குச் சொல்வதற்கு ஏதாவது ஒரு விஷயம் இருக்கிறது. அது

கொண்டாடப்பட வேண்டிய, குறைந்தது மன்னிக்கப்பட வேண்டிய ஒன்றாயிருக்கலாம். ஆனால் மனித குலத்தின் பெரும்பாலோனோரின் குரல்கள் நசுக்கப்பட்டிருக்கின்றன. அவர்கள் பேசுவதற்குத் தடை விதிக்கப்பட்டிருக்கிறது.

கே; நவீன தொழில் நுட்பத்தைப் பற்றி என்ன நினைக்கிறீர்கள்.?

இயந்திரங்களைப்பழி சொல்ல முடியாது. நாம் இயந்திரங்களின் வேலைக்காரர்களாகி விட்டோம். நாம் நம் இயந்திரங்களின் இயந்திரங்கள். புதிய தகவல்தொடர்பு சாதனங்கள் நமக்கு பணிபுரிந்தால் மிகவும் பயனுள்ளவையே என்பதில் எந்த சந்தேகமும் இல்லை. ஆனால் நிலைமை நேர்மாறானது. கார்கள் நம்மை ஓட்டுகின்றன. கம்ப்யூட்டர்கள் நம்மை இயக்கும் மென்பொருளை எழுதுகின்றன. சூப்பர்மார்க்கெட்டுகள் நம்மை வாங்குகின்றன.

12

வல்லூறுகளின் காலடியில் வளைகுடா

1991 ஆகஸ்ட் 2. பத்து லட்சம் போர் வீரர்களைக் கொண்ட ஈராக், இரண்டு லட்சத்திற்கும் குறைவான மக்கள் தொகையுடைய குட்டி நாடான குவைத்திற்குள் நுழைந்து தன்வசப்படுத்திக் கொண்டது ஷேக் ஜாபர் அல் அஹ்மத் அல் சபா என்ற மன்னருக்கு எதிராகப் புரட்சி செய்து வெற்றி கண்ட புரட்சியாளர்களின் அழைப்பின் பேரிலேயே குவைத்திற்குள் செல்வதாகக் கூறித் தன்னுடைய நடவடிக்கைக்கு யாருமே ஒப்புக்கொள்ள முடியாத ஒரு நியாயத்தையும் கற்பித்துக் கொண்டது ஈராக்.

குவைத்தின் தரைப்படை வெறும் 20,000 பேரை மட்டுமே கொண்டுள்ளதால் ஈராக்கின் வேலை எளிதாய் முடிந்தது. குவைத் ராணுவத்தின் பல அதிகாரிகளுக்கு தங்கள் பணி ஒரு பொழுது போக்காக மட்டுமே இருந்தது. உண்மையான எதிர்ப்பு வந்தபோது உயிரைக் கொடுக்க அவர்கள் தயாராக இல்லையென்றே தெரிகிறது.

ஈராக்கும் தன்னுடைய நாடு பிடிக்கும் வேலையை நன்கு திட்டமிட்டே செய்தது. ஜுலை 17ஆம் தேதியன்று அரபுக் கூட்டமைப்பு நாடுகளுக்கு குவைத்திற்கு எதிரான ஒரு குற்றப்பத்திரிகையை ஈராக் அனுப்பியது. குவைத் 240 கோடி மதிப்புள்ள எண்ணெயை ஈராக்கின் எண்ணெய் கிணறுகளிலிருந்து திருப்பியதாகவும், ஈராக்கின் எல்லைக்கருகில் போர்த் தயாரிப்பு முயற்சிகளில்

ஈடுபடுவதாகவும் அது குற்றம் சாட்டியது. மேலும் குவைத்தும், ஐக்கிய அரபு எமிரேட்டும் சேர்ந்து எக்கச்சக்கமான எண்ணெயைச் சந்தையில் இறக்கியதால் விலைச் சரிவு ஏற்பட்டு விட்டதாகவும், இதனால் ஈராக்கிற்கு ரூ. 1400 கோடி நஷ்டம் ஏற்பட்டதாகவும் கூறியது. இதற்கெல்லாம் அமெரிக்காவும் உடந்தை என்று குற்றம் சாட்டியது.

ஈராக்கின் இந்த நடவடிக்கைக்கு அரபு நாடுகள் தவிர உலகின் மற்ற எல்லாப் பகுதிகளிலிருந்தும் கண்டனம் எழுந்தது. ஐக்கிய நாடுகள் சபை நிறைவேற்றிய ஒரு தீர்மானத்தின்படி ஈராக்குடன் எந்த ஒரு நாடும் வர்த்தகத் தொடர்பு கொள்ளக்கூடாது என்று தடை விதிக்கப்பட்டது. மேற்கத்திய நாடுகளில் குவைத் மற்றும் ஈராக் வைத்திருக்கும் சொத்துக்கள் மீது தடை விதிக்கப்பட்டது. ஐரோப்பிய நாடுகளும், அமெரிக்காவும் ஈராக்குடன் இருந்த வர்த்தகத் தொடர்புகளைத் துண்டித்தன. சோவியத் யூனியன் ஈராக்கிற்குச் செய்து வந்த ஆயுத சப்ளையை நிறுத்தி வைத்துள்ளது.

இவ்வாறு உலக நாடுகள் எல்லாம் ஒன்றாக சேர்ந்து சண்டித்தனம் செய்யும் ஈராக்கின் மீது நடவடிக்கைகள் எடுக்கும் வேளையில், அமெரிக்கா அதிகப் பிரசங்கித்தனமான ஒரு காரியத்தை செய்தது. மேற்கு ஆசியப் பிராந்தியத்தில் தன்னுடைய பலத்தைப் பெருக்குவதற்கு இதுதான் சரியான சந்தர்ப்பமெனக் கருதி தன்னுடைய துருப்புகளை ஈராக்கின் அண்டை நாடான சவுதி அரேபியாவில் குவித்தது. தன்னுடைய போர்க் கப்பல்களை பாரசீக வளைகுடாவில் நிறுத்தி, ஈராக்கின் எண்ணெய்க் கப்பல்கள் வெளியே செல்லமுடியாதபடி தடுக்கவும் முயன்று வருகிறது. இது ஐக்கிய நாடுகள் சபையின் தீர்மானத்திற்குப் புறம்பானதாகும். ஈராக் நாட்டுடன் வர்த்தகம் செய்வதை மட்டுமே ஐ.நா. தீர்மானம் தடை செய்துள்ளது. அந்நாட்டுக் கப்பல்களைத் தடுத்து நிறுத்துவது பற்றி தீர்மானம் எதுவும் நிறைவேற்றப்படாத நிலையில் அமெரிக்காவின் செய்கை

அதன் ஏகாதிபத்தியச் சுயரூபத்தை வெளிக்காட்டுவதாக உள்ளது. தவறு செய்யும் ஒரு நாட்டினைத் தண்டிக்க தனக்கு வானளாவிய அதிகாரம் உள்ளது என்றச் செருக்கிலிருந்தே இந்தத் தடாலடி நடவடிக்கைகளில் அமெரிக்கா இறங்கியுள்ளது.

இது மேற்கு ஆசியப் பகுதிகளில் அமைதி உண்டாக்குவதற்கு எந்தவிதத்திலும் துணை புரியப்போவதில்லை. ஈராக்கினை மேலும் முரண்டு பிடிக்கவே செய்யும் என்பது ஈராக்கின் எதிர் நடவடிக்கைகளிலிருந்து புரிகிறது. ஈராக்கிலும் குவைத்திலும் இருக்கும் அமெரிக்கர்களையும் மற்ற மேற்கத்திய நாட்டுப் பிரஜைகளையுமே அமெரிக்காவின் தாக்குதலிலிருந்து தன்னைக் காத்துக் கொள்ளும் கவசமாகப் பயன்படுத்தப் போவதாக ஈராக் அறிவித்துள்ளது. குவைத்திலிருக்கும் அமெரிக்கர்களை எல்லாம் முக்கியமான ராணுவ மற்றும் தொழில் நிறுவனங்களில் கொண்டுபோய் தங்கவைப்பதினால் அமெரிக்கா அவற்றின் மீது தாக்குதல் தொடுக்காது. எனவே ஈராக் இந்த யுக்தியைப் பயன்படுத்துகிறது.

இப் "பணயக் கைதிகள்" அனைவரையும் விடுவிக்க வேண்டி ஐ.நா. விடுத்த வேண்டுகோளையும் ஈராக் நிராகரித்துவிட்டது. அமெரிக்காவின் நடவடிக்கைகளுக்கு அதன் கூட்டாளி நாடுகளின் ஆதரவு இல்லை.

குவைத்தைக் கைப்பற்றியதன் மூலம் உலகின் எண்ணெய் உற்பத்தியில் ஐந்தில் ஒரு பங்கு ஈராக்கின் வசமானது. ஐரோப்பியா முதலாளித்துவ நாடுகளின் எண்ணெய்த் தேவையில் 11 சதவீதம் ஈராக் மற்றும் குவைத்திலிருந்து வருகின்றன. ஜப்பான் 12 சதமும் அமெரிக்கா 50 சதமும் இறக்குமதி செய்கின்றன. அமெரிக்காவும் மற்ற ஐரோப்பிய நாடுகளும் மேற்கு ஆசியாவின் மீது ஒரு கண் வைத்திருப்பதற்கான முக்கியமான காரணம் அங்கு உற்பத்தியாகும் எண்ணெய் ஆகும்.

ஒரு பத்திரிகையாளர் இவ்வாறு எழுதுகிறார். "குவைத் ஆரஞ்சுப் பழங்களும், எலுமிச்சைப் பழங்களும் மட்டுமே

விளையும் ஒரு நாடாக இருந்திருந்தால், ஈராக்கின் ஆக்கிரமிப்பைப் பற்றி யாருமே கவலைப்பட்டிருக்க மாட்டார்கள்".

ஈரானுடன் நடத்திய போரில் நைந்து போன பொருளாதாரத்தை பலப்படுத்துவதற்காகவும், அரபு நாடுகளின் தலைவனாக தன்னைச் சித்தரிப்பதற்காகவும் ஈராக்கின் அதிபர் சதாம் ஹுசேன் தன்னுடைய அண்டை நாட்டினைக் கைப்பற்றியதைக் கண்டிக்கும் அதே வேளையில், வேறொரு பெரிய அபாயத்தை உணரவேண்டியது அவசியமாகும்.

மூன்றாம் உலக நாடுகளின் பிரச்சினைகளில் தலையிட்டு தனது ஆதிக்கத்தைப் பரப்பும் முயற்சியிலிருந்து ஏகாதிபத்திய அமெரிக்கா சிறிதும் மாறவில்லை என்பதே அந்த அபாயம். இப்பிரச்சினையைப் பயன்படுத்திக்கொண்டு எகிப்து நாட்டிற்கு ஆயுத சப்ளை செய்கிறது அமெரிக்கா. ஆப்கானிஸ்தானைக் காட்டி, பாகிஸ்தானுக்கு ஆயுதம் வழங்கிய இதே அமெரிக்கா, இப்போது ஈராக்கைக் காட்டி அவ்வுதவியை தொடர்ந்து வழங்கும் அபாயமும் உள்ளது. ஏகாதிபத்தியம் இன்னும் ஏகாதிபத்தியமாகத்தான் இருக்கிறது.

புலிக்குப் பசுவின் தோலைப் போர்த்திவிட்டு அது பரம சாதுவாகிவிட்டது என்று கூறலாம். புலியும் பயந்தது போலப் பதுங்கி நடக்கலாம். ஆனால் அதற்குப் பசி வரும்போதுதான் தெரியும். அது புல்லைத் தின்கிறதா அல்லது உண்மையான பசுவைத் தின்கிறதா என்று?

(ஏகாதிபத்திய புலி 2000 மாம் ஆண்டில் மீண்டும் ஈராக்மீது தாக்குதல் நடத்தி சதாம் உசேன் அரசினை வீழ்த்தியது. சதாம் தூக்கிலிடப்பட்டார். இப்படி "ஜனநாயகத்தை நிலைநிறுத்திய" அமெரிக்காவின் படைகள் இன்னும் அங்கிருந்து வெளியேறவில்லை.)

இளைஞர் முழக்கம்.

13

ஏகாதிபத்தியத்திற்கு காத்திருக்கும் சவக்குழிகள்

1991 ஆகஸ்ட் 2. பத்து லட்சம் போர் வீரர்களைக் கொண்ட ஈராக், இரண்டு லட்சத்திற்கும் குறைவான மக்கள் தொகையுடைய குட்டி நாடான குவைத்திற்குள் நுழைந்து தன்வசப்படுத்திக் கொண்டது ஷேக் ஜாபர் அல் அஹ்மத் அல் சபா என்ற மன்னருக்கு எதிராகப் புரட்சி செய்து வெற்றி கண்ட புரட்சியாளர்களின் அழைப்பின் பேரிலேயே குவைத்திற்குள் செல்வதாகக் கூறித் தன்னுடைய நடவடிக்கைக்கு யாருமே ஒப்புக்கொள்ள முடியாத ஒரு நியாயத்தையும் கற்பித்துக் கொண்டது ஈராக்.

குவைத்தின் தரைப்படை வெறும் 20,000 பேரை மட்டுமே கொண்டுள்ளதால் ஈராக்கின் வேலை எளிதாய் முடிந்தது. குவைத் ராணுவத்தின் பல அதிகாரிகளுக்கு தங்கள் பணி ஒரு பொழுது போக்காக மட்டுமே இருந்தது. உண்மையான எதிர்ப்பு வந்தபோது உயிரைக் கொடுக்க அவர்கள் தயாராக இல்லையென்றே தெரிகிறது.

ஈராக்கும் தன்னுடைய நாடு பிடிக்கும் வேலையை நன்கு திட்டமிட்டே செய்தது. ஜுலை 17ஆம் தேதியன்று அரபுக் கூட்டமைப்பு நாடுகளுக்கு குவைத்திற்கு எதிரான ஒரு குற்றப்பத்திரிகையை ஈராக் அனுப்பியது. குவைத் 240 கோடி மதிப்புள்ள எண்ணெயை ஈராக்கின் எண்ணெய் கிணறுகளிலிருந்து திருப்பியதாகவும், ஈராக்கின்

எல்லைக்கருகில் போர்த் தயாரிப்பு முயற்சிகளில் ஈடுபடுவதாகவும் அது குற்றம் சாட்டியது. மேலும் குவைத்தும், ஐக்கிய அரபு எமிரேட்டும் சேர்ந்து எக்கச்சக்கமான எண்ணெயைச் சந்தையில் இறக்கியதால் விலைச் சரிவு ஏற்பட்டு விட்டதாகவும், இதனால் ஈராக்கிற்கு ரூ. 1400 கோடி நஷ்டம் ஏற்பட்டதாகவும் கூறியது. இதற்கெல்லாம் அமெரிக்காவும் உடந்தை என்று குற்றம் சாட்டியது.

ஈராக்கின் இந்த நடவடிக்கைக்கு அரபு நாடுகள் தவிர உலகின் மற்ற எல்லாப் பகுதிகளிலிருந்தும் கண்டனம் எழுந்தது. ஐக்கிய நாடுகள் சபை நிறைவேற்றிய ஒரு தீர்மானத்தின்படி ஈராக்குடன் எந்த ஒரு நாடும் வர்த்தகத் தொடர்பு கொள்ளக்கூடாது என்று தடை விதிக்கப்பட்டது. மேற்கத்திய நாடுகளில் குவைத் மற்றும் ஈராக் வைத்திருக்கும் சொத்துக்கள் மீது தடை விதிக்கப்பட்டது. ஐரோப்பிய நாடுகளும், அமெரிக்காவும் ஈராக்குடன் இருந்த வர்த்தகத் தொடர்புகளைத் துண்டித்தன. சோவியத் யூனியன் ஈராக்கிற்குச் செய்து வந்த ஆயுத சப்ளையை நிறுத்தி வைத்துள்ளது.

இவ்வாறு உலக நாடுகள் எல்லாம் ஒன்றாக சேர்ந்து சண்டித்தனம் செய்யும் ஈராக்கின் மீது நடவடிக்கைகள் எடுக்கும் வேளையில், அமெரிக்கா அதிகப் பிரசங்கித்தனமான ஒரு காரியத்தை செய்தது. மேற்கு ஆசியப் பிராந்தியத்தில் தன்னுடைய பலத்தைப் பெருக்குவதற்கு இதுதான் சரியான சந்தர்ப்பமெனக் கருதி தன்னுடைய துருப்புகளை ஈராக்கின் அண்டை நாடான சவுதி அரேபியாவில் குவித்தது. தன்னுடைய போர்க் கப்பல்களை பாரசீக வளைகுடாவில் நிறுத்தி, ஈராக்கின் எண்ணெய்க் கப்பல்கள் வெளியே செல்லமுடியாதபடி தடுக்கவும் முயன்று வருகிறது. இது ஐக்கிய நாடுகள் சபையின் தீர்மானத்திற்குப் புறம்பானதாகும். ஈராக் நாட்டுடன் வர்த்தகம் செய்வதை

மட்டுமே ஐ.நா. தீர்மானம் தடை செய்துள்ளது. அந்நாட்டுக் கப்பல்களைத் தடுத்து நிறுத்துவது பற்றி தீர்மானம் எதுவும் நிறைவேற்றப்படாத நிலையில் அமெரிக்காவின் செய்கை அதன் ஏகாதிபத்தியச் சுயரூபத்தை வெளிக்காட்டுவதாக உள்ளது. தவறு செய்யும் ஒரு நாட்டினைத் தண்டிக்க தனக்கு வானளாவிய அதிகாரம் உள்ளது என்றச் செருக்கிலிருந்தே இந்தத் தடாலடி நடவடிக்கைகளில் அமெரிக்கா இறங்கியுள்ளது.

இது மேற்கு ஆசியப் பகுதிகளில் அமைதி உண்டாக்குவதற்கு எந்தவிதத்திலும் துணை புரியப் போவதில்லை. ஈராக்கினை மேலும் முரண்டு பிடிக்கவே செய்யும் என்பது ஈராக்கின் எதிர் நடவடிக்கைகளிலிருந்து புரிகிறது. ஈராக்கிலும் குவைத்திலும் இருக்கும் அமெரிக்கர்களையும் மற்ற மேற்கத்திய நாட்டுப் பிரஜைகளையுமே அமெரிக்காவின் தாக்குதலிலிருந்து தன்னைக் காத்துக் கொள்ளும் கவசமாகப் பயன்படுத்தப் போவதாக ஈராக் அறிவித்துள்ளது. குவைத்திலிருக்கும் அமெரிக்கர்களை எல்லாம் முக்கியமான ராணுவ மற்றும் தொழில் நிறுவனங்களில் கொண்டுபோய் தங்கவைப்பதினால் அமெரிக்கா அவற்றின் மீது தாக்குதல் தொடுக்காது. எனவே ஈராக் இந்த யுக்தியைப் பயன்படுத்துகிறது.

இப் "பணயக் கைதிகள்" அனைவரையும் விடுவிக்க வேண்டி ஐ.நா. விடுத்த வேண்டுகோளையும் ஈராக் நிராகரித்துவிட்டது. அமெரிக்காவின் நடவடிக்கைகளுக்கு அதன் கூட்டாளி நாடுகளின் ஆதரவு இல்லை.

குவைத்தைக் கைப்பற்றியதன் மூலம் உலகின் எண்ணெய் உற்பத்தியில் ஐந்தில் ஒரு பங்கு ஈராக்கின் வசமானது. ஐரோப்பியா முதலாளித்துவ நாடுகளின் எண்ணெய்த் தேவையில் 11 சதவீதம் ஈராக் மற்றும் குவைத்திலிருந்து வருகின்றன. ஜப்பான் 12 சதமும் அமெரிக்கா 50 சதமும் இறக்குமதி செய்கின்றன. அமெரிக்காவும் மற்ற ஐரோப்பிய

நாடுகளும் மேற்கு ஆசியாவின் மீது ஒரு கண் வைத்திருப்பதற்கான முக்கியமான காரணம் அங்கு உற்பத்தியாகும் எண்ணெய் ஆகும்.

ஒரு பத்திரிகையாளர் இவ்வாறு எழுதுகிறார். "குவைத் ஆரஞ்சுப் பழங்களும், எலுமிச்சைப் பழங்களும் மட்டுமே விளையும் ஒரு நாடாக இருந்திருந்தால், ஈராக்கின் ஆக்கிரமிப்பைப் பற்றி யாருமே கவலைப்பட்டிருக்க மாட்டார்கள்".

ஈரானுடன் நடத்திய போரில் நைந்து போன பொருளாதாரத்தை பலப்படுத்துவதற்காகவும், அரபு நாடுகளின் தலைவனாக தன்னைச் சித்தரிப்பதற்காகவும் ஈராக்கின் அதிபர் சதாம் ஹுசேன் தன்னுடைய அண்டை நாட்டினைக் கைப்பற்றியதைக் கண்டிக்கும் அதே வேளையில், வேறொரு பெரிய அபாயத்தை உணரவேண்டியது அவசியமாகும்.

மூன்றாம் உலக நாடுகளின் பிரச்சினைகளில் தலையிட்டு தனது ஆதிக்கத்தைப் பரப்பும் முயற்சியிலிருந்து ஏகாதிபத்திய அமெரிக்கா சிறிதும் மாறவில்லை என்பதே அந்த அபாயம். இப்பிரச்சினையைப் பயன்படுத்திக்கொண்டு எகிப்து நாட்டிற்கு ஆயுத சப்ளை செய்கிறது அமெரிக்கா. ஆப்கானிஸ்தானைக் காட்டி, பாகிஸ்தானுக்கு ஆயுதம் வழங்கிய இதே அமெரிக்கா, இப்போது ஈராக்கைக் காட்டி அவ்வுதவியை தொடர்ந்து வழங்கும் அபாயமும் உள்ளது. ஏகாதிபத்தியம் இன்னும் ஏகாதிபத்தியமாகத்தான் இருக்கிறது.

புலிக்குப் பசுவின் தோலைப் போர்த்திவிட்டு அது பரம சாதுவாகிவிட்டது என்று கூறலாம். புலியும் பயந்தது போலப் பதுங்கி நடக்கலாம். ஆனால் அதற்குப் பசி வரும்போதுதான் தெரியும். அது புல்லைத் தின்கிறதா அல்லது உண்மையான பசுவைத் தின்கிறதா என்று?

(ஏகாதிபத்திய புலி 2000-ம் ஆண்டில் மீண்டும் ஈராக் மீது தாக்குதல் நடத்தி சதாம் உசேன் அரசினை வீழ்த்தியது. சதாம் தூக்கிலிடப்பட்டார். இப்படி "ஜனநாயகத்தை நிலைநிறுத்திய" அமெரிக்காவின் படைகள் இன்னும் அங்கிருந்து வெளியேறவில்லை.)

இளைஞர் முழக்கம்.

14

எரிக் ஹோப்ஸ்வாம் - வரலாற்றின் கலங்கரை விளக்கம்

ஜனநாயகம், முதலாளித்துவம், தொழிலாளி வர்க்கம், பெண்ணியம், தேசியம், ஊடகம், அறிவியல் தொழில்நுட்பம் ஆகிய சொற்கள் இன்றைய சமூக அறிவியல் சிந்தனைகளிலும், விவாதங்களிலும் அதிகமாக வந்து விழுந்து கொண்டே இருக்கின்றன. 'இன்று புதிதாய்ப் பிறந்து' மறுமலர்ச்சிக் கால மதிப்பீடுகளை மறுதலிக்கும் பின் நவீனத்துவவாதிகள் அதிகமாகக் கேள்விக்குள்ளாக்கிவரும் கருத்தாக்கங்கள் இவை. வரலாற்றின் வேகத்தில் வந்து தேய்ந்து போன பல கருத்தாக்கங்களைப் போலவே இவையும் போய்விடுமா? இயக்கங்களையும் உணர்வுகளையும் உணர்த்தும் உள்ளார்ந்த திறன்களை இச்சொற்கள் இழக்குமா? இழந்து விட்டனவா? இக்கேள்விகளுக்கு பதில்கள் வரலாற்றில் புதைந்து கிடக்கின்றன. தேடநினைப்பவர்களுக்கு ஒரு வழி உண்டு.

எண்பத்து ஐந்து வயதில் இன்றும் இங்கிலாந்தில் கம்யூனிஸ்ட்டாக வாழ்ந்து வரும் எரிக் ஹோப்ஸ்வாம் என்ற வரலாற்று ஆசிரியரின் மூன்று நூல்களில் புதிய வெளிச்சம் கிடைக்கும். புரட்சிகளின் யுகம் (The Age Of Revolution) 1789-1848, மூலதனத்தின் யுகம் (The Age Of Capital) 1848-1875, பேரரசின் யுகம் (The Age Of Empire) 1875-1914 என்ற இந்த மூன்று நூல்களில் மனித வரலாற்றின் திசைவழியை

தீவிரமாகப் பாதித்து நூற்று இருபது ஆண்டு கால உலக வரலாறு நம்முன் விரிக்கப்படுறது.

இயற்கை வரலாற்றிலும், சமூக வரலாற்றிலும் மாற்றங்கள் படிப்படியாக பரிணாம வளர்ச்சியினால் மட்டும் நிகழவில்லை. மனிதப் பிரளயங்களும், புரட்சிகளும் உலகையே புரட்டிப் போட்டுள்ளன. இப்படிப் புரட்டிப் போட்ட இரண்டு வரலாற்று நிகழ்வுகளாக ஹோப்ஸ்வாம் சுட்டிக் காட்டுவது பிரிட்டனின் தொழிற்புரட்சி, பிரெஞ்சு நாட்டின் அரசியல் புரட்சி (மூலதனத்தின் யுகம்).

இன்று நாம் காணும் அரசியல், பொருளாதார அற்புதங்கள் பலவற்றிற்கு அடிப்படையாக இருந்தவை இந்நிகழ்வுகள். இவற்றிற்கெல்லாம் முன்னோடியாக இருந்து, நவீன யுகத்தின் மக்கள் சக்தியை உணர்த்தியவை 19 ஆம் நூற்றாண்டின் மத்தியக் காலத்தில் ஐரோப்பிய நாடுகளில் நிலப்பிரபுத்துவத்திற்கு எதிராக நடந்த எழுச்சிகள் இவை. ஐரோப்பாவை பிடித்து உலுக்கிய பூதம் என்று கம்யூனிஸ்டுக் கட்சி அறிக்கையில் அடையாளப்படுத்தப்பட்ட புரட்சிகள் (புரட்சிகளின் யுகம்) ஜனநாயகம் ஆளும் வர்க்கங்களின் கருணையினால் தரப்பட்டதல்ல. எழுச்சியுற்ற மக்களின் போராட்டங்களினால் பெறப்பட்டது என்பதை ஹோப்ஸ்வாம் விவரிக்கிறார்.

ஜனநாயக அமைப்புகள் ஏற்படும் முன், அரசியல் என்பது வேட்டையாடி விளையாடி பொழுதைக் கழித்த நிலப்பிரபுக்கள், மன்னர்கள் கூடுமிடங்களில்தான் முடிவு செய்யப்பட்டது. அவர்களுக்கிடையில் தகவல் பரிமாறிக்கொள்ளும் அளவிற்குத்தான் ஊடகங்களும் இருந்தன. ஜனநாயகம் பரவத் துவங்கியபோது வெகுஜனத் திரள்களுக்கும் செய்திகளைச் சொல்லி அவர்களின் ஒப்புதலையும் பெறவேண்டிய நிர்ப்பந்தம் ஏற்பட்ட போதுதான் வெகுஜன ஊடகத்தின் தேவை ஏற்பட்டது. ஜனநாயகத்திற்கும், முதலாளித்துவத்திற்கும், வெகுஜன

ஊடகத்திற்கும் இடையே உள்ள நுண்ணிய தொடர்புகளை ஹோப்ஸ்வாம் திறம்பட எடுத்துரைக்கிறார்.

ஜனநாயகம் வந்த பிறகுதான் ஆள்வோரின் தனிவாழ்க்கை, பொதுவாழ்க்கை என்ற பிரிவுகள் வந்தன. தனிவாழ்க்கையின் கேவலங்களையும், வக்கிரங்களையும் மறைக்க வேண்டிய தேவை பொதுவாழ்க்கை என்ற போலித்தனத்திற்குத் தேவை ஏற்பட்டது. இப்படிப்பட்ட இரட்டை வாழ்க்கையினை அம்பலப்படுத்தும் அங்கதம் என்ற இலக்கியச் சிந்தனை வடிவம் தோன்றுகிறது. இவ்வாறு பொருளாதார அடித்தளம் அதன் மேல் கட்டுமானங்கள் உருவான விதத்தை அற்புதமாக விவரித்து இயந்திர ரீதியான கொள்கைகளை உடைக்க உதவுகிறார் ஹோப்ஸ்வாம்.

பிரிட்டிஷ் தொழிற் புரட்சியினால் சமூக வாழ்வில் பிரளயங்கள் தோன்றின. நகரங்களை நோக்கி மக்கள் புலம் பெயர்கிறார்கள். சூரிய உதயம், அஸ்தமனம் தவிர வேறெல்லாமே மாறிக்கொண்டிருந்தன. நிலப்பிரபுத்துவ வாழ்க்கை முறையின் தினசரி நிச்சயங்கள் தகர்ந்தன. இருந்து கொண்டிருக்கும் ஓர் உலகம் இருக்கச் சக்தியற்று தவிர்க்கும் இன்னொரு உலகம். இரண்டுக்கும் இடையே தவிக்கும் மனிதம். இத்தகைய மனக்குழப்பச் சூழலில்தான் கிறிஸ்துவ மதத்தின் பல சிறு குழுக்கள் (SECSTL) தோன்றின. சமூக வாழ்வின் குழப்பங்களும் நிச்சயமற்ற தன்மையும் பல விசித்திரமான மதநம்பிக்கைகளையும் நடைமுறைகளையும் தோற்றுவித்ததை ஹோப்ஸ்வாம் விளக்கும்போது இன்றைய இந்தியா நம் கண் முன்னால் எழுகிறது.

இவ்வாறு நம் முன்னால் இன்று எழுந்து நிற்கும் நம்பிக்கைகள் இயக்கங்கள், நிறுவனங்களின் வேர்களைப் புரிந்து கொள்ள ஹோப்ஸ்வாம் ஒரு வழிகாட்டி. பிரெஞ்சுப் புரட்சி முதல், முதல் உலகப்போர்வரை உலகம் எவ்வாறு இருந்தது என்பதை விவரித்த இந்த மூன்று நூல்களுக்குப் பிறகு அதீதங்களின் யுகம் (Age of Extremes) என்ற நூலில்

சோவியத் யூனியனின் வீழ்ச்சி வரையான காலகட்டத்தைப் பதிவு செய்துள்ளார் ஹோப்ஸ்வாம். முதல் மூன்று புத்தகங்களில் இருந்த நம்பிக்கை ஊற்று இந்தப் புத்தகத்தில் இல்லை என்ற விமர்சனம் எழுந்துள்ள போதிலும் இன்று வரை நான் குற்ற உணர்வற்றக் கம்யூனிஸ்டாகவே இருக்கிறேன் என்பதை சமீபத்தில் வெளியான சுய சரிதையில் வெளிப்படுத்துகிறார்.

பிரிட்டிஷ் பொருளாதாரம், பிரெஞ்சு அரசியல், ஜெர்மன் தத்துவம் ஆகியவற்றை அடிப்படையாக்கிக் கொள்வதே மார்க்சியம் என்பர். மார்க்சியத்தின் முதல் இரண்டு கூறுகளைப் புரிந்துக் கொள்ள முயலும் யாரும் ஹோப்ஸ்வாமின் முதல் மூன்று நூல்களை கற்பது (வாசிப்பது அல்ல) அவசியம்.

புத்தகம் பேசுது (பிப்ரவரி 2006)

15

பெரியார் - நேற்று இன்று நாளை

பாரதிய ஜனதா கட்சியின் செல்வாக்கு தமிழகத்தில் படருமா? தமிழக அரசியலை கூர்ந்து கவனித்து வரும் எவரிடமும் பத்து ஆண்டுகளுக்கு முன் இந்தக் கேள்வியைக் கேட்டிருந்தால் "இல்லை" என்று அடித்துக் கூறியிருப்பார்கள். "இது பெரியார் வாழ்ந்த மண். பகுத்தறிவும் பிராமணியத்தின் எதிர்க்கலாச்சாரமும் ஊறிய இந்த பூமியில், பெரியார் வழிவந்த திராவிடக் கட்சிகள் மூச்சுவிடாது நாற்பது ஆண்டுகளாய் ஆட்சி செய்யும் இந்த மாநிலத்தில் இந்துத்துவ சக்தியான பாரதீய ஜனதா கால் நுனியைக்கூட ஊன்ற முடியாது" என்று உறுதியாகச் சொல்லி இருப்பார்கள். இத்தகைய அரசியல் கணிப்புகளையெல்லாம் அடித்து நொறுக்கி பாரதீய ஜனதாவிற்கு பட்டுக் கம்பளம் விரித்து வரவேற்றது தன் பெயரில் மட்டும் திராவிடத்தை வைத்திருக்கும் திராவிடக் கட்சி ஒன்று. அதற்கு சற்றும் சளைத்தவர்கள் அல்ல என்று பாரதீய ஜனதாவிடம் கூட்டணி வைத்து, ஆட்சியிலமர்த்தி குஜராத்தைக் கண்டும் கூசாமல், பகுத்தறிவுக்கு ஒவ்வாத சோதிடம் பாடப் புத்தகத்தில் ஏறியபோதும் பாராமுகமாய் இருந்து, ஆர்எஸ்எஸ் விஷம் அதிகார அமைப்புகளின் அனைத்து மட்டங்களிலும் இறங்கி ஊறும் வரையில் ஒரு 'நிலையான' ஆட்சிக்கு முட்டுக்கொடுத்து நின்றதும் ஒரு திராவிடக் கட்சியே! வேதங்களே அனைத்து அறிவின் ஊற்றுக்கண் என்று தன் இணையதளத்திலேயே இறுமாந்து கூறும் ஒரு அரசியல்

அமைப்பினை தமிழ்நாட்டில் பலப்படுத்துவதே தன் நோக்கம் என்று கூறி இன்று தமிழகத்தில் வலம்வரும் ஒருவர் நேற்று வரை திராவிடப் பாசறையில் வளர்ந்த ஓர் அரசர். பெரியார் தன் வாழ்நாளின் பெரும்பகுதியை எந்தச் சக்திகளையெல்லாம் எதிர்ப்பதற்காகப் பாடுபட்டாரோ அந்தச் சக்திகளை முழுமையாக பிரதிநித்துவப்படுத்தும் பாரதீய ஜனதா கட்சியை தமிழக மக்கள் தயக்கமின்றி அங்கீகரித்து ஏற்றுக்கொள்ளச் செய்த பெருமை திராவிடக் கட்சிகளுக்கே சேரும்.

தமிழகத்தின் சமூக கலாச்சாரத் தளங்களிலும் இந்துத்துவ சக்திகளின் சில நடவடிக்கைகளுக்கு ஊக்கம் தரும் முயற்சிகள் நடக்கின்றன. பசுவதைத் தடுப்பு, மரக்கறி (சைவ) உணவுக்கு ஆதரவான இயக்கம், கோவில்களில் உயிர்ப்பலி தடுப்பு, கோவில் குளங்களை சுத்தம் செய்வதில் முனைப்பு, கோவில்களில் அன்னதானம், தமிழில் அர்ச்சனைக்கு எதிர்ப்பு, விநாயகர் ஊர்வலங்கள் என்று ஏராளமான வடிவங்களில் தமிழகம் மறந்துபோன பல விஷயங்கள் எவ்வித எதிர்ப்புமின்றி மீண்டும் அரங்கேற்றப்படுகின்றன. தமிழகத்தின் எல்லாப் பகுதிகளிலும் கிளைகளைப் படரவிட்டுள்ள திராவிடக்கட்சியினர் சங்பரிவாரத்தின் முயற்சிகளை ஒரு கலாச்சாரப் பிரச்சனையாக பார்க்காதது மட்டுமின்றி பல நேரங்களில் உள்ளூர் மட்டத்தில் அவற்றில் பங்கேற்கவும் செய்கின்றனர்.

மேடைகளின் பின்புலத்திலும் கட்சிப் பாடல் வரிகளிலும் மாநாட்டு உரைகளின் முதல் சில வரிகளிலும் புகைப்படக் கண்காட்சிகளிலுள்ள பழைய புகைப்படப் பிரதிகளிலும் தவறாமல் இருக்கும் பெரியார் இவர்களின் கொள்கைகளில் காணாமல் போயிருப்பது வரலாற்றுச் சறுக்கலா? அரசியல் சந்தர்ப்பவாதமா? சந்தர்ப்பவாதமென்றால் பெரியாரின் கொள்கைகளை முன்னிறுத்த மீண்டும் ஒரு வாய்ப்பிருக்கும்போது இவர்களும் மாற வாய்ப்பிருக்கிறது. ஆனால் இங்கு நடப்பது விலகல்.

இந்த விலகலின் வரலாறு பெரியாரின் வாழ்நாட்களிலேயே துவங்கிவிட்டது. இந்த விலகலின் வேர் திராவிட இயக்க வரலாற்றின் துவக்க காலத்திலிருந்தே தீர்க்கப்படாத சில முரண்பாடுகளிலும் முழுமையடையாத, முதிர்ச்சியடையாத ஒரு தத்துவார்த்த அரசியல் போக்கிலும் ஊன்றியிருக்கிறது. இந்த முரண்பாடுகளையும் முதிர்ச்சியின்மையையயும் புரிந்துகொள்வதற்கு பெரியார் என்ற புயல், எழுந்து வளர்ந்த வரலாற்றைப் புரிந்துகொள்ள வேண்டியிருக்கிறது.

இருபதாம் நூற்றாண்டின் தொடக்கத்தில் எழுந்த சில அடிப்படையான அரசியல் சக்திகளின் தாக்கத்திற்கு உள்ளாகி அவற்றின் மீதும் தாக்கமேற்படுத்தியப் போராளிதான் பெரியார். காந்தியின் தேசியத்தினால் முதலில் ஈர்க்கப்பட்டு, பின் உயர்சாதி விருப்பு வெறுப்புகளையும் சமூகப் பிற்போக்குத்தனங்களையும் விட்டுத்தள்ள மனமில்லாத “தேசிய வாதிகளை” வெறுத்து விலகிச் சென்று, ஜாதீய, மதப் பிடியில் சிக்கியுள்ள சமூகத்தைச் சவுக்காலடித்துச் சீர்திருத்தும் பாதையில் சென்று, பின் சோஷலிஸத்தின் சிறப்புணர்ந்து புரட்சிப்பாதையில் நடைபோட்டு,திரும்பி மீண்டும் சீர்திருத்தம் என பிராமண எதிர்ப்பு, பிரிட்டிஷ், ஆதரவு இயக்கத்தில் இணைத்துக்கொண்டு, இந்திய சுதந்திரத்தை நிராகரித்து... பெரியார் என்ற கட்டுக்கடங்காத தனிமனித சரிதையும் தமிழகத்தின் வரலாறும் பின்னிப் பிணைந்து கிடக்கின்றன. இதனால்தான் தமிழ்மண்ணில் ஒரு மாற்றம் வேண்டும் என்று விரும்பும் எவரும் பெரியாரை மறந்துவிட்டு சிந்திப்பது நடக்காத ஒன்றாகியது. அவருடைய தாக்கத்தை மறப்பது வரலாற்றை மறைப்பதற்கு ஒப்பாகும்.

பிரிட்டிஷ் அரசுக்கு மகஜர் அளித்துக்கொண்டிருந்த காங்கிரஸ் மக்கள் இயக்கமாக மாற்றம் பெற்றது காந்தியின் தலைமையில்! அந்நிய ஆட்சியைத் துரத்த மட்டுமின்றி, வறுமை, தீண்டாமை, குடிப்பழக்கம் ஆகியவற்றிலிருந்தும் மக்கள் விடுதலை பெறவேண்டுமெனப் போராடும் தேசிய இயக்கத்தில் தான் நண்பர் இராஜகோபாலாச்சாரியாரின்

வழிகாட்டுதல்படி 1919-இல் தன்னை இணைத்துக்கொண்டார் பெரியார். செல்வச் செழிப்பு மிக்க வணிகக் குடும்பத்தில் பிறந்த அவர் (கதர்) காதித் துணி மூட்டைகளைச் சுமந்து கிராமம் கிராமமாகச் சென்று விற்றார். எண்பது வயது நிரம்பிய தன் தாயார் உட்பட குடும்ப உறுப்பினர்கள் அனைவரையும் காதி அணியச் செய்தார். ஒத்துழையாமை இயக்கத்தின் ஒரு பகுதியாக காந்தி மது விலக்குப் போராட்டத்தை அறிவித்தபோது தானே முன்னின்று கள்ளுக்கடை மறியல்களை நடத்தினார். இயக்கத்தை நிறுத்த வேண்டிக் கோரிக்கை எழுந்தபோது, அந்த முடிவு தமிழ்நாட்டிலுள்ள இரண்டு பெண்களின் கைகளில்தான் இருக்கிறது என்றார் காந்தி, அவர் கூறிய பெண்கள் பெரியாரின் மனைவியும் சகோதரியும். அத்தனை தீவிரமாக கள்ளுக்கடை மறியலில் ஈடுபட்டிருந்தனர் இருவரும்! போராட்டத்தின் ஒரு பகுதியாக தன் தோப்பிலிருந்த 1000 தென்னை மரங்களையும் வெட்டினார் பெரியார். பழுத்த தேசியவாதிகள் கூட அங்கொன்றும் இங்கொன்றுமாகத் தான் மரங்களை வெட்டினர். இவ்வளவு தீவிரமாகத் தேசியவாதப் பாதையில் எட்டாண்டுகள் நடைபோட்ட பெரியார் காங்கிரசுக்கு எதிராகத் திரும்பும் நிலை ஏற்பட்டது.

காங்கிரசுடன் முரண்பாடு

அன்றிருந்த சென்னை மாகாணத்தின் தேசிய இயக்கத் தலைவர்களில் பலரின் சமூகப் பார்வை குறுகியே இருந்தது. தேச விடுதலை என்பது இந்திய எல்லைக்குள் வாழும் எல்லோருக்குமான விடுதலை. அன்னிய ஆதிக்கத்திலிருந்து விடுபடுவது, விடுதலை என்ற கருத்தின் ஒரு அம்சம் மட்டுமே, மனிதனைப் பிறப்பால் தாழ்த்தி வைத்திருக்கும் எல்லா சமூக, கலாச்சார, ஆதிக்க சாதிகளிடமிருந்தும் விடுவித்து ஒரு புதிய வாழ்க்கை மற்றும் சிந்தனைத் தளத்திற்கு இட்டு செல்வதுதான் உண்மையான விடுதலை தேசியம் பற்றிய பெரியாரின் இந்தப் புரிதல் காங்கிரஸ் இயக்கத் தலைமையின் புரிதலோடு முரண்பட்டது. இந்த முரண்பாடு முதலில் வெளிப்பட்டது சேரன்மாதேவியில்

தேசிய இயக்கத் தலைவர்களில் ஒருவரான வ.வே.சு.ஐயர் நடத்திய குருகுலத்தில் ஏற்பட்ட ஒரு பிரச்சனையில்தான்.

தேசிய சமூக சேவைக்காக வகுப்பு வேறுபாடின்றி இளைஞர்களைப் பயிற்றுவிப்பதற்காகத் துவங்கப்பட்ட இந்தக் குருகுலத்தில் பிராமண சமூகத்தைச் சேர்ந்த மாணவர்கள் உணவருந்த தனி இடமும் தரத்தில் சற்றே உயர்ந்த உணவும் அளிக்கப்பட்ட நடைமுறை பெரும் பிரச்சனையாக வெடித்தது.

பிரச்சனையைத் தீர்க்கும் நோக்கில் சம்பந்தப்பட்ட அனைவரும் காந்தியைச் சந்தித்தனர். இதில் பிராமணரல்லாதோருக்கு ஏமாற்றமே மிஞ்சியது.

சேரன்மாதேவி குருகுலத்தின் சமபந்தி பிரச்சனை சமூக நீதி என்ற பெரும் பிரச்சினையின் ஒரு வெளிப்பாடேயாகும். சமூக அநீதி இருக்கும் வரை இந்திய தேசியம் என்ற லட்சியம் நிறைவேறாது என்ற முடிவுக்கு காங்கிரசில் இருந்த பிராமணரல்லாதோரில் ஒருபகுதியினர் வந்தனர். பெரியாரிடமிருந்து கொள்கை விஷயங்களில் வேறுபட்ட திரு.வி.கல்யாணசுந்தரனார் (திரு.வி.க)கூறிய தீர்வுகளையும் கூட குருகுலப் பிரச்சினைகளில் வ.வே.சு.ஐயர் ஏற்க மறுத்தார்.

குருகுலத்திற்கு காங்கிரஸ் கமிட்டி தரவேண்டிய பாக்கி ரூ.5,000ஐ அங்கு பொது உணவிடம் ஏற்படுத்தும் வரை தர இயலாது என்று செயலாளர் என்ற முறையில் பெரியார் முடிவெடுத்திருந்தார். ஆனால் அவருக்குத் தெரியாமலேயே பிராமணராயிருந்த ஒரு உதவி செயலாளர் மூலம் அப்பணத்தை காசோலையாகப் பெற்றார் வ.வே.சு.ஐயர். இதனால் ஆத்திரமுற்ற பெரியார் குருகுலத்தின் மீது 'முழுப்போர்' பிரகடனம் செய்து தமிழகம் முழுவதும் பிரச்சாரம் மேற்கொண்டார்.

ஏற்கெனவே கேரளாவிலுள்ள வைக்கம் என்ற ஊரில் பிராமணர் வசிக்கும் பகுதியில் பிற்படுத்தப்பட்ட ஈழவர்கள் நடப்பதைத் தடுத்ததையொட்டி எழுந்த பிரச்சனையில்

தலையிட்டு நடத்திய போராட்டத்தில் பிராமணப் பழமைவாதிகளின் நிலைப்பாடுகளால் ஆத்திரமுற்றிருந்த பெரியாருக்கு, தேசிய இயக்கத்துக்குள்ளிருந்த ஜாதீய உணர்வுகள் அவ்வியக்கத்திலிருந்து அவரை அன்னியப்படுத்தின.

செப்டம்பர் 1927-இல் கடலூருக்கு விஜயம் செய்த காந்தி, பிராமணர்கள் "அறிவின் கலன்கள், தியாகத்தின் உருவம்" என்று புகழ்ந்தார். பிராமணர்கள் தங்கள் பாரம்பரிய எளிமையைப் பேணி பிராமணரல்லாதோர் கொடுப்பதைப் பெற்று வாழ வேண்டுமென்றும் பிராமணரல்லாதோர் பிராமணரை வெறுப்பதன் மூலம் ஒரு புதிய தீண்டத்தகாதப் பிரிவை உருவாக்கிவிடக் கூடாதென்றும் பிராமணர்கள் இந்து மதத்தின் காவலர்களென்றும் கூறினார். பிராமணர் மீதுள்ள கோபத்தின் காரணமாக இந்து மதத்தின் அஸ்திவாரமாக இருக்கும் வர்ணாசிரம தர்ம அமைப்பினை பிராமணரல்லாதோர் தகர்த்துவிடக் கூடாதென்றும் வேண்டுகோள் விடுத்தார். வர்ணாசிரமம் என்பது ஒரு பிரபஞ்ச விதி, மனித ஆற்றலை உயரிய நோக்கங்களுக்குத் திசைத் திருப்பும் ஆன்மீகப் பொருளாதார விதி என்று விளக்கங்களைக் கொடுத்தார்.

இவ்விளக்கங்கள் ஏற்கெனவே காங்கிரஸிற்குள் நடக்கும் பிராமணிய ஆதிக்க செயல்பாடுகளினால் வெறுப்புற்றிருந்து பிராமணரல்லாதோரிடையே பெரும் அதிருப்தியைத் தோற்றுவித்தது. வர்ணாசிரம தர்மம் பற்றிய காந்தியின் நிலைப்பாட்டை மாற்றும் முயற்சியாக பெரியாரும் எஸ். ராமநாதனும் அவரைச் சந்தித்தனர். அவருடைய கருத்துக்கள் தீண்டாமை, பால்ய விவாகம் ஆகிய பிரச்சனைகளில் பிராமணிய பழமைவாத சக்திகள் மேற்கொண்டுள்ள நிலைப்பாடுகளையே வலுப்பெறச் செய்யுமென்றும் இச்சமூகத் தீமைகளுக்கு எதிராக காந்தி எடுத்துள்ள நிலைப்பாடுகளையே மறுதலிக்குமென்றும் எடுத்துக்கூறினர். காந்தியின் நிலையில் எவ்வித மாற்றமும் இல்லாததைக்கண்ட பெரியார் "இந்திய தேசிய காங்கிரஸ்,

இந்துமதம், பிராமணியம் ஒழியும்போது மட்டுமே " இந்தியாவுக்கு உண்மையான சுதந்திரம் கிடைக்கும் என்று காந்தியிடம் கூறினார்.

காங்கிரஸ் மூலம் சமூக நீதி கிடைக்காது என்று முடிவெடுத்த பெரியார் 1927-இல் அவ்வமைப்பிலிருந்து விலகி சுயமரியாதை இயக்கம் என்ற சீர்திருத்தப் பாதையில் செல்லத் தொடங்கினார். கலாச்சார ரீதியாக சமூக ரீதியாக ஒடுக்கப்பட்ட மக்களின் ஜனநாயக உணர்வுகளையும் உள்வாங்கி தேசவிடுதலை என்ற இலக்கினை நோக்கிச் செல்லும் இயக்கத்தை மேலும் அர்த்தமுள்ளதாக்குவதற்குக் கிடைத்த வாய்ப்பினை காங்கிரஸ் இழந்தது.

பிராமணரல்லாதோர் இயக்கம்

காங்கிரசிலிருந்து வெளியேறிய பெரியாருக்கு பிராமணரல்லாதோர் இயக்கமான நீதிக்கட்சியில் நேரடியாக இணையும் வாய்ப்பு இருந்தது. அக்கட்சியின் பல மாநாடுகளிலும் கூட்டங்களிலும் பெரியார் கலந்து கொண்டபோதிலும் அவ்வியக்கத்தின் குறிக்கோள் ஆட்சியிலும் அரசாங்கப் பதவிகளிலும் கல்வி, வேலை வாய்ப்புகளிலும் பிராமணரல்லாதோருக்கு அதிக பிரதிநிதித்துவம் வேண்டும் என்ற வட்டத்துக்குள்ளேயே நின்றிருந்ததைக் கண்டார். பிராமணரல்லாதோரின் நலன்களைப் பாதுகாக்கப் பிறந்த இயக்கம் என்று தன்னை அறிமுகப்படுத்திக்கொண்ட நீதிக்கட்சி 1916-இல் வெளியிட்ட பிராமணரல்லாதோரின் அரசியல் அறிக்கையில் இப்பிரிவில் பெரும்பான்மையோராயிருந்த விவசாயிகள், விவசாயத் தொழிலாளர்கள் அவர்களின் வாழ்வாதாரப் பிரச்சனைகள் பற்றி ஒரு வார்த்தைக் கூட இல்லை. ஏனெனில் பிராமணரல்லாதோர் இயக்கத் தலைவர்களின் சமூக, வர்க்க அடித்தளம் வேறு.

பிரிட்டிஷ் ஆட்சிக்காலத்தில் விவசாயம் வியாபாரமாக்கப்பட்டு,பருத்தி போன்ற பணப்பயிர்களுக்கு ஊக்கமளிக்கப்பட்டதால் பிராமணரல்லாத சாதியினரிடையே

பணக்கார விவசாயி, தரகு வணிகர், வட்டி முதலாளி போன்ற வர்க்கங்களும் படித்த, நடுத்தர வர்க்கமும் தோன்றின. இந்தக் காலகட்டத்தில்தான் 'பிரிட்டிஷ்' அரசு அதிகார இயந்திரத்தை மத்தியத்துவப் படுத்தியது: இந்தியமயமாக்கியது. ஏற்கெனவே கல்வியில், குறிப்பாக ஆங்கிலக் கல்வியில் வியாபித்திருந்த பிராமணர்களே பெரும்பாலான அரசுப் பதவிகளைத் தக்கவைத்துக் கொண்டிருந்தனர். கல்வியின் விரிவாக்கம் மற்றும் பிராமணரல்லாதோரிடையே புதிய வர்க்கங்களின் தோற்றத்தால் அரசாங்கப் பதவிகளில் இப்பிரிவினருக்கும் மக்கள் தொகைக்கேற்ப பிரதிநிதித்துவம் வேண்டும் என்ற கோரிக்கை எழுந்தது. மேற்கத்திய கல்வியினால் முன்னேற்றம் பெற்றிருந்த பிராமணர்களே தேசிய இயக்கத்தில் முன்னணி வகித்து வந்ததால் அவர்களுக்கு எதிராக இந்தியச் சமூகத்திலிருந்தே ஒரு பிரிவினர் எழுந்தனர். பிரிட்டிஷ் ஆட்சியின் பிரித்தாளும் சூழ்ச்சிக்கு வசதியாக இருந்தது. பிராமணரல்லாத பிரிவினரின் மேல்தட்டிலிருந்துவந்த வர்க்க சக்திகளின் அரசியல் வடிவமாக வந்த நீதிக்கட்சியின் முதல் அறிக்கை இதனால்தான் கல்வி, அரசாங்கப்பதவி என்ற குறுகிய கோரிக்கை வட்டத்திற்குள் நின்றது. பிரிட்டிஷ் ஆட்சி மட்டுமே வர்க்கங்களுக்கும் இனங்களுக்கும் இடையே தராசை நியாயமாகப் பிடிக்கும் வல்லமை படைத்தது என்றும் "பிரிட்டிஷ் ஆட்சியாளர்களின் செல்வாக்கினையும் அதிகாரத்தையும் அழிப்பதற்காக எடுக்கப்படும் எந்த முயற்சிக்கும் நாங்கள் ஆதரவளிக்க மாட்டோம்" என்றும் அந்த ஆட்சிக்கு ஆழ்ந்த விசுவாசத்துடன் நடப்போம் என்றும் பிராமணரல்லாதோர் அறிக்கை கூறியது. அமெரிக்க செவ்விந்தியர்களின் உடல்களின் மீதும் ஆப்பிரிக்க அடிமைகளின் ரத்தத்தை உறிஞ்சியும் பூதாகரமாய் வளர்ந்து நின்ற ஏகாதிபத்திய சக்தி, தாதாபாய் நௌரோஜி போன்ற அறிஞர்களினால் இந்தியச் செல்வங்களைக் கொள்ளையடிக்க வந்த கூட்டம் என்று புள்ளி விவரங்களுடன் அம்பலப்படுத்தப்பட்ட பிரிட்டிஷ் ஆட்சி தொடர வேண்டும்

என்று விருப்பம் தெரிவித்த வர்க்கம் பிராமணரல்லாதோரின் சுயமரியாதைவழி நலன் என்று எதைக் குறிப்பிடுகிறது என்பது தெளிவு.

பிராமணர்களோடு நடத்தும் அதிகார வர்க்கப் போட்டியைவிட சமூக, கலாச்சார தளங்களில் மனிதர்களைப் பிறப்பால் தாழ்த்தி வைத்திருக்கும் வர்ணாசிரம் தர்மத்திற்கு எதிரானப் போராட்டம் முக்கியத்துவம் வாய்ந்தது என்று முடிவெடுத்த பெரியார், எஸ். ராமநாதன் துவங்கிய சுயமரியாதைக் கழகத்தில் தன்னை ஐக்கியப்படுத்திக்கொண்டார். இந்தச் சமூக, கலாச்சாரப் போராட்டத்தின் சமூக அடித்தளம் பிராமணரல்லாதோரில் பெரும்பகுதியினரைக் கொண்டிருக்க வேண்டும் என்று நினைத்த பெரியார் விவசாயத் தொழிலாளர், தாழ்த்தப்பட்ட மக்கள், நாடார்கள், அகமுடையார், இசை வேளாளர், செங்குந்தர், வன்னியகுல சத்திரியர் போன்ற பிரிவினரிடையே இயக்கத்தை எடுத்துச் சென்றார். சௌந்தரபாண்டிய நாடார், ரெட்டைமலை சீனிவாசன், எம்.சி. ராஜா போன்ற பிற்படுத்தப்பட்ட தாழ்த்தப்பட்ட சமூகத் தலைவர்களையும் தன் இயக்கத்தில் இணைத்துக்கொண்டார்.

பிராமணர்கள் (ஆரியர்கள்) கலாச்சார ரீதியாக திராவிடர்களை அடிமைப்படுத்தி வைத்துள்ளனரென்றும் புராணங்களும் சாஸ்திரங்களும் மனுநீதியும் கொளுத்தப்பட வேண்டுமென்றும் கூறினார்.

சுயமரியாதை இயக்க வீரர்கள் தங்கள் பெயரிலும் உடலிலும் இருந்த ஜாதிய அடையாளங்களைத் துறந்தனர். 1932-ஆம் ஆண்டு மட்டும் 1,50,000 பேர் தங்கள் ஜாதிப் பெயர்களைத் துறந்ததாகக் கணக்கு உள்ளது. கலப்புத் திருமணம் வரதட்சணைமுறை கண்டனம் செய்யப்பட்டன. விதவை மறுமணத்துக்கு உற்சாகம் அளிக்கப்பட்டது. பெண்களுக்கு சொத்துரிமையும் விவாகரத்து உரிமையும் கோரப்பட்டது. மனித சிந்தனையின் மீது சாதியமும் மதமூட நம்பிக்கைகளும் கட்டியிருந்த சங்கிலிகளை அறுத்து,

வாய்ப்பளித்தால் எப்பிறப்பைச் சேர்ந்தவரும் முன்னேற முடியும் என்ற நம்பிக்கையை இளைஞர்கள், பெண்கள் மத்தியில் உருவாக்குவதில் சுயமரியாதை இயக்கம் பெரும்பங்காற்றியது.

மத நம்பிக்கையிலிருந்து மக்களை விடுவித்து, பகுத்தறிவு பாதையில் திருப்பிவிடும் வகையில் புரட்சிகரமான தீர்மானங்களை சுயமரியாதை இயக்கம் நிறைவேற்றியது. "வழிபாட்டுக்கென்று ஒரு பைசா கூட தமிழர்கள் செலவழிக்கக்கூடாது. கோவில் வருமானத்தைக் கொண்டுப் புதிதாக தொழில்நுட்பக் கல்வி, தொழிற்கல்வி, கல்வித் தொடர்பான ஆராய்ச்சிகள் நடத்தப்பட வேண்டும். கோவில் திருவிழாக்கள் நடத்துவதை விட்டு பொது சுகாதாரம் போன்றப் பிரச்சனைகளைப்பற்றிய கண்காட்சிகள் நடத்தப்பட வேண்டும்."

மேற்கூறிய தீர்மானங்களைப் பிராமணர்கள் மட்டும் கண்டிக்கவில்லை. நீதிக்கட்சி நடத்திய பிராமணரல்லாதோரும் நிராகரித்தனர். அதிகாரப் பங்கீட்டில் பிராமணர்களை விரோதியாகப் பார்த்த நீதிக்கட்சி தலைவர்கள் பலரும் சமூக கலாச்சாரத்துறைகளில் பிராமணியம் பிரதிநிதித்துவப்படுத்திய நிலப்பிரபுத்துவக் கலாச்சார மதிப்பீடுகளிலிருந்து அதிகம் மாறுபடவில்லை. பிராமணரல்லாதோர் இயக்கத்தின் இந்த முரண்பாடு தீர்க்கப்படாத ஒன்று. சமூக சீர்திருத்தம் என்ற கட்டத்திலிருந்து சோஷலிஸம் என்ற அடுத்த கட்டத்துக்கு பெரியார் முன்னேறிச் சென்றபோது இந்த முரண்பாடு மேலும் முற்றியது.

இடதுசாரித் திருப்பம்

ரஷ்யப் புரட்சியில் தொழிலாளி வர்க்க ஆட்சி ஏற்பட்டதன் வீச்சும் முதல் உலகப்போருக்குப்பின் ஏற்பட்ட பெரும் முதலாளித்துவ நெருக்கடியின் (Great depression) மோசமான தாக்கமும் புதிதாய்த் தோன்றி எழுந்துவரும் தொழிலாளி வர்க்கத்தினிடையே சோஷலிஸ மாற்றத்துக்கான ஒரு

வேட்கையைத் தோற்றுவித்தது. 1920-க்கும் 1930-க்கும் இடைப்பட்ட இக்காலக்கட்டத்தில் சென்னை மாகாணத்திலிருந்த தொழிற்சாலைகள், தொழிற்சங்கங்களின் எண்ணிக்கை 511-லிருந்து 1330 ஆக உயர்ந்தது. ஏறக்குறைய ஒரு லட்சமாக இருந்த தொழிலாளர் எண்ணிக்கை 1,90,500 ஆக உயர்ந்தது. சிங்காரவேலு செட்டியார், ப.ஜீவானந்தம் போன்றோர் இடதுசாரி கருத்துக்களை மக்களிடம் எடுத்துச்சென்றனர். இடதுசாரித் தலைவர்களுக்கும் பெரியாருக்கும் நெருக்கம் ஏற்பட்டது. பெரியாரின் உலகப்பார்வையில் ஒரு புரட்சிகர மாற்றமும் ஏற்பட்டது. இந்தக் காலகட்டத்தில் அவருடைய கருத்துக்கள் எவ்வளவு ஆழம் பெற்றன என்பதற்கு ஒரு சான்று:

"சாதாரணமாய் தீண்டாமை முதலிய ஜாதி வித்தியாசத்துக்கு அடிப்படையாய் இருப்பது பொருளாதார தத்துவமேயாகும். ஜாதி வித்தியாசம் என்பது ஏதோ ஒரு முட்டாள்தனத்தினால் ஏற்பட்டது என்று சொல்வதை ஒருநாளும் ஒப்புக்கொள்ள முடியாது. அது மிகவும் பொருளாதாரத்தை அடிப்படையாகக் கொண்ட முன் ஜாக்கிரதையான சுயநல அயோக்கியத்தனத்தால் ஏற்படுத்தப்பட்டதாகும். அந்நிலை கட்டுப்பாடாகவும் நிலையாகவும் இருப்பதற்காக சாஸ்திர ஆதாரங்களும் மதக்கோட்பாடுகளும் ஏற்படுத்தப்பட்டன. ஆகவே மக்களுக்குள் உண்மையான ஒற்றுமை ஏற்படவேண்டு மானால் தீண்டாமை நீங்கி உண்மையான சமத்துவம் ஏற்பட வேண்டுமானால் மதங்கள் ஒழிந்து பொருளாதாரத்துறையில் மக்கள் எல்லோரும் சமத்துவத்துடன் இருக்கும்படியான காரியங்கள் ஏற்பட்டால் ஒழிய மற்றெந்த வழியாலும் சாத்தியப்படக்கூடியது அல்ல என்றே சொல்லுவோம்."

அரசியல் பொருளாதார சமூக விடுதலைக்கான ஒரு அருமையான அரசியல் திட்டத்திற்கான கருவினை இந்த உரையில் பார்க்கலாம்.

சோவியத் யூனியன் பயணமும் பிரிட்டிஷ் இடதுசாரித் தொழிற்சங்கத் தலைவரான சக்லத் வாலாவின் சந்திப்பும்

ஒரு பெரும் சோஷலிச தாக்கத்தை பெரியாருக்குள் ஏற்படுத்தின. சுயமரியாதை இயக்கத்துடன் இணையாக சமதர்மக்கட்சி உருவாக்கப்பட்டது. சென்னை மாகாணத்தின் மூலை முடுக்குகளுக்கெல்லாம் சோஷலிசக் கருத்துக்களை பெரியாரும் சுயமரியாதை இயக்க வீரர்களும் எடுத்துச் சென்றனர். சுயமரியாதைக் கூட்டங்களின் முடிவில் “முதலாளித்துவம் ஒழிக, சோஷலிசம் வாழ்க” என்று மக்கள் எழுந்து நின்று குரல்கொடுத்த அற்புதம் நிகழ்ந்தது. நிலப்பிரபுத்துவ அமைப்பின் பிற்போக்குக் கலாச்சார உணர்வுகளிலிருந்து ஜனநாயக, சோஷலிச உணர்வை நோக்கி மக்களின் கணிசமான ஒரு பகுதியினரைத் திருப்பியதில் பெரியாரின் பங்கு மகத்தானது. சுயமரியாதை, சீர்திருத்தம், பிராமணர் அல்லாதோர் இயக்கம் என்ற பாதையில் போய்க்கொண்டிருந்த பெரியார், புரட்சிப்பாதையில் நடமாடத் தொடங்கியதும் இரண்டு பகுதியினர் கலவரமடைந்தனர். நீதிக்கட்சியிலும் சுயமரியாதை இயக்கத்திலும் இருந்த நிலவுடமையாளர்களும் சிறுமுதலாளிகளும் ஒருபுறம்.

ஏகாதிபத்திய பிரிட்டிஷ் ஆட்சி மறுபுறம், பெரியார்மீது இரு பக்கங்களில் இருந்தும் தாக்குதல். வர்க்க நலன்களுக்கு ஊறுவந்ததால் சிங்காரவேலருடன் சேர்ந்து பெரியார் இயற்றிய ஈரோட்டுத் திட்டத்தைக் கைவிட்டு சீர்திருத்தப்பாதைக்கு திரும்ப வேண்டும் என்று நீதிக்கட்சி கனவான்களைக் கூறினார். 1934 – ல் கம்யூனிச இயக்கத்தைத் தடை செய்த பிரிட்டிஷ் அரசு, சுயமரியாதை, சமதர்ம இயக்கத்தின் மீதும் நேரடித் தாக்குதல் தொடுத்தது.

பெரியார் சீர்திருத்தப்பாதைக்குத் திரும்பினார். தமிழகத்தில் முற்போக்கு அரசியல் தடத்தையே மாற்றிப்போட்ட முடிவு அது.

இடதுசாரித் தலைவர்களுடன் தொடர்பிருந்த காலத்திலேயே “பணக்காரர்களும் நமக்கு வேண்டும்” என்ற நிலை எடுத்த பெரியார் பிராமணர் அல்லாதோர் மற்றும் சுயமரியாதை இயக்கத்திற்குள் ஏற்பட்ட சமூக, வர்க்க

முரண்பாடுகளைத் தீர்த்து முன்னேறவில்லை.

1936 - ல் ராஜாஜி தலைமையில் காங்கிரஸ் ஆட்சிக்கு வந்ததும் அதுவரை பிராமணர் அல்லாதோர் இயக்கம் அடைந்த சமூக, அரசியல் பலன்கள் (வகுப்புவாரி பிரதிநிதித்துவம், தேவதாசிமுறை ஒழிப்பு, பால்ய விவாக தடுப்பு, அறநிலையத்துறை மசோதா) பிராமணரின் தலைமையிலான காங்கிரஸ் ஆட்சியில் அடிபட்டுவிடும் என அவர் அஞ்சினார். அவரை சோஷலிசப் பாதையில் வைத்திருப்பதற்கான இடதுசாரி அமைப்போ அரசியல் திட்டமோ ஒரு தீர்க்கமான வடிவத்தைப் பெற்றிருக்கவில்லை.

இந்நிலையில் நீதிக்கட்சியின் பக்கம் பெரியார் சென்றார். ராஜாஜி அரசு, பள்ளிகளில் இந்தியை கட்டாயமாக்கியது. விடுதலை இயக்க வீச்சிற்கு முன்னால் நிலைகுலைந்து போயிருந்த பிராமணர் அல்லாதோர் இயக்கத்துக்கு புத்துயிர் அளித்தது. இந்தி எதிர்ப்புப்போரில் தமிழ் தேசியம் முனைப்புப்பெற்றது. சீர்திருத்தம், சுயமரியாதை என்ற பரிணாமங்களுடன் தமிழ் உணர்வு என்ற புதிய பரிணாமமும் சேர்ந்து பிராமணர் அல்லாதோர் இயக்கம் திராவிடர் இயக்கம் என்ற புதிய வடிவம் பெறுவதற்கான வரைபுள்ளிகள் வைக்கப்பட்டன.

ஆனால் இந்த வரைபடத்தை முழுமையாக்க நீதிக்கட்சியின் ஏகாதிபத்திய ஆதரவுப்போக்கு உதாவது என்பதை சரியாகப் புரிந்துகொண்ட சி.என். அண்ணாதுரை போன்ற பேச்சாற்றல் மிக்கத் தலைவர்கள் பெரியாரை நேரடியாக எதிர்க்காமல் அவரது உலகப்பார்வைக்கு அப்பாற்பட்ட ஒரு தளத்துக்கு இயக்கத்தைக் கொண்டு சென்றனர்.

விடுதலைப் போரின் வேகத்தில் நீதிக்கட்சி உதிர்ந்துபோக, திராவிடர் கழகம் பிறந்தது.

அரசியல் விடுதலை பெற்றபின் பிராமணர் தலைமையிலான காங்கிரஸின் ஆதிக்கத்தில் இருப்பதைவிட

திராவிட நாடு ஒன்றை தனியாகப்பெற்று பிரிட்டிஷ் ஆட்சியின் கீழ் இயங்க வேண்டும் என்ற நிலை எடுத்த பெரியார் இந்திய சுதந்திரத்தை அங்கீகரிக்கவில்லை. ஆகஸ்ட் 15 துக்க நாள் என்று அறிவித்தார். இந்த நிலைப்பாட்டில் இருந்து முற்றிலும் மாறுபட்ட அண்ணாதுரை போன்றோர் சுதந்திர இந்தியாவில் ஜனநாயக சாத்தியக்கூறுகளின் தன்மையை உணர்ந்து திராவிடர் கழகத்தை ஒரு முழு முதல் அரசியல் சக்தியாக மாற்றும் வண்ணம் திராவிட முன்னேற்றக் கழகத்தினை ஏற்படுத்தினர்.

ஜமீன்தார் மற்றும் பெருநில உடமையாளர்களுக்கும் புதிதாக மேல் எழுந்து வந்த மத்தியதர வர்க்கத்திற்கும் பிராமணர் அல்லாதோர் இயக்கத்தினுள் நிகழ்ந்த முரண்பாடே புதிய அரசியல் கட்சியாக முடிந்தது.

அரசியல் தளத்தில் மாற்றங்கள்

பெரியார் சோஷலிசப் பாதைக்குச் சென்று மீண்டும் சீர்திருத்தத்திற்குத் திரும்பியது ஒரு குண ரீதியான மாற்றத்தை ஏற்படுத்தியது போலவே, சீர்திருத்தம் என்ற தளத்தில் இருந்து முழுமையான அரசியல் தளத்திற்கு அண்ணாதுரை சென்றதும் திராவிட இயக்கக்கொள்கையில் ஒரு குணமாற்றத்தை ஏற்படுத்தியது. இதனை மூன்று கூறுகளாக இலங்கைத் தமிழ் அறிஞர் கா. சிவத்தம்பி கூறுவார்.

1. தேர்தல் அரசியலில் பங்குகொள்வது என்ற தீர்மானம். (1956)

2. நாத்திக நிலையில் இருந்து விடுபட்டு ஒன்றே குலம் ஒருவனே தேவன் என்ற நிலைபாடு.

3. திராவிட நாடு கோரிக்கை கைவிடப்படல்.

சமுக சீர்திருத்தத் தளத்திலிருந்து தேர்தல் அரசியலுக்கு வந்த திமுகவின் வளர்ச்சிக்கு நாத்திகம் ஒரு தடையாக இருக்கும் என்பதால் அக்கொள்கை நிலையிலிருந்து மாறியது. வளர்ந்து வரும் பிரதேச முதலாளித்துவத்திற்கு இந்தியா என்பது ஒரு பெரும் வணிகச் சந்தையாகவும் மேலெழுந்து வரும் மத்தியதர வர்க்கத்திற்கு

வேலைவாய்ப்புச் சந்தையாகவும் இருந்ததால் தனி நாடு கோரிக்கையையும் கைவிட்டது. ஆனால் மத்தியில் ஆட்சி புரிந்த காங்கிரஸ் வலுவிழக்கத் தொடங்கிய நேரத்தில் ஒரு பிரதேச சக்தியாக தன்னை அடையாளம் காட்டி மத்திய அரசு எதிர்ப்பு நிலை எடுத்து நின்றது. வடக்கு வாழ்கிறது தெற்கு தேய்கிறது என்ற கோஷங்களை விட்டு வடக்குடனான பேர ஆற்றலை வளர்த்துகொண்டது. 1972-ல் ஏற்பட்ட பிளவுக்குப் பின் திராவிட இயக்கத்தின் ஒரு கணிசமான பகுதி பிரதேச அரசியலில் இருந்து அகில இந்திய அரசியலுடன் ஐக்கியமாகி மத்திய அதிகாரத்தில் பங்காளியாகும் போக்கு ஏற்பட்டது. காங்கிரஸ் முற்றிலுமாக வலுவிழந்து அதற்கு மாற்றாக அகில இந்திய வீச்சுள்ள ஒரு சக்தி எழாத நிலையில் மத்திய ஆட்சியில் வலுவான பங்கு வகிக்கும் நிலைக்கு திராவிட இயக்கம் சென்றது.

சீர்திருத்தம் பகுத்தறிவு என்ற அடிப்படைகளில் இருந்து வெகுதூரம் வந்துவிட்ட நிலையில் தமிழர் என்ற உணர்வினாலும் பிற்படுத்தப்பட்ட தாழ்த்தப்பட்டோர் இயக்கம் இது என்ற நம்பிக்கையினாலும் பின்திரண்டு நிற்கும் மக்களின் வாழ்வில் உண்மையான மாற்றத்தை ஏற்படுத்தும் அரசியல் பொருளாதாரத் திட்டம் இல்லாததால் கொள்கைகளைப் பின்னுக்குத்தள்ளி தனிநபர் அரசியல் முன்னுக்கு வந்தது - நிலையில் அரசியல் அதிகாரம் மட்டுமே குறிக்கோள் என்று ஆகிவிட்டபிறகு ராமனும் ராவணனும் ஒன்றுதான். பாஜகவும் காங்கிரசும் ஒன்றுதான்.

முற்போக்கான அரசியல் பொருளாதாரத் திட்டம் திராவிடக்கட்சிகளுக்கு இல்லாதது, பெரியார் காலத்தில் இருந்தே வர்க்க நிலைப்பாட்டினை மேற்கொள்ளாத ஒரு வரலாற்றுப் பலவீனம். "பொப்பிலி அரசரை ஆதரித்துக்கொண்டே ஜமீன்தார் அல்லாதார் மாநாட்டினை நடத்தினார்; நாட்டுக்கோட்டை செட்டியார்களை வைத்துக்கொண்டே லேவா தேவிக்காரர் அல்லாதார் மாநாடு நடத்தினார். உயர்சாதி இந்துக்களை தலைவராகக் கொண்டு தீண்டாமை விலக்கு மாநாடு நடத்தினார்; தரகு

வணிகர்களுக்கு நிலப்பிரபுக்களும் அமர்ந்த மேடையில் ஏகமனதாக சமதர்மத்தீர்மானம் இயற்றப்பட்டது'' என்று கோ.கேசவன் பெரியாரை விமர்சித்தது போலவே நிலவுடமையாளர்களின் ஆதரவை வைத்துக்கொண்டே நிலச்சீர்திருத்தச் சட்டத்தை எந்த அளவுக்கு திராவிட கட்சிகள் தீவிரமாக அமுல்படுத்தியிருக்க முடியும்?

அரசு அதிகார எந்திரத்திலும் சமூக அளவிலும் பிராமண மேலாண்மையை நீக்கி எல்லா சமூகத்தவருக்கும் வகுப்புவாரி பிரதிநித்துவம் கிடைக்கச் செய்யும் ஜனநாயகமயமாக்கும் போக்கிற்கு திராவிடஇயக்கம் தலைமை வகித்தபோதிலும் ஏறக்குறைய 40 ஆண்டுகால திராவிட ஆட்சியில் தலித்துகளுக்கு கல்வியிலும் அரசுப்பதவிகளிலும் நியாயமாகக் கிடைக்க வேண்டிய வாய்ப்புகள் மறுக்கப்பட்டுள்ளன என்று சமீபத்திய ஆய்வுகள் தெரிவிக்கின்றன. அதேபோல் சமூக அளவிலும் பல இடங்களில் தீண்டாமையின் வடிவங்கள் நிலவுகின்றன. வன்முறையும் நடக்கிறது. அரசியல் அதிகாரம் இருந்தபோதிலும் திராவிட இயக்கத்தால் ஜனநாயகமயமாக்கும் போக்கினை நிறைவு செய்ய இயலவில்லை என்பது தெளிவு. மேலவளவும் தாமிரபரணியும் இதற்குச் சான்றுகள்.

இடஒதுக்கீடு, வகுப்புவாரி பிரதிநிதித்துவம் என்பவை திராவிட இயக்கச் சாதனைகள். ஆனால் இட ஒதுக்கீடு என்பது அரசாங்க வேலைகளில்தான். தனியார்மயம், உலகமயம், தாராளமயம் என்ற பெயரில் வேலைவாய்ப்புகளே குறைந்துகொண்டிருக்கும் நேரத்தில் இடஒதுக்கீடு என்ற கொள்கைக்கு குந்தகம் விளைந்துகொண்டிருக்கும் வேளையில் தெளிவான பொருளாதாரக் கண்ணோட்டமும் வர்க்கப்பார்வையும் இல்லாத திராவிட இயக்கம் எப்படி சமூக நீதியைக் காக்கப்போகிறது? உலகம் முழுவதும் நிதி மூலதனத்தின் தாண்டவம் வேலை வாய்ப்புகளையும் நீர், நிலம், காற்று போன்ற மனிதகுலத்தின் பொதுச்சொத்துக்களையும் சூறையாடிக்கொண்டிருக்கிறது.

காலனி ஆதிக்க காலத்தைவிட வேகமாக மூன்றாம் உலகநாட்டு மக்களை வறுமையிலும் துயரத்திலும் ஆழ்த்திக்கொண்டிருக்கிற பாசிச சக்திகள் பன்முக கலாச்சாரத் தன்மைகளை ஒருமுகப்படுத்த முனைந்து கொண்டிருக்கின்றன. ஏகாதிபத்தியம் ஈராக்கிலும் ஆப்கானிஸ்தானத்திலும் தன் உண்மையான முகத்தைக்காட்டி வருகிறது. தனி மனிதர்கள் மட்டுமல்ல பல நாடுகளில் பொருளாதார சுதந்திரமும் சுயமரியாதையும் கேள்விக்குள்ளாக்கப்பட்டு வருகின்றன. இந்த முயற்சிகளுக்கெல்லாம் எதிர்ப்பலைகளும் எழுந்துகொண்டுதான் இருக்கின்றன. இந்த எதிர்ப்புக்கு இன்றும்கூட ஆயுதமாகப் பயன்படும் ஆற்றலைக்கொண்டவைதான் 1930 - களில் பெரியார் முன்வைத்த சுயமரியாதையும் சமதர்மமும்.

16

இன்று தணிந்தது இந்த ஜனநாயக தாகம் -நேபாளம்

அங்கு மக்களுக்குப் பல உரிமைகள் அளிக்கப் பட்டிருந்தன. அவற்றிற்கெல்லாம் உத்தரவாதம் அளிக்கும் வகையில் ஒரு அரசியல் சட்டமும் இருந்தது. மன்னர் ஒருவர் இருக்கிறார். அவருக்கும் ஒரு உரிமை உண்டு. அரசியல் சட்டத்தை ரத்து செய்து அவசர நிலை பிரகடனம் செய்யும் உரிமையே அது. சில நாட்களுக்கு முன்வரை நேபாள நாட்டின் அரசியல் நியதி இது.

இன்று ...

கட்சியில்லாப் பஞ்சாயத்து ஆட்சி என்ற போர்வையில் அரசனின் ஆட்சியை எதிர்த்துப் போராடிய நேபாளி காங்கிரஸ் மற்றும் இடது முன்னணி இணைந்து ஒரு இடைக்கால அரசினை ஏற்படுத்தியுள்ளனர். புதிய அரசியல் சட்டத்தை உருவாக்குவதற்கான கமிட்டி ஒன்று அமைக்கப்படவுள்ளது. கட்சிகள் மீதுள்ள தடைகள் நீக்கப்பட்டுள்ளன. பஞ்சாக்கள் என்றழைக்கப்படும் தற்போதைய பஞ்சாயத்து அமைப்பின் உறுப்பினர்களைக் கொண்ட ஒரு கட்சியை மன்னன் வீரேந்திரா தொடங்கலாம் என எதிர்பார்க்கப்படுகிறது. இந்த மாற்றங்கள் எவ்வாறு நிகழ்ந்தன? யார் நிகழ்த்தினர்? பஞ்சாயத்து ஆட்சி முறை என்றால் என்ன?

இக்கேள்விகளுக்கு பதிலளிக்குமுன் நேபாளத்தைப் பற்றிய ஒரு சிறிய அறிமுகம்.

இமயமலைத் தொடரின் தென் சரிவுகளில் இந்தியாவுக்கும், சீனத்துக்குமிடையே படுத்திருக்கும் சிறிய நாடுதான் நேபாளம். மங்கோலிய பூர்வகுடியைச் சேர்ந்த இம்மக்கள் சிறு சிறு மலையினங்களாகப் பிரிந்து கிடந்தனர். கோர்க்கா இனம் அவற்றுள் தலையாயது. சுமார் நூறாண்டு காலம் ராணாக்கள் என்ற நிலப்பிரபுத்துவக் குடும்ப ஆட்சியின் கீழ் இருந்து வந்த இவர்களுக்கு 1951ஆம் ஆண்டு அவ்வாட்சியிலிருந்து விடுதலை கிட்டியது. ஆனால் புதிய பிரச்சனை தற்போதைய மன்னரான வீரேந்திராவின் பாட்டனார் வடிவில் வந்தது. ஒரு பரம்பரை ஆட்சி போய் மற்றொன்று வந்தது. ஆனால் ஒரு வித்தியாசம். அரசியல் சட்டம் என்ற ஒன்று 1962ஆம் ஆண்டு இம்மன்னர்களின் ஆட்சியில் உருவானது. பதினைந்து நிலப்பிரபுக்களின் கீழ் சிதறிக்கிடந்த பகுதிகள் இணைக்கப்பட்டு பேரரசு உருவாக்கப்பட்டது. இதன் பெயர் : "அரசியல் சட்டரீதியான மன்னராட்சி முறையிலமைந்த இந்து நாடு"

ஆம். இது ஒரு மதம் சார்ந்த நாடு. சனாதன தர்மத்தை அடிப்படையாகக் கொண்ட இந்து நாடு. இங்குள்ள மற்றொரு முக்கிய மதம் புத்தமதம். இங்கு கிறிஸ்துவ மிஷினரிகள் உள்ளனர். ஆனால் மதமாற்றம் தடை செய்யப்பட்டுள்ளது.

அரசியல் சட்டப்படி நேபாளத்தில் அடிப்படை ஜனநாயக அமைப்புகள் கிராம மற்றும் நகரப் பஞ்சாயத்துக்கள் ஆகும். இவ்வமைப்புகள் மாவட்டப் பஞ்சாயத்துக்களையும், அவை மண்டலப் பஞ்சாயத்துக்களையும் தேர்ந்தெடுக்கும். மண்டலப் பஞ்சாயத்துக்கள் சேர்ந்து ராஷ்டீரியப் பஞ்சாயத்து எனப்படும் தேசியப் பஞ்சாயத்துகளைத் தேர்ந்தெடுக்கின்றன.

அரசர் இந்த தேசியப் பஞ்சாயத்து உறுப்பினர்களில் சிலரை அமைச்சராக நியமிப்பார். அரசியல் சட்டத்தின் 81வது பிரிவின்படி சட்டத்தை 'சஸ்பெண்டு' செய்யும் உரிமையும், அவசர நிலைப் பிரகடனம் செய்யும் உரிமையும் அரசருக்கு உள்ளது.

வானளாவும் அதிகாரத்தைக் கையில் வைத்துக் கொண்டு பஞ்சாயத்து அமைப்பினை அதற்கு சாதகமாக மன்னர் பயன்படுத்திவரும் அமைப்பினை எதிர்த்துதான் 30 ஆண்டுகளுக்கு முன்பே எதிர்ப்பலைகள் எழும்பத் தொடங்கின.

1960 -ல் தற்போதைய மன்னரான வீரேந்திராவின் தகப்பனார் மகேந்திரா, மக்களால் தேர்ந்தெடுக்கப்பட்ட நேபாளி காங்கிரஸ் அரசினைக் கவிழ்த்தார். இந்த ஜனநாயக விரோதச் செயலை எதிர்த்து நேபாளி காங்கிரஸ் ஆயுதமேந்தியது. ஆயினும் இடதுசாரிக் கட்சிகளுக்கும், நேபாளி காங்கிரசுக்குமிடையே இருந்த தத்துவார்த்த வேறுபாட்டினைப் பயன்படுத்திக் கொண்ட மகேந்திரா, பஞ்சாயத்து அமைப்பினை ஏற்படுத்தி தம்முடையது மக்களுக்கான அரசு என்ற தோற்றத்தை உருவாக்குவதில் வெற்றி கண்டார் இந்திய - சீன எல்லைப் பிரச்சினைகளினால் நிலவிய பதட்ட நிலையில், நேபாளத்தைக் காப்பதாகக் கூறி பல உலக நாடுகளும் அவருக்கு ஆதரவளித்ததினால் அவருடைய கரம் மேலும் பலமடைந்தது.

ஆனால் 1979இல் பஞ்சாயத்து அமைப்பு பெரும் எதிர்ப்பினை சந்தித்தது. ஜனநாயக சக்திகளுக்கும், கம்யூனிஸ்ட் அமைப்புகளும் இணைந்து பஞ்சாயத்து அமைப்பிற்கெதிரான மக்களின் கோபத்தை ஒருமுகப்படுத்துவதில் வெற்றி கண்டன. நிலைமை கட்டுக்கடங்காமல் போய்விடும் எனக் கவலையுற்ற அரசர், பஞ்சாயத்து அமைப்பு வேண்டுமா? வேண்டாமா? என்று முடிவு செய்வதற்கான பொது வாக்கெடுப்பு நடத்த முன்வந்தார். இவ்வாக்கெடுப்பு உண்மையில் 1980இல் நடைபெற்றது. ஒரு வருட கால இடைவெளியைப் பயன்படுத்தி தன் அதிகாரத்தினையும் துஷ்பிரயோகம் செய்து பஞ்சாயத்து அமைப்பிற்கு அனுகூலமான தீர்ப்பினைப் பெற்றார்.

பஞ்சாயத்து அமைப்பு தொடர்வதற்கு ஒரு முக்கியக் காரணம் தங்களிடையே நிலவும் ஒற்றுமையின்மையே என்பதையுணர்ந்த நேபாளி காங்கிரஸும், ஒன்றுபட்ட இடதுசாரிக் கூட்டணியும் இணைந்து நின்று போராடுவது என முடிவெடுத்தன.

இப்போராட்டத்திற்கு வழக்கறிஞர்கள், மருத்துவர்கள், அரசு ஊழியர்கள், அறிவுஜீவிகள் மற்றும் வியாபாரிகளிடையே ஒரு பிரிவினர் ஆகியோரின் பெரும் ஆதரவு கிடைத்தது. அரச குடும்பத்தினரோ அவர்களது நண்பர்களோ கடை வீதியில் செல்லும்போது அவர்களை மக்கள் நிறுத்திவைத்துக் கேள்வி கேட்குமளவிற்கு உணர்வுகள் கரைபுரண்டு ஓடின.

ஒன்றுபட்ட அமைப்புகள் 1990 ஆண்டு பிப்ரவரி 18 அன்று ஒரு மாநாட்டை நடத்தி ஒத்துழையாமை இயக்கத்தைத் தொடங்கின. இம்மாநாட்டில் மார்க்ஸிஸிட் கட்சியின் தலைமைக் குழு உறுப்பினர் ஹரிகிஷன் சிங்சுர்ஜித் உட்பட இந்திய அரசியல் தலைவர்கள் தங்கள் ஆதரவைத் தெரிவித்தனர். அங்கிருந்து கிளம்பிய பொறி நேபாளம் முழுவதும் உணர்வுத் தீயைத் தூண்டி ஜனநாயகத்தை ஏற்படுத்தியது.

ஸ்தம்பித்துப் போன நேபாள அரசு பத்திரிகைகளைத் தடை செய்தது. அடக்குமுறையை ஏவியது. நூற்றுக்கணக்கானோர் துப்பாக்கிச் சூடுகளுக்குப் பலியாயினர். ஆயிரக்கணக்கானோர் காயமடைந்தனர். அவர்களுக்கு உதவப் போன மருத்துவர் மற்றும் செவிலியர்கள் மீது காட்டுமிராண்டித்தனமான தாக்குதல் நடத்தப்பட்டது. ஒவ்வொரு நாளும் ஒவ்வொரு பிரிவினர் மக்கள் போராட்டத்தில் இணைந்தனர்.

வீரேந்திரா தனது கைப்பாவையான பிரதமர் ஸ்ரேஷ்தாவை பதவியிலிருந்து நீக்கி மற்றொரு தலையாட்டி பொம்மையான 'லோகேந்திர பகதூர் சந்த்' என்பவரைப் பிரதமராக்கினார். ஒப்பனை மாற்றங்களுக்கு மயங்கவில்லை மக்கள். மண்டியிட்டது மன்னன்தான்.

ஜனநாயக இயக்கத் தலைவர்களை பேச்சுவார்த்தைக்கு அழைத்த வீரேந்திரா தற்போதுள்ள அரசினைக் கலைத்து எதிர்க்கட்சியின் தலைமையிலான இடைக்கால அரசினை ஏற்படுத்த ஒப்புக்கொண்டார். பஞ்சாயத்து முறையை நீக்கி ஜனநாயக அடிப்படையிலான அரசியல் சட்டம் ஒன்றினை ஏற்படுத்தவும் ஒப்புக்கொண்டார்.

நேபாளி காங்கிரஸ் தலைமையில் கிருஷ்ண பிரசாத் பட்டரையை பிரதமராக கொண்ட, இடதுசாரிக் கட்சிகளும் அங்கம் வகிக்கும் ஒரு இடைக்கால அரசு இப்போது அமைந்துள்ளது. இன்னும் ஒரு வருடத்தில் தேர்தல்கள் நடைபெற உள்ளன.

(மக்களின் ஜனநாயகப் போராட்டம் வெற்றியடைந்த போதிலும், நேபாளம் இன்னும் நிலையான அரசாங்கத்தைப் பெறவில்லை. அரசியல் குழப்பம் தொடர்கிறது.)

இளைஞர் முழக்கம்

17

எட்வார்டோ கலியானோ - கதை சொல்லும் கலகக்காரனின் கதை

“நாடுகளுக்கிடையே ஒரு வேலைப்பிரிவினை இருக்கிறது. சில நாடுகள் வெல்வதில் தேர்ச்சி பெறுகின்றன. வேறு சில இழப்பதில் தேர்ச்சி பெறுகின்றன. உலகத்தில் நாங்கள் வசிக்கும் பகுதியான லத்தீன் அமெரிக்காவின் மக்கள் தோற்பதில் தேர்ச்சி பெற்றவர்கள். மறுமலர்ச்சிக் கால ஐரோப்பியர்கள் கடல் கடந்து வந்து (அமெரிக்க) இந்திய நாகரிகத்தின் குரல்வளைகளில் பற்களைப் பதித்த பழங்காலம் தொட்டு தோற்றுக் கொண்டே இருப்பவர்கள் நாங்கள்'' இப்படித்தான் துவங்குகிறது எடுவார்டோ கலியானோ எழுதிய ‘லத்தீன் அமெரிக்காவின் திறந்திருக்கும் ரத்த நாளங்கள்’

நம் நாட்டைவிட்டு விரட்டிவிட்டதாக நாம் நினைத்துக் கொண்டிருந்தபோது: விரட்டுவதில் முன்நின்றவர்களின் தோள்களின் மீதே அமர்ந்து ஏகாதிபத்தியம் மீண்டும் ஊர்வலம் வரும் இன்றயை இந்தியாவில் கலியானோவைப் பற்றியும், அவருடைய எழுத்துகளைப் பற்றியும் அறியாமலிருப்பது துப்பாக்கியும் தோட்டாக்களும் இல்லாமல் வேட்டைக்குப் போவதற்கு ஒப்பாகும். நம்மைப்போல் இழந்து கொண்டிருப்பவர்களின் கதையை மட்டும் சொல்லிப் புலம்பிக் கொண்டிருக்கவில்லை கலியானோ அவர்கள். எழுந்து நிற்கும் சமகால வரலாற்றையும் சேர்த்தே பதிவு செய்கிறார். லத்தீன்

அமெரிக்காவின் ஐந்நூறு படைச் சோகத்தையும் கோபத்தையும் கவித்துவம் ததும்பும் வார்த்தைகளால் வர்ணிப்பதோடு நிறுத்திக் கொள்ளாமல், ஐரோப்பியக் குடியேறிகள் உருவாக்கிய அமெரிக்க ஏகாதிபத்தியம் இன்றும் நடத்திவரும் சுரண்டலின் சல்லி வேர்கள் வரை நம் கவனத்தை ஈர்க்கிறார். அவர்களால் இந்தப் புதிய எழுத்து முறைக்கு புனைவற்ற கதை சொல்லல் என்று பெயர்.

ஐரோப்பியர்கள் ஆதிவாசிகளாய் குகைகளுக்குள்ளேயிருந்த காலத்திலேயே நாகரிகத்தின் உச்சங்களைத் தொட்டிருந்தவர்கள் மாயா, இன்கா, அஸ்டெக் என்ற இனங்களைக் சேர்ந்த தென் அமெரிக்கப் பூர்வகுடியினர். 1492ல் இந்தியாவைத் தேடிக் கப்பலேறிய ஸ்பானிய மாலுமி கொலம்பஸ் தென் அமெரிக்க கரையை அடைந்தபோது, அவனை வரவேற்க ஓடிவந்த பூர்வகுடியினரை தங்கம் கொண்டுவருமாறு கேட்டான். கொண்டு வராதவர்கள் முடமாக்கப்பட்டனர். கொலை செய்யப்பட்டனர். அதற்குப் பின்னர் பல ஐரோப்பியக் கப்பல்கள் அமெரிக்கக் கண்டத்தை நோக்கி வந்தன. ஐரோப்பிய முதலாளித்துவத்தின் மூலதனம் அமெரிக்ககண்டத்தின் தங்கமும், வெள்ளியும், தாமிரமும், தகரமும். பயிர்களும்,பழங்களும், நிலங்களும், நீர்நிலைகளும் லட்சக்கணக்கான செவ்விந்தியர்களின் உழைப்பும், உயிர்களும். மேற்கத்திய நாகரிகத்தின் அபரிமிதமான வளர்ச்சிக்கு தென்அமெரிக்க மக்களின் ரத்த நாளங்களில் இருந்தே நீர்பாய்ச்சப்பட்டது. நியூயார்க், வாஷிங்டன் நகரங்களில் ஓங்கி நிற்கும் அடுக்குமாடிக் கட்டடங்கள் செவ்விந்தியர்களின் எலும்பினால் அஸ்திவாரமிடப்பட்டிருக்கிறது. பல நூற்றாண்டுகளாக வஞ்சிக்கப்பட்ட பூர்வகுடி செவ்விந்தியர்களின் ஆவியாகிப் போன வியர்வையும் ரத்தமும்தான் இன்று ஏகாதிபத்திய மையங்களில் மழையாகப் பெய்து கொண்டிருக்கிறது.

“எங்களுடைய தோல்வி எப்போதுமே மற்றவர்களின்

வெற்றிப்பகட்டில் மறைந்து நிற்கிறது. சாம்ராஜ்யங்கள், அவற்றின் உள்ளூர் கங்காணிகளின் வாழ்க்கைக்கு வளம் சேர்த்ததினால் எங்களுடைய செல்வமே எங்களின் வறுமைக்குக் காரணமானது. காலனிய ரஸவாதத்தில் தங்கமும் தகரமாகிவிடும். உணவும் விஷமாய்ப் போகும்" என்று எழுதுகிறார் கலியானோ.

"லத்தீன் அமெரிக்காவின் திறந்திருக்கும் ரத்த நாளங்கள் ஓர் அரசியல் இலக்கியம். உலகெங்கிலும் கம்யூனிஸப் பரவலைத் தடுத்தே தீருவேன் என்று அமெரிக்க ஏகாதிபத்தியம் கொக்கரித்துக் கொண்டிருந்த வேளையில் ஒருதிருப்பம். அதன் கொல்லைப் புறத்தில் கியூபா சிவப்பானது. கிலிகொண்ட ஏகாதிபத்தியம் அந்தச் சிறிய தீவின் புரட்சித் தீயை அணைப்பதற்கு முயற்சி செய்து கொண்டிருக்கும் போதே சிலி நாட்டு மக்களும் சிவந்தார்கள். ஓட்டுப் போட்டு சால்வடோர் அலெண்டேயை ஆட்சியில் அமர்த்தினார்கள். லத்தீன் அமெரிக்கா முழுவதிலும் சோஷலிஸத்தின் தாக்கம் ஏற்பட்டுவிடுமோ என்ற பயத்தில் அமெரிக்க ஏகாதிபத்தியம் வன்முறையைக் கட்டவிழ்த்து விட்டது. தென் அமெரிக்கக் கண்டத்தில் பல சர்வாதிகாரிகளை வளர்த்தது. மக்களால் தேர்ந்தெடுக்கப்பட்ட அரசுகளை ராணுவப் புரட்சிகளால் தகர்த்து ஜனநாயகத்தைச் சாகடித்தது. ஆயிரக்கணக்கானோர் கைது செய்யப்பட்டனர். பலர் மாயமாய் மறைந்து போயினர்.

உருகுவே நாட்டிலும் ஒரு ராணுவப் புரட்சி நடந்தது. அதன் தலைநகரான மோண்டிவிடியோ நகரில் 1940ல் பிறந்து பத்திரிகையாளராய்ச் செயல்பட்டு வந்த கலியானோ கைது செய்யப்பட்டார். 'மார்ச்சா' 'எபோகா' என்ற பத்திரிகைகளின் ஆசிரியராக அவர் செயல்பட்டுக் கொண்டிருந்த காலத்தில் லத்தீன் அமெரிக்கா முழுவதிலும் அமெரிக்க ஆசியுடன் அரசு பயங்கரவாதம் கட்டவிழ்த்துவிடப்பட்ட சூழலில் அவர் எழுதிய புத்தகம்தான் 'ரத்தநாளங்கள்' ராணுவ அரசு

இப்புத்தகத்தை தடைசெய்தது. சிறைவாசத்திற்குப் பின் அர்ஜெண்டினா நாட்டிற்குத் தப்பிச் சென்றார். அங்கு 'ரைசிங்' என்ற கலாச்சார இதழைத் துவங்கினார். அர்ஜெண்டினா நாட்டிலும் ஒரு ராணுவப் புரட்சி நடந்தது. அறிவுஜீவிகள், இடதுசாரிகள். பத்திரிகையாளர்கள் மீது தாக்குதல் தொடங்கியது. ராணுவ அரசாங்கம் உருவாக்கிய கொலைப்பட்டாளத்தின் மரணப் பட்டியலில் கலியானோவின் பெயரும் இருந்தது. மறுபடியும் அவர் ஓட வேண்டியிருந்தது. இம்முறை அவர் கடல்கடந்து ஸ்பெயின் நாட்டிற்குச் சென்றார்.

அங்கிருக்கும் போது 'காதல் மற்றும் போரின் பகல்களும் இரவுகளும்' என்ற புத்தகத்தை எழுதினார். அதற்குப் பின் அமெரிக்கக் கண்டத்தின் ஆன்மாவுடன் ஓர் உரையாடல் நடத்தி ' நெருப்பின் நினைவுகள்.' என்ற புத்தகத்தை எழுதினார். கொலம்பஸ் வந்திறங்குவதற்கு முற்பட்ட காலத்திலிருந்து நவீனகாலம் வரையிலான லத்தீன் அமெரிக்க வரலாற்றைப் பதிவு செய்கிறார். "அமெரிக்கக் கண்டத்தினை ஒரு பெண்ணாக நான் கற்பனை செய்து கொண்டேன். அவள் தன் காதல் அனுபவங்களையும், தன் மீது நிகழ்ந்த பலாத்காரங்களையும் ரகசியமாக என் காதுகளில் சொன்னாள்." என்று கலியானோ கூறுகிறார்.

இந்தப் புத்தகத்தை மூன்று பாகங்களாக எட்டு மாதங்களில் தன் கைப்பட எழுதினார். "எனக்கு நேரத்தைச் சேமிப்பதில் குறிப்பான நாட்டம் இல்லை. நேரத்தை அனுபவிப்பதையே அதிகம் விரும்புகிறேன்." என்கிறார் கலியானோ. 1985 ஆம் ஆண்டு நடந்த ஒரு பொது வாக்கெடுப்பில் மக்கள் ஆதரவை ராணுவ அரசாங்கம் இழந்தபின் உருகுவே நாட்டிற்குத் திரும்பிய கலியானோ பல அற்புதப் படைப்புகளை இன்றுவரை எழுதிக் கொண்டிருக்கிறார்.

லத்தீன் அமெரிக்காவுக்கு அரசியலும் இலக்கியமும் கலந்து பொங்கும் பாரம்பரியம் உண்டு. இதை உருவாக்கியவர் ஸ்பானியக் காலனியாதிக்கத்திற்கு எதிராக

முதன் முதலில் வீறு கொண்டெழுந்த சைமன் பொலிவார். இவருடைய பேச்சிலும், உரைநடை எழுத்திலும் இருந்த இலக்கிய நயம் பின்வந்த போராளிகளுக்கு ஊக்க சக்தியாகத் தொடர்ந்தது. ஸ்பானியக் காலனியாதிக்கத்திற்கு எதிராக முதலில் எழுந்த கியூபா நாட்டுப் பேராளியான ஜோஸ் மார்ட்டி ஒரு கவிஞர் அதற்குப் பின் வந்த பிடல் காஸ்ட்ரோவும், சேகுவேராவும் அற்புதமான பேச்சாளர்கள். பாப்லோ நெருடா கவிதைகளின் அரசியல் வீச்சும் அற்புதங்களை நிகழ்த்தியது. இந்த வரிசையில் வருபவர்தான் கலியானோ.

மாபெரும் மனிதர்களும், மகத்தான படைப்புகளும் என்ன தன்மை கொண்டவை என்று சேகுவேராவின் மரணத்தைப் பற்றிய ஒரு கட்டுரையில்,

"மந்திரம் போன்ற வாழ்க்கைக்கு மந்திரம் போன்ற முடிவு" இவ்வாறு எழுதுகிறார் கலியானோ.

"சேகுவேராவின் வாழ்வும் - மரணமும் இந்த உலகத்தின் மீது குற்றம்சாட்டும் காவியப்படைப்பாக இருக்கின்றன. பெரும்பாலான மனிதர்களை சிறுபான்மையான மனிதர்களுக்காக பொதி சுமக்கும் விலங்குகளாகவும், சிறுபான்மையிலான நாடுகளின் நலனுக்காக பெரும்பான்மையான நாடுகளை அடிமைத்தனத்திற்குள்ளும், துயரத்திற்குள்ளும் தள்ளிவிடும் இந்த உலகத்திற்கு எதிரான குற்றச்சாட்டு அவரது வாழ்க்கை. அதே நேரத்தில் இத்தகைய உலகத்தை மாற்றும் அற்புதச்செயல்பாட்டில் தங்களை இணைத்துக் கொள்ள மறுக்கும் அகங்காரம் பிடித்தவர்களுக்கும், கோழைகளுக்கும், தலையாட்டிகளுக்கும் எதிரான குற்றச்சாட்டும் ஆகும்."

இவ்வகையில் கலியானோவின் வாழ்வும், படைப்புகளும் சுரண்டல் உலகத்திற்கெதிரான குற்றச்சாட்டுதான்!

செம்மலர். 2009

குறையப் பேசி நிறையச் சொல்வது

எடுவார்டோ கலியானோவுடன் ஜோனா ரஸ்கின் நடத்திய நேர்காணல்

1940 இல் உருகுவே நாட்டில் பிறந்த எடுவார்டோ கலியானோ தீவிர அரசியல் சாரமுள்ள புத்தகங்களை எழுதியிருக்கிறார். அவற்றில் ஒன்றுதான் 'லத்தீன்' அமெரிக்காவின் திறந்திருக்கும் ரத்தநாளங்கள் (1973). 300 பக்கங்களுக்கும் அதிகமான இந்தப் புத்தம் அமெரிக்க அதிபர் பாராக் ஒபாமவுக்கு வரலாற்றைக் கற்றுக் கொடுக்கும் என்ற நம்பிக்கையில் வெனிசுலா நாட்டு அதிபர் ஹியுகோ சாவேஸ் அதனைப் பரிசாக கொடுத்தார். அவருடைய மற்றொரு பெரிய படைப்பு 'நெருப்பின் நினைவு, தோற்றம், முகங்களும் முகமூடிகளும், காற்றின் நூற்றாண்டு' இது 1000 பக்கங்களைக் கொண்ட மூன்று புத்தகத் தொடர். சமீபத்தில் சிறுபுத்தகங்களை வெளியிட்டிருக்கிறார். சொற்களின் இயற்கைச் சமநிலையை ஏற்படுத்துவதற்காக அவர் சிறுபுத்தகங்களை எழுதியதாக வேடிக்கையாகக் கூறப்படுவதுண்டு. அவருடைய புத்தம்புதிய படைப்பு "கண்ணாடிகள்." அதில் ஏறக்குறைய உலகின் எல்லா விஷயங்களைப் பற்றியும் ஏராளமான குறிப்புகள். இவற்றுள் எந்தக் குறிப்பும் ஒரு பக்கத்திற்கு மேல் இல்லை. கலியானோவுடன் நடந்த இந்த நேர்காணலில் அவருடைய பதில்கள் கச்சிதகமாகவும், சுருக்கமாகவும், கவித்துவமாகவும், சில நேரங்களில் பூடகமாகவும் வந்து விழுந்ததில் ஆச்சரியம் ஏதுமில்லை. "நான் சொல்வீக்கத்துக்கு எதிராகப் போராடுகிறேன் லத்தீன் அமெரிக்காவில் அது பணவீக்கத்தை விட மோசமானது". நான் குறைந்த சொற்களின் மூலம் அதிகம் சொல்ல முயற்சிக்கிறேன்." என்கிறார் கலியானோ.

கே: லத்தீன் அமெரிக்காவை உங்கள் காதுகளில் பேசும் ஒரு பெண்ணாகச் சித்தரித்துள்ளீர்கள்? அப்பெண் உங்கள் தாயா?

ப: இல்லை, நான் கேட்டது என் தாயின் குரல் அல்ல. அது ஒரு காதலி. என் காதுக்குள் முணுமுணுத்த ரகசியங்கள்...

கே: உங்கள் வாழ்க்கைப்பாதையில் எதையெல்லாம் இழந்திருக்கிறீர்கள்?

ப: என் தோல்விகளின் தொகுப்புதான் நான் என்றே கூறுவேன். நான் இளமையில் கால்பந்து வீரனாக வேண்டுமென்று நினைத்தேன். ஆனால் எனக்கு மரக் கால்கள் இருந்தன. நான் பிறகு சாமியாராகலாம் என்று நினைத்தேன். அது முடியவில்லை. ஏனென்றால் எனக்கு பாவகரமான எண்ணங்கள் தோன்றிக்கொண்டே இருந்தன. அதற்குப் பின் நான் ஓவியக் கலைஞனாக முயற்சித்தேன். இப்போது சொற்களைக் கொண்டு ஓவியம் வரைந்துகொண்டிருக்கிறேன்.

கே: நாவல் எழுத்தாளர் சான்ட்ரா சிஸ்நெரோஸ் நீங்கள் ஒரு பெண்ணைப்போல் எழுதுவதாகக் கூறியதைக் கேட்டபோது என்ன நினைத்தீர்கள்?

ப: நான் சிரிக்கவோ சீறவோ இல்லை. அதை ஒரு புகழ்ச்சியாக எடுத்துக்கொண்டேன்.

கே: ஒரு ஆணைப்போல் அல்லது ஒரு லத்தீன் அமெரிக்கனைப் போல் எழுதுவது என்று ஏதாவது இருக்கிறதா?

ப: நேர்மையாக எழுதுவது என்பதுதான் முக்கியமானது. நாம் பேசும் வார்த்தைகளை வைத்துத்தான் ஒருவரை ஒருவர் அறிந்துவைத்திருக்கிறோம். நான் பேசும் வார்த்தைகள் தாம் நான். நான் என்னுடைய ஒரு சொல்லை உங்களுக்கு தரும்போது என்னையே தருகிறேன்.

கே: நாம் வாழும் யுகத்தின் ஆன்மா என்ற ஒன்று இருக்கிறதா?

ப: துப்பாக்கிச் சண்டைக்கு நடுவே மாட்டிக்கொண்ட ஒரு கண்பார்வையற்ற மனிதனைப் போல்தான் இன்றைய உலகம் ஓடிக்கொண்டிருக்கிறது.

ஆர். விஜயசங்கர்

கே: வரலாற்றை சாம்ராஜ்ஜியங்களின் எழுச்சி மற்றும் வீழ்ச்சியின் கதையாகவே நான் காண்கிறேன். உங்களுக்கு வேறுபட்ட கண்ணோட்டம் இருக்கிறதா?

ப: வரலாற்றில் சில சிறந்த கதைகள் மகிழ்ச்சியாக முடியவில்லை என்றுதான் இருக்கிறது. வரலாறு என்பதே எப்போதும் முடிவதில்லைதான். அது ஒவ்வொரு நாளும் துவங்குகிறது. அது நம்மிடமிருந்து விடைபெறப் போகிறது என்று நினைக்கும்போது, அது உண்மையில் பிறகு மீண்டும் சந்திக்கலாம் என்று சொல்கிறது.

கே: என்னுடைய தலைமுறைக்கு 1968 ஒரு சுழல் அச்சு போன்ற ஆண்டாக இருந்தது. உங்களுக்கு அப்படி ஏதாவது ஒரு ஆண்டு இருக்கிறதா? அல்லது இதெல்லாம் நாம் நமக்கே சொல்லிக் கொள்ளும் கதைகளா?

ப: காலம் தன்னை அளக்க நினைப்பவர்களை ஏளனம் செய்கிறது. அதே நேரத்தில் தேதிகளைக் காற்றில் கரையும் மணல் மேடுகள் போல் மறைந்து விடாமல் நினைவில் நிற்கச் செய்ய வேண்டிய தேவை நமக்கு இருப்பதையும் காலம் புரிந்து வைத்திருப்பதாகவே நான் நினைக்கிறேன்.

கே: மாந்திரிக எதார்த்தவாதம் (மேஜிகல் ரியலிசம்) என்பது ஒரு இலக்கிய வகையோ, எழுதும் முறையோ மட்டுமல்ல, அது உலகத்தில் ஒரு முழுமையான இருத்தல் முறையைக் குறிக்கிறது என்று எழுத்தாளர்களும் என்னிடம் சொல்கிறார்கள்? இதை நீங்கள் எப்படிப் பார்க்கிறீர்கள்?

ப: எல்லா எதார்த்தங்களும் மந்திரசக்தி வாய்ந்தவைதான். வடக்கிலும், தெற்கிலும், கிழக்கிலும், மேற்கிலும் இந்தப் புவிக்கோளம் முழுவதிலும், எதார்த்தம் எப்போதிலுமே ஆச்சரியங்களையும், புதிர்களையும் கொண்டது, ஆனால் நாம்தாம் பல சமயங்களிலும் அவற்றை உணராத குருடர்களாகவும், செவிடர்களாகவும் இருக்கிறோம். எழுதுவது அந்த மந்திரத்தை ஓரளவுக்காவது கைக்கொள்ள உதவுமென நினைக்கிறேன்.

கே: வரலாற்றின் மற்ற எல்லா சகாப்தங்களையும் விட நாம் வாழும் இந்த சகாப்தம் நாடு கடத்தல், அகதிகள், வெளியேற்றப்பட்ட மக்கள் போன்ற பிரச்சினைகளால் வரையறுக்கப் படுகிறது என, 'கீழ்நாட்டியல்' (ஒரியண்டலிஸம்) 'கலாச்சாரமும் ஏகாதிபத்தியமும்' போன்ற புத்தகங்களை எழுதிய எட்வர்ட் செய்ட் என்ற பாலஸ்தீனிய இலக்கிய விமர்சகர் கூறினார். இது குறித்து உங்களின் கருத்து என்ன?

ப: 'மற்றது' என்பதையே அச்சுறுத்தலாகவும், நம் சக மனிதர்களையே ஆபத்தானவர்களாகவும் பார்க்குமாறு இன்றைய உலகத்தையே மேலாதிக்கம் செய்யும் சக்தி நமக்கு கற்றுக்கொடுக்கிறது. உலகத்தை ஓர் ஓட்டப்பந்தயத் தடமாகவும் அல்லது போர்க்களமாகவும் காணும் உரு மாதிரியைக் நாம் ஏற்றுக்கொள்ளும் வரையிலும் நாம் அனைவருமே ஏதாவது ஒரு வடிவத்தில் நாடு கடத்தப்பட்டவர்களாகவே இருப்போம். நம் சொந்த நாடுகளிலிருந்து வெகுதொலைவில் பிறந்தவர்களாயினும், வேறு கால கட்டத்தில் பிறந்தவர்களாயினும் அவர்களுடன் சகநாட்டினர் போலவே வாழ முடியுமென்று நான் நம்புகிறேன்.

கே: உலகத்தின் மையமென்று ஒன்று உள்ளதா? புற எல்லை என்று உள்ளதா?

ப: உலகத்தின் எந்த இடமும் மற்றொரு இடத்தைவிட முக்கியத்துவம் வாய்ந்ததில்லை என்றும், எந்த மனிதனும் மற்ற மனிதனைவிட முக்கியமானவரில்லை என்றும் என்னுடைய புத்தகங்களில், குறிப்பாக கடைசியாக எழுதிய 'கண்ணாடிகள்' என்ற புத்தகத்தில் காட்ட முயற்சித்திருக்கிறேன். உலகத்தை இன்று கட்டுப்படுத்திக் கொண்டிருப்பவர்கள் மனித சமூகத்தின் கூட்டு நினைவினை வெட்டிச் சிதைத்துக் கொண்டிருக்கின்றனர். இவர்கள்தாம் ஒவ்வொரு நாளும் நம்முடைய இன்றைய எதார்த்தத்தையும்

வெட்டிச் சிதைத்துக் கொண்டிருக்கின்றனர். 'தலைமைப் பொறுப்பு' என்ற சொல்லுக்குப் பதிலாக 'நட்புணர்வு' என்ற சொல்லை எப்படிப் பயன்படுத்துவதென்பதை மேலாதிக்க நாடுகள் கற்கத் தொடங்கவேண்டும்.

கே: இந்தச் சூழலில் 'சே'வை திரும்பிப்பார்க்கும்போது, அவர் உருவம் பொறித்த டீ-சர்ட்டுகளும், அவரைப் பற்றிய திரைப்படங்களும், பிரம்மாண்டமான வாழ்க்கை வரலாறுகளும் வந்துவிட்டன. லத்தீன் அமெரிக்கா முழுவதிலுமுள்ள மக்கள் அவரை மரியாதையுடனும், பயம் கலந்த ஆச்சரியத்துடனும் நினைத்துப்பார்க்கின்றனர். நீங்கள் அவரை எப்படிப் பார்க்கிறிர்கள்?

ப: 'சே' 'சே'- வாகவே இன்றும் இருக்கிறார். அவர் ஒரு விடாப்பிடியான ஆசாமி. திரும்பத் திரும்பப் பிறந்துகொண்டிருக்கிறார். மரணமடைய மறுக்கிறார். ஏனென்றால் அவர் அவர் ஒரு அசாதாரணமான மனிதப் பிறவி. அவர் எண்ணியதைச் சொல்வார்; சொன்னதைச் செய்து முடிப்பார். இது அபூர்வம். நம்முடைய உலகத்தில் சொற்களும், செயல்களும் ஒரே வரிசையில் நிற்பதில்லை: அப்படி நின்றாலும் அரிதாகவே ஒன்றையொன்று அடையாளம் கண்டுகொள்கின்றன. அரிதாகவே பரஸ்பரம் வணக்கம் சொல்லிக்கொள்கின்றன.

கே: கதை எழுதுவதற்கு உதவியாகவோ அல்லது தடையாகவோ மார்க்சியம் எவ்வாறு இருந்திருக்கிறது?

ப: எனக்கு இருந்தது கத்தோலிக்க, குழந்தைப் பருவமும், மார்க்சிய விடலைப் பருவமும்! 'மூலதனத்' தையும் பைபிளையும் ஊன்றிப் படித்த ஒரு சிலரில் ஒருவனாக நானும் இருப்பேன். மானுட இனவியல் அருங்காட்சியகத்தில் வைக்கப்பட வேண்டியவன் நான். அந்த இரு நூல்களின் தாக்கமும் இன்னும் என்னுள் உயிரோடிருக்கிறது, ஆயினும் அவை என்னை சொந்தமாக்கிக் கொள்ளவில்லை.

கே: மற்ற வகையான எழுத்துக்களைவிட புனைகதைகளின் வாயிலாக உண்மையைச் சொல்வது எளிதானது என சமகால எழுத்தாளர்கள் பலரும் சொல்கிறார்கள். இதை நீங்கள். ஒப்புக்கொள்கிறீர்களா?

ப: எனக்கு நிச்சயமாகத் தெரியவில்லை. ஆனால் எதார்த்தத்தின் பயங்கரமும், அழகும் பைத்தியக்காரத்தனமும் எல்லாக் கவிஞர்களின் படைப்புகளையும் வென்றுவிடுகிறது என்று மட்டும் கூறமுடியும்.

கே: ஒரு குறிப்பிட்ட இடத்தில் இருக்கும்போது, "ஆஹா இங்கு இருப்பது மிகவும் வளர்ச்சியடைந்த கலாச்சாரம்," என்று எப்போதாவது எண்ணியதுண்டா? அதிக வளர்ச்சியடைந்த அல்லது குறைவாக வளர்ச்சியடைந்த கலாச்சாரங்கள் இருக்கின்றனவா?

ப; எல்லாக் கலாச்சாரங்களும் அறிந்து கொள்ளப்பட வேண்டியவைதான். எல்லாக் குரல்களும் கேட்கப்பட வேண்டியவை தான். நாங்கள் குரலில்லாதவர்களின் குரலாக இருக்க நினைக்கிறோம். என்று விடுதலை இறையியல் பேசும் என் இனிய கிருஸ்தவ நண்பர்கள் கூறுவதை நான் ஒப்புக் கொள்ளமாட்டேன். இல்லை, இல்லை, இல்லை. நம் எல்லோருக்கும் குரல் இருக்கிறது; நாம் பிறருக்குச் சொல்வதற்கு ஏதாவது ஒரு விஷயம் இருக்கிறது. அது கொண்டாடப்பட வேண்டிய, குறைந்தது மன்னிக்கப்பட வேண்டிய ஒன்றாயிருக்கலாம். ஆனால் மனித குலத்தின் பெரும்பாலோனோரின் குரல்கள் நசுக்கப்பட்டிருக்கின்றன. அவர்கள் பேசுவதற்குத் தடை விதிக்கப்பட்டிருக்கிறது.

கே; நவீன தொழில் நுட்பத்தைப் பற்றி என்ன நினைக்கிறீர்கள்.?

ப; இயந்திரங்களைப்பழி சொல்ல முடியாது. நாம் இயந்திரங்களின் வேலைக்காரர்களாகி விட்டோம். நாம் நம் இயந்திரங்களின் இயந்திரங்கள். புதிய தகவல்தொடர்பு

சாதனங்கள் நமக்கு பணிபுரிந்தால் மிகவும் பயனுள்ளவையே என்பதில் எந்த சந்தேகமும் இல்லை. ஆனால் நிலைமை நேர்மாறானது. கார்கள் நம்மை ஓட்டுகின்றன. கம்ப்யூட்டர்கள் நம்மை இயக்கும் மென்பொருளை எழுதுகின்றன. சூப்பர்மார்க்கெட்டுகள் நம்மை வாங்குகின்றன.

18

தமிழகத்தில் சித்தாந்தம் நீக்கப்பட்ட அரசியல்

பேரா கா. சிவத்தம்பியுடன் ஓர் நேர்காணல்

தமிழகத்தின் அரசியலில் 40 ஆண்டுகளுக்கு மேலாக ஆதிக்கம் செலுத்தி வருகிற திராவிட இயக்கம் இன்று அடையாள நெருக்கடிக்கு ஆளாகியுள்ளது. திராவிட முன்னேற்றக் கழகம், அனைத்திந்திய அண்ணா திராவிட முன்னேற்றக் கழகம், மறுமலர்ச்சி திராவிட முன்னேற்றக் கழகம் ஆகிய திராவிடக் கட்சிகள் போட்டி போட்டுக் கொண்டு காங்கிரசுடனும், ஆர்.எஸ்.எஸ். அமைப்பால் இயக்கப்படும் பி.ஜே.பி.யுடனும் கூட்டணி வைத்துக் கொள்வதையும், ஆட்சி அதிகாரத்தைப் பங்குப் போட்டுக் கொள்வதையும் விட இதற்கு சிறந்த சாட்சியம் வேறு எதுவும் தேவையில்லை. திராவிட இயக்கம் எதை எதையெல்லாம் எதிர்த்து துவக்கப்பட்டதோ, அந்த சக்திகளுடன் இன்று திராவிடப் பாரம்பரியக் கட்சிகள் கை கோர்த்து நிற்கின்றன. திராவிடக் கட்சிகள் தங்களை பெரியார் ஈ.வெ. ராமசாமி பாரம்பரியத்தின் உண்மையான வாரிசுகள் என வாய்ப்புச் கிடைக்கும் போதெல்லாம் வர்ணித்துக் கொள்ளத் தவறுவதேயில்லை. ஈ.வெ.ராவின் பகுத்தறிவுச் கொள்கையானது வேதங்களையும், சாத்திரங்களையும் நிராகரிக்க கூடியதாகும். ஆனால், வேதங்களின் உயரிய கருத்துகளும் பண்டைய இந்து மற்றும் இந்தியச் சாத்திரங்களுமே பாரதத்திற்கு வழிகாட்டும் கோட்பாடுகள் என அறிவிக்கிற பி.ஜே.பி.யோடு கைகோர்ப்பதற்கு இந்த திராவிடக் கட்சிகள் தயங்கவில்லை.

திராவிடஇயக்கம் பிறந்தபோது உயிர்மூச்சாய்க் கருதப்பட்ட சமூக நீதிக் கொள்கையானது பி.ஜே.பி. கட்சியின் சமூகத் தளமாகத் திகழக்கூடிய உயர்சாதியினரில் பெரும்பாலானோருக்கு உடன்பாடானது அல்ல. சங்பரிவாரத்தின் பார்வை ஒரே தேசம், ஒரே கலாச்சாரம் என்ற கோட்பாட்டின் அடிப்படையில் ஆனதாகும். இது மொழி வழி தேசியம், சமூக சீர்த்திருத்தம் ஆகிய இரு பெரும் நீரோட்டங்களுக்கு எதிரானதாகும். இவ்விரு நீரோட்டங்களின் சங்கமத்தின் விளைவாகவே தமிழகத்தில் வலிமை வாய்ந்த அரசியல் சக்தியாக திராவிட இயக்கம் உருவெடுக்க முடிந்தது. உண்மையில் பி.ஜே.பி. நிர்வாக வசதிக்காக மாநிலங்கள் சிறு சிறு பகுதிகளாக பிரிக்கப்பட வேண்டுமென்று கூறுகிறது. இது மொழிவாரி மாநிலங்கள் என்ற கோட்பாட்டிற்கு நேர் எதிரானதாகும். இந்தியச் சமூகத்தின் பன்முகத் தன்மையை பிரதிபலிக்க வேண்டுமென்ற ஜனநாயக தேவையை அடிப்படையாகக் கொண்டு இந்திய அரசியலமைப்புச் சட்டத்தை உருவாக்கிய முன்னோர்கள் வகுத்துத் தந்த கூட்டாட்சித் தத்துவத்தின் வெளிப்பாடுதான் மொழிவாரி மாநிலங்கள் ஆகும். அண்மைக் காலங்களில், நிதி ஆதாரப் பங்கீட்டில் சில மாநிலங்கள் தங்களுக்கு கூடுதல் விகிதம் அளிக்கப்பட வேண்டுமென கோரி வருகின்றன. ஆனால், மாநில சுயாட்சி வீரர்களான திராவிடக் கட்சிகளிடமிருந்து இக்கோரிக்கைக்குப் போதிய ஆதரவு கிட்டுவதில்லை.

திராவிடத்தின் அடிப்படைக் கோட்பாடுகளிலிருந்து இக்கட்சிகள் பிறழ்வதென்பது வெறும் அரசியல் சந்தர்ப்பவாதம் தொடர்பானது மட்டுமல்ல. தத்துவார்த்தப் பிறழ்வும் ஆகும். திராவிட இயக்கத்தின் பரிணாம வளர்ச்சினை 1940களிலிருந்து ஆழமாக ஆய்வு செய்து வருபவரும், இலங்கையைச் சேர்ந்த மிகச் சிறந்த தமிழறிஞருமான கார்த்திகேசு சிவத்தம்பி அவர்களின் கூற்றே இது. திராவிட இயக்க வரலாற்றின் வெவ்வேறு காலகட்டங்களில் தத்துவார்த்தத் திருப்பங்கள் நிகழ்ந்துள்ளன

என்கிறார் இவர். திமுகவை உருவாக்கிய சி.என்.அண்ணாதுரைக்கும், பெரியாருக்கும் இடையே ஏற்பட்ட பிளவை மிக முக்கியமான திருப்பமாக இவர் கருதுகிறார். இப்பிளவுக்குப் பிறகு திராவிட இயக்கம் மிக முக்கியமான சறுக்கல்களை சந்தித்தது.

நாத்திகத்திலிருந்து 'ஒன்றே குலம், ஒருவனே தேவன்' என்ற ஏகக் கடவுளை முன் வைக்கும் நிலைக்குச் சென்றது. அதுபோல சமூக சீர்த்திருத்தத்திலிருந்து தேர்தல் அரசியல் பிரிவினை வாதத்திலிருந்து தேச ஒற்றுமை ஆகிய மாற்றங்களுக்கும் ஆளாகியது. விடுதலைக்குப் பின் இந்திய அரசியலில் ஏற்பட்ட மாற்றங்கள் மற்றும் பொருளாதாரப் பாதை குறித்த தெளிவான பார்வையற்ற திராவிட இயக்க சித்தாந்தத்தின் பலவீனங்கள் ஆகியன மேற்கூறிய சறுக்கல்களுக்கான முக்கிய காரணிகள் ஆகும். காலத்திற்கேற்ற சித்தாந்த முதிர்ச்சி திராவிட இயக்கத்தில் இல்லை என்கிறார் சிவத்தம்பி. "திராவிட இயக்கம் பற்றிய ஆழமான ஆய்வுகளை உள்ளடக்கிய திராவிட இயக்கம் குறித்த புரிதல்: பிரச்சனைகளும், கோணங்களும்" என்ற ஆங்கில நூல் மற்றும் "இன்றைய சூழலுக்கு திராவிட இயக்க சித்தாந்தத்திற்கும் உள்ள தொடர்பு: ஒரு வரலாற்றுப் பார்வை" என்ற தமிழ் நூல் ஆகியன அவரின் இரு முக்கிய வெளியீடுகளாகும். இப்படிப்பட்ட திருப்பங்கள் சித்தாந்தமற்ற அரசியலுக்கு வழி வகுத்துவிட்டன என அண்மையில் பத்திரிகையாளர் ஆர்.விஜயசங்கருக்கு ஃபிரண்ட்லைன் ஆங்கில இதழுக்காக அளித்த நேர்காணலில் கா.சிவத்தம்பி கூறியுள்ளார். (இந்நேர்காணல் அப்பன் மேனன் நினைவுப் பரிசுக்காக மேற்கொள்ளப்பட்ட "1967க்குப் பிந்தைய திராவிட இயக்க வரலாற்றுக் கட்டம்" என்ற ஆய்வின் ஒரு பகுதியாகும்).

யாழ்ப்பாணம் பல்கலைக் கழகத்தின் புகழ்பெற்ற தமிழ்ப் பேராசிரியராய்ப் பணியாற்றி ஓய்வுப் பெற்றவர் சிவத்தம்பி மறைந்த கே.கைலாசபதி அவர்களைப் போன்றே இலங்கை ஈந்த மிகச்சிறந்த தமிழ் அறிஞராவார். தமிழர்களின் சமூக

கலாச்சார வரலாறு, தமிழ் மக்களிடையே கலாச்சாரம் மற்றும் தகவல் தொடர்பு, தமிழ் நாடகம், இலங்கை மற்றும் தமிழக அரசியல், இப்படி இவரின் ஆய்வுத் தளங்கள் விரிந்து கொண்டே செல்கின்றன. இவர் இத்தலைப்புகளில் 50 சிறு பிரசுரங்களையும், நூல்களையும் வெளியிட்டுள்ளார். தமிழ்மொழி வரலாற்றில் சங்க காலம் பற்றிய இவரின் ஆய்வு மிகச் சிறந்த முன்னோடியாகக் கருதப்படுகிறது. தமிழ்மொழி ஆய்வுகள் குறித்த இவரின் அறிவார்ந்த சாதனைகளைப் போற்றுகிற வகையில் தமிழக அரசு 2000ஆம் ஆண்டில் அவருக்கு திரு.வி.க விருதை அளித்து சிறப்பித்தது. சென்னை பல்கலைக்கழகம், ஜவஹர்லால் நேரு பல்கலைக்கழகம் ஆகிய இந்தியப் பல்கலைக்கழகங்களிலும், இங்கிலாந்திலுள்ள கேம்ப்ரிட்ஜ் பல்கலைக்கழகத்திலும், பின்லாந்து, நார்வே ஆகிய நாடுகளிலும் இவர் கௌரவ பேராசிரியராக பணியாற்றுகிறார்.

நேர்காணலிலிருந்து...

கே :- திராவிடம் ஒரு சித்தாந்தமாக உருவெடுத்த வரலாற்று பின்னணி என்ன?

திராவிட இயக்கத்தின் பாதையை நாம் திரும்பப் பார்த்தோமெனில் பிராமணரல்லாத பல சாதிகள் ஒருங்கு சேர்ந்த ஒரு புதிய வர்க்கம் அன்றைய சென்னை மாகாணத்தில் உருவான மிக முக்கியமான, முதன்மையான நிகழ்வினைக் காண இயலும். பிள்ளைமார்கள், நாயர்கள், கம்மா, காப்பு, ரெட்டியார்கள் உள்ளிட்ட கூட்டணியாகும் அது. அவர்களுக்கு ஏற்பட்ட அன்றையத் தேவைகள் அவர்களை ஒருங்கிணைக்கக் கூடிய சங்கிலிகளை இனம் காண்பதற்கு உதவியாய் இருந்தன. தத்துவார்த்த ஈர்ப்பு என்பது அன்றைய சமூக, அரசியல் அல்லது சித்தாந்த தேவையாக இருந்தது. குறிப்பிட்ட குழுவைச் சார்ந்த மொழிகளின் ஒரு பிரிவு என்ற பொருளுடன் முதலில் தொடங்கி அவ்வாறே ஏற்றுக் கொள்ளப்பட்ட நிலையிலிருந்து திராவிட இயக்க சித்தாந்தம் மேலும் வளர்ச்சியடைந்தது. இதுவே ஒருங்கு சேர்தலுக்கு வழியும் வகுத்தது.

அடுத்த முக்கியக் காரணி, பிரிட்டன் ஆட்சியின் தாக்கமும் அது உருவாக்கிய சமூக பிறழ் நிலைகளும். பிரிட்டனுக்குட்பட்ட இந்தியாவை ஒரே கலாச்சாரக் கோட்பாட்டிற்குள் கொண்டு வரவேண்டிய தத்துவார்த்த தேவை அன்று இருந்தது. அதற்காக இந்து மதம் ஆற்றிய பங்கு அல்லது இந்து மதத்திற்கு அளிக்கப்பட்ட பாத்திரம், சமஸ்கிருத நூல்கள் மற்றும் புனித நூல்கள், மாக்ஸ் முல்லரில் தொடங்கி குறிப்பாக அன்னிபெசன்ட் போன்றோரைக் கொண்ட இறையியல் கழகங்கள் ஆகியன புதிய புரிதலைத் தந்ததாக அனைத்து வரலாற்று ஆசிரியர்களாலும் பதிவு செய்யப்பட்டுள்ளன.

இவற்றுக்கு எதிராக இரண்டு இயக்கங்கள் எழுந்தன. அதில் தனித்தமிழ் இயக்கம் ஒன்றாகும். இது ஆரிய, திராவிட தத்துவங்களை விவரிக்கிற ஏற்பாடாக அமைந்தது. ஏனெனில், அதனை உருவாக்கிய மறைமலை அடிகள் மொழி பெயர்ப்புகளை எதிர்ப்பவரல்லர். அவர் தனது தமிழ் நூல்களுக்கு நீண்ட ஆங்கில முன்னுரைகளை எழுதினார்.

ஆனால், மிக முக்கியமானது பகுத்தறிவு வாதம் என்று அழைக்கப்படுவதாகும். அயோத்திதாசர் போன்றோரே இதனைத் தொடங்கினர். உண்மையில் இவ்வியக்கத்தை ஒரு சிலரைத் தவிர நவீன இந்திய வரலாற்று ஆசிரியர் மட்டத்திலுள்ள மற்றவர்கள் சரியாக கவனித்து மதிப்படவில்லை. குறிப்பாக ஒடுக்கப்பட்ட வர்க்கங்களை சார்ந்த மக்களில் தொடங்கி பகுத்தறிவு இயக்கம் வளரத் தொடங்கியது. இதில் நிறைய சாதிக்குழுக்கள் இருந்தன. கீழ் சாதிகள் என அழைக்கப்பட்டோரின் அமைப்புகள் இருந்தன. ஆதித்தமிழர்கள், பறையர்கள், பள்ளர்கள் அல்லது ஆதிதிராவிடர்கள் ஆகிய வகுப்புகளைச் சார்ந்தவர்களின் அமைப்புகளே அவை. இவற்றுக்கு எதிராக பிராமணியத்திற்கு புதிய ஊக்கம் தரப்பட்டது. புத்துயிர் ஊட்டப்பட்டது.

இப்போது நாம் பிரச்சனையின் மைய அம்சத்திற்கு வருவோம். அதாவது அப்போதைய சென்னை மாகாண

காங்கிரஸ் அரசால் அரசியல் கோரிக்கைகளை சமூகப் பிரச்சனைகளுடன் தொடர்புபடுத்த இயலவில்லை. எனவே, சமூக முரண்பாடுகள் மூடிமறைக்கப்பட்டன. ஒரு பிராமணர் அல்லாத காங்கிரஸ்காரரர் என்னிடம் கூறியதுபோல, சென்னையில் சுயமரியாதை இயக்கம் தோன்றுவதற்குக் காந்தியடிகளே காரணமாக இருந்தார். ஏனெனில், வைக்கம் போராட்டத்தின்போது மக்கள் மனதிற்குள் கனன்று கொண்டிருந்த எண்ண ஓட்டங்களை அவர் அறிந்திருக்கவில்லை. இன்னொரு புறம் திருவிக போன்ற தலைவர்கள் தமிழகத்தின் மொத்த வரலாற்றையே சமூக, அரசியல் விடுதலையோடு இணைக்க முயற்சி செய்து கொண்டிருந்தனர். எனவே வைக்கம் சத்தியாகிரகத்தின் போது இந்த உணர்வுகள் பொங்கி எழுந்தன.

இதே வேளையில் பகுத்தறிவு இயக்கம், உலக சோசலிச இயக்கத்துடனான தொடர்புகளின் காரணமாக மேலும் அறிவியல் பூர்வமாகச் செயல்படத் தொடங்கியிருந்தது. அது வெறும் இங்கர்சாலின் வழியிலான பகுத்தறிவுவாதமாக மட்டும் இருக்கவில்லை. அது மேலும், மேலும் அறிவியல் ரீதியாக வளர்ந்தது. சோசலிசத்தைப் பேசியது. இப்படியாக முன்னேறியது. இது சிங்காரவேலருக்கும் ஈவெராவுக்கும் ஏற்பட்ட உடனடி இணைப்பில் வெளிப்பட்டது.

விடுதலைப் போராட்ட வீரர்கள் மிகப்பெரும் அரசியல் வெற்றியைச் சந்தித்த நேரத்தில் தமிழகத்தில் சமூக முரண்பாடுகள் முன்னுக்கு வந்தன. 1944ல் திராவிடர் கழகம் உருவாக்கப்பட்டது. 1949ல் அது உடைந்து திமுக உருவானது.

அப்போது சமூகத்திற்குள் ஒரு வகையான மாற்றங்கள் நிகழ்ந்துகொண்டிருந்தன. அதுபோல இவ்வியக்கத்தின் பலம் உணரப்படாததாக, கேள்விப்படாததாக, அங்கீகரிக்கப்படாததாக இருந்தது. இவ்வியக்கத்தை நேரு அலட்சியப்படுத்தினார். ஆனால், நான்கு ஆண்டுகளுக்குள் இது முக்கியமான சக்தியாக வளர்ந்துவிட்டது.

கே :- சமூகப் பிரச்சனைக்கு தேசியவாதம் முன்வைத்த தீர்வின் தன்மையா அல்லது அதற்கு உரிய பிரதிபலிப்பே

இல்லாதிருந்ததா, இதில் எது திராவிட இயக்கத்தின் வளர்ச்சிக்கான முக்கிய காரணியாக இமைந்தது?

நேருவின் நடைமுறைகள் யதார்த்தத்திற்கு உகந்ததாய் அமையவில்லை. காங்கிரஸின் தெற்கத்தியத் தலைவர்கள் இப்பிரச்சனைகள் குறித்து கண்டுகொள்ளத் தவறினார்கள். சில காங்கிரஸ் தலைவர்கள் அரசியலில் முற்போக்கான கருத்துக்களைக் கொண்டிருந்தாலும் சமூகப் பிரச்சனைகளின் மீது அவர்கள் அவ்வளவு முற்போக்காக இருக்கவில்லை.

இந்தியா விடுதலை பெற்று வளர்ச்சிப் பாதையில் அடியெடுத்து வைத்த பிறகு சென்னை மாகாணத்தில் காங்கிரஸின் மேலாதிக்கம் கேள்விக்குள்ளானது. பிரதேசவாதம் முதன் முறையாக இங்கு முன்னுக்கு வந்தது. தமிழகத்தில் நிலவிய சாதிய ஒடுக்கு முறைகள் பற்றியும், பாரம்பரிய, சமூக ஒடுக்குமுறைகள் குறித்து சரியான பார்வை காங்கிரசுக்கு இல்லாதிருந்ததும், சமூக ஏற்றத் தாழ்வுகள் பற்றிய கண்ணோட்டங்களுக்கு உரிய முக்கியத்துவம் அளிக்காத நிலையில் சமூகத்தின் சில பிரிவினர்களின் சமூக, அரசியல் குமுறல்களின் வெளிப்பாடாக திராவிட இயக்கம் உருவெடுத்தது. இவ்வெளிப்பாடு திமுகவின் உருவாக்கத்தினால் முழு அரசியல் வடிவத்தை எடுத்தது. இது தமிழகத்தின் அரசியல் வரலாற்றில் புதிய மாற்றத்தை, புதிய பாணியிலான தலைமை, உறுப்பினர் திரட்டலில் புதிய வடிவங்களை கொணர்ந்தது. தமிழகத்தின் புதிய அரசியல் அகராதியையே இது உருவாக்கியது.

கே :- காங்கிரஸ் அணுகுமுறையில் முற்போக்கான அரசியல், பிற்போக்கான சமூகப் பார்வை என்ற இரட்டைத் தன்மை இருந்ததா?

ஆம். திராவிட இயக்கத்தின் வேகமான வளர்ச்சியை இப்பின்னணியில்தான் புரிந்து கொள்ள வேண்டும் அடிப்படையில் குமுறல்களின் வடிவமாகவே திராவிட இயக்கம் உருவெடுத்தது. இக்குமுறல்களுக்கு காரணங்களாகக் கருதப்படுவது எவையெனில் ஒன்று, சாதிய ஏற்றத் தாழ்வுகள்; இரண்டாவது ஏற்றத்தாழ்வுகளை அங்கீகரித்து

அதன் காரணமாக பிரிட்டிஷ் ஆட்சி வழங்க தயாராகவிருந்த அரசுப் பதவிகளின் பகிர்மாணம் ஏற்படுத்திய பிரச்சனைகளும் ஆகும். அடுத்து நீதிக்கட்சியின் அரசியலும் ஓர் அம்சமாகும். அரசு பதவிகளிலும், கல்வியிலும் பங்கு என்பது மட்டுமே நீதிக்கட்சியின் கோரிக்கையாக இருந்தது. பெரியார்தான் நீதிக்கட்சிக்கு தத்துவ திசை வழியினை அளித்தார். பெரியாரியத்தைத் திரும்பப் பார்க்கும்போது, அதன் அடிப்படைகளை ஆய்வு செய்கையில், அது மனிதனின் சுய மரியாதையை அதாவது தனி மனித உரிமைகள் மதிக்கப்படுவதை முன்வைப்பதாகவே இருந்தது. இவையெல்லாம் காங்கிரஸாலோ, இதர இயக்கங்களாலோ எவ்வித தயக்கங்களுமின்றி செய்யப்பட்டிருக்க வேண்டும். ஆனால், தமிழகத்தின் நவீன தொழில் வளர்ச்சிப் பாதையில் ஏற்பட்ட வர்க்க வேறுபாடுகளே இப்பிரச்சனையில் முக்கியத் தடைகளாக முன்னுக்கு வந்தன என நான் கருதுகிறேன். இவ்வர்க்கங்களிலிருந்து வந்த நவீன அறிவாளர்கள், வர்க்கத்தையும், சாதியையும் பற்றி தெளிவாக இல்லை. எனவே திராவிட இயக்கமானது குமுறல்களின் வெளிப்பாடாக மட்டுமே அமைந்தது.

கே - இவ்வியக்கம் எங்கே வழி தவறியது?

இது பிராமணியத்தை எதிர்ப்பதென்ற பெயரால் மொத்தத்தில் மதத்தையே நிராகரித்தது. மார்க்ஸே ஏற்றுக் கொண்டதுபோல பழமையான, சம நீதியற்ற, ஆதிக்க சமூகத்தில் மதமானது சமூகத் தேவையாக இருக்கிறது.

மதமானது ஒடுக்கப்பட்டோரின் ஏக்கப் பெருமூச்சு ... இதயமில்லாத உலகில் இதயம், ஆன்மா அற்ற சூழலின் ஆன்மா . முதலாவதாக நீங்கள் தமிழகத்தின் இந்துயிசத்தின் வரைபடத்தை எடுத்துப் பார்த்தால் ஒருபுறம் உயர்ந்த மதில் சுவர்களையும் உயர்ந்த கோபுரங்களையும் கொண்ட கற்களால் கட்டப்பட்ட கோவில்கள், மறுபுறம் அவற்றுக்கு அப்பாற்பட்டுள்ள களிமண்ணால் கட்டப்பட்ட கருமாரியம்மன் கோயில்கள், மற்றும் கிராமத் தெய்வங்களின் கோயில்கள் என்ற பெருத்த வேற்றுமையைக் காண இயலும்.

இப்படி மதத்தின் உயர்ந்த வடிவங்களை முற்றிலும் நிராகரிக்கிற தன்மைகளும் இருந்த நிலையில்தான் எம்.என்.ஸ்ரீனிவாஸ் போன்றோர் பேசக்கூடிய சமஸ்கிருதமயம் என்றமொத்த கருத்தே சிக்கலுக்கு உள்ளாக்கப்பட்டது. சமஸ்கிருதமயம் நிராகரிக்கப்பட்ட நிலையில் மக்கள் கருமாரியம்மன் கோயிலுக்கும், இதர சிறுதெய்வக் கோயில்களுக்கும் சென்றனர். திராவிட இயக்கம் இதற்காக எதுவும் செய்யவில்லை. எனினும், மதத்திற்கு எதிரான முழுமையான பிரச்சாரம் மேற்கொண்ட சக்திதான் அம்மன் கோயில் மற்றும் உள்ளூர் தெய்வ வழிபாடுகளை அதிகமாக்குவற்கு உதவிய சக்தியாகவும் ஆயிற்று.

இரண்டாவதாக, திராவிட இயக்கம் முன்னிறுத்திய சமூக, அரசியல் குமுறல்களுக்கு அடிப்படையாக இருந்த பொருளாதார தளம் பற்றி அவ்வியக்கம் உரிய கவனம் செலுத்தவில்லை. அரசியல் அழுத்தம் அளிக்கபட்ட அளவிற்கு பொருளாதார அழுத்தம் தரப்படவில்லை. திராவிட இயக்கம் அரசியல் அதிகாரத்திற்கு வந்த பிறகு இக்குறைபாடு வெளிப்படையாய்த் தெரிந்தது. அரசியல் அதிகாரம் கிட்டியபிறகு, தலைவர்களுக்கிடையேயான மோதல்கள் முக்கிய இடத்தைப் பிடித்ததென்பதை நாம் காணமுடியும். இப்படி அரசியல் பொருளாதார பார்வையின் அடிப்படையில் திரட்டாததால் தலைமை மக்களை ஈர்க்கும் மலிவான அரசியலில் ஈடுபட்டது.

மூன்றாவதாக, திருமணப் பதிவுகள் மற்றும் இட ஒதுக்கீடுகளில் பிரதிநிதித்துவத்தை உயர்த்துவது போன்றவற்றில் உரிய அக்கறை செலுத்தப்படாததால் தலித் உள்ளிட்ட ஒடுக்கப்பட்ட பிரிவினரின் முன்னேற்றம் பாதிக்கப்பட்டது. ஆனால் திராவிட இயக்கமோ, நடுத்தர சாதியினரின் சமூக அங்கீகாரம் உயர்வதிலேயே கவனம் செலுத்தியது. மதத்தை நிராகரிப்பது என்ற அவர்களின் சொந்த தத்துவத்தின் அடிப்படையில் பார்த்தால் கூட தலித் உள்ளிட்ட அனைத்துப் பகுதி மக்களின் அடிப்படை உரிமைகளைப் பாதுகாக்க முயன்றிருக்க வேண்டும்.

கே :- பெரியார் சூத்திரர் - தலித் ஒற்றுமைக்கு முயற்சி செய்தாரா...

ஆனால் இது நடக்கவே இல்லை. உண்மையில் மண்டல் கமிஷன் அறிக்கை இது குறித்து குறிப்பிட்டுள்ளது. தலித் பிரிவினருக்கும், இதர பிற்பட்ட பிரிவினருக்கும் இடையிலான முரண்பாடு எழக்கூடிய கடைசி இடமாகத்தான் தமிழ்நாடு இருக்குமென அவ்வறிக்கை கூறியது. ஆனால் முரண்பாடுகள் எழுந்தபோது அது பல அம்சங்களை அம்பலமாக்கியது.

மண்டல் கமிஷன் இதுகுறித்துப் பேசியது. தமிழ் பண்பாட்டு மீட்பு இயக்கத்தின் பிடியில் தமிழகம் இருக்கும் வரையில் பிற்படுத்தப்பட்டவர்களின் உண்மையான இயக்கம் தோன்ற முடியாது. இதர மாநிலங்களைப் போல தலித் மற்றும் பிற்பட்டோருக்கிடையிலான முரண்பாடுகள், பிராமணர் - பிராமணரல்லாதோர் இடையிலான பிளவை மறைத்து விடவில்லை. ஏனெனில், தமிழகத்தின் தலித் மக்கள் சுயமரியாதை இயக்கத்தை உடனடியாக ஏற்றுக் கொண்டதுதான் என மண்டல் கமிஷன் கூறுகிறது. ஆனால் மண்டல் கமிஷனின் கணிப்பு தவறென்பதை அதன் பத்தாண்டு கால அமலாக்கம் வெளிப்படுத்தி இருக்கிறது. திராவிட இயக்கம் மேற்கொண்ட பண்பாட்டு மீட்பு முயற்சிகள் பிராமணர் அல்லாத சாதிகள் மத்தியில் ஒருமித்த சிந்தனையை உருவாக்கியுள்ளதா என்பதுதான் கேள்வி.

சி.என்.அண்ணாதுரை குறித்து எழுதப்பட்டவற்றையெல்லாம் தற்போது ஒன்றாக தொகுத்தோமேயானால் அவர் சந்தித்த மிகப் பெரிய பிரச்சனையை நாம் அறிந்து கொள்ள முடியும். அவரால் அனைத்து சமூகக் குமுறல்களையும் ஒரே ஒரு பெரிய அரசியல் கோரிக்கைக்குள்ளே அடக்க முடிந்தது. ஆனால், கட்சியை வளர்த்தெடுக்கிறபோது அச்சமூகக் குமுறல்களுக்கான தீர்வுகளை அமைப்புக்குள்ளேயே தர இயலவில்லை. நான் பி.இராமமூர்த்தி அவர்கள் கூறியதை எனது நூலில் குறிப்பட்டுள்ளேன். பி.இராமமூர்த்தி

அவர்களிடம் அண்ணாதுரை கூறினார், ''நாங்கள் எதிர்பார்த்ததைக் காட்டிலும் முன்பாகவே பதவிக்கு வந்துவிட்டோம்.''

பெரியாருக்கும் அண்ணாவுக்குமிடையேயான பிளவு இதில் மிக முக்கியமானது.

திமுக 1949ல் தோன்றிய பிறகு திராவிட இயக்கத்தில் மிக முக்கியமான திருப்பம் ஏற்பட்டது. இந்நிலையில்தான் தமிழ் தேசிய உணர்வுக்கு முழுமையான வடிவம் அளிக்கிற வகையில் திராவிட இயக்கம் வளர்ந்து இருந்தது. அது கீழ்க்காணும் முக்கியமான தத்துவார்த்த நிலை மாற்றங்களுக்கு ஆளாகியது. 1. தேர்தல் அரசியலில் ஈடுபடுவதென்ற முடிவு (1956). 2. நாத்திகத்திலிருந்து நகர்ந்து 'ஒன்றே குலம், ஒருவனே தேவன் என்ற கோட்பாட்டை முன் வைத்தது. 3. தனித் திராவிட நாடு கோரிக்கையைக் கைவிட்டது (1963).

இதன் விளைவாக காலத்திற்கேற்ற தத்துவார்த்த முதிர்ச்சி ஏற்படவில்லை. இதைவிட நாசூக்காக இதனை விவரிக்க முடியாது.

இக்கட்டத்தில் எனது மார்க்சிய பின்புலத்தோடு திரும்பப் பார்க்கிறேன். சமூகச் சீர்திருத்தங்கள் என்ற வரையறையைக் கடந்த அரசியல் நடவடிக்கைக்கு செல்வதென்பது மிகக் கடினமான பணி என்பதை பெரியார் உணர்ந்திருந்தார். அதற்கு அவர் அன்று தயாராகவும் இல்லை. ஏனெனில் ஒவ்வொரு அரசியல் கோரிக்கைக்கென்று ஒரு தனிப்பாதை உண்டு. இவ்வகையில் பெரியாரும் காந்தியவாதியாகத்தான் இருந்தார்.

கே:- காந்தியைப் பற்றி இ.எம்.எஸ்.நம்பூதிரிபாட் 'மகாத்மாவும் அவரது இசமும்' என்ற அவரது நூலில் மதிப்பீடு செய்துள்ளார். பெரியாருக்கு இருந்த தடைக் கற்கள் யாவை? ஏன் அவர் ஓர் எல்லையைக் கடந்து செல்லவில்லை?

நான் முன்னர் என்ன கருதி இருந்தேன் எனில், மார்க்சிய கண்ணோட்டத்தில் பெரியார் மொத்த இயக்கத்தையும்

உடனடியாக அரசியல்படுத்தியிருக்க வேண்டும். ஆனால், காலனியாதிக்கத்திற்குப் பிந்தைய இந்தக் காலம் குறித்து ஒரு கருதுகோள் என்ற அடிப்படையில் அதை நாம் கவனிக்க வேண்டும் என்று கருதுகிறேன். காலனி இந்தியாவில் பிரிட்டிஷ் ஆட்சியிலிருந்து விடுதலை மற்றும் நிவாரணம் கோரிய அமைப்புகளெல்லாம் தற்போது அரசியல் கட்சிகளாக, குழுக்களாக உருவெடுத்து விட்டன. காலனியாதிக்கத்திலிருந்து நாம் விடுதலை பெற்ற நேரத்தில், நம்மிடம் இருந்த ஒரே புரட்சிகர சக்தியான நேதாஜியிசமானது தன்னைத் தானே வீழ்த்திக் கொண்டோ அல்லது இந்தியாவை விட்டு வெளியேறிக் கொண்டோ போய்விட்டது. காங்கிரசுக்குள் நிறைய குழுக்கள் உருவாகிவிட்டன. இராஜாஜி தனக்கென்று ஒரு குழுவை வைத்திருந்தார். பின்னர் காங்கிரஸில் பழைய காங்கிரஸ், இந்திரா காங்கிரஸ் பிளவுகள் வந்தன. அரசியல் வளர்ச்சி பின்னுக்குச் சென்றது. கம்யூனிச இயக்கம் தடை செய்யப்பட்டது.

இப்போது நான் கூறுகிறேன், மேற்கூறியவை பற்றியெல்லாம் பெரியார் எவ்வளவு தூரம் சிந்தித்தார் என்பது எனக்குத் தெரியாது. ஆனால், அவர் முன் வைத்த சமூகக் குமுறல்களை எல்லாம் அரசியல் ரீதியாக அன்று செயல்படுத்த இயலாமல் போயிருக்கலாம். எனவே பெரியார் அரசியலை விட்டு விலகியே இருந்தார்.

இது ஒரு முரண்பாடானதுதான். யார் அரசியல் நடவடிக்கைகளைக் கோரியிருக்க வேண்டுமோ அவர் அதைச் செய்யவில்லை. யார் அரசியல் நடவடிக்கையை விரும்பினார்களோ அவர்கள் கலாசாரத்தை அரசியலாக்கினார்கள்.

கே :- இதன் பொருள் என்ன? உள்ளடக்கம் என்ன? கலாசாரத்தை அரசியலாக்குவது என்ற கருத்தாக்கம் பற்றி...

கலாச்சாரத்தை அரசியலாக்குவது என்பதை நீங்கள் புரிந்து கொள்ளாமல் திமுகவின் வளர்ச்சியும், பலம், பலவீனங்களைப் புரிந்துகொள்ள முடியாது. இது

அடிப்படையில் தகவல் தொடர்பு முறையிலான திட்டம், மேடைப் பேச்சுக்கள், நாவன்மை, நாடகம், பத்திரிகை மற்றும் சினிமா மூலமானவை ஆகும்.

சமூக முரண்பாடுகளின் விளைவாக புறந்தள்ளப்பட்ட பிரச்சனைகளெல்லாம் விடுதலை இந்தியாவில் தற்போது முன்னுக்கு வந்துள்ளன. அப்பிரச்சனைகளெல்லாம் அரசியலாக்கப்பட்டன. தமிழ்ப் பண்டிதர்களுக்கு உரிய அங்கீகாரம் கிட்டாமை, தமிழர் திருநாளான பொங்கல் மகா சங்கராந்தியாக கருதப்படுவது, தமிழுக்கு உரிய இடம் இல்லாத நிலை போன்றவையாகும். தமிழ் மதத்தை மீட்பதற்குப் பதிலாக தமிழ்க் கலாச்சாரத்தை மீட்பதிலேதான் கவனம் செலுத்தினார். சங்க காலத்தைப் புனிதமானதாக சித்தரித்தனர். சிலப்பதிகாரத்தைப் புனிதமானதாக வர்ணித்தனர். சிலப்பதிகாரம் முழுவதும் மந்திர வித்தைகள் நிறைந்தது. அதே காலத்தில் வேறெந்த இலக்கிய படைப்பும் இவ்வளவு வித்தைகள், அதிசயங்கள், அற்புதங்களை உள்ளடக்கி இருக்கவில்லை. ஆனால், அதன் உள்ளடக்கத்தில் அரசியலுக்கான அம்சத்தை கண்டெடுக்க முடிந்தது. அது மூன்று சேர, சோழ, பாண்டிய அரசாட்சிகளின் பெருமைகளைப் பற்றிய அடையாளமாய் திகழ்ந்தது.

இப்படிக் கலாச்சாரத்தை அரசியலாக்கிய வகையிலும், பொருளாதார பார்வையின்றி தனிநபர் குமுறல்களை வெளிப்படுத்துகிற பின்னணியிலும் தத்துவம் காணாமல் போய்விட்டது. ஒட்டுமொத்த புரிதலைக் கொண்டிருந்த அந்த மனிதர் இருக்கும் வரை எல்லாம் சரிதான். ஆனால், அண்ணாதுரை மறைந்தார். எம்ஜிஆர் பதவிக்கு வந்தவுடன், அதாவது மேலாதிக்க அதிகாரம் அவர் கைக்கு வந்தவுடன், தத்துவம் பின் இருக்கைக்கு போய்விட்டது.

எம்ஜிஆர் தலைமையிலான அதிமுகவின் வளர்ச்சி திராவிட இயக்கத்தில் மேலும் முக்கியமான தத்துவார்த்த திருப்பங்களுக்கு வழிவகுத்தது. ஒன்று, நடைமுறைத் தந்திரம்தான் எனினும், விரிந்த தேசிய வட்டத்திற்குள் அஇஅதிமுக நுழைந்தது. இது திமுகவின் மாநில சுயாட்சி

கோரிக்கையினின்று ஏற்பட்ட விலகலுக்கான பெரும் தொடக்கமாகும். மேலும், திராவிடத் தத்துவத்தின் நாத்திகத்திலிருந்தும் திருப்பம் ஏற்பட்டது. வேலைகளுக்கான இடஒதுக்கீட்டில் உயர்வு, பள்ளிக் குழந்தைகளுக்கு இலவச சத்துணவு திட்டம் போன்றவை பெரும் சமூக விளைவுகளை உருவாக்கினாலும் திராவிட இயக்கத்திற்கே உரிய சமூக, அரசியல், தத்துவ அணுகுமுறை பெருமளவில் நீர்த்துப் போகிற நிலை ஏற்பட்டது.

கே :- திமுக தலைவர் மு.கருணாநிதி குறித்து தங்களின் கருத்து என்ன?

பிரச்சனை என்னவெனில், கருணாநிதி தமிழின் அடையாளமாக உள்ளார். அதாவது சிறந்த உரை வீச்சாளர். ஆனால், தமிழகத்தின் துயரம் என்னவெனில், அரசியலிலிருந்து சித்தாந்தத்திற்கு விடை அளிக்கப்பட்டதுதான். நான் ஒரு தமிழன். இலக்கிய மாணவனாகவும், மார்க்சியவாதியாகவும் இதை பார்க்கிறேன். மார்க்சியவாதி என்ற முறையில் நான் சொல்ல முடியும். திராவிட இயக்கத் தத்துவமானது பொருளாதார அம்சங்களைக் கணக்கில் கொள்ளாததே அடிப்படைப் பிரச்சனையாகும்.

அதில் அகில இந்திய அரசியலுக்கான முக்கியத்துவம் உண்டு. இவ்வளவுக்கு மத்தியிலும் மேற்கு வங்கத்தில் தொடர்ச்சியான முன்னேற்றத்தைக் காணமுடிகிறது. கேரளாவிலும் ஒரு பொது நோக்கினை காண்கிறோம். வங்காளிகள் மத்தியில் அத்தகைய உணர்வை உருவாக்க கம்யூனிஸ்டுகள் எதைப் பயன்படுத்தியுள்ளார்கள்? மலையாளிகள் மத்தியில் எதைப் பயன்படுத்த முடிந்துள்ளது? வங்காள பாரம்பரியத்தின் விழுதுகளைப் பற்றிப் பிடித்த ஜோதிபாசு எவ்வாறு உயர்ந்து நின்றார்? கேரளாவின் பாரம்பரிய அடித்தளத்தின் மீது இஎம்எஸ் எப்படி நின்றார்? தமிழகத்திற்கு நேர்ந்தது என்ன? திராவிடம் ஒருங்கே கோர்க்கப்பட்ட தத்துவமாக இல்லை. அதன் தத்துவ வேர்கள் அறுக்கப்பட்டு விட்டன. சோகம் என்னவெனில், மாற்றாக ஒரு பொருத்தமான தத்துவம் அந்த இடத்தை பிடிக்காத

நிலையில், இருந்த தத்துவமும் அகன்றிருக்கிறது என்பதே.

இன்னொரு அம்சமும் உண்டு. அதன் தொடக்கம் தமிழகத்தின் எல்லைகளுக்குள் இருந்து உருவாகவில்லை. அதாவது பிராந்திய வாதத்தின் தோற்றம். பிரிட்டிஷ் அரசாங்கமும், இந்திய அறிவாளர்களும் அளித்த ஒருங்கிணைப்பு முயற்சியும், உயர்ந்த இந்தியக் கலாசாரம் உள்ளிட்ட அனைத்தும் இந்நாட்டை ஒன்றுபட்டதாக வைத்திருக்க முடியவில்லை. பிராந்திய வாதமும், மாநில உணர்வுகளின் அடிப்படையிலான அரசியலும், ஆளுபவர்களின் அரசியலும் பல வகையிலான கூட்டணிகளுக்கு வழி வகுத்தன. இப்போது மாநில உணர்வுகள் இந்திய அரசியலின் பகுதியாகி விட்டன. எனவே இப்போது சில குறைந்தபட்ச பொது அளவுகோல்கள், உயர்ந்தபட்ச பொது அளவுகோல்கள் அல்லது குறைந்தபட்ச பொது பன்முக அளவீடு ஆகியன ஒற்றுமைக்கு தேவைப்படுகின்றன.

கே :- இப்படிப்பட்ட ஒருங்கிணைப்பு அம்சமாக விளக்கக் கூடியது எது? எப்போது அது உருவாகும்? உருவாகுமா?

இது ஓர் அனைத்திந்தியப் பிரச்சனை. தமிழகப் பிரச்சனை அல்ல. ஏனெனில் தமிழகம் இந்தியாவிற்குள் உள்ளது. இந்தியாவின் ஒருபகுதியாக உள்ளது. எனவே குமுறல்களுக்கான பொதுத் தொகுப்பாக ஓர் இயக்கத்தை மக்களை ஈர்க்கிற வகையில் உருவாக்க முடியுமா? இந்தியா என்ற கட்டமைப்புக்குள்ளேயே இருத்தி அரசியல் மற்றும் பொருளாதாரப் பிரச்சனைகளை விவாதிக்கக் கூடிய பொதுத் தொகுதியாக மக்களை மாற்ற முடியுமா? இதுதான் இந்திய அரசியல் இன்று எதிர்நோக்கியுள்ள உண்மையான சவாலாகும்.

கே :-பிராமணிய எதிர்ப்பும், பின்னர் சாதிய எதிர்ப்புமே திராவிட இயக்கத்தின் அடித்தளமாக பெரியார் களத்தில் இருந்தவரைத் திகழ்ந்தவையாகும். ஆனால் அரை நூற்றாண்டிற்குப் பின்னர் இன்று தமிழகம் தலித் மற்றும் தேவர், வன்னியர் போன்ற பிற்பட்ட சமூகங்களுக்கிடையே

மிகவும் கடுமையான மோதல்களைச் சந்தித்து வருகிறது. இது திராவிட இயக்கத்தின் தோல்வியைச் சுட்டிக் காட்டுகிறதா? தமிழ்த் தேசிய அடையாளமானது சாதிய அடையாளங்களைக் கடந்து நிற்க முடியவில்லையா?

தமிழகத்தின் வேலைகளிலும் கல்வியிலும் இடஒதுக்கீட்டுக் கொள்கை அமலாக்கப்பட்ட வகையினை நீங்கள் கவனித்தால் அது இந்திய நாடு முழுவதும் அமலானதைப் போலவே சாதியக் குழுக்களையும், சாதிய உணர்வுகளையும் நிலை நிறுத்துவதாகவே இருந்தது. இது வரலாற்று ரீதியான முரண்பாட்டினை உருவாக்கியுள்ளது. அதாவது குறிப்பட்ட சாதியின் சமூக, பண்பாட்டு மேலாதிக்கத்தை எதிர்த்துப் போராடுவதற்காக உருவான இயக்கம் கீழ் மற்றும் நடுத்தர சாதிகளிடையே சமத்துவ உணர்வை உருவாக்குவதற்கு மாறாக அவர்களிடையே சாதிய உணர்வுகளை உருவாக்கிவிட்டது. இதனால்தான் சாதிய மோதல்களானது தமிழகத்தின் நடப்பு வரலாற்றில் தொடர்ச்சியான நிகழ்ச்சிகளாகிவிட்டன.

சாதிய அமைப்பிற்கு எதிரான போராட்டத்திற்கு பின்னரும் அந்த அமைப்பு நிலை நிறுத்தப்பட்டுள்ளது. இதற்கு காரணம் என்னவெனில் அடிப்படை சமூக, பொருளாதார அமைப்பு முறையில் மாற்றமின்மையும், சில குறிப்பட்ட துறைகளில் மாற்றங்கள் ஏற்பட்டிருப்பினும் அடிப்படை உறவுகள் மாறாததுமே ஆகும். இது ஜனநாயக பரவலாக்கலுக்கான முறையினைப் பாதிக்கிற நீண்ட கால விளைவுகளை உள்ளடக்கியதாகும். ஆனால் ஜனநாயக பரவலாக்கலின் பாதையிலேயே இது ஏற்பட்டிருக்கிறது என்பதையும் நாம் மறந்துவிடக்கூடாது. பிராமணரல்லாத சாதிகளிடையேயான ஜனநாயக பரவலாக்கலை அதன் தர்க்க ரீதியான இலட்சியம் வரை திராவிட இயக்கம் எடுத்துச் சென்றிருந்தால் அதன் பயன்கள் தமிழ்ச் சமூகத்தின் ஒடுக்கப்பட்ட பகுதியினருக்குப் போய்ச் சேர்ந்திருக்கும்.

நீங்கள் திரும்பிப் பார்த்தால், ஜனநாயக பரவலாக்கல் முழுமையடையவில்லை என்பது தெரியும். வரலாற்றுக்

கடமை நிறைவேற்றப்படவில்லை. சாதிகளை ஒழிப்பதற்கான முயற்சிகளில் ஈடுபட்ட திராவிட இயக்கம் மாறாக, சாதிகளை வலுப்படுத்தியிருக்கிறது. சாதிய அடையாளமானது மனிதனின் பிரிக்க முடியாத அங்கமாகவே தமிழகத்தில் மாறியிருக்கிறது.

கே :- தத்துவத்திற்கு விடை அளித்த பின்னரும் திராவிடக் கட்சிகளின் ஒட்டுமொத்த சக்தி தமிழக அரசியல் வாக்கு வங்கியைப் பொருத்த வரையில் பெரும் பலமிக்கதாக நீடிக்கிறதே?

திராவிட இயக்கம் வெளிப்படுத்திய சமூகக் குமுறல்கள் உண்மையானவையாகும். திராவிட இயக்க உணர்வுகள் மேலோங்கியதற்கு மிகவும் முக்கியக் காரணமாக இருப்பது தீர்க்கப்பட முடியாத சமூகக் குமுறல்கள் அளவின்றிக் குவிந்ததுதான். நடுத்தர சாதிக் குழுக்களின் சமூக முன்னேற்றத்திற்கு இவ்வியக்கம் வழிகளைத் திறந்துவிட்டது. எனவே திராவிடக் கட்சிகள் இப்பகுதியினர் மத்தியில் செல்வாக்குடன் திகழ்கின்றன

கே :- இதுபோன்ற குமுறல்கள் உண்மையாக இருக்கும் பட்சத்தில், இக்குமுறல்களை பிரிவினைவாத பாதையில் திருப்பி விடுகிற வாய்ப்பு இப்போது உள்ளதா?

தமிழகம் பிரிவினை வாதத்தை நோக்கிச் செல்கிற வாய்ப்பு இருப்பதாக நான் நினைக்கவில்லை. வரலாறும் அதனை அனுமதிக்காது. இந்தியக் கட்டமைப்புக்குள் உரிய வாய்ப்புகள் மறுக்கப்பட்ட நிலையிலேயே தமிழ்மொழி உணர்வு எழுந்தது. மாநில மொழிகளின் முக்கியத்துவத்தை அங்கீகரிக்கவும், மொழிவாரி மாநிலங்களை அமைக்கவும் சுதந்திர இந்தியாவிற்குள் 10 ஆண்டுகள் பிடித்தன.

இப்போது ஒருவர் தன்னைத் தமிழனாக மட்டுமின்றி இந்தியத் தமிழனாகவும் பார்க்கிறார். இளைய மாணவர்களும், அவர்களின் பெற்றோரும் அவர்களின் வளர்ச்சிக்கான வாய்ப்புகளை இந்திய நாடு முழுமையும் எதிர்ப்பார்க்கிறார்கள். வேலைவாய்ப்பு என்பதும் தமிழகத்தோடு மட்டும் இனி சுருங்கியிருக்க முடியாது. ஓர்

அகில இந்தியச் சந்தை என்பது மிக முக்கியமானதாக உள்ளது.

இப்போதுள்ள நிலையில், ஒரு சாதாரண பிராமணரல்லாத தமிழ்ப் பெற்றோர் ஆங்கில வழியிலான கல்வியே பிராமணியத்தை எதிர்கொள்வதற்குள்ள வழியென்றும், அகில இந்தியச் சந்தையில் உரிய இடத்தைப் பெறுவதற்கான ஒரே வாய்ப்பு என்றும் கருதுகிறார்கள் என்பது இச்சூழலில் பிரிவினைவாதத்திற்கும் தமிழகத்தில் இடமிருக்க முடியாது.

கே :- திராவிட இயக்கம் தனது அடிப்படை தத்தவார்த்தப் பிடிமானங்களிலிருந்து நீண்ட தூரம் விலகி, தன் துவக்ககாலப் பிரகாசத்தை இழந்துள்ள போதிலும், தமிழ்நாட்டில் திராவிடக் கட்சிகள்தான் தேர்தல் சக்திகளாக உள்ளன. ஆட்சிக்கு வந்து கிட்டத்தட்ட 40 ஆண்டுகள் ஆகப்போகிறது. சிறிதும், பெரிதுமாக சில பிளவுகளைச் சந்தித்துள்ளது. இருந்தாலும் தமிழகத்தில் இரண்டு திராவிடக் கட்சிகளும் 70 சதத்திற்கும் மேலாக வாக்குகளைப் பெறுகின்றன. நடைமுறையில் மாநிலத்தில் இரு கட்சி ஆட்சியமைப்பு என்ற நிலைக்கு இட்டுச் சென்றிருக்கின்றன. இதை விளக்க முடியுமா?

அகில இந்திய அளவில்எடுத்தக் கொண்டால், எல்லா மாநிலங்களிலும் தேசியக்கட்சிகள் எனப்படுவனவற்றிற்கும், பிரதேச அல்லது மாநில அரசியல் கட்சிகளுக்கும் இடையே ஒருசீரான சமநிலை இருப்பதைப் பார்க்கலாம். மாநில அளவிலான கட்சிகள் அரசியல் பெரிய அளவில் உருவாகியுள்ளது. தமிழ்நாட்டில் திமுகவின் வளர்ச்சி, பெருமளவில் நாடு விடுதலை பெற்ற காலத்துடன் இணைந்தே வந்தது. குறிப்பாக, இந்த ஆரம்பக் கட்டத்தில் தமிழ்ச் சமுதாயத்தின் கலாச்சார அடையாளம் தன்னை நிலை நிறுத்திக் கொண்டு வந்த வேளையில், அந்த அம்சத்தினை தமிழகத்தின் காங்கிரஸ் தலைவர்கள் சரியாக கவனிக்கத் தவறிவிட்டனர். பின்னால் காமராஜர் இதை உணர்ந்த போதிலும், அவரால் திமுக மாணவர் தலைவர்களுக்கு எதிராக தாக்குப் படிக்க முடியவில்லை. 1956ல் மொழிவழி மாநிலங்கள் அமைப்பது பற்றி அகில இந்திய அளவில் முடிவுகள் எடுக்கப்பட்ட போது மக்கள் மத்தியில் கலாச்சார,

மொழி ரீதியாக ஓர் ஈர்ப்பு இருப்பது தெளிவானது. அப்போது இது தவறான பாதை என நாம் (ஜவஹர்லால்நேரு கூட) நினைத்தோம். இப்போது எங்கு பார்த்தாலும் மாநிலக் கட்சிகள். ஆந்திராவோ, உத்திரப்பிரதேசமோ, பீகாரோ எங்குமே அந்தப் பகுதிகளுக்கான அடையாளங்களை முன்னிறுத்தும் அரசியல் உள்ளது.

திராவிட சித்தாந்தத்தினால் உருவான அரசியலின் தன்மையை நாம் மறக்கலாகாது. தமது சுயமான சமூக, கலாச்சாரங்களின் அடையாளங்கள் மற்றும் விருப்பங்களின் அடிப்படையில் மக்கள் திரட்டப்பட்டனர். பொதுவாகவும், சாதி அடிப்படையிலும், மக்கள் தொகையில் கிட்டத்தட்ட 80 சதம் உள்ள பிற்பட்ட வகுப்பு மக்களின் எழுச்சி அமைந்தது. தேசியக் கட்சிகளால் காங்கிரசும் சரி, கம்யூனிஸ்டுகளும் சரி இந்த எதார்த்தத்தை புரிந்துகொள்ள இயலவில்லை. காங்கிரஸைப் பொருத்தமட்டில், இப்பிரச்சனையில் அவர்களின் அணுகுமுறை தவறு என்று நான் கருதுகிறேன். தனது தவறை மிகத் தாமதமாக உணர்ந்துபின் அதை சரிசெய்ய காமராஜரை முன்னிறுத்தியது. அதுவும் பயன்படவில்லை. மார்க்சிஸ்டுகளைப் பொறுத்தமட்டில், அவர்களுக்கு பல பிரச்சனைகள் இருந்தன. இப்பொழுதுதான் அவர்கள் தமிழக விவசாயிகளுக்குள் இருந்து மார்க்சிய மரபுகளை புதுப்பிக்கும் வகையில் முயற்சி செய்து வருகிறார்கள். ஆரம்பத்தில் அவர்கள் தொழிலாளிகளை வைத்தே சிந்தித்து வந்தார்கள். திராவிட இயக்கம் தொடர்வதன் காரணம் இந்த சமூக கலாச்சார உரிமையை நிலைநிறுத்துவதுதான். இதுதான் பெரியாரின் அரசியல் அணிதிரட்டலின் பலன். திமுக செய்ததும் இதுதான்.

இந்த இயக்கம் இன்றும் நீடிப்பதற்கு பொருத்தமான இன்னுமொரு காரணத்தையும் நான் பார்க்கிறேன். சென்னையில் உள்ள தமிழகத்தின் தலைசிறந்த நிபுணர்களுடன் தொடர்பு கொள்ளும் வாய்ப்புகள் எனக்கு உண்டு. அவர்கள் அனைவரும் அடிப்படையில் பெரியாரியவாதிகளாக இருப்பது கண்டு வியந்திருக்கிறேன்.

சர்வதேசப் புகழ் பெற்ற ஒரு பொறியாளரும், அகில இந்திய அளவில் புகழ்பெற்ற ஒரு மருத்துவரும், பெரியார் இல்லாமல் நாங்கள் இந்த அளவு வந்திருக்க முடியாது என்கிறார்கள். இது போன்ற கலாசார ரீதியான உரிமை நிலைநிறுத்தம், அரசியல் இயக்கம் மக்களுக்கு சக்தியைத் தந்துள்ளது. இந்த மக்களின் உயர்வுகளின் அடிப்படையிலேயே பேசியதால், திராவிட இயக்கத்தால் இம்மக்களைத் திரட்ட முடிந்தது.

கே :- இந்த இயக்கத்தோடு மக்கள் தங்களை அடையாளப் படுத்திக் கொண்டார்கள்...

திராவிட இயக்கத் தலைவர்கள் மக்களை இந்த அடையாளத்தை உணர வைத்தார்கள். அண்ணா, கருணாநிதி ஆகியோரின் ஆரம்ப காலங்களில் இது தேசிய உணர்வுக்கு எதிரானதாகக் கருதப்பட்டது. ஆனால், இன்று இது தேசிய நீரோட்டத்திற்கு எதிராகச் செல்ல வேண்டிய தேவை இல்லை என்று தெளிவாக்கப்பட்டுள்ளது.

கே - இரண்டும் இணைந்தே இருக்கலாம் என்று...

ஆம். உங்கள் திராவிடத் தன்மையை ஒரு துளிகூட இழக்காமல் நீங்கள் அகில இந்தியச் சட்டத்தின் ஒரு பகுதியாக இருக்கலாம். கலைஞரோ, எம்ஜியாரோ செய்தது இதுதான். கலைஞரிடம் இதை இன்னும் தெளிவாகப் பார்க்கலாம். தமிழ், சங்க இலக்கியம் பற்றிப் பேசும் சமயத்தில் அகில இந்தியக் கூட்டின் ஒரு பகுதியாகவும் இருக்கிறார். அவரது குடும்பத்தினர், அவரைச் சார்ந்தோர் பெரிய முதலாளிகளாக வளர்ச்சியடைந்துள்ளார்கள். இன்னும் சரியாகச் சொல்லப்போனால், தென்னிந்தியா முழுவதும், ஏன் உலகம் முழுவதும் சிதறியுள்ள தமிழர்களை அடையக்கூடிய பெரிய ஊடக சாம்ராஜ்யத்தை ஏற்படுத்தியுள்ளார்கள்.

கே :- பொருளாதாரக் கோரிக்கைகள் குறித்து என்ன செய்தார்கள்? தமிழ் அடையாளம் மூலம் திரட்டப்பட்ட மக்களுக்கு அவர்கள் என்ன செய்தார்கள்? அதாவது, பொருளாதாரத்தின் அடித்தட்டில் உள்ள மக்களுக்கு...

பிரச்சனையே இதுதான். விடுதலை இயக்கத்தின்போது, காங்கிரஸ் சமூகத்தின் ஒரு குறிப்பட்ட பகுதியினரை அணிதிரட்டி செயல்படுத்தியது. அதற்கப்பால் அவர்கள் போகவில்லை. திராவிட இயக்கம் பிற்படுத்தப்பட்ட மக்களை, இடைநிலைச் சாதியினரைத் திரட்டியது. அவர்களும் அதற்குக் கீழே செல்லவில்லை என்பதை இப்போதுதான் நாம் அறிகிறோம். இங்குமங்குமாக, சத்தியவாணிமுத்து போன்ற ஒரு சிலரைத் தவிர பெரிதாக ஒன்றும் கூறமுடியாது. அதிகாரத்தைத் தங்களுக்குள் (பிற்படுத்தப்பட்ட சாதியினருக்குள்) வைத்திருப்பதற்கான முயற்சி இருந்திருக்கிறது. பாராளுமன்ற அரசியல் இந்த அதிகாரத்தை அவர்களாகத் தந்தது. நான் இதை மிகத் துணிவோடு சொல்வேன். திராவிட இயக்கத்தின் எம்எல்ஏ, எம்.பிக்களின் வர்க்ககுணங்களை ஆராய்ந்து பாருங்கள். பொருளாதார நலன்களை பொறுத்தவரை, அண்ணா போற்றி மதித்த சித்தாந்தங்களில் நம்பிக்கையற்றவர்கள். இந்தப் பொருளாதாரக் கொள்கையோ, திட்டமோ கிடையாது. அவர்களது கொள்கைகளிலேயே இதைக் காணலாம். சமூக நல பட்ஜெட் போன்ற ஒன்றை வைப்பார்கள். 1967 முதல் இன்றுவரை ஒரு தீர்மானமான புரட்சிகரமான திட்டம் ஏதாவது உண்டா? இந்த வகையில், நில உரிமை, நிலப் பகிர்வு பிரச்சனைகளின் தொடர்பாக பெரிய அளவு நடவடிக்கை ஏதாவது உண்டா? மாணிக்கவாசகர் காலத்திலிருந்த வெள்ள சேத நிலைமை இன்றும் தமிழகத்தில் நீடிக்கிறது.

கே :- ஆனாலும் மக்கள் திராவிடக் கட்சிகளுக்குத்தானே வாக்களிக்கிறார்கள்...?

இது கலாச்சார உரிமைகளை நிலைநிறுத்தியதன் விளைவு. இந்த இயக்கத்தால் மக்களிடம் அவர்களின் உணர்வுகளின் அடிப்படையிலேயே பேச முடிகிறது. சில சமயங்களில் அவர்களது சாதி பழக்க வழக்கங்களின் அடிப்படையிலான வகையிலும் பேசமுடிகிறது. இதற்கும் மேலாக, பெரியாராலும், அண்ணாவாலும் வளர்க்கப்பட்ட திராவிட

இயக்கம், தமிழர்கள் மத்தியில் குறைவாக இருந்த சுயமரியாதையை உயர்த்தியது என்பதை நாம் மறந்துவிடக்கூடாது. சுயமரியாதை இயக்கமானது, அக்கால கட்டத்தில் ஒட்டுமொத்த தமிழ்ச் சமூகத்தின் சுயகௌரவத்தை உயர்த்தியது. சாதித் தடைகளைத் தாண்டி இதைச் செய்தது. அந்த உணர்வு இன்றளவும் உள்ளது. இன்று இந்தியக் கலாச்சாரத்தில் தமிழர்களின் பங்கு முழுமையாக இல்லாவிடினும் பெருமளவு மதிக்கப்படுகிறது.

கே :- நீங்கள் குறிப்பட்டதுபோல், 1940, 50களில் திராவிட இயக்கத்தின் எழுச்சிக்கான வலுவான தளம் சமூகநீதி, மொழிவழி தேசியம் ஆகியவற்றின் இணைப்பால் ஏற்பட்டது. விடுதலைக்குப் பின்னால் திராவிட இயக்கம் தத்துவார்த்த மேலாதிக்கம் அடைந்து காங்கிரஸ், இடதுசாரிகளைக் கடந்து முன்னேறியது. இது எவ்வாறு சாத்தியமானது? கிராம்சியின் அரசியல் கருத்துக்களின் வாயிலாக இதை விளக்க இயலுமா?

கம்யூனிஸ்டுகள் கூறுவதை அவர்களுக்கு எதிராகத் திருப்பி விடுவதில் அண்ணா வல்லவராக இருந்தார். உழவர் தினம்தான் (பொங்கல்) தமிழர்களின் மே தினம் என்றார் அவர். இதுபோல் அவர்களின் அனைத்து விஷயங்களையும் அற்புதமாகத் திருப்பினார். கூடவே, அந்தக் காலகட்டத்தில் கம்யூனிஸ்ட் கட்சிக்கு வேறுசில பிரச்சனைகளும் இருந்தன.

1944ல் சுயமரியாதை இயக்கத்தையும் நீதிக்கட்சியையும் இணைத்து புதிய இயக்கம் (திராவிடர் கழகம் தொடங்கி, துவங்கி, பெரியார் மாபெரும் தவறு செய்தபோது அண்ணா பெரியாரிடமிருந்து விலகினார்). அந்த இணைப்பு நடந்திருக்கக் கூடாது. தாலி கட்டுவதற்கு முன்பே விவாகரத்து ஆகிவிட்டது போலானது. சுயமரியாதை இயக்கமும், நீதிக்கட்சியும் தனித்தனியாகவே இருந்தன. இதுவும் மக்களிடம் ஒரு எதிர்ப்பைத் தூண்டிய பின் நடந்தது. சுதந்திரம் வந்தபோது, பெரியார் ஒரு கடுமையான நிலை எடுத்தார். இதுதான் சரியான சந்தர்ப்பம் என அண்ணா நினைத்தார். என்ன செய்தார் தெரியுமா? மொழி கலாச்சார அடையாளங்களை எடுத்துக் கொண்டதோடு, மக்களின்

சமூகப் பொருளாதாரப் பிரச்சனைகளையும் சேர்த்துக் கொண்டார். அண்ணாவைப் படித்துப் பாருங்கள். இளைஞனாக, அண்ணாவின் பணத்தோட்டத்தைப் படித்தது எனக்கு நினைவிற்கு வருகிறது. அதில் கூறப்பட்டுள்ள மாதிரியான சமத்துவத்தை நம்மால் கற்பனையே செய்யமுடியாது. அது பிராமணர்களுக்கு எதிரானது. மனிதகுலம் முழுவதும் சமம் என்று கூறுவது சமுதாய சமத்துவத்துக்கு மட்டுமல்லாது பொருளாதார சமத்துவத்திற்கும் குரல் கொடுப்பது. அண்ணா இந்தத் தளத்தில் இருந்துதான் பேசினார்.

இது தொடர்பாக, படத்திற்கு கருணாநிதி எழுதிய வசனத்தை நினைவு கூர்வது பொருத்தமாக இருக்கும். 'கோயில் வேண்டாம் என்று கூறவில்லை. கோவில் கொடியவர்களின் கூடாரமாக மாறிவிடக் கூடாது என்று தான் கூறுகிறேன்' என்று கதாநாயகன் ஆவேசமாகக் கூறுவான். மற்றொரு காட்சியில் தாங்க முடியாத பசியில் வாடும் நாயகன் எதுகை மோனையோடு, 'கல்லைத்தான், மண்ணைத்தான், காய்ச்சித்தான், குடிக்கத்தான் கற்பித்தானா'என்று கேட்பான். வறுமையின் வலியை அவர்களது வார்த்தைகளிலேயே கூறியது இது.

பராசக்தியின் மற்றொரு முக்கியமான காட்சியையும் நினைவுபடுத்திப் பாருங்கள். ரோம் நாடகங்களில் வருவதுபோல, அந்த ஏழை வாலிபன் ஒரு பணக்காரக் குடும்பத்தைச் சேர்ந்தவன் என்பது தெரியவரும்போது, அந்தக் குடும்பம் அவனை அழைக்கும்போது, நான் ஏழைகளோடு இருப்பதை விரும்புகிறேன். நான் அவர்களைச் சேர்ந்தவன் என்று அவன் மறுப்பான். இந்தக் காட்சிக்கு இலங்கையில் மக்கள் கைதட்டி ரசித்தது எனக்கு ஞாபகமிருக்கிறது. நீங்கள் ''பணத்தோட்டத்தை'' அவசியம் படிக்க வேண்டும். அண்ணாதுரை ஒரு முதுகலைப் பட்டதாரி. அவருக்கு பொருளாதாரம் தெரியும். அவரது ஒருவிதமான சோஷலிசத்தை சோஷலிசம் என்று சொல்ல முடியாது. ஒருவித சமத்துவத்தை நினைத்தார். மக்களும் அதை

அடைந்து வருவதாக நினைத்தார்கள்.

கே - பொதுவுடைமைப் பூங்கா...

ஆம், பொதுவுடைமைப் பூங்கா. நாம் அவர்களைவிட (கம்யூனிஸ்டுகளைவிட) மேலானவர்கள், அவர்கள் மாஸ்கோவில் மழை பெய்தால் மாயவரத்தில் குடை பிடிப்பவர்கள். இது மாதிரியான வசனங்களால் அவர்களை இழிவுபடுத்த முயன்றார். ஆனால் அண்ணாவின் சிந்தனையில் ஒருவித பொருளாதார சமத்துவத்திற்கான அம்சம் இருந்தது. துருதிருஷ்டவசமாக ஆட்சிக்கு வந்தபோது அதை அமல்படுத்த முடியவில்லை. சின்னச் சின்னதாக அதைச் செய்தார்கள். சட்டி, பானைகள் கொடுப்பது, ஒரு ரூபாய்க்கு அரிசி... இப்படி... இப்படி கவர்ச்சிகரமான திட்டங்கள்தான் இருந்தன. மாநிலத்திற்கான ஸ்தூலமாக திட்டமிடல் இல்லை. இந்த நேரத்தில் பாராளுமன்ற அதிகாரம் ஒரு வளர்ந்து வரும் குழுவின் கையில் இருந்தது. அது சொத்து சேர்ப்பதாகப் புகாரும் எழுந்தது. இந்த நிலை தமிழ்நாட்டில் மட்டுமல்ல, இந்தியாவின் மற்ற பகுதிகளிலும் காணமுடியும். வரலாறு முன் எப்போதும் அறிந்திராத புதிய உத்திகளைக் கொண்டு உலகமே வியக்கும் வண்ணம் தனது சுதந்திரப் போரை நடத்திய நாடு இது. இந்த நாட்டில் எப்படி இந்த மாதிரியான ஊழல் வந்தது? மிகப்பெரிய ஊழல்கள்! பாராளுமன்றத்தில் கேள்வி கேட்கக்கூட இலஞ்சம் வாங்கியதாகக் குற்றம் சாட்டப்பட்ட பாராளுமன்ற உறுப்பினர்கள்! எங்கு சறுக்கினோம்? நாம் ஆத்மார்த்தமாக அலசி ஆராய வேண்டிய கேள்வி இது. எங்கு தவறு நடந்தது?

கே :- நீங்கள் என்ன நினைக்கிறீர்கள்?

இது இப்போது விடை காணமுடியாத கேள்வி. நான் எதையும் யூகிக்க விரும்பவில்லை. ஆனால், இதுதான் யதார்த்தம் என்று நாம் அறிகிறோம். நம் சமூக வாழ்வின் ஓர் அங்கமாக ஊழல் உள்ளது. நான் ஒப்புக் கொள்கிறேன். ஆனால், நாம் அதாவது இந்தியா, இலங்கை, பர்மா, பாகிஸ்தான், பங்களாதேஷ் போன்ற நாட்டினர் பழைமையான நாகரிகம், வளமான மொழி, மதப்

பாரம்பரியம் உள்ளவர்கள் என்று பெருமை பேசுபவர்கள். ஆனால், இத்தகைய அரசியல் ஊழலோடு எவ்வாறு சமசரமாகச் செல்கிறோம் என்பதுதான் பெரிய கேள்வி. இது வாழ்விலிருந்து பிரிக்கமுடியாததாக உள்ளது. 1950களில் குறிப்பாகத் தமிழகத்தில் பொருளாதார சமத்துவம் கோருவது ஒரு கவர்ச்சிகரமான கோஷமாக இருந்தது. அண்ணா தாம் ஒரு பொருளாதார அறிஞர் என்றும் தமக்குப் பொருளாதாரம் தெரியும் என்றும் கூறிக்கொள்வார். அண்ணா முதல்வரான பின் அவர் செயல்பட்ட விதம் பற்றி எனக்கு மிகுந்த மரியாதை உண்டு. இதை நிறைவேற்ற அவர் உண்மையாக முயற்சி செய்தார். ஆனால், கட்சிக்குள் உட்பூசல் அதிகமாக இருந்ததால் அவரால் ஒன்றும் செய்யமுடியவில்லை. எதிர்பார்த்ததைவிட மிகச் சீக்கிரமாகவே திமுக பதவிக்கு வந்துவிட்டதாக அவர் சிபிஎம் தலைவர் பி.ராமமூர்த்தியிடம் கூறியிருக்கிறார்.

நான் இதை வேறுவிதமாகக் கூறுகிறேன். திராவிட இயக்கம் என்பது என்னவென்று என் சிங்கள நண்பர்களுக்காக ஆங்கிலத்தில் ஒரு சிறிய கட்டுரை எழுதினேன். நாம் போர் கோஷத்தின் அடிப்படையில் ஒரு தமிழர் இயக்கத்தை உருவாக்குவதாக அவர்கள் நினைக்கிறார்கள். ஆனால் அப்படியல்ல என அவர்களுக்கு எடுத்துக் கூறினேன். தமிழ்க் கலாச்சாரம் புறக்கணிக்கப்பட்ட நிலையில், தமிழர்களுக்கு அரசியல் நீதி கிடைக்க வேண்டும் என்பதற்காக உருவாக்கப்பட்டதே திராவிட இயக்கம் என்பதை அக்கட்டுரையில் விளக்கமாக கூறினேன்.

கே :- ஆனால் காங்கிரஸ் கட்ட முயன்ற தேசியம், சீரற்ற வளர்ச்சி ஆகியவற்றில் மற்ற கலாசாரங்களும் பாதிக்கப்பட்டன அல்லவா?

ஆனால், ஓர் இலங்கைவாதியாக இதைச் சொல்கிறேன். இவை எல்லாவற்றையும் மீறி இந்திய அமைப்பிற்குள் ஓர் உள்ளார்ந்த ஏற்பாடு இருந்தது. அதன்படி 1947க்குப்பிறகு அது, உடனடியாக அரசியல் நிர்ணயசபை உருவாக உதவியது.

வேறொரு விஷயத்தில் காந்தியுடன் மோதிய அம்பேத்கர் சட்ட அமைச்சராக்கப்பட்டார். 1956ல் பணிக்கர் கமிஷன் மாநில மறுசீரமைப்பு அறிக்கை வெளிவந்தது. இதுதான் இன்றைக்கு இந்தியாவின் ஒற்றுமையைத் தாங்கி நிற்கிறது.

கே :- எந்தவொரு அடையாளமும் மாறாமலோ, ஒற்றைப் பரிமாணம் கொண்டதாகவோ இருக்க முடியாது. சமூகப் பொருளாதார மாற்றங்களால் ஏற்பட்ட தமிழ் அடையாளங்களின் மாற்றத்திற்குத் தகுந்தாற்போல் திராவிட இயக்கம் தன்னைத் தகவமைத்துக் கொண்டுள்ளதா? ஒரு புதிய வர்க்கம் உருவாகியுள்ளது. திராவிட இயக்கம், இன்றைக்கும் காலத்திற்கு பொருத்தமாக தொடர்வதற்குக் காரணம், தன்னைத் தகவமைத்துக் கொள்ளும் தன்மையாலா...?

நீங்கள் கேட்ட கேள்வியில் காரண, காரியங்களை சற்று மாற்றிப் போட்டிருக்கிறீர்கள் என நினைக்கிறேன். பெரியாரின் திராவிட இயக்கமோ, திராவிடக் கழகமோ அண்ணா வைத்திருந்த திராவிட அடையாளங்களைக் கொண்டிருக்கவில்லை. பெரியாரைப் பொறுத்தவரை அழுத்தம் பிராமணரல்லாதாரின் கலாச்சாரத்தின் மீதுதான் இருந்தது. பார்க்கப்போனால் அண்ணாவும், அவரது வழித் தோன்றல்களும் கட்டமைத்த தமிழ் அடையாளம் சற்று சுவையானது, பல்லவர், சோழர் காலங்கள் இதில் வருகின்றன. ஓவியங்கள் கட்டிடக்கலை, சிற்பக்கலை, வெண்கலத்தின் பயன்பாடு, ஏன் பக்தி இலக்கியம் உள்ளிட்ட பல அம்சங்கள் இந்தக் காலத்தை குறிப்பவை. ஆனால் இவை குறித்த அம்சங்கள் எதுவும் வெளிக் கொணரப்படவில்லை. மாறாக அதைத் தாண்டி அவர்கள் மதச்சார்பில்லாத சங்க இலக்கியத்திற்குச் சென்று விட்டார்கள். தமிழ்க் கலாச்சாரம் மதச்சார்பில்லாதது என்று உயர்த்திக் காட்டப்பட்டது. திருக்குறளும், சங்க இலக்கியங்களும் சமஸ்கிருதமயத்துக்கு முந்தையவை என அவர்கள் கருதியதால் இவை உயர்த்தப்பட்டன. இதுதான் அந்த அடையாளம். மொழி பயன்படுத்தப்பட்டதை கூர்ந்து

கவனித்தால், பெரும் மாற்றம் நிகழ்ந்ததைப் பார்க்க முடியும். எது தமிழ், யார் தமிழன் என்பதற்கு தனி அடையாளம் தரப்பட்டது. இந்த அடையாளம் காலப்போக்கில் நீர்த்துப் போக ஆரம்பித்தது. இதுகுறித்து எனது முந்தைய பேட்டியில் (ப்ரண்ட் லைன் நவம்பர் 8, 2002) விவாதித்திருக்கிறேன். ஒன்று மதம் பற்றியது, மற்றொன்று இலக்கியத்திற்கு திராவிட இயக்கத்தினரின் பங்களிப்பு பற்றியது. மேடைப் பேச்சு, நாடக, திரைப்பட வசனங்கள் தவிர்த்து, படைப்பிலக்கியத்தில் இவர்களது பங்களிப்பு என்ன? இன்றுவரை புதுமைப்பத்தன், ஜெயகாந்தன், சுந்தர ராமசாமி அல்லது லா.ச.ரா (ராமாமிர்தம்) போன்ற ஒரு புகழ்பெற்ற சிறுகதையாசிரியர்கள் யாரும் இவர்களிடமிருந்து உருவானதாக நான் நினைக்கவில்லை. சிறுகதை எழுத்தாளர்கள் இருக்கலாம். ஆனால் அவ்வகையில் தேர்ந்தவர்களாக இல்லை.

கே :- ஒருவேளை கடைசி திராவிட எழுத்தாளர் அண்ணாதுரைதானோ? அவரது 'செவ்வாழை' போன்ற கதைகள்...

ஆம். கடைசி எழுத்தாளர் அண்ணாதான். அவர் மிகத் திறமையானவர். எனவே, 1940, 1950களில் ஒரு குறிப்பட்ட நோக்கத்திற்காக திராவிட இயக்கம் உருவாக்கிய அடையாளம், தமிழகம் உட்பட நாடு முழுவதும், மக்கள் புதிய சூழ்நிலைக்கு மாறுகின்ற நிலையில், நீடித்து நிற்க முடியவில்லை. இது மிக முக்கியமானது. ஏனென்றால், நாம் ராஜாஜியிலிருந்து காமராஜுக்கு வந்து விட்டோம். இது பெரிய விஷயம். காங்கிரஸ் சூழலை முழுமையாகப் புரிந்து கொண்டு ராஜாஜியோ, இல்லை அவர் போன்றவர்களோ தமிழ் அடையாளத்திற்கு பிரதிநிதியாக இருக்க முடியாது என்பதை உணர்ந்தது. அதனால் காமராஜியிடம் சென்றார்கள். பத்திரிகைகளில் அப்போது பட்டுவாடா, ஜில்லா என்பது மாதிரியான வார்த்தைகளை எழுதிக் கொண்டிருந்தார்கள். ஆனாலும், எதிர்காலத்தில் வரக்கூடிய மாற்றங்கள், சவால்களைச் சந்திக்க இந்தத் தமிழ் அடையாளம் உள்ளார்ந்த

சக்தியைப் பெற்றிருந்ததா என்பது மிகப்பெரிய கேள்வி. சமூகம் என்பது தொடர்ந்து இயங்கிக் கொண்டே இருப்பதாகும். எனவே புதிய விஷயங்கள் வரத் தொடங்கின. சங்க இலக்கியங்கள் ஆழமாகப் படிக்கப்பட்டன. இது புதிய கவிதையுணர்வை உருவாக்கியது. நேரடியாக மனித அனுபவங்களைக் கூறத் தொடங்கினர். பாரதி காலத்துக்குப் பிந்தைய கவிதை நடைக்கு எதிராக இது அமைந்தது.

முக்கியமாக நாடகம் பற்றிய கேள்வி எழுந்தது. அரசியல் பிரச்சாரத்துக்குப் பயன்படுத்தப்பட்ட நாடக பாணி தமிழ் பாரம்பரிய கூத்துக் கலையிலிருந்து வந்ததல்ல. ஆனால் கேரளா, கர்நாடகாவில் அவற்றிற்கு கதகளி, யக்ஷகானத்தோடு தொடர்பு இருந்தது. 1970ன் மத்தி வரை தமிழகத்தில் கூத்துக்கலை தொடப்படவேயில்லை. தமிழ் அடையாளங்களைப் பற்றி பெரிதாகப்பேசிய இயக்கம் சமஸ்கிருதக் கலப்பில்லாத கிராமங்களின் தமிழ் கலாசாரப் பாரம்பரியமான கூத்தைக் கண்டுகொள்ளாதது ஒரு முரண்.

கே :- பின் எப்படி மக்களைக் கவர்ந்தார்கள்?

இதுதான் நிஜமான வேறுபாடு. அந்தக் காலத்தின் அறிவு ஜீவிகள் சங்கப்பாடல்கள் பற்றிப் பேசவில்லை. திருக்குறளின் பெருமையை உணரவில்லை. இந்திய இலக்கியத்தின் ஒரு பகுதியாகத் தமிழ் இலக்கியத்தின் பிரத்தியேகமான அடையாளம் பற்றி யாரும் பேசவில்லை.

கே :- தமிழர்கள் இவற்றைப் பற்றி பெருமிதம் கொள்வதுண்டு...

ஆம். அப்போது பிராமணரல்லாதோர் இயக்கம், பிராமணர்களுக்கு எதிராக இயக்கம் கிடையாது. உ.வே. சாமிநாதையரும், தாமோதரம் பிள்ளையும் சங்க இலக்கியம் குறித்து ஒரே மாதிரி பெருமிதம் கொள்வார்கள். மக்களிடம் அதற்கு கவர்ச்சி இருந்தது. அதனால்தான் ஒரு மதச்சார்பற்ற மரபிற்கு சென்றார்கள். இலக்கிய மரபிற்கும் சென்றார்கள். மேலே சொன்னவையெல்லாம் குறைய ஆரம்பித்தது. எம்ஜிஆர் வருகையுடன் அரசியலில் வேறுவிதமான திருப்பம்

ஏற்பட்டது. அண்ணாவும், கருணாநிதியும் அரசியலுக்கு மக்களை ஈர்க்கும் கவர்ச்சியினைத் தந்தார்கள். அதற்கான சொல்லை பயன்படுத்துவதற்கு என்னை அனுமதித்தால் அதை அறிவார்ந்த கவர்ச்சி என்று கூறுவேன். இது குறித்தெல்லாம் எம்ஜிஆர் அதிகம் அலட்டிக் கொள்ளவில்லை. எனவே, இயக்கத்தை வெகுஜனக் கவர்ச்சியை நோக்கி நகர்த்தினார். அந்த உத்தி இன்று வரை செல்லுபடியாகிறது. ஏனென்றால், அது மக்களின் வாக்குகளைப் பெற உதவுகிறது.

கே :- அடையாளம் பற்றி மற்றொரு கேள்வி. தமிழ் அடையாளத்தால் ஏன் சாதி மற்றும் தலித் அடையாளங்களை மீறிச் செல்ல இயலவில்லை? ஒரு குறிப்பட்ட சாதியினரின் ஆதரவு உடைய பாட்டாளி மக்கள் கட்சி போன்ற கட்சிகள் உருவானது இதைத்தானே காட்டுகிறது?

திராவிட சித்தாந்தத்தை கையாண்ட விதத்தில் நேர்ந்த சோகம் இது. பிராமண எதிர்ப்பு, காங்கிரஸ் எதிர்ப்பு எல்லா பிராமணரல்லாத ஜாதியினரிடையே ஒரு சகோதரத்துவத்தை ஏற்படுத்தி இருக்கவேண்டும். இந்த முரண்பாடு தீர்க்கப்படவில்லை. நீதிக்கட்சி இதைத் தீர்க்கவில்லை. சொல்லப்போனால், பிராமணர்கள் தங்களோடு அதிகாரத்தைப் பகிரவில்லை என்பதுதான் அவர்களது வருத்தம். ஆனால், தங்களுக்குக் கீழே உள்ளவர்களோடு அவர்கள் அத்தகைய பகிர்வுக்குத் தயாராக இல்லை.

கே :- பெரியார்கூட ஒரு கட்டத்திற்கு மேல் செல்லவில்லை...

பெரியார் அடிப்படையில் ஒரு தத்துவவாதி. தன்னளவில் தான் நினைத்தவாறு சரியாக வாழ முயற்சி செய்தவர். ஒரு குறிப்பட்ட சட்டகத்திற்குள் இது சரி. பெரியார் அடிப்படையில் ஒரு சீர்திருத்தவாதி. பெரியாருடைய பிரச்சனை என்னவென்றால் அவருக்கு ஓர் அரசியல் அதிகாரத்திற்கான குறிக்கோள் இல்லை. மற்றபடி அவர் அற்புதமான சமூக சீர்திருத்தக்காரர். சமூக உரிமைகளை நிலைநிறுத்துவதற்காக பாடுபட்டவர்.

கே :- சமூக விழிப்புணர்வு பற்றி...

அவருக்கு அரசியல் அதிகாரத்தை அடைய திட்டம் எதுவும் இல்லை. நீதிக்கட்சியும், அதன் பிராமணரல்லாதோர் இயக்கமும் திராவிட இயக்கத்தின் பொருளாதாரக் கண்ணோட்டத்தை பாதித்தன. அண்ணா தலைமையிலும் இயக்கம் இதே பொருளாதாரப் பாதையில் சென்றது.

கே :- **அவர்கள் நிலச்சீர்திருத்தம் செய்யவில்லை. செய்திருந்தால் ஏராளமான தமிழர்கள் பயனடைந்திருப்பார்கள்.**

ஆம். அவர்கள் சாதிகளின் ஆதாயத்தைப் பற்றியே கவலை கொண்டிருந்தனர். முழுமையான சூழலின் முரணை நீங்கள் பார்க்கலாம். சாதிகளுக்கான ஆதாயம், குழுக்களின், சமூகங்களின் ஆதாயங்களைப் பற்றிக் கவனமாக இருக்கும் திராவிட இயக்கம் தனியார் மயத்தைப் பற்றி வாய் திறப்பதில்லை. பார்க்கப்போனால் பொதுத்துறை பலவீனமடைந்தால், அடித்தளமே நொறுங்கிவிடும். அவர்கள் உலகமயத்தின் தீய விளைவுகளைப் பார்க்கத் தவறிவிட்டார்கள். இதுதான் திராவிட இயக்கத்தினுள் உள்ள முரண்பாடு. தங்களின் சித்தாந்தத்தை முற்போக்காக முன்னெடுத்துச் செல்லத் தவறிவிட்டனர்.

கே :- **இது தலைமையின் வர்க்க குணத்தாலா?**

உண்மையில் இது வர்க்க குணத்தால் அல்ல. அவர்கள் எளிய நிலையில் இருந்து, படிப்படியாக அதிகார நிலைகளுக்கு வந்தவர்கள். கலைஞர் ஒரு முதலாளித்துவவாதி என்று நீங்கள் கூற முடியாது. திருக்குவளையிலிருந்து ஓர் எளிய குடும்பத்திலிருந்து வந்தவர். அவர் இந்த அளவு வளர்ந்துள்ளது பாராட்டிற்குரியது, வியப்புக்குரியது. ஆனால், அவர்களைப் பொறுத்தவரை அரசியல் சமத்துவம் பொருளாதார சமத்துவத்தைக் காட்டாது. எனவேதான், பிந்தைய காலங்களில் வர்க்கநலன்களில் மூழ்கிப் போய்விட்டார்கள். எனவே, உழைக்கும் வர்க்கம் ஆட்சியிலமர்வது என்ற நிலையினை அவர்கள் அங்கீகரிக்கவில்லை. இது கெய்ல்

ஓம்வெட் போன்ற அறிஞர்கள் விரிவாக விவாதித்த விஷயம். பிரிக்க முடியாத சாதி வர்க்கப் பிணைப்பு. சாதி வர்க்க முரண். எங்கு கலக்கிறது? சரியாக எந்தப் புள்ளியில் அது கலக்குகிறது? அது மிக நுட்பமானது. வர்க்க நலனுக்காக சாதி உபயோகப்படுத்தப்படும் இடத்தில் மட்டும் வர்க்க குணத்தை எடுத்துக் கொண்டார்கள். இதுகுறித்து விவாதிக்கும்போது, அடிப்படையில் நம் சமூகம் அதிகார அடுக்கில் வருவதை கவனிக்க வேண்டும். அதிகார அடுக்கு சாதியை அடிப்படையாகக் கொள்கிறது. ஆனால், நவீனத்துவம் அதிகார அடுக்கை பொருளாதார அடிப்படையில் பார்க்கிறது. அதனால், சமூக அடுக்கில் உயரே செல்பவர்களுக்கு சமூக, பொருளாதார அதிகாரங்கள் இரண்டுமே மிக மிக முக்கியமாக மாறிவிட்டன. எனவே, சிறந்த மானுடவியல் அறிஞர் ஒருவர் அடுக்கு மனிதர்கள் என்ற பதத்தைப் பயன்படுத்தியதில் வியப்பேதுமில்லை.

கே :- இந்தச் சாதிகளுக்குள் புதிதாய்த் தோன்றும் வர்க்கங்கள் குறித்து...

அவர்களை நீங்கள் குறைகூற முடியாது. அவர்களுக்கு சமூக வளர்ச்சி என்பது அடுத்த வர்க்கத்தில் நுழைவதுதான். அவர்கள் இதை நினைத்துக்கூடப் பார்ப்பது கிடையாது. நில உடைமையாளர்களாக மாறாவிட்டாலும் தொழிலதிபர்களாக மாறுகிறார்கள். அவர்கள் மாறும்போது, சாதி பற்றிய பழங்கதைகளும் மாறுகின்றன. இன்று ஊடகங்கள் முழுவதும் அவர்கள் கையில். இதுதான் வர்க்க நலன் என்பது. நீங்கள் இந்த வர்க்கத்தின் உறுப்பினராகும் கணத்தில் இருந்து உங்களது கண்ணோட்டம் முழுவதும் மாறிவிடுகிறது.

கே :- பிரிட்டிஷ் ஆட்சியின்போது வகுப்புவாரிப் பிரதிநிதித்துவம் கேட்கப்பட்டது. அரசு நிர்வாகத்தின் ஒரு பகுதியாக இருக்கப் போட்டி நடந்தது. இன்றைய நவீன தாராளமயச் சூழலில் அரசு வேலைகள் குறையும் காலத்தில், சமூக நீதி எவ்வாறு செயல்படுத்தப்படும்? இச்சூழலில் சமூகநீதியை மறுவரையறை செய்யத் தேவை உள்ளதா? சமூக

நீதிக்கான போராட்டம் இன்று நவீன தாராளமயத்திற்கு எதிரான போராட்டமாக இருக்கவேண்டும் அல்லவா? உலகமயச் சூழலில் தமிழ் தேசியத்தின் எதிர்காலம் என்ன?

இந்தப் புதிய சூழலில் தமிழ் தேசியத்தைப் பொருத்தக் கூடிய தத்துவ அறிஞர் எவரும் நம்மிடம் இல்லை. அகில இந்திய சட்டத்தில் இவ்வாறு பொருத்துவது சாத்தியம். அதற்கு நாம் பாரதியை அல்லது ஏன் சில காங்கிரஸ் தேசியத் தலைவர்களைக் கூடப் பின்பற்றலாம். ஆனால் உலகமயச் சூழலில் தமிழ் தேசியத்தை யாரும் பொருத்திப் பார்க்கவில்லை. (தமிழ்தேசியம் என்றால் ஒரு அரசியல் சமூகமாக தமிழர்களின் அரசியல் கலாசார அடையாளங்களை நிலைநிறுத்துவதை நான் குறிப்படுகிறேன்). இது ஒரு பிரச்சனைதான். இதற்கு என்னிடம் விடை இல்லை. ஆனால், நான் இப்பிரச்சனை குறித்து வேறுவிதமாக யோசித்துள்ளேன். 1960, 70களின் திராவிட இயக்கங்கள் பேசும்போது, காலனியாதிக்க காலம் அதன்பின் காலம் என்ற அடிப்படையில் பேசவில்லை. காலனியாதிக்கத்தைப் பொறுத்தவரை திராவிட இயக்க எழுச்சி, திராவிட அடையாளத்தின் தேவை ஆகியன காலனியாதிக்கத்தின் தேவையாகவே இருந்தன. பிரிட்டிஷ் ஆட்சியின் தேவைக்கேற்ப நம்மை மேல்நாட்டு நாகரிக வயப்படுத்தும் வகையில் புரோட்டஸ்டண்ட் கிருத்துவ இயக்கம் போன்ற அடிப்படைகூட இருந்தது. அந்தக் காலத்தில் நமக்கு வாக்குறுதியளிக்கப்பட்டதும், நாம் விரும்பியதுமான சமூக ரீதியான அந்தஸ்து உயர்வு, காலனியாதிக்கத்தின் தேவையுமாக இருந்தது. நாம் காலனிய கலாசாரத்தை உள்வாங்கினோம். அதிலிருந்து வெளியே வரவே இல்லை. தமிழ்நாடு இதை உணரவே இல்லை. திருவள்ளுவர் பற்றியெல்லாம் பேசுகிறோம். ஆனாலும், ஆங்கிலவழிக் கல்வியைப் படித்துத் தொங்கிக் கொண்டிருக்கிறோம். கன்னடர்கள் ஒரு குறிப்பட்ட வகுப்புவரை தம் குழந்தைகளுக்கு கன்னடம் சொல்லித் தருகிறார்கள். அதுபோலவே மலையாளிகளும், தமிழ்நாட்டில் நாம்

குறைந்தபட்ச தொடக்கக் கல்வியாவது தமிழில் தரலாமல்லவா!

கே :- தொடக்க வகுப்புகளில் தமிழ்வழிக் கல்வி தமிழகத்தில் அறிமுகப்படுத்தப்பட்டபோது பெரும் எதிர்ப்பு இருந்தது.

பெரிய அதிகாரிகளும், அறிவு ஜீவிகளும் எதிர்த்தார்கள். உங்கள் அடையாளத்தினுள் இருக்கும் காலனிய குணத்தை இது காட்டுகிறது. ஓர் ஆங்கில உலகினுள் தமிழனாக இருக்கவே நீங்கள் விரும்புகிறீர்கள். இது ஓர் அளவிற்கு மீறி உங்கள் குழந்தைக்குத் தமிழ் கற்பிப்பதைக் கூட விரும்பவில்லை. அதற்குத்தான் இந்த உதாரணத்தைக் கூறினேன். காலனியாதிக்கத்திற்கும் அதற்குப் பின்பான காலத்தில் எந்த அளவு தமிழ்ச் சமூகம் காலனியாத்திக்கத்திலிருந்து மீண்டு வந்துள்ளது? நாம் சமஸ்கிருத மேலாதிக்கத்திலிருந்து தமிழ்ச் சமூகத்தை மீட்பது பற்றியே பேசுகிறோம். பிரிட்டிஷ் ஆட்சிக்குப் பிறகு உண்மையாகவே காலனியாதிக்க எண்ணங்களில் இருந்து வெளியே வந்திருந்தால், அதிகார வர்க்கம் இன்றுள்ளதைப் போலான எண்ணங்களுடன் வலுவாக இருந்திருக்காது. காலனியாதிக்கத்திற்குப் பின்னான இந்தியாவில் இன்று காலனிகால அதிகாரவர்க்கம் உள்ளது. அது மக்களின் தேவைகளை உணர்வதில்லை. தெற்காசியா முழுவதுமே இந்த நிலைதான்.

உலகமயத்தின் தேவைகளுக்கேற்ப தங்களை மாற்றிக் கொள்வதில் அவர்களுக்கு பிரச்சனை எதுவும் இல்லை.

நாம் 'அவுட்சோர்சிங்' குறித்து மகிழ்கிறோம். அவுட்சோர்சிங் என்றால் அவர்களுக்கு எல்லா தொழில்நுட்ப வசதிகளும் உள்ளன. நாம் எங்கோ அடித்தளத்தில் இருக்கிறோம் என்பதை நாம் உணர்வதில்லை. இந்தக் கோணத்தில் இருந்து இப்பிரச்சனையை நாம் பார்ப்பதில்லை. தெற்காசிய நாடுகளின் அதிகார வர்க்கத்தின் செயல்பாடுகளைப் பார்க்கும்போது அவர்கள் காலனியாதிக்கத்திலிருந்து வெளிவரவே இல்லை என்று

தெரியும். இது நமது பிரச்சனைகளை அதிகரிக்கிறது.

திராவிட இயக்கம் பற்றிய உங்கள் ஆய்வை தமிழ் தேசியம் ஏன் இந்தியத் தேசியம் என்றுகூட தயவு செய்து குறுக்கிக் கொள்ளாதீர்கள். ஒரு விரிந்த பார்வையில் எவ்வளவு காலனியாதிக்கத்தின் மூளையில் உதித்தது. காலனியாதிக்க முடிவில் அது எவ்வாறு வளர்ந்தது. விடுதலைக்குப் பின்னர் தமிழர்கள் வாழ்வில் அது எவ்வாறு பங்காற்றியது என்று பாருங்கள். பார்த்தால், 1967 முதல் எந்த முதல்வரும் தமிழ்வழிக் கல்வியைக் கொண்டுவரவில்லை. சமூக இடைவெளி, சமூகத்தின் மேல், கீழ் தட்டுகளிடையிலான இடைவெளி ஒருபோதும் தொடப்படவில்லை என்பது தெரியும். தலித் இயக்கம் இதிலிருந்துதான் வருகிறது.

பல்வேறு உள் முரண்பாடுகளால், வலிமையானது என்று கருதப்பட்ட திராவிட இழை இளக்கம் கொடுத்துள்ளது. எவ்வாறாயினும், ஓட்டு இருப்பதால் திராவிட இயக்கம் தமிழர்களையும், தமிழச்சிகளையும் முக்கியமானவர்களாகக் கருதுகிறது.

19

அருண் சௌரிக்கு ஒரு கேள்வி

விஸ்வமோகன் ஜா. (மொழிபெயர்ப்பு)

மத்தியில் ஆளும் பி.ஜே.பி. அரசாங்கம் இந்திய வரலாற்று ஆய்வு மையத்தில் (Indian Council of Historical Researth, (ICHR)) இந்துத்துவா வரலாற்றாசிரியர்களை இட்டு நிரப்பி அந்நிறுவனத்தில் இருந்த இடதுசாரி சிந்தனையாளர்களை அகற்றி விட்டதாக 1998 ஜூன்-ஜூலை மாதங்களில் முற்போக்காளர்கள் குற்றம் சாட்டினர். இந்தக் குற்றச்சாட்டில் உண்மை இருக்கிறதா என விசாரித்து அறிவதென அருண் சௌரி முடிவு செய்தார். துப்பறிந்து பத்திரிகைக் கட்டுரைகள் எழுதுவதில் நிபுணத்துவம் பெற்றதற்காக பிலிப்பைன்ஸ் அரசு வழங்கும் மகசேசே விருது பெற்றவர் இவர். பி.ஜே.பி.யின் மாநிலங்களவை உறுப்பினராகவும் இருக்கிறார். உண்மையைக் கண்டறியப் புறப்பட்ட ஆறே மாதத்திற்குள் "சரமாரியான முறைகேடுகளைக்" கண்டுபிடித்த இவர் தன் கண்டுபிடிப்புகளையெல்லாம் வைத்து ஒரு புத்தகத்தையும் எழுதிவிட்டார். (புத்தகம் போட்டே பேர்வாங்கும் புலவர்களும் இருக்கிறார்கள்) அதன் பெயர்: "மேன்மைதாங்கிய வரலாற்றாசிரியர்கள் : அவர்களின் தொழில் நுட்பமும் நிலைப்பாடும் மோசடியும்"

அருண் சௌரி இரண்டுவிதவிதமான 'முறைகேடுகளைப்' பற்றி எழுதியுள்ளார். முதலாவது, ஆய்வு மையத்தின் செயல்பாடு தொடர்பானது. புத்தகத்தில் குறிப்பிட்டுள்ள 'மேன்மை தாங்கிய வரலாற்றாசிரியர்கள்' எடுத்துக் கொண்ட ஆய்வுப் பணிகளில் பெரும்பாலானவை (தேசிய

முக்கியத்துவம் வாய்ந்த சில பணிகள் உட்பட) முடிவுறாமல் நிற்பதாகவும், இதனால் ஏராளமான நிதிவிரயமாகி விட்டதாகவும் அவர் கண்டுபிடித்திருக்கிறார். மேலும், தன்னிடம் ஒப்படைக்கப்பட்ட புத்தகம் ஒன்றிலிருந்தே விஷயங்களை ஒரு ஆய்வு மைய அலுவலர் திருடிவிட்டார் என்றும் அவர் கூறியுள்ளார். ஆராய்ச்சியாளர்களுக்காக பகுதிநேரப் பயணத் தொகையாக ஒதுக்கப்படும் ரூ. 20,000ஐப் பயன்படுத்தும் விஷயத்தில் ஒரு "மேன்மைதாங்கிய" வரலாற்றாசிரியருக்கும் வரலாற்று ஆய்வு மையத்திற்கும் பிரச்சனை இருந்ததாகவும் சௌரி எழுதுகிறார். துப்பறியும் வேலையைச் செய்து கொண்டே, தான் கண்டுபிடித்த உண்மைகளைப் பற்றிக் கட்டுரைகளையும் அவர் எழுதினார். இதனால் இவருக்கும் இரண்டு "மேன்மைதாங்கிய" வரலாற்றாசிரியர்களுக்குமிடையே மோதல் ஏற்பட்டது. பத்திரிகைகளிலும், தொலைக்காட்சியிலும் இம்மோதல் தொடர்ந்தது. இம்மோதல்களைப் பற்றியும் அவருக்கேயுரித்தான சொல்வீச்சுடனும் நினைவலை களுடனும் தன்னுடைய புத்தகத்தில் ஷோரி விவரித்துள்ளார்.

இப்பிரச்சினைகள் பற்றியும் வரலாற்று ஆய்வு மையத்தில் சமீபத்தில் நடந்ததாக பத்திரிகைகளில் செய்தி வந்த பிறகும் சௌரி துப்பறிய முற்படாத ஊழல் மற்றும் மோசமான செயல்பாடு போன்ற பிரச்சனைகளும் முடிவில் என்ன ஆயின என்பதைப் பற்றி நாங்கள் நிச்சயமாகத் தெரிந்து கொள்ள விரும்புகிறோம். இப்பிரச்சினைகளைப் பற்றித் துப்பறியாதது மட்டுமின்றி அவற்றை தொட்டுக் காட்டவும் இல்லை அருண் ஷோரி.

மேலும் சில விஷயங்களையும் இங்கு குறிப்பிடுவது சரியாக இருக்கும். முதலில், ஷோரி தந்துள்ள விவரங்களை பார்த்தால் ஒன்று தெளிவாகிறது. ஆய்வுப் பணிகளை முடிக்க வேண்டிய கடமை தவறியதை அடிப்படையாக வைத்து ஆய்வு மையத்தின் உறுப்பினர் தகுதியை பி.ஜே.பி. அரசாங்கம் முடிவு செய்யவில்லை. உதாரணமாக ஆய்வுப் பணியை முடிக்காத முனைவர் பி.பி.லால் ஆய்வு மையத்தின்

உறுப்பினராகத் தேர்ந்தெடுக்கப்பட்டுள்ள அதே நேரத்தில் தன் பணியை முடித்து மூன்று பெரும் புத்தகங்களை எழுதியுள்ள பேராசிரியர் பார்த்தசாரதி குப்தாவுக்கு உறுப்பினர் பதவி கிடைக்கவில்லை.

லால் ராமர் கோயில் ஆதரவாளர். குப்தா அப்படி இல்லை.

லால் அவர்கள் ஆய்வு மையத்தின் பொருளாதார உதவியுடன் ஆய்வுப் பணி நடத்தினார் என்பதிலிருந்தே அந்த மையத்தினால் இடதுசாரிகள் மட்டுமே 'பயனடைந்தனர்' என்ற குற்றச்சாட்டிலும் உண்மையில்லை என்று தெரிகிறது. மூன்றாவதாக, முன்னணியிலுள்ள மரபுசார் மார்க்சிய ஆய்வாளர்களும் கூட ஆய்வு மையத்தின் மோசமான செயல்பாட்டினால் பாதிப்புக்குள்ளாயினர். என்பதை அருண் ஷோரி மறைக்கப் பார்க்கிறார். இது இந்தியா டுடே பத்திரிகையில் அவர் அளித்த பேட்டியில் வெளியானது. ஏ.ஆர். தேசாய் என்ற வரலாற்று ஆசிரியர் எழுதிய பதினைந்து புத்தகத் தொகுதிகள் காணாமல் போய்விட்டதாகவும், ஆய்வு மையத்தின் தற்போதைய தலைவர் அவற்றைக் கண்டுபிடித்ததாகவும் கூறுகிறார். ஏ.ஆர். தேசாய் ஒரு மார்க்சிய சிந்தனையாளரும் செயல்வீரரும் ஆவார். ஆனால் சௌரியைப் பொறுத்தவரையிலும் அவர் ஒரு நன்கு அறியப்பட்ட சமூகவியலாளர் மட்டுமே!

எல்லாவற்றிற்கும் மேலாக, ஆய்வு மையம் இதுவரை எடுத்த ஆயிரக்கணக்கான முடிவுகளில் சிலவற்றை தேர்ந்தெடுத்து விமர்சனம் செய்திருக்கிறார் சௌரி. ஆய்வுகளுக்காகப் பயணம் செய்பவர்களுக்குச் சேர வேண்டிய தொகை, புத்தகங்கள், பத்திரிகைகள், பிரசுரிப்பதற்கான கொடை, ஆய்வாளர்களுக்கு வழங்கப்படும் உதவித் தொகை, பயிற்சிப் பட்டறைகள் மற்றும் கருத்தரங்கங்கள் நடத்துவதற்கான கொடை ஆகியவை குறித்த முடிவுகளாகும் இவை. இத்தகைய முடிவுகள் மூலமாகத்தான் இந்த நாட்டின் வரலாறு சம்பந்தப்பட்ட அறிவை உற்பத்தி செய்து பரப்பி

வருகிறது இந்திய வரலாற்றியல் ஆய்வு மையம். இதில் ஆய்வு மைய உறுப்பினர்களின் பங்கும் பணியும் என்னவாயிருந்தது என்பதே கேள்வி. சௌரி கொடுத்திருக்கும் உதாரணங்கள் விவரமாக கவனிக்கப்பட வேண்டியவை என்பதில் சந்தேகமில்லை. ஆனால் ஆராய்ச்சி மையத்தின் பணியைப் பற்றி ஒரு முடிவுக்கு வருவதற்கு மைய உறுப்பினர்கள் பிறரின் ஆராய்ச்சிப் பணிகளைப் பற்றி எப்படி முடிவெடுத்தனர் என்று பார்ப்பதுதான் சரியாக இருக்குமே தவிர அவர்கள் தங்களுடைய ஆராய்ச்சிப் பணிகளை எப்படி செய்தனர் என்று பார்ப்பது சரியாக இருக்காது. ஆராய்ச்சி மையம் ஒளிவு மறைவில்லாமல் தான் ஏற்றுக்கொண்ட பணிகளைப் பற்றி எழும் கேள்விகளுக்கு பதில் சொல்லும் பொறுப்புடையதாகவும் செயல்பட வேண்டும் என்பதே நமது கோரிக்கையாகவும் இருக்கிறது.

ஆனால் சௌரிக்கு இப்படிப்பட்ட விஷயங்களை விவாதிக்கும் அளவுக்கு பொறுமை இல்லை. அவர் கூறும் 'மேன்மைதாங்கிய வரலாற்றாசிரியர்கள்' ஏன் ஆராய்ச்சி மைய உறுப்பினர்களாகத் தொடரத் தகுதியற்றவர்கள் எனத் தனது புத்தகத்தில் எழுதியுள்ள சௌரி, தான் அளித்த பேட்டி ஒன்றில் 'இந்திய வரலாற்றியல் ஆராய்ச்சி மையம் போன்ற நிறுவனங்களையே' ஒழித்துவிட வேண்டுமெனக் கூறியுள்ளார். இந்நிறுவனங்கள் அறிவு ஜீவிகளை ஆதரிக்கின்ற காரணத்தினால்தான் அவற்றை ஒழிக்க வேண்டுமென்ற ஆலோசனையைக் கூறுகிறார். ஆராய்ச்சி மையம் வரலாற்று ஆய்வுகள் தொடர்ந்து நடப்பதற்கு உதவுகின்றது, அல்லது இன்னும் அதிகமாகவும் மேலும் சிறந்த முறையில் உதவவேண்டும் என்பதிலெல்லாம் அவருக்கு அக்கறை இல்லை.

அவருக்கு வரலாற்றாசிரியர்களைப் பற்றித்தான் அக்கறை. வரலாற்றைப் பற்றி அக்கறை இல்லை என்றும் கூறிவிட முடியாது. 'உண்மையான முறைகேடுகள்' என்று சிலவற்றை மட்டுமே குறிப்பிட்டுத்தான் புத்தகம் முழுவதையுமே எழுதியிருக்கிறார். அது என்ன உண்மையான

முறைகேடு? இதோ அவர் எழுதுகிறார்:

"ஆரிய-திராவிட வேற்றுமை, இஸ்லாமியப் படையெடுப்புகளின் தன்மை. விடுதலைப் போராட்டத்தின் தன்மை போன்ற முக்கியமான விஷயங்கள். ஒவ்வொன்றாகப் பார்க்கும்போது ஒரு அம்சம் தெளிவாகிறது. உண்மையை மறைத்து, பொய்யை முன்னுக்குத் தள்ளுவது என்பதே இந்த அம்சம். இதுதான் வரலாற்றை எழுதும் பணியில் கடந்த முப்பது வருடங்களாக நடந்து வரும் 'உண்மையான முறைகேடு', 'மேன்மைதாங்கிய வரலாற்றாசிரியர்கள்' இந்திய வரலாற்று ஆராய்ச்சி மையம் போன்ற நிறுவனங்களைத் தங்கள் கட்டுப்பாட்டிற்குள் கொண்டு வந்ததன் வாயிலாக இதைச் செய்வததற்கு, ஆராய்ச்சி மையத்தில் இருந்து அவர்களை வெளியேற்ற வேண்டும்"

மாட்டிறைச்சி விவாதம்

அருண் சௌரி குறிப்பிடும் நிறுவனங்களில் ஒன்று என்.சி.ஈ.ஆர்.டி. (NCERT) எனப்படும் இந்திய கல்வியியல் ஆராய்ச்சி மற்றும் பயிற்சிக் கழகம் ஆகும். ஒரு கூட்டம் இக்கழகம் வெளியிடும் வரலாற்றுப் பாடப்புத்தகங்களை எழுதும் வாய்ப்பினைப் பயன்படுத்தி அப்பட்டமான பொய்களைப் பரப்பி வருகின்றனர் என்கிறார் சௌரி. இந்து மதத்தைக் கீழ்மைபடுத்தியும், இஸ்லாமியத்தைப் பற்றிய உண்மைகளைப் பூசி மெழுகியும், சோசலிச நாடுகளைப் புகழ்ந்துரைத்தும், சோவியத் நாட்டு வரலாற்றாசிரியர்களே கூட கைவிட்டுவிட்ட ஸ்டாலினிய வரலாற்றியல் பார்வையைத் தொடர்ந்து முன் நிறுத்தியும் எழுதி வந்துள்ளதாகவும் கல்வி ஆராய்ச்சி மற்றும் பயிற்சிக் கழகத்தின் பாடப்புத்தகங்களை ஆய்வு செய்து, உதாரணங்களுடன் விளக்க முற்படுகிறார் சௌரி.

பண்டைக் கால வரலாறு எழுதப்பட்ட விதத்திற்கு உதாரணமாக சௌரி மூன்று புத்தகங்களை விமர்சிக்கிறார். அவையாவன ஆர்.எஸ். சர்மா எழுதிய பண்டைக்கால இந்தியா (என்.சி.ஈ.ஆர்.டி. டெல்லி, 996) டி.என்.ஜா. எழுதிய

பண்டைக்கால இந்தியா : ஒரு அறிமுகம் (மனோகர் பதிப்பகம், புதுடெல்லி, 1997), டி.டி.கோசாம்பி எழுதிய எதார்த்தமும் புனைகதையும் (பாப்புலர், பிரகாசம், பம்பாய், 1962, 1983 மறுபதிப்பு) வரலாற்றினை எழுதுவது என்ற பெயரில் இவ்வரலாற்றாசிரியர்கள் பல 'துணிபுரைகளையும் ஊகங்களையும்' எவ்வித ஆதாரமுமின்றி முன் வைப்பதாகவும் அவர்களுடைய நம்பிக்கைக்கு முரணான ஆதாரங்கள் கிடைக்கும் பட்சத்தில் கற்பனையான வியாக்கியானங்கள் கொடுத்துத் தப்பிக்க முயல்வதாகவும் குற்றம் சாட்டுகிறார். குற்றச்சாட்டுக்கு உதாரணமாக டி.என்.ஜா. எழுதிய புத்தகத்தினை காட்டுகிறார். அவர் கூறுவதாவது :

"பண்டைக்கால இந்தியாவில் மாட்டிறைச்சி உண்ணும் பழக்கம் இருந்தது என்று கூறுவது இப்புத்தகங்களில் கட்டாயமாகக் கூறப்படும். டி.என்.ஜா. இவ்வாறு எழுதுகிறார். 'பசு புனிதமானதாகக் கருதப்படாத காலம் அது. எருதுகளும் பசுக்களும் உணவிற்காகக் கொல்லப்பட்டன. விருந்தினரை உபசரிப்பதற்கு விசேஷ உணவாக மாட்டிறைச்சி கொடுக்கப்பட்டது. 'ரிக்' வேதத்தில் ஓரிரு இடங்களில் பசுவைக் கொல்லக்கூடாது (அக்ன்யா) என்று கூறப்பட்டுள்ளதாக நம்முடைய ஆசிரியர் (டி.என்.ஜா) ஒத்துக் கொள்கிறார். ஆயினும் பசுவதைக்கு எதிராக கூறப்பட்டள்ள கருத்துக்கள் பொருளாதார முக்கியத்துவம் வாய்ந்தவையாகவே இருக்கக்கூடும்' என்று ஜா பிரகடனம் செய்கிறார்." (ப-159. மேற்கோள் டி.என்.ஜா)

பசுவதை பற்றி ஒன்றுமே படிக்காதவர்களால்தான் சௌரி போல எழுத முடியும். பண்டைக்கால இந்தியாவில் மாட்டிறைச்சி உண்ணும் பழக்கம் இருந்தது என்று கூறுவதில் வரலாற்றியல் முக்கியத்துவமாயினும், வேதகாலத்திலேயே அதற்கான சான்றுகளாகட்டும், பசுவைக் குறிக்கும் சொல்லாகிய 'அக்ன்யா'யைப் (சௌரி குறிப்பிடுவது போல் 'அகான்யா' அல்ல) பற்றிய விளக்கமாகட்டும், இப்படி இந்தப் பிரச்சினை குறித்த பூர்வீக ஆராய்ச்சியும் விவாதங்களும் சௌரி குறிப்பிட்ட வரலாற்றாசிரியர்களால்

நடத்தப்பட்டவை அல்ல. பாரத ரத்னா விருது வாங்கிய பி.வி. கானே என்ற வரலாற்றாசிரியர் 1941இல் கொடுத்த ஏராளமான விவரங்களை துப்பறியும் அருண் சௌரி படிக்கவேண்டும். கானே பின்வருமாறு கூறுகிறார் :

“எருதின் இறைச்சியைச் சமைத்து கடவுளர்களுக்கு (குறிப்பாக இந்திரனுக்கு) படைப்பது பற்றி ரிக் வேதத்தில் பல குறிப்புகள் உள்ளன. ரிக் வேதத்தின் ஒரு பாகத்தில் (VIII, 43, 11) ‘எருதினையும் மலட்டுப் பசுவினையும் உணவாகக் கொள்ளும்’ கடவுள் அக்னி என்று குறிப்பிடப்பட்டுள்ளது. வேறொரு இடத்தில் (ரிக்X79.6) வாள் அல்லது கோடாரியினைக் கொண்டு பசு வெட்டப்பட்டதாகக் குறிப்பிடப்பட்டுள்ளது. இந்தச் சொல் ‘கொல்லத் தகுதியான ஒன்றில்லை’ என்ற பொருள் கொண்டதாகத் தோன்றுகிறது. நிருக்டாவும் (VI :43) இப்படித்தான் விளக்கமளிக்கிறது. சில நேரங்களில் ‘அக்ன்யா’ என்ற சொல் ‘தேனு’ என்ற சொல்லுக்கு எதிர்ப்பதமாகப் பயன்படுத்தப்பட்டுள்ளது என்பதையும் கவனிக்க வேண்டும். (ரிக் IV, 16, VIII, 69.2) எனவே ரிக் வேதத்தில் யாகத்திற்காகவோ இறைச்சிக்காகவோ கொல்லப்பட்டிருந்தாலும் கூட அவை மலட்டுப் பசுக்களாகத் தானிருந்தனவென்றும், பால் தரும் பசுக்கள் கொல்லத் தகுதியற்றவையாகக் கருதப்பட்டனவென்றும் விவாதிக்க இயலும். ‘இந்தியாவில் பசுப்பாதுகாப்பு’ என்ற தலைப்பில் எல்.எல். சுந்தரம் எழுதிய புத்தகம் (சென்னை 1927) வேத காலம் தொட்டு இப்பிரச்சினை குறித்த விவாதங்களை மிக விரிவாகக் கொடுக்கிறது. பிற தேசங்களும் மதங்களும் பசுவதை குறித்து என்ன அணுகுமுறை மேற்கொண்டன என்றும் குறிப்பிடுகிறது. சுந்தரம் பின்வருமாறு எழுதினார்.

“...தங்களுடைய மூதாதையர்கள் நீண்ட காலமாக இறைச்சி உண்ணும் பழக்கமுடையவர்களாக இருந்தபோதும் இந்தியக் கண்டத்தில் வாழ்ந்த பெரும் மக்கள் கூட்டங்கள் தாமாக முன்வந்து இறைச்சி உணவைத் தவிர்த்தது உலக வரலாற்றில் ஒரு வித்தியாசமான செயல் என்பதை மறுக்க

முடியாது.''

பிவி. கானே எழுதிய புத்தகத்திலிருந்து நாம் காட்டிய மேற்கோளைக் கவனித்து பாருங்கள். 'பொருள் கொண்டதாகத் தோன்றுகிறது'. 'விவாதிக்க இயலும்', 'கொல்லப்பட்டிருந்தாலும் கூட' ஆகிய சொற்றொடார்கள் அடிக்கோடிடப்பட்டுள்ளன. பொதுவாகவே பண்டைக்கால இந்தியா பற்றி ஆராய்ச்சியில் விமர்சனப்பூர்வமான விவாதங்கள் நடத்தும் போது கருத்துக்களை அறுதியிட்டுக் கூறாமல் சிறிது ஐயப்பாட்டுடன் கூறுவது (அது நல்லதோ, கெட்டதோ) வழக்கமாக இருந்து வந்துள்ளது. வரலாற்று ஆராய்ச்சி பற்றிமிகவும் மேம்போக்காக அறிந்திருப்பவர்களுக்கும் கூட இது தெரியும். தாம் கொடுக்கும் வரலாற்று ஆதாரங்களைப் பற்றியுள்ள தமது புரிதலின் நிச்சயமற்ற தன்மைகளையும் கருத்தில் கொண்டு, அவர்களுக்கே உரிய வழக்கமான முன் ஜாக்கிரதை உணர்வுடன் வரலாற்றாசிரியர்கள் எழுதுவதால் இது நேர்கிறது. ஆயினும் புரிதலில் நிச்சயமற்ற நிலைகள் இருந்தபோதிலும் பல நேரங்களில் உறுதியான முடிவுகளுக்கு வர அவர்களால் முடிந்துள்ளது. இதற்குச் சான்றாக 'கல்வெட்டு ஆராய்ச்சியின் மிகச் சிறந்த அறிஞர்' என்று ஆர்.சி. மஜும்தார் என்கிற வரலாற்றுப் பேராசிரியரால் புகழப்பட்ட டி.சி. சர்க்கார் கூறுகிறார் : "வைணவ மதத்திற்கு அளிக்கப்பட்ட ஆதரவினால்தான் அப்புதிய மதப்பிரிவின் முக்கியத்தும் வளர்ந்திருக்க கூடுமேயொழிய அதன் முக்கியத்துவம் வளர்ந்ததினால்தான் அதற்கு ஆதரவு கிட்டியது என்று சொல்ல முடியாது. நான்காம் நூற்றாண்டின் இறுதியிலிருந்து மக்களிடையே அம்மதத்தின் செல்வாக்கு வளர்ந்தது என்பதில் சந்தேகமேயில்லை.''

வரலாறும் எழுதும் முறை

இரண்டாவது வாக்கியத்தில் 'சந்தேகமேயில்லை' என்ற அவர் கூற்று 'வளர்ந்திருக்கக் கூடும்' என்ற முதல் வாக்கியக் கூற்றிற்கு முரணாக உள்ளது. ஆனால், அருண் ஷோரிக்கு

அத்தகைய சொற்றொடர்கள் இரண்டு அடுத்தடுத்த வாக்கியங்களில் (அல்லது பகுதிகளில்) வந்தால், அவை முதல் சொற்றொடர் இரண்டாவது காரண-காரிய உறவினைக் கொண்டதாகவே இருக்க முடியும். ஆராய்ச்சியாளர்களின் சொல்லாடல் முறைகளைப் பற்றி அறியாத சௌரி, 'இருக்கலாம்', 'இருக்கக்கூடும்' போன்ற சொற்றொடர்கள் அவர் தாக்கும் வரலாற்றாசிரியர்களுக்கே சூழலிற்கே உரித்தானது என்று கூறுகிறார். இதனால்தான் 'அவர்கள் கூறும் கருத்துக்களுக்கு ஆதாரங்கள் ஏதுமில்லை என்றும் கூறுகிறார் (பக். 158-159). அவர் அத்தோடு நின்றுவிடவில்லை. 'ஆகலாம்', 'இருக்கலாம்' என்ற சொற்கள் வரும் மேற்கோள்களை அடிக்கோடிட்டு அடுக்கடுக்காக எடுத்து வைக்கிறார். (பக். 159-167) மேற்கூறிய சொற்கள் பயன்படுத்தப்பட்டுள்ளதால், அவர் காட்டிய 'மேற்கோள்களில் கூறப்பட்டுள்ள கருத்துக்களுக்கு ஆதாரமில்லை' என்று அடித்துக் கூறுவதன் மூலம் முழு நேர வரலாற்றாசிரியர்கள் முன் (தீவிர சிந்தனையுடைய இளங்கலைப் பட்டப்படிப்பு மாணவர்களின் முன்கூட) ஒன்றை மட்டும் நிரூபிக்கிறார் சௌரி. ஜா என்ற வரலாற்றாசிரியர் எழுதிய அறிமுகப் புத்தகத்திற்கு ஆதாரமாக இருந்த ஆராய்ச்சிப் பணிகளைப் பற்றிய அவரின் அறியாமைதான் அது. இதற்கு இரு உதாரணங்களைக் காணலாம். மௌரியர் காலத்தைப் பற்றிய பகுதியில் ஜா இவ்வாறு எழுதுகிறார் : "ஹெராக்கில்ஸ் என கிரேக்கர் குறிப்பிடும் கடவுள் பின்னர் வந்த புராணங்களில் குறிப்பிடப்பட்டுள்ள கிருஷ்ணனாக இருக்கலாம்." வேறொரு மேற்கோளையும் காணலாம். "பாரசீக அரசவைக் கலையே மௌரியர் காலத்திய கலையின் முக்கிய ஊக்க சக்தியாக இருந்திருக்கக் கூடும். (ப.162, மேற்கோள் டி.என்.ஜா.) வரலாற்றியல் குறித்த ஆழ்ந்த அறிவில்லாத வாசகர்கள் கூட ஜா எழுதிய இக்கருத்துக்களுக்கான ஆதாரத்தை எளிதாக கண்டறிய முடியும். 'நந்தர்கள் மற்றும் மௌரியர்களின் காலம்' என்ற தலைப்பில் கே.ஏ. நீலகண்ட சாஸ்திரி எழுதிய

புத்தகமே ஜா வின் கூற்றுக்கு ஆதாரம். இதில் விசேஷம் என்னவென்றால், நீலகண்ட சாஸ்திரி சௌரி தாக்குதல் தொடுக்கும் வரலாற்றாசிரியர் குழுவில் இடம் பெறாதவர்.

கிரேக்கர்கள் கூறும் ஹெராக்கில்ஸும், கிருஷ்ணனும் ஒன்றே என்ற கருத்தின் ஆதாரத்தினைப் பற்றி டி.டி. கோசாம்பி பகவத்கீதைப் பற்றி எழுதிய கட்டுரைகளிலும் 'எதார்த்தமும் புனைகதையும்' என்ற புத்தகத்திலும் விவாதிக்கப்பட்டுள்ளது. இவற்றையும் ஷோரி விஷேசமாகத் தாக்குகிறார். சௌரியின் வாதங்களைக் கேட்கும் போது ஒரு சந்தேகம் எழுகிறது. தான் விமர்சிக்கும் ஆராய்சிப் புத்தகங்களைத் தான் படிக்கவில்லை கட்டுரைகளையாவது முழுமையாகப் படித்தாரா? அவர் படிக்கவில்லை, என்பது ஆய்வின் முதல் கட்டத்திலேயே தெளிவாகிறது. தன் புத்தகத்தின் 15வது அத்தியாயத் தொடக்கத்திலேயே ஒரு குற்றச்சாட்டை வைக்கிறார். இந்திரன் 'ரௌடியைப் போன்றவர், ஒழுக்கமில்லாதவர்' என்று கூறுவதற்கு ஆதாரமில்லை என்கிறார் அவர். கோசாம்பியின் கட்டுரையிலேயே இதற்கு ஆதாரம் கொடுக்கப்பட்டுள்ளது. ஆனால் சௌரி அதைக் காணத் தவறிவிட்டார். கோசாம்பி பின்வருமாறு எழுதுகிறார் :

"இந்திரன் தன் சொந்த தந்தையின் காலைப் பிடித்துத் தூக்கிச் சிதறடித்தான் (ரிக்வேதம், 4, 18, 12) இதை ஒரு சாதனையாக பிராமணனாகிய வாமதேவன் பாராட்டினான் ...அவருடைய தவறுகள் கூட பாவங்களாகக் கருதப்படாத மூலக் கடவுள் நிச்சயமாக உபநிடதங்களில் கூறப்படும் இந்திரன்தான். இந்த இந்திரன் பிரதான தைவோதசியிடம் இவ்வாறு கூறுகிறர். 'என்னைப் பற்றி மட்டும் தெரிந்து கொள். த்வாஸ்தரா என்ற மூன்று தலையுடையோனை நான் கொன்றேன். கடுந்துறவம் மேற்கொண்ட ஆரூர்மகா துறவிகளை நரிகளிடம் தூக்கி எறிந்தேன். எல்லா ஒப்பந்தங்களையும் மீறி பிரகலாதியர்களை மேலுலகில் வைத்தும், பாலோமாக்களை வானத்தில் வைத்தும், காலகஞ்சர்களை பூமியில் வைத்தும் குத்திக் கிழித்தேன். நான்

எப்படிப்பட்டவனென்றால் இதையெல்லாம் செய்யும்போது நான் சிறிதும் பதட்டப்படவில்லை. எனவே, என்னை எவன் புரிந்து கொள்கிறானோ அவன் என்ன காரியம் செய்தாலும் அதனால் அவருக்கு எவ்வித தீங்கும் நேராது. அவன் சொந்தத் தாயைக் கொன்றாலும் தந்தையைக் கொன்றாலும் திருடினாலும் ஒரு கருவை அழித்தாலும், எத்தகைய பாவம் புரிந்தாலும் அவன் நிறம் அழியாது."

சோவியத் எழுத்தாளர்

'மேன்மைதாங்கிய வரலாற்றாசிரியர்கள்' எவ்வாறு பண்டைக்கால இந்தியாவை இழிவுபடுத்தினர் என்று குற்றச்சாட்டும் செளரி, சோவியத் நாட்டு வரலாற்றாசிரியர்கள் கே. அன்டனோவா, ஜி. போங்கார்ட் லெவின், ஜி. கோடோவ்ஸ்கி ஆகியோர் எழுதிய இரண்டு பகுதிகளைக் கொண்ட "இந்திய வரலாறு" என்ற நூலைப் பற்றியும் குறிப்பிடுகிறார். இந்நூல் மாஸ்கோவிலிருந்த புரோக்ரஸ் பப்ளிஷர்ஸ் என்ற பதிப்பகத்தினால் 1993 இல் இரு பகுதிகளாக வெளியிடப்பட்டது. (இதன் ஆங்கில மொழியாக்கம் 1979இல் வெளியிடப்பட்டது) பண்டைக்கால இந்தியப் பண்பாட்டின் சாதனைகளை சோவியத் மார்க்சிஸ்டுகள் முழுமையாகப் போற்றிய அதே வேளையில் இந்திய மார்க்சிஸ்டுகள் அப்பண்பாட்டினை முடிந்த அளவு சிறுமைப்படுத்துவதற்கு பாடுபட்டனர் என்று பல உதாரணங்களுடன் செளரி எழுதுகிறார். இதற்காகவே ஒரு அத்தியாத்திற்கும் மேல் அவர் ஒதுக்கியிருக்கிறார்.

ஆனால் அவருடைய இத்தனை முயற்சிகளிலும் ஏமாற்று வேலையையும், அறியாமையையுமே மிஞ்சுகிறது. உதாரணமாக காளிதாசரைப் பற்றி இந்திய - சோவியத் வரலாற்றாசிரியர்கள் கூறாததை அவர் மேற் கோள்காட்டுவதைக் காணலாம்.

காளிதாசனின் படைப்புகள் பண்டைய இந்திய இலக்கிய முத்துக்கள் என்றும், 'உலக கலாச்சார வரலாற்றில் ஒரு சிறப்புமிக்க பக்கமென்றும்' சோவியத் வரலாற்றாசிரியர்கள்

கூறியுள்ளனர். "தனக்கு முந்தைய மரபிலிருந்தும் சிறிதும் வழுவாத காளிதாசன் பல விதமான புதுமைகளையும் செய்தார் என்றும் அவர்கள் மேன்மைதாங்கிய இந்திய வரலாற்றாசிரியர்களின் கருத்துக்கு நேர்மாறான கருத்தைக் கூறியுள்ளனர். (பக். 191)" என்று சௌரி எழுதுகிறார்.

மேன்மைதாங்கியவர்கள் என்று அவர் குறிப்பிடுபவர்களில் ஜா என்பவரை குறிப்பாக தேர்ந்தெடுத்து விமர்சிக்கிறார் (பக். 174-177). அப்பட்டமான பொய்களை" பரப்பும் வேறொரு கருவி என்று சௌரியால் அழைக்கப்பட்ட என்.சி.ஈ.ஆர்.டி வெளியிட்ட "பண்டைக்கால இந்தியா" என்ற பாடப்புத்தகத்தில் சர்மா இவ்வாறு எழுதுகிறார். "குப்தர்களின் காலத்தை எது புகழ் வாய்ந்த ஒன்றாக ஆக்கியது என்றால் அது காளிதாசனின் படைப்புகள்தான். காளிதாசன் எழுதிய அபிஞானசாகுந்தலம் உலகின் சிறந்த நூறு இலக்கியப் படைப்புகளில் ஒன்றாகக் கருதப்படுகிறது." சர்மாவின் இந்தக் கூற்றை டி.என்.ஜா எழுதியதுடன் வேறுபடுத்திப் பார்க்கிறார் சௌரி. ஜா பின்வருமாறு கூறுகிறார்: "காளிதாசனின் படைப்புகள் அறிவுத்துறையின் மறுபிறப்பையோ, இலக்கிய நடவடிக்கைகளின் மீட்டுயிர்ப்பையோ குறிக்கவில்லை. அவருக்கு முந்தைய காலகட்டத்தில் நிலவிய இலக்கிய வடிவங்கள், நடைகளின் வளர்ச்சிப் போக்கையே குறிக்கின்றன." (ப. 175 மேற்கோள் டி.என்.ஜா. மே.நூ.ப.114)

டி.என்.ஜா. இங்கு எதிர்ப்பது 'அறிவுத் துறையின் மறுபிறப்பு அல்லது மீட்டெழுச்சி' என்ற கருத்தைத்தான். குப்தர்களின் காலம் மறுமலர்ச்சிக் காலம் என்று தேசியவாதம் செய்யும் வரலாற்றாசிரியர்களின் கருத்து இது. ஜா கூறிய கருத்தைத்தான் சோவியத் வரலாற்றாசிரியர்களும் கூறினர். காளிதாசன் 'தனக்கு முந்தைய மரபிலிருந்து வழுவாதவர்' என்று தான் கூறினர். காளிதாசனின் மேன்மையைப் பற்றி ஜா ஒன்றும் எழுதவில்லை என்பதற்காகவே அவர் சோவியத் வரலாற்றாசிரியர் களிடமிருந்து வேறுபட்டார் என்று கூற முடியுமா? ஜாவின்

புத்தகத்தில் 112ம் பக்கம் முதல் 115 வரை உள்ள கருத்துக்களையே தான் விவாதத்திற்கு எடுத்துக் கொண்டதாகசெளரி கூறுகிறார். அவர் விமர்சித்த வாக்கியம் பக்கம் 114இல் வருகிறது. இதற்கு முந்தைய பக்கத்தில் ஜா என்ன கூறுகிறார் என்று பார்ப்போம். 'சீர்தளை யாப்பு அமைதியிலும் சொல்லாட்சியிலும் காளிதாசனின் கவிதைகளுக்கு நிகர் ஏதுமில்லை. பண்டைய இந்திய இலக்கிய மற்றும் நாடகத் துறைகளில் தனிப்பெரும் சாதனையாக அவருடைய அபிஞான சாகுந்தலம் விளங்குகிறது."

நகைப்புக்குரிய வாதங்கள்

செளரியின் அறியாமை நம்மை எரிச்சலடைய மட்டுமே வைக்கிறது என்று கூற முடியாது. சில நேரங்களில் நகைக்கவும் வைக்கிறது. கிறிஸ்து பிறப்பதற்குப் பின் வந்த முதல் சில நூற்றாண்டுகளில் சூத்திரர் குலத்தைச் சேர்ந்த கைவினைஞர்களின் நிலையில் முன்னேற்றம் ஏற்பட்டது என்ற 'தவிர்க்க முடியாத' உண்மையை, 'மேன்மை தாங்கிய' வரலாற்றாசிரியர்கள் ஒப்புக் கொண்டே ஆக வேண்டியிருந்தது என்று செளரி கூறும்போது நமக்கு இப்படித்தான் தோன்றுகிறது அவர் என்ன கூறுகிறார் :

கூட்டுத் தொழிற்கூடங்கள் உருவாகின்றன. பல்வேறு தொழில்கள் பெருகுகின்றன. கைவினைஞர்களின் நிலையில் கூட முன்னேற்றம் ஏற்பட்டது என்று மிகுந்த சங்கடத்துடன் நமது ஆசிரியர் (டி.என்.ஜா) ஒப்புக் கொள்ள வேண்டியுள்ளது அவர் ஜா இவ்வாறு எழுதுகிறார் : 'கைவினைஞர்கள் சூத்திரர்களின் மத்தியிலிருந்தே கொண்டு வரப்பட்டனர். கைவினைப் பொருள் உற்பத்தியும் வணிகமும் முன்னேறியதால் இவர்களுக்குச் செல்வம் சேர்ந்தது. எனவே வைசியர்களுக்கும், சூத்திரர்களுக்கும் இடையிலிருந்த பொருளாதார வேறுபாடுகள் மங்கும் போக்கு தோன்றியது. துரதிருஷ்டவசமாக இந்த உண்மையை அவர் தவிர்க்க இயலவில்லை" (பக். 164).

ஆனால் சௌரிக்குத் தெரியாது 'மேன்மைதாங்கிய' ஜா, அவரைவிட 'அதிக மேன்மைதாங்கிய' ஆர்.எஸ். சர்மாவின் ஆய்வுகளின் அடிப்படையில்தான் மேற்கூறிய கருத்தைக் கூறியுள்ளார் என்று இந்தக் காலகட்டத்தில் ஏற்பட்ட பொருளாதார வளர்ச்சியின் காரணமாக சூத்திரர்களின் நிலையிலும் முன்னேற்றம் ஏற்பட்டது என்று சர்மாதான் முதன்முதலில் விளக்கமாகச் சுட்டிக் காட்டியவர். அம்பேத்கரைப் பற்றி நாட்டிலேயே அதிகம் தெரிந்து வைத்திருக்கும் சௌரிக்கு ஆர்.எஸ். சர்மா எழுதிய பண்டைக்கால இந்தியாவில் சூத்திரர்கள் என்ற நூலைப் பற்றி ஒன்றும் தெரியாது என்பது இதிலிருந்து தெளிவாகிறது.

இதற்கு மேலும் மோசமாக சௌரி எழுத முடியுமா? முடியும் என்பதற்கு மேலும் பல சான்றுகள் உள்ளன. 'லிங்க வழிபாட்டு மரபின் ஒரு வெறும் வளர்ச்சியே சிவன் என்ற கருத்தாக்கம்' என்று ஜா கூறியதாக சௌரி எழுதுகிறார் (பக். 159, மேற்கோள் ஜா. வினுடையது. மே.நூ.பக். 90). இதில் 'வெறும்' என்ற சொல் சௌரி சேர்த்துக் கொண்டது. ஜா அச்சொல்லைப் பயன்படுத்தவில்லை. உற்சாகம் பொங்க பின்வருமாறு எழுதுகிறார் சௌரி : "ஸ்டெல்லா கிராம்ரிஷ் என்ற அந்நிய நாட்டவர் வட சிவமத் என்ற கருத்தாக்கத்தில் பிரகாச ஒளியைக் காணும் அதே நேரத்தில் நம்முடைய மேன்மை தாங்கிய வரலாற்றாசிரியர்களுக்கு நீண்ட லிங்கம்தான் தெரிகிறது" ...! (அதே நூல்). ஜா எழுதியாக சௌரி குறிப்பிடும் வாசகம் சௌரி குறிப்பிட்ட புத்தகத்தில் இல்லை. 'சிவன்' என்ற தலைப்பில் ஜா தன் புத்தகத்தில் எழுதியுள்ள எட்டு பக்கங்களில் எங்கும் அதை காணவில்லை! சௌரி குறிப்பிடும் பக்கத்தில் காணப்படும் கீழ்கண்ட பத்தியைப் படித்தாலே சௌரி எவ்வளவு பெரிய பொய்யைப் பரப்புகிறார் என்பது தெரியும். ஜா இவ்வாறு எழுதுகிறார்.

சிவன் தமிழின் ஆதிமூலம் என்பதில் இன்றும் சந்தேகம் இருக்கிறது என்றாலும், டயோனிஸஸ் என்ற மெகஸ்தனிஸ்னால் குறிப்பிடப்படும் சிவன்,

ரிக்வேதத்திலுள்ள ருத்ரா என்ற கடவுளிடமிருந்தும், தமிழ்க் கடவுளான முருகனிலிருந்தும் தோன்றிய கடவுளாகும். லிங்கத்தையும் நந்தியையும் கடவுளாகக் கொண்ட ஆரியரல்லாத இனப்பெருக்க வழிபாட்டுக் குழுக்கள் இவ்வாறுதான் சிவவழிபாட்டுடன் இணைந்தன. ஹரப்பா நாகரிகக் காலத்தில்தான் லிங்க வழிபாடு நடந்ததற்கான முதல் சான்று கிடைத்துள்ளது. கிறிஸ்துவின் தொடங்க காலசமயத்தில்தான் பிராமணியத்துடன் லிங்க வழிபாடு இணைக்கப்பட்டது. அப்போதிலிருந்து சிவ வழிபாடு என்பது பெரும்பாலும் லிங்க வழிபாடாகவே இருந்து வந்துள்ளது. சிவனை மனித உருவில் வழிபட்டதற்கான சில ஆதாரங்களில் ஒன்று சென்னைக்கு அருகிலுள்ள குடிமங்கலம் என்ற கிராமத்தில் கிடைத்துள்ளது.

இதை வைத்துப் பார்க்கும்போது ஷோரி இரண்டு காரியங்கள் செய்ய வேண்டியுள்ளது. முதலில் சௌரி குற்றம் சாட்டியது போல் ஜா எங்கு எழுதியிருக்கிறார் என்று அவர் காட்ட வேண்டும். அல்லது ஜா எழுதிய புத்தகத்திலிருந்து எடுக்கப்பட்ட மேற்கூறிய பத்தியை தான் படிக்கவில்லை அல்லது படித்தும் புரிந்து கொள்ளவில்லையென்று அவர் ஒப்புக்கொள்ள வேண்டும். இவையிரண்டையும் அவர் செய்யத் தவறினால் அவர் பொய் சொல்லியிருக்கிறார் என்று பொருள்.

கோட்பாட்டின்மீது சாடல்

சௌரி குற்றம் சாட்டும் வரலாற்றாசிரியர்கள் 'கோட்பாடு' என்ற ஒன்றால் வழிநடத்தப்பட்டனரேயன்றி வரலாற்று ஆதாரங்களினால் அல்ல என்று சௌரி கூறுகிறார். வரலாற்றையே 'கேலி செய்யும்' இச்செயலை வெளியுலகுக்கு எடுத்துக் காட்டி, அவர்களை துவம்சம் செய்வதற்காக பெருமுயற்சி எடுத்துக் கொண்டிருக்கிறார். இதற்காக அவர் எடுத்துக் கொண்ட உதாரணம் பக்தி இயக்கமும் நிலப்பிரபுத்துவத்துடன் அதற்கிருக்கும் தொடர்பும். 'வரலாற்று வளர்ச்சிப் போக்கில் மக்கள் சமுதாயங்கள்

நிலப்பிரபுத்துவம் என்ற அமைப்பைக் கடந்து செல்கின்றன' என்று 'கோட்பாடு' சொல்வதால் தான் இவர்கள் நிலப்பிரபுத்துவம் பற்றி இவ்வரலாற்றாசிரியர்கள் கூறுகிறார்கள் என்று சௌரி எழுதுகிறார். 'மனிதன் தன்னை உணர்ந்து கொள்வதற்காக வெவ்வேறு வழிகளைக் கூறும் சாஸ்திரங்கள் உட்பட எல்லாமே உற்பத்திக் கருவிகளின் அமைப்பைப் பொறுத்து உருவாகின்றன' என்று அக்கொள்கை கூறுவதால் பக்தியும் நிலப்பிரபுத்துவத்தின் உருவாக்கமே என்று எவ்வித ஆதாரமுமின்றி அல்லது அவர்கள் இஷ்டப்படி தெரிவு செய்த ஆதாரங்களைக் கொண்டு இவ்வரலாற்றாசிரியர்கள் செயல்பட்டனர் என்ற ஷோரி கூறுகிறார்.

கோசாம்பியும், ஜாவும் பக்தி, நிலபிபுத்துவம் பற்றி எழுதியவற்றை சௌரி விமர்சிக்கிறார் அவர்கள் எழுதியதெல்லாம் மேற்கூறிய கோட்பாட்டிலிருந்து வருகிறது என்றும் கூறுகிறார். 'முதன்முதலில் மார்க்சும், ஏங்கெல்சுக்கும் வெளிச்சமானது ஒரு கோட்பாடு. அக்கோட்பாட்டிற்கு சில இந்திய உதாரணங்களைக் கண்டுபிடிப்பதே கோசாம்பி செய்த பணி. அப்படி உதாரணங்களைக் கண்டுபிடித்தவுடன் கோசாம்பி முன்னணி வரலாற்றாசிரியர், கோட்பாட்டாளர் என்று பெயர் ஏற்பட்டது. கோசாம்பி கூறியதை திரும்பக் கூறும் வேலையை மட்டுமே ஜா செய்தார் (பக். 230-32). இவர்களையெல்லாம் ஒரே கூட்டத்தைச் சேர்ந்தவர்கள் என்று வேறொரு இடத்தில் குறிப்பிட்டது ஆச்சரியமில்லை. இவர்களின் கோட்பாடு எவ்வளவு மடத்தனமானது என்கிற சௌரி பக்தி அல்லது தனிமனிதனின் இறையுணர்வு நிலப்பிரபுத்துவத்தின் வெளிப்பாடென்றால், ஏழாவது நூற்றாண்டிலிருந்து இஸ்லாமிய அரபு நாடும், மஹாயன புத்த மதம், செழித்த திபெத்தும், சைதன்யரும், குருதாசரும், கபீரும், குருநானக்கும், துளசிதாசும் வாழ்ந்த இந்தியாவும் நிலப்பிரபுத்துவங்களே என்றாகும் என்றும் கூறுகிறார்.(பக். 239-42).

இங்கு சௌரியின் அறியாமையே பரிதாபமாக வெளியாகிறது. இந்திய வரலாற்றில் நிலப்பிரபுத்துவம் இருந்தது என்ற கோவலேவ்ஸ்கியின் கருத்தை மார்க்ஸ் நிராகரித்தாரென்றும், இந்திய வரலாற்றைப் பற்றிய மார்க்சின் கருத்துக்களை கோசாம்பி உறுதியாக நிராகரித்தாரென்றும், நிலப்பிரபுத்துவம் என்ற கருத்தாக்கம் மிகவும் சிக்கலானது, அதனைக் குறித்து இவ்வரலாற்றாசிரியர்கள் மட்டுமின்றி பிறருக்குமிடையே கூட கடும் கருத்து வேறுபாடுகள் நிலவுகின்றன என்று சௌரிக்கு தெரியாது. இத்தகைய வேற்று கருத்துக்கள் கொண்டவர்கள் தாம் ஒரு 'கூட்டமாக' ஒரு 'கோட்பாட்டினைப்' பரப்புகிறார்கள் என்று சௌரி கூறுகிறார்.

ஆனால் நிலப்பிரபுத்துவம் என்ற கருத்தாக்கத்துடன் சௌரிக்கு இருந்த பரிச்சயமின்மையைப் பற்றியும், பண்டைக்கால இந்திய வரலாற்றைப் பற்றி நடக்கும் விவாதங்கள், சர்ச்சைகள் பற்றி அவருக்குள்ள அறியாமை குறித்தும், வரலாற்றைப் பற்றிய அவருடைய ஒப்பீடுகளை வைத்து அவருடைய எழுத்துக்களின் சாரமற்ற தன்மையை புரிந்து கொள்ளலாம். வரலாற்றுக் கோட்பாடுகளைப் பொறுத்தவரையில் ஒரு அப்பாவியாக அவர் இருப்பதால் முன்னெடுத்து வைக்கப்படும் வாதங்களை அவர் தவறாகப் புரிந்து கொள்வது மட்டுமின்றி, கோசாம்பி பற்றிய அவருடைய கருத்தே அவருடைய குற்றச்சாட்டை மறுக்கிறது. அவர் மேற்கோள் காட்டும் கட்டுரையைக் கூட முழுமையாகப் படித்து புரிந்து கொள்ளவில்லை என்பது தெளிவாகிறது.

பத்தியையோ (அல்லது கீதையையோ) ஒரு சில சமூகப் பொருளாதார அல்லது அரசியல் அமைப்புகளுடன் தொடர்புப்படுத்திப் பார்ப்பதென்பது, அவை அவ்வமைப்புகளினால் உருவாக்கப்பட்டவையென்று சொல்வதாக அவசியமில்லை. இந்த வேறுபாட்டை சௌரி நுணுக்கமாக உணர்ந்திருந்தால், நிலப்பிரபுத்துவத்தின் விளைவாகத்தான் பக்தி இயக்கம் தோன்றியது என்று

கோசாம்பி பார்க்கவில்லை என்பதை உணர்ந்திருப்பார். கோசாம்பியைப் பொறுத்தவரையில் 'நிலப்பிரபுத்துவம்' தோன்றும் முன்பே பக்தி இயக்கம் தோன்றியது' (பக். 229) கீதை கி.மு. 2ஆம் நூற்றாண்டில் இயற்றப்பட்டது என்று ஜா கூறுகிறார். அதாவது நிலப்பிரபுத்துவம் தோன்றுவதற்கு பல நூற்றாண்டுகள் முன்னரே கீதை இயற்றப்பட்டது என்று கூறுகிறார். மேலும் 'பக்தி' என்ற கருத்தாக்கம் குப்தர்கள் காலத்தில்தான் சமூகரீதியாக மேலும் ஏற்புடையதாயிற்று' என்றும் ஜா கூறுகிறார். நிலப்பிரபுத்துவம் தவிர வேறு வரலாற்றுக் கட்டங்களை வைத்தும் கீதையை விளக்கலாம் என்பதை கோசாம்பி மறுக்கவில்லை அவர் அதற்கு நேர்மாறாக பின்வருமாறும் கூறுகிறார்:

"ஒன்றுக்கொன்று முற்றிலும் வேறுபட்ட சிந்தனைச் சார்புடையவர்களை கீதை கவர்ந்திழுத்திருக்கிறது. எந்த ஒழுக்கநெறி தத்துவமும், சமூகத்தின் பல்வேறுபட்ட சிந்தனைகள் மூலம் பல்வகையான வியாக்கியானங்கள் பெறும் வகையில் அமையுமானால், அது உறுதியாக ஒரு நிச்சயமற்ற தன்மையுடையதாகத்தான் இருக்கும்."

இந்திய வரலாற்றில் ஒன்றன்பின் ஒன்றாக வந்த 'சிறந்த சிந்தனையாளர்கள்' பலருக்கு எப்படி கீதை ஓர் ஊக்க சக்தியாக இருந்தது என்றும் சௌரி கூறுகிறார். அரவிந்தர், திலகர், காந்தி போன்றவர்கள் 'கீதைக்கு அச்சாணி போன்ற' முக்கியத்துவம் கொடுத்தனர் என்பதை இப்படி ஒரு கட்டுரை எழுதுமுன் கோசாம்பி அறிந்திருக்க வேண்டும் என்று கூறும் ஷோரி, இவர்கள் அனைவரும் 'நிலப்பிரபுத்துவத்திற்கு ஆதரவாளர்களா' என்ற கேள்வியை எழுப்புகிறார் (பக். 231) கோசாம்பிக்கு என்ன தெரியும் என்பதற்கு சௌரி பார்த்தால் அவருக்குப் பயனுள்ளதாயிருக்கும். கோசாம்பி இவ்வாறு எழுதுகிறார் : "பிரிட்டிஷ் ஆட்சியிலிருந்து இந்தியா விடுதலை பெற வேண்டும் என்ற லட்சியத்திற்காக திலகரும் காந்தியும் கடுமையாக போரிட்ட போதிலும், கீதையிலிருந்து ஒரே மாதிரியான வழிகாட்டுதலை அவர்கள் பெறவில்லை. அரவிந்தர் இந்திய விடுதலை என்ற லட்சியத்தை

துறந்துவிட்டு கீதையை படிப்பதில் கவனம் செலுத்தப் போய்விட்டார்."

மதங்களைப் பற்றி

'இந்து' இந்தியா 'முஸ்லீம்' இந்தியாவாக மாறியபோது புத்தமதமும் மறைந்து போனது என்கிறர் சௌரி. அப்படியென்றால் 'இந்து' இந்தியா 'புத்த' இந்தியாவாகவும் இருந்திருக்கிறது. 'மேன்மை தாங்கிய' வரலாற்றாசிரியர்கள் - என்.சி.ஈ.ஆர்.டி.க்காக இடைக்கால இந்தியா என்ற புத்தகத்தை எழுதிய சதீஷ் சந்திராவையும் இந்தப் பட்டியலில் இக்கட்டத்தில் சேர்த்துக் கொள்கிறார் சௌரி - புத்த மதத்தின் வீழ்ச்சிக்கு இந்து மதமே காரணம் என்று கூறுவதாகவும், இஸ்லாமிய படையெடுப்புகள் என்ற காரணத்தின் முக்கியத்துவத்தைக் குறைத்ததாகவும் சௌரி கூறுகிறார். மேலும் புத்த மத வீழ்ச்சிக்கான காரணங்களை அம்பேத்காரும், விவேகானந்தரும், அரவிந்தரும் வெகு காலத்திற்கு முன்பே எழுதியிருந்த போதிலும் அவற்றை மேற்குறிப்பிட்ட வரலாற்றாசிரியர்கள் கண்டு கொள்ளவில்லை என்றும் அவர் கூறுகிறார். தன் புலமையைப் பறைசாற்றும் வகையில் விவேகானந்தர், அம்பேத்கர், அரவிந்தர் எழுத்துக்களிலிருந்து பல மேற்கோள்களை காட்டும் சௌரி அடித்துக் கூறுவதாவது (பக். 97-106)

"புத்த மதம் ஆவியாகிப் போனதற்கான முழுமையாக விளக்கத்தை அவர்கள் அளிக்கின்றனர். ஆனால் இன்றைய மதச்சார்பின்மை வாதங்களில் இவர்களில் சிலரின் பெயர் காணப்படுகிறது. ஏனெனில் மதச்சார்பின்மை வாதம் புரிவோரைப் பொறுத்தவரையில் ஒரே ஒரு வியாக்கியானமே போதும்; இந்துக்கள் புத்தமதவாதிகளை நசுக்கினர். புத்தமத ஆலயங்களை இடித்தனர் என்பதே அந்த வியாக்கியானம் (பக். 105)."

இவற்றுக்குப் பதில் கூறுமுன், ஷோரி சில பக்கங்களுக்கு முன் (பக். 89-90) எழுதியதை அவருக்கு

நினைவுபடுத்துவோம். புத்தமதத்திற்குள் நிகழ்ந்த சீரழிவைப் பற்றி இப்போது அதிகம் பேசப்படுவதில்லை என்று கூறும் சௌரி அதே புத்தகத்தில் சில பக்கங்களுக்கு முன் ஆர்.எஸ். சர்மாவைப் பற்றி இவ்வாறு விமர்சிக்கிறார் : 'புத்தமதத்தின் சாரத்தையே உறிஞ்சி உயிரிழக்கச் செய்த உள் சீரழிவைப் பற்றி ஆர்.எஸ். சர்மா எழுதவில்லை என்று கூறமுடியாது' (பக். 89) அப்படியென்றால் சர்மாவின் குற்றம்தான் என்ன? புத்த மத சீரழிவிற்கு பிராமணியத்தைக் காரணம் காட்டியதுதான் அவருடைய குற்றம் அங்கே! ஷோரி எழுதுகிறார்.

"ஆரம்பத்தில் ஒவ்வொரு மதத்திற்குள்ளும் சீர்திருத்தம் என்ற உணர்வு இருந்த போதிலும் நாளடைவில் தானே முன்பு கண்டித்த சடங்குகளுக்கும் சம்பிரதாயங்களுக்கும் பலியாகிவிடுகிறது. எந்த பிராமணியத்தின் தீய அம்சங்களுக்கு எதிராக புத்த மதம் போராடியதோ அதே அம்சங்களுக்கு அது பின்னர் பலியானது" என்று இந்த வரலாற்றாசிரியர் (ஆர்.எஸ். சர்மா) நமக்குக் கூறுகிறார். எனவே 'பிராமணியம்தான்' விஷ வித்து. அதுவே தீமையானது. புத்த மதம் அந்த விஷச் சூழலில் சிக்கியதால் தோற்றுப்போனது.

ஆனால் அருண்சௌரி கூறுவது போல் பிராமணியமே தீமையானது என்றா சர்மா கூறுகிறார்? பிராமணியத்தில் இருந்த தீமைகளையல்லவா குறிப்பிடுகிறார்? ஆம். அதுதான் உண்மை! சௌரிகுறிப்பிடும் பக்கம் 78இல் சர்மா எழுதியிருப்பதைப் பார்த்தால் இது தெளிவாகும். புத்தமதத்தின் நிலைமை மோசமடைந்து வருகின்ற அதே நேரத்தில் எவ்வாறு இந்து மதம் தன்னிடமிருந்து தீய அம்சங்களைக் களைந்து முன்பிருந்ததை விட நல்லதாக மாறிக் கொண்டிருந்தது என்று அவர் விளக்குகிறார். அவர் கூறியதாவது :

"எந்த பிராமணியத்தின் தீமைகளை எதிர்த்து புத்த மதம் ஆரம்பத்தில் போராடியதோ அதே தீமைகளுக்கு அம்மதம் பலியானது. புத்த மதத்தின் சவாலைச் சந்திப்பதற்காக பிராமணர்கள் தம் மதத்தை சீர்திருத்தினர். கால்நடைச்

செல்வங்களைப் பேணி பாதுகாத்து, பெண்கள் மற்றும் சூத்திரர்களுக்கு சொர்க்கத்தில் இடம் கிடைப்பதை உறுதி செய்ய வேண்டியதன் அவசியத்தை அவர்கள் வலியுறுத்தினர். இதற்கு நேர்மாறாக புத்த மதத்தின் நிலைமை மேலும் மோசமடைந்தது.”

சௌரி இதைப் படித்துவிட்டுத்தான் மார்க்சிஸ்டுகள் பிராமணியத்தை இயல்பிலேயே தீமையானதென்றும், விஷச்சூழல் என்றும் கூறுவதாக ஓலமிடுகிறார்! அவர் எப்படி உண்மைகளை சிதைக்கிறார் என்று பாருங்கள்.

புத்தமதத்தின் வீழ்ச்சியைப் பற்றி உலக அளவில் ஒப்புக்கொள்ளப்பட்ட ஒரு பெரும் அம்சம் என்னவென்றால் அது புராணிய இந்து மதத்தினால் உட்கிரகிக்கப்பட்ட தென்றும், அதன் காரணமாக விஷ்ணுவின் பத்து அவதாரங்களில் ஒன்றாக புத்தர் ஏற்றுக்கொள்ளப்பட்டா ரென்றும், ஹர்ஷர் தான் எழுதிய நாகந்தா என்ற புத்தமதம் சார்ந்த நாடகத்தை கௌரி என்ற கடவுளுக்கு சமர்ப்பணம் செய்தாரென்றும், புத்தமத தாந்திரீகமும் இந்துமத தாந்திரீகமும் பல பொதுவான அம்சங்களைக் கொண்டிருந்தன. இந்து மதமும் புத்த மதமும் ஒன்றை யொன்று உட்கிரகித்துக் கொண்டன என்பதற்கு சிறந்த சான்றாக தெய்வ உருவங்களைக் காணலாம்.

இது குறித்து ஜே.என். பானர்ஜி என்ன கூறுகிறார் என்று பார்ப்போம்.

“புத்தமதக் கடவுளான சப்தஷதிக்கா ஹாக்ரிவா அமிதாபா என்ற கடவுளிலிருந்தும், பிற புத்தமதக் கடவுளர்களான ஹெருக்கா, யமாரி, ஜம்பாலா போன்றவர்கள் அக்ஷோபாயா என்ற கடவுளிலிருந்தும் தோன்றியவர்கள். இக்கடவுளர்களின் பெயர்களையும் உருவ அம்சங்களையும் காணும்போது அவர்களின் ஆதிவடிவங்களான வேறு பல பிராமணக் கடவுளர்களே இருந்திருப்பது தெரிகிறது. புராண கதைப்படி ஹாக்ரிவா ஒரு அசுரன். அவனைக் கொள்வதற்காக விஷ்ணு குதிரைத்தலை கொண்ட மனிதனாக அவதாரமெடுக்கிறார்.

சப்தஷதிக்கா ஹயாக்ரிவா என்ற கடவுள் உருவத்தின் சிறப்பு அம்சம் என்னவெனில் அவருடைய தலைக்குமேல் காணப்படும் குதிரையின் உச்சந்தலை உருவமாகும். இக்கடவுள் உருவத்தின் இன்னொரு அம்சம் அக்ஷாபாயா என்ற கடவுள் உருவத்தைப் போன்றே உள்ள மூன்று தலைகளும், எட்டு கைகளும் ஆகும். கைகளின் எண்ணிக்கையையும், அவற்றின் மீது பொறிக்கப்பட்டுள்ள சின்னங்களையும் பார்க்கும்போது ஹயாக்ரிபனைக் கொல்ல அவதாரம் எடுத்த விஷ்ணுவின் உருவத்துடன் உள்ள தொடர்பு தெளிவாகும்."

இந்து மதத்திற்குள் உட்கிரகிக்கப்பட்டதும் புத்த மதம் அழிய ஒரு காரணம் என்பதை அறியாத செளரி சதீஷ் சந்திராவைச் சாடுகிறார். சதீஷ் சந்திரா என்ன தவறு செய்தார்? "புத்தமதம் வீழ்ச்சியடைந்தது என்று கூறுவதைவிட இந்து மதத்திலிருந்து வேறுபடுத்திப் பார்க்கவியலாத அளவுக்கு அது வடிவங்களை எடுத்தது என்று கூறுவதே சரி என்று சதீஷ் சந்திரா எழுதினார். இவ்வாறு எழுதியதன் மூலம் இந்து மதத்தை இழிவுபடுத்தும் 'நிலைபாட்டை' சதீஷ் சந்திரா எடுத்ததாக செளரி குற்றம் சாட்டுகிறார். புத்தமத வீழ்ச்சியைக் குறித்து தன் புத்தகத்தில் கூறியுள்ள விவரங்களைத் தவிர வேறு எதையுமே செளரி பார்க்கவில்லை என்று தோன்றுகிறது. அவர் மேற்கோள் காட்டிய அம்பேத்கரும், பிறரும் உட்கிரகிப்பு என்பது குறித்து எதுவும் எழுதவில்லை! எனவே உட்கிரகிப்பு என்ற கருத்தே மற்ற வரலாற்றாசிரியர்கள் செய்த வக்கிரமான மோசடி என்ற முடிவுக்கு அவர் வருகிறார்.

செளரி தான் மேற்கோள் காட்டும் எழுத்துக்களையாவது அவர் சரியாகப் புரிந்து கொண்டிருக்கிறாரா? இல்லை இஸ்லாமியப் படையெடுப்புகளினால் தான் புத்த மதமும் ஆப்கானிஸ்தான் கட்டிடங்களும் 'அழிந்தன' என்று சுவாமி விவேகானந்தர் கூட நம்பியதாக அவர் குறிப்பிடுகிறார் (பக். 102). விவேகானந்தர் எழுதியதாக செளரி குறிப்பிடும் பகுதியில் இஸ்லாமியப் 'படையெடுப்பாளர்களால்' புத்த

மதக் கட்டிடங்கள் 'அழிந்ததாக' விவேகானந்தர் எழுதவில்லை. மாறாக 'துருக்கியக் கலப்பையும் புத்த மதத்தைச் சேர்ந்தவர்கள் முகமதிய மதத்திற்கு மாறியதையுமே' விவேகானந்தர் குறிப்பிடுகிறார்.

விவேகானந்தர் எழுதியதாக ஷோரி குறிப்பிடுவதாவது :

"இன்றைய ஆப்கானிஸ்தான் மற்றும் கந்தஹார் பகுதிகளில் புத்தமத முன்னோர்கள் கட்டிய அற்புதமான ஸ்தூபங்களும், மடாலயங்களும், மாபெரும் சிலைகளும் உள்ளன. துருக்கியக் கலப்பினாலும், பின்னர் அவர்கள் முகமதிய மதத்திற்கு மாறியதாலும் அவை ஏறக்குறைய அழிந்துவிட்டன (பக். 102)"

புத்தமத வீழ்ச்சிக்கு பிரதான காரணம் அதன் உள் சீரழிவே என்று விவேகானந்தர் கூறியதன் முழுப்பொருளையும் ஷோரி புரிந்து கொள்ளவில்லை. அப்படி அவர் புரிந்து கொண்டிருந்தால், புத்தமத வீழ்ச்சிக்கு ஏறக்குறைய ஒரே காரணம் இஸ்லாமியப் படையெடுப்பால்தாம் என்று அம்பேத்கார் எழுதிய கருத்தை அவர் மறுக்க வேண்டியதிருக்கும். மேலும் 'புத்த மதத்தின் அறிவுசார்ந்த, ஒழுக்க, ஆன்மீக நிலைப்பாடுகளின் உறைந்த தன்மையை' (பக். 106) பற்றிப் பேசிய அரவிந்தருடன் வேறுபட வேண்டியிருந்திருக்கும். கருத்தியலில் உறைந்த தன்மை கொண்ட ஒரு மதம் உள் சீரழிவிற்குள்ளானது என்று கூறுவது இயலாதல்லவா?

புத்த மதம் குறித்து ஷோரி கொண்டிருக்கும் மிக முக்கியமான கருத்தினைப் பரிசீலிப்போம். 'இந்துக்கள் புத்தமதத்தைச் சேர்ந்தவர்களைத் துன்புறுத்தியதாலும் புத்தமதக் கோயில்களை அழித்ததாலும்தான் அம்மதம் வீழ்ந்தது' என்று கூறுவது நாகரீகமாகிவிட்டது என்று அவர் கூறுகிறார் (பக். 99). மேலும் 'இந்தப் பொய்யைப் பரப்பி வரும் மார்க்சிய வரலாற்றாசிரியர்கள் தங்களின் கட்டுக்கதையை நிரூபிக்கும் வகையில் ஒரு சிறு சான்றினைக் கூட முன்வைக்க முடியவில்லை என்றும்

கூறுகிறார். இது உண்மையா? இப்பிரச்சினையில் வரலாற்றாசிரியர் ரோமிலா தாப்பர் எடுத்த நிலைப்பாட்டை மறுத்து சீதாராம் கோயல் எழுதியதை எடுத்துரைக்கிறார் சௌரி (பக். 99–100). ஆனால் மார்க்சிய வரலாற்றாசிரியர்கள் தங்கள் 'கட்டுக்கதைக்கு கிஞ்சித்தும் ஆதாரமளிக்கவில்லை' என்ற தவறான தகவலை மூடிமறைப்பதற்கு முயற்சிக்கிறார் என்று உணரவும், புத்தமதத்தைப் பின்பற்றியவர்கள் இந்துக்களினால் துன்புறுத்தப்பட்டனர் என்பதற்கு சர்மா தன் பாடப் புத்தகத்தில் தந்துள்ள ஆதாரத்திலிருந்து வாசகர்களின் கவனத்தை திசை திருப்புகிறார் என்று அறிந்து கொள்ளவும் நாம் தாப்பர், கோயல் ஆகியோருக்கிடையே நடந்த வாதங்களுக்குள் செல்லத் தேவையில்லை. (சர்மாவின் புத்தகத்தின் இப்பகுதியை ஷோரி தனது புத்தகத்தின் 89வது பக்கத்தில் குறிப்பிடுகிறார்) சர்மா எழுதியதாவது.

பிராமண மன்னரான புஷ்யமித்திர சுங்கன் புத்தமதத்தைச் சேர்ந்தவர்களைத் துன்புறுத்தியதாகக் கூறப்படுகிறது. துன்புறுத்தப்பட்ட நிகழ்ச்சிகள் பல கி.பி. 6 மற்றும் 7ஆம் நூற்றாண்டுகளில் நடந்துள்ளன. சிவனை வழிபட்ட ஹூண மன்னனான மிகிரகுலன் புத்தமதத்தைச் சேர்ந்த நூற்றுக்கணக்கானவர்களைக் கொன்றான். புத்தர் ஞானம் பெற்ற புத்த கயாவிலுள்ள போதி மதத்தினை சைவ சமயத்தைச் சேர்ந்த கௌட நாட்டு மன்னன் சசாங்கன் வெட்டினான். 1600 புத்த மத ஸ்தூபங்களும் மடாலயங்களும் அழிக்கப்பட்டதாகவும், ஆயிரக்கணக்கான புத்த துறவிகளும் அவர்களைப் பின்பற்றியவர்களும் கொல்லப்பட்டதாகவும் சீன அறிஞர் யுவான் சுவாங் கூறுகிறார். இதில் சிறிது உண்மை இல்லாமலிருக்காது. புத்த மதத்தவர்களின் எதிர்வினை எப்படி இருந்தது என்பதற்கு புத்தக் கடவுள்கள் இந்துக் கடவுள்களை காலில் போட்டு மிதிப்பது போன்ற சிலைகளைக் காணும் போது புரிகிறது. வரலாற்றின் இடைக்காலத்தின் ஆரம்பத்தில் தென்னிந்தியாவில் சைவர்கள், வைஷ்ணவர்கள் ஆகிய இருபிரிவினரும் சமணர்களையும் புத்தமதத்தவர்களையும் கடுமையாக

எதிர்த்தனர். இத்தகைய மோதல்கள் புத்தமதத்தினை வலுவிழக்கச் செய்திருக்கக்கூடும்."

சில வரலாற்றாசிரியர்களை வசைமாரிப் பொழியும் சௌரி திரும்பத் திரும்பக் கூறும் குற்றச்சாட்டு 'மேன்மை தாங்கிய வரலாற்றாசிரியர்கள்' என்று அவர் வர்ணிக்கும் வரலாற்றாசிரியர்கள் பண்டைக்கால இந்தியாவில் மக்கள் எவ்வாறு சுரண்டலுக்கும் ஒடுக்குமுறைக்கும் உள்ளாயினர் என்பது குறித்து மட்டுமே எழுதினர். முஸ்லீம் மன்னர்களாட்சியில் நடந்த கொடுமைகளை எழுதவில்லை என்பதே இக்குற்றச்சாட்டு. இவர்கள் இந்து மதத்தைச் சிறுமைப்படுத்தும் அதே நேரத்தில் இஸ்லாமை புகழ்ந்து தள்ளியிருப்பதாகவும் ஔரங்கசீப் போன்றோரின் குறுகிய மதவாதத்தைக் குறித்து மௌனம் சாதிப்பதாகவும் கூட சௌரி குற்றம் சாட்டுகிறார்.

ஆனால் உண்மையோ வேறு. பிரிட்டிஷ் ஆதிக்கம் ஏற்படுமுன் இந்தியாவில் அரசு எப்படி மக்களைச் சுரண்டியது என்பதை விளக்கி இர்ஃபான் ஹபீப் எழுதிய "முகலாய இந்தியாவின் விவசாய அமைப்பு" என்ற புத்தகமே சிறந்த முன்மாதிரியாக விளங்குகிறது. மேலும் முட்டாள்தனமாக எதையும் கூறுமுன் சௌரி அப்புத்தகத்தையும் "இந்துக்களுக்கிருந்த அளவு மூட நம்பிக்கையுடையவர்களாகவும் இந்துக்களை விடவும் அதிக குறுகிய கண்ணோட்டம் கொண்டவர்களாகவும் மாறி வந்தனர்" என்று கோசாம்பி எழுதியதையும் படிக்க வேண்டும். சதீஷ் சந்திரர் பின்வருமாறு எழுதியதையும் சௌரி குறிப்பிட மறந்துவிட்டார். அவுரங்கசீப் குறித்து சதீஷ் சந்திரா இவ்வாறு எழுதுகிறார். "அவுரங்கசீப்பின் பாரபட்ச நடவடிக்கைகள் பற்றியும், கண்மூடித்தனமான அணுகுமுறை பற்றியும் காண்போம் ... முகலாய அரசின் அடிப்படை இஸ்லாமியத் தன்மையையே அவர் உறுதிப்படுத்தினார்."

முஸ்லிம் மன்னர்களின் மதக் கொள்கைகளை சதீஷ் சந்திரா மூடி மறைக்கவா பார்த்தார்? சௌரி அப்படித்தான் கூறுகிறார். அதற்காக ஏராளமான சான்றுகளையும்

கொடுக்கிறார். டெல்லியை ஆண்ட சுல்தான்களின் மதக் கொள்கை குறித்து சதீஷ் சந்திரா பின்வருமாறு எழுதுகிறார்.

“துருக்கியைச் சேர்ந்த இம்மன்னர்கள் இந்துக்கள், சமணர்கள் ஆகியோரின் கோயில்கள், வழிபாட்டுத் தளங்களின்பால் கடைப்பிடித்த கொள்கை ஷாரியா எனப்படும். இஸ்லாமிய சட்டத்தின் அடிப்படையிலமைந்தது. ‘இஸ்லத்திற்கு எதிரான’ புதிய வழிபாட்டுத்தலங்களைக் கட்டுவதை இந்தச் சட்டம் தடை செய்கிறது. ஆனால் அதே நேரத்தில் ‘கட்டிடங்கள் என்றென்றும் நிலைத்திருக்கவியலாது’ என்பதால் பழைய கோயில்களைப் பழுது பார்ப்பதை இச்சட்டம் அனுமதிக்கிறது. கிராமங்களில் இஸ்லாம் பின்பற்றப்படாததால் அங்கு கோயில்கள் கட்டலாம் என்பதே இதன் பொருள். அதுபோலவே, தனிப்பட்ட வீடுகளுக்குள்ளும் கோயில்கள் கட்டப்படலாம். ஆனால் போர்க்காலங்களில் இந்த தாராளக் கொள்கை பின்பற்றப்படவில்லை. போர் என்று வந்துவிட்டால் இஸ்லாத்தை எதிர்ப்பவர்கள், மனிதர்களானாலும் கடவுளர்களானாலும் அழிக்கப்பட வேண்டியவர்கள்.”

இங்கு சுல்தான்களின் கொள்கையை அவர்கள் பயன்படுத்திய சொல் வழக்குகளைக் கொண்டே சதீஷ் சந்தீரா விளக்குகிறார் என்பது தெளிவு. சுல்தான்கள் தாங்கள் பின்பற்றிய கொள்கையை ஷாரியா என்று சட்டத்தின் அடிப்படையில் இப்படித்தான் வியாக்கியானம் செய்தனர். ஆனால் சௌரியைப் பொறுத்தவரையில் இவை சுல்தான்களின் கொள்கை குறித்து சதீஷ்சந்திராவே அளித்த விளக்கங்களாகும். இப்படி விளக்கமளித்ததன் மூலம் ஷாரியா சட்டத்திற்கே சதீஷ் சந்தீரா ‘தங்கமுலாம்’ பூசுகிறார் என்று ஷோரி கூறுகிறார் (பக். 91–92).

சதீஷ் சந்திரா ஒரு வரலாற்றாசிரியர் என்ற முறையில் சுல்தான்களின் கொள்கை நடைமுறையில் எப்படி இருந்தது என்று விவரிப்பதைக் கீழே காணலாம்:

“இந்துக்கள் தங்கள் மதத்தினை பகிரங்கமாகவும் படாடோபமாகவும் பின்பற்றினர். தலைநகரிலும் பிராந்திய மையங்களிலும் கூட விக்ரக வழிபாடும், இந்து தத்துவ பிரச்சாரமும் பகிரங்கமாக நடக்க ஜலாலுதின் கில்ஜி என்ற சுல்தான் அனுமதித்தாக வரலாற்றாசிரியர் பரணி கூறுகிறார். ‘அரண்மனைச் சுவரின் ஓரமாக இந்துக்கள் ஆடிப்பாடி மேளமடித்து யமுனையில் கரைப்பதற்காக விக்ரகங்களை ஊர்வலமாக எடுத்துச் செல்கின்ற போது நான் செய்வதறியாது நிற்கிறேன்’ என்று அவர் கூறினார். பழமைவாத மதபோதகர்களின் எதிர்ப்புக்கிடையிலும் டெல்லி சுல்தான்கள் இத்தகைய பரந்த சகிப்புத் தன்மை கொண்ட கொள்கையைப் பின்பற்றினர். அவ்வப்போது சில தவறுகளும் நடந்தன.”

மேற்கண்ட பத்தியின் முதல் மற்றும் இறுதி வாக்கியங்களை மட்டுமே விவாதத்திற்கு எடுத்துக் கொள்கிறார் ஷோரி. முதல் வாக்கியத்திற்கு ஆதாரமாக சதீஷ் சந்திரர் அக்கால வரலாற்றாசிரியரான பரணி கூறும் கருத்தைக் கூறியிருந்த போதிலும் அதை செளரி தவிர்த்து விடுகிறார். இவ்வாறு தவிர்த்து விட்டு ‘முதல் வாக்கியம் அப்பட்டமான பொய்’யென்றும் அதற்கு வரலாற்றில் எவ்வித ஆதாரமும் இல்லையென்றும் கூறுகிறார் (பக். 92இல் ஷோரி இவ்வாறு எழுதுகிறார் : “இந்த வரலாற்றாசிரியர்கள் நிறுவனங்களில் தங்களுக்கிருக்கும் செல்வாக்கினைப் பயன்படுத்தி அறிவுபூர்வமாக எது சரி என்பதற்கான தர நிர்ணயம் செய்யும் நிலையிலிருக்கின்றனர்.” ஆனால் சதீஷ் சந்திரா அக்காலத்தின் மிகச்சிறந்த இஸ்லாமிய வரலாற்றாசிரியரின் எழுத்துக்களை மேற்கோள் காட்டிய போதிலும் தவறு அவர் பக்கம்தான் உள்ளது போல் செளரி எழுதுகிறார்.

சதீஷ் சந்திரா மேற்கூறிய பகுதியின் இறுதியில் “அவ்வப்போது சில தவறுகள் நடந்தன” என்று எழுதும்போது அவர் தன் கருத்தை கச்சிதமாக எடுத்து வைக்கிறார் என்றே அர்த்தம். ஷோரி கூறுவது போல் அவர் திருட்டுத்தனமாகவோ அல்லது குற்ற உணர்ச்சியுடனோ கூறவில்லை.

அதுமட்டுமின்றி என்ன மாதிரியான தவறுகள் நிகழ்ந்தனவென்று சதீஷ் சந்திரா வேறு ஓரிடத்தில் போதுமான சான்றுகளுடன் விளக்குகிறார். ஃபிரோஸ் ஷா துக்ளக், சிக்கந்தர் லோடி ஆகியோர் காலத்தில் நிகழ்ந்த தவறுகளை அவர் சான்றுகளாகக் குறிப்பிடுகிறார். இந்தத் தவறுகளையும், போர்க்காலத்தில் பரந்த மனப்பான்மையும் சகிப்புத் தன்மையும் கொண்ட மதக் கொள்கை கைவிடப்பட்டது என்ற கூற்றையும் கவனிக்க வேண்டியது அவசியம். ஏனெனில் கோயல் எழுதிய புத்தகத்திலிருந்து சௌரி குறிப்பிடும் பகுதிகள் அனைத்திலுமே (அத்தியாயம் 12, பக். 107-116) ஃபிரோஸ் ஷா துக்ளக்கும், சிக்கந்தர் லோடியும் கோயில் போன்ற ஸ்தலங்களை இடித்ததாகத்தான் கூறப்பட்டுள்ளது. போர்க்காலத்தில் கோயில்கள் இடிக்கப்பட்டன என்ற குறிப்பு வந்த போதிலும் அது டெல்லி சுல்தான்களுடன் சம்பந்தப்பட்ட விவரம் அல்ல. முதலாம் அகமது ஷா என்ற பாமணி வம்ச மன்னர் காலத்தில்தான் இது போன்ற சம்பவங்கள் நடந்தன.

கட்டாய மதமாற்றம்

கட்டாய மதமாற்றம்குறித்து ஷோரி என்ன கூறுகிறார்? முஸ்லீம் மன்னராட்சிக் காலத்தில் 'லட்சக்கணக்கான இந்துக்கள் மதமாற்றம் செய்யப்பட்டதை முஸ்லீம் வரலாற்றாசிரியர்கள் வரவேற்றுக் கொண்டாடினர்' என்று ஷோரி கூறுகிறார். இத்தகைய குற்றச்சாட்டுகள் எழும்போது நவீன வரலாற்றாசிரியர்கள் அப்படியே ஏற்றுக்கொள்வதில்லை. ஒரு வரலாற்று ஆதாரத்திலிருந்து கிடைக்கும் விவரத்தை மற்றொரு ஆதாரத்திலிருந்து கிடைக்கும் விவரத்துடன் ஒப்பிட்டுத்தான் முடிவுக்கு வருகின்றனர். உதாரணமாக, "1672-73க்கு முன் வழங்கப்பட்டதைவிட அதிக கொடைகளை அவ்வருடத்திற்குப் பின் சில்ஹெட் எனப்படும் வங்காளப் பகுதியிலிருந்த மொகலாய அதிகாரி இந்துக்களுக்கு வழங்கினார்." என்பதற்கு ஆதாரம் கிடைத்தது. மேலும் ஆராய்ந்தபோது, கொடைகள் அதிகரித்ததாலும் அரசு மேலும்

மேலும் அதிகமாக இஸ்லாம் மயப்படுத்தப்பட்டது என்று தெரியவந்தது.

இந்துக்கள் கட்டாய மதமாற்றம் செய்யப்பட்டனர் என்ற கருத்தினைப் பொறுத்த வரையில், 'தெற்காசியாவில் அப்படி ஏதும் நடக்கவில்லை' என்று வரலாற்றாசிரியர்கள் கூறுகின்றனர்.

ராணுவ அல்லது அரசியல் பலத்தைக் கொண்டு எப்போதாவது இஸ்லாமியமயமாக்கல் நடந்திருக்குமானால் முஸ்லிம் வம்சாவளி ஆட்சியின் தீவிரமான நேரடித் தாக்கத்திற்கு நீண்டகாலம் உள்ளான பகுதிகளில் - அதாவது இஸ்லாமிய 'வாளின்' நேரடித் தாக்குதலுக்குள்ளான பகுதிகளில் - இன்று முஸ்லீம்கள் அடர்த்தியாக வாழ்கிற பகுதியாக வேண்டும். ஆனால் உண்மை இதற்கு நேர்மாறாக உள்ளது. இஸ்லாமிய மயமாக்கல் மிகத் தீவிரமாக நடந்த கிழக்கு வங்கம், மேற்கு பஞ்சாப் போன்ற பகுதிகள் முஸ்லீம் ஆட்சிப் பிரதேசத்தின் வெளி ஓரங்களில்தான் இருந்தன. இஸ்லாமிய 'வாளின்' வீச்சு பலவீனமான பகுதிகள் அவை. அரசின் மிருகத்தனமான பலம் மிகக் குறைந்த பாதிப்பையே உருவாக்கும் அளவுக்கு தூரத்தில் இருந்த பகுதிகள் அவை. துல்லியமான முதல் மக்கள் தொகை கணக்கெடுப்புகளின்படி இப்பிரதேச மொத்த மக்கள் தொகையில் 70 முதல் 90 சதம் பேர் முஸ்லீம்கள். ஆனால் முஸ்லிம் ஆட்சி தீவிரமாகவும், நீண்ட காலத்திற்கும் நடந்த மேல் கங்கைச் சமவெளிப் பகுதியில் முஸ்லிம்களின் எண்ணிக்கை 10 முதல் 15 சதமே இருந்தது. முஸ்லிம்களின் அரசியல் செல்வாக்கிற்கும், இஸ்லாமியமயமாக்கலுக்கும் இடையேயான உறவு தலைகீழ் விகிதத்திலேயே இருந்தது.

டெல்லி சுல்தான்கள் 'பரந்த சகிப்புத்தன்மை கொண்ட கொள்கையை' பின்பற்றினர் என்று சதீஷ் சந்திரா கூறியதற்கு எதிராகக் கடைசி வாதமாக ஷோரி முன்வைப்பது கோயல் எழுதிய ஒரு குழப்பமான புத்தகத்திலிருந்து எடுக்கப்பட்டதாகும். "இந்துக் கோயில்களுக்கு என்ன

நேர்ந்தது, ஒரு இஸ்லாமிய ஆதாரம், தொகுதி II"(பக். 107) என்ற நூலில் கோயல் பின்வருமாறு எழுதுகிறார்.

"ஏழாவது நூற்றாண்டின் நடுப்பகுதியிலிருந்து பதினெட்டாம் நூற்றாண்டு வரையிலான 11 நூற்றாண்டுகளுக்கும் மேலான காலகட்டத்தில் இஸ்லாமிய படையெடுப்பாளர்கள் தொடர்ந்து கோயில்களை இடித்து வந்தனர். வடக்கில் சிங்கியாங் முதல் தெற்கில் தமிழ்நாடு வரையிலும், மேற்கில் சியஸ்டான் முதல் கிழக்கில் அஸ்ஸாம் வரை இந்துக் கலாச்சாரத்தின் தொட்டிலாகப் பரவிக் கிடக்கும் பிரதேசம் முழுவதிலும் இது நடந்தது' (பக். 117, மேற்கோள் கோயல் புத்தகத்தின் 255 பக்கத்திலிருந்து).

கோயலின் இந்த ஆய்வு நுணுக்கமானது குறை சொல்ல முடியாதது என்றும், அருடைய ஆய்வு முடிவுகளை யாரும் 'எதிர்த்துத் தாக்க முடியாத' (பக். 107) அளவு உயரமானது என்றும் செளரி புகழுரை வழங்குகிறார். கோயலின் புத்தகம் வெளிவந்த அதே ஆண்டில் தான் (1993) இஸ்லாமின் எழுச்சியும் வங்கப் பிரதேசமும், (1204-1760) என்ற புத்தகத்தை ரிச்சர்ட் எம். ஈட்டன் எழுதினார்.

வங்கத்தில் கோயில்கள் இடிக்கப்பட்டன என்று ஈட்டன் கூறியபோதிலும் அது தொடர்ந்த ஒரு நிகழ்வாகவோ அல்லது அரசு திட்டமிட்டுப் பின்பற்றிய கொள்கையாகவோ இருக்கவில்லை என்றும் கூறுகிறார். மாறாக முஸ்லிம் ஆட்சிக் காலம் முழுவதிலும் கோயில்கள் கட்டும் பணி தொடர்ந்து நடைபெற்றது என்றும் கூறுகிறார். செளரி, கோயல் ஆகியோரின் வாதங்களை தகர்க்கும் வகையில் எத்தனைக் கோயில்கள் கட்டப்பட்டன என்ற விவரங்களைப் பட்டியலிடுகிறார்.

இனி அவுரங்கசீப் பற்றி செளரி எவ்வளவு விசேஷ அறிவு பெற்றிருந்தார் என்று பார்ப்போம். அவுரங்கசீப் ஜிஸியா என்ற வரியை விதித்ததினால் இந்துக்களின் மதமாற்றம் நடக்கவில்லை என்று எச். குரேஷியும் சதீஷ் சந்திராவும்

எழுதும்போது ஜிஸியா என்ற பிரச்சினையே மூடி மறைக்கவில்லை; மாறாக இந்துக்கள் பெருமளவில் மதம் மாற வேண்டும் என்ற நோக்கத்தில்தான் இவ்வரி விதிக்கப்பட்டது என்ற பரவலான கருத்தை எதிர்த்துத்தான் அப்படிக் கூறினார்கள். மானுச்சி என்பவர்தான் இக்கருத்தை முதலில் கூறினார். "ஒவ்வொரு வருடமும் இந்து வணிகர்கள் செலுத்திய ஜிஸியா அவர்களை ஏறக்குறைய அழித்து விட்டது. இதனால் அவர்கள் எப்படியும் இஸ்லாமுக்கு மாறிவிடுவார்கள் என்று எதிர்பார்த்த அவுரங்கசீப் உவகை எய்தினார்.'' என்று அவர் எழுதினார்: 'இந்துக்கள் முஸ்லிம்களாக மதம் மாற வேண்டும் என்ற எண்ணத்தில் பொருளாதார நிர்பந்தமாக ஜிஸியா விதிக்கப்படவில்லை. அது மிகவும் மிதமான முறையில் அமுல்படுத்தப்பட்டது. தாங்கள் உயிர்வாழத் தேவையான அளவு வருமானம் கூட இல்லாதவர்களாகிய பெண்கள், உடல் ஊனமுற்றோர், வறுமையில் நலிவுற்றோருக்கு விலக்கு அளிக்கப்பட்டது. அரசுப் பணியாளர்களுக்கும் விலக்கு அளிக்கப்பட்டது. இந்த வரிக்கு பயந்து பெருமளவு இந்துக்கள் மதம் மாறினார்கள் என்றும் கூறமுடியாது.

இப்பிரச்சினைகளைப் பற்றி ஒன்றுமறியாத சௌரி, குரேஷி எழுதிய இந்திய-பாகிஸ்தான் துணைக் கண்டத்தின் முஸ்லிம் சமுதாயம் என்ற புத்தகத்திலிருந்தும் பக்கம் பக்கமாக மேற்கோள்கள் காட்டி பின்வருமாறு உளறுகிறார் (பக். 128-30)

"ஆம், அவுரங்கசீப் ஜிஸியாவை அறிமுகப்படுத்தினார் என்று கூறும் சதீஷ் சந்திரா, 'அது இந்துக்களை மதமாற்றுவதற்காக கொடுக்கப்பட்ட பொருளாதார நிர்ப்பந்தம் அல்ல; ஏனெனில் அது லேசான முறையிலேயே அமுல் செய்யப்பட்டது' என்கிறார். இதற்கு சதீஷ் சந்திரா இரண்டு ஆதாரங்களை தருகிறார். முதலில் "தாங்கள் உயிர்வாழத் தேவையான அளவுகூட வருமானம் இல்லாத பெண்கள், உடல் ஊனமுற்றோர், வறுமையில் நலிவுற்றோருக்கும், அரசுப் பணியிலிருப்பவர்களுக்கும்

விலக்கு அளிக்கப்பட்டது" என்று கூறுகிறார்.'உயிர் வாழத் தேவையான அளவு கூட வருமானமில்லாதவர்களிடம் இருந்து' எப்படி அவர் வரி வசூலித்திருக்க முடியும்? அதேபோல் ஏற்கனவே அவுரங்கசீப் தன் நலன்களுக்காக உழைப்பவர்களிடமிருந்தும், இஸ்லாமிய அரசில் இடம் பெற்றவர்களிடமிருந்தும் ஏன் வரி வசூலிக்க வேண்டும்? சதீஷ் சந்திரா தரும் இரண்டாவது ஆதாரம் இதுதான். அதாவது 'இந்த வரிக்கு பயந்து இந்துக்களின் ஒரு சிறு பிரிவே மதம் மாறினர்". இந்துக்கள் தங்களது நம்பிக்கையின் மேலுள்ள உறுதியான ஈடுபாட்டினாலும் அவுரங்கசீப்பின் தாராளத்தைக் காட்டிலும் இந்துக்களுக்கு இருந்த உறுதிப்பாட்டினாலும் தான் அது நடக்காமல் இருக்க முடியுமோ?"

ஆனால் சௌரி இந்து மதத்தின் உறுதித் தன்மையை அடிக்கோடிட்டு விளக்கும் இந்தக் கடைசிப் பகுதியை, அதே தன் அறிவார்ந்த புத்தகத்தில் சௌரி குறிப்பிடும் சதீஷ் சந்திராவின் மேற்கோளுடன் ஒப்பிட்டுப் பார்க்கும்போதுதான் எவ்வளவு நகைப்புக்குரிய வாதம் புரிகிறார் என்பது தெரியும். ஷோரி எழுதுகிறார்,

"ஒட்டுமொத்தமாகப் பார்க்கும்போது வாள் பலத்தைக் கொண்டு மதமாற்றம் செய்யப்படவில்லை என்று தெரிகிறது. இது உண்மையாயிருந்தால் டெல்லிப் பிரதேசத்தில் வாழ்ந்த இந்துக்கள்தாம் முதலில் மதம் மாறியிருக்க வேண்டும். பலப் பிரயோகத்தினால் அழிந்து விடாத அளவு சக்தியுள்ளது இந்துமதம் என்பதை முஸ்லிம் மன்னர்கள் உணர்ந்திருந்தார்கள். பலப் பிரயோக முயற்சி இந்துக்களிடையே எவ்வித பாதிப்பையும் உருவாக்கவில்லை என்று கூடக் குறிப்பிடுகிறார் என சதீஷ் சந்திரா எழுதுகிறார்." (சதீஷ் சந்திராவின் வரலாற்றுப் பாடப் புத்தகத்தின் 86ஆம் பக்கத்திலிருந்து இந்த மேற்கோளை எடுத்து தன்னுடைய புத்தகத்தின் 95ஆம் பக்கத்தில் சௌரி பயன்படுத்தியுள்ளார்).

பிபின் சந்திரா எழுதிய "நவீன இந்தியா" என்ற பாடப்புத்தகமும் முஸ்லிம்களைப் பற்றிய உண்மைகளை

மூடி மறைப்பதாகக் கூறுகிறார். உண்மையில் ஒரு முஸ்லிம் என்பவர் யார் என்ற அடிப்படைப் பிரச்சினையிலேயே அவர் பிபின் சந்திராவுடன் வேறுபடுகிறார். முஸ்லிம்களிடையே தேச விரோத உணர்வும் மதவாதமும் இருப்பதற்கான காரணத்தை வேறு எங்கும் தேட வேண்டியதில்லை. அவர்களின் மதமே காரணம் என்று கூறும் செளரி, இக்கூற்றுக்கு ஆதாரமாக குரானிலிருந்து ஏராளமான மேற்கோள்களைக் கொடுக்கிறார். அவர்களின் மதமே முஸ்லிம்கள் தேசிய இயக்கத்திலிருந்து விலகி இருக்கச் செய்தது; இஸ்லாமை நம்புபவர்கள் அராபியர்கள். அரபி மொழி அரபு தேசம் ஆகியவற்றை நேசிக்க வேண்டுமென்றும் அவர்கள் வாழும் நாட்டினை நேசிக்கக் கூடாது என்றும் மதம் கூறுவதாகவும் செளரி கூறுகிறார் (பக். 266). "இஸ்லாமிய நம்பிக்கை இல்லாதவர்களை ஒதுக்கி அவர்கள் செய்வதற்கு நேர்மாறான செயல்களில் முஸ்லிம்கள் ஈடுபட வேண்டுமென்றும்' கூறும் இஸ்லாம்தான் முஸ்லிம்களை உள்ளார்ந்த மதவாதிகளாக வைத்திருக்கிறதென்றும் செளரி கூறுகிறார் (பக். 266). இத்தகைய கட்டளைகள் ஒரு குறிப்பிட்ட சூழலில், குறிப்பிட்ட காலக்கட்டங்களில், குறிப்பிட்ட இடங்களில் உருவானவை என்று பார்க்கக்கூடாது. இவை முஸ்லிம்களுக்கு 'தாய்ப்பாலிலேயே கலந்து வரும் கட்டளையாகும்" என்றும் செளரி கூறுகிறார் (பக். 149).

இப்படியாக செளரி தானே ஒரு முஸ்லிம் இறையியல் தலைவராகவே மாறிவிட்டிருக்கிறார். முஸ்லிம்களின் நடத்தை விதிகளை வரையறுத்த அவர் 1204 முதல் 1679 வரை வங்கத்தை ஆண்ட முஸ்லிம் மன்னர்கள் யாரும் முஸ்லிம்களே அல்ல என்று கூறலாம். ஏனெனில் இந்த 470 ஆண்டுகளில் 'ஜிஸியா என்ற வரி வங்கத்தில் விதிக்கப்படவில்லை, வசூலிக்கப்படவில்லை' என்று வரலாற்றியலாளர் ஈட்டன் கூறுகிறார். "தங்கள் மதத்தில் நம்பிக்கையில்லாதவர்கள் இஸ்லாமைத் தழுவும் வரையில் அவர்களை ஒதுக்கி, சமூகத்திலிருந்து விலக்கி வைத்து,

அடிமைப்படுத்தி நசுக்க வேண்டும் என்ற குரானின்' கட்டளையை இம்மன்னர்கள் மீறிவிட்டார்கள் என்றா பொருள்? (பக். 145) ஷோரியின் வாதப்படி பார்த்தால் தேசிய இயக்கத்தில் பங்கேற்று இந்து-முஸ்லிம் ஒற்றுமை பேணிய முஸ்லிம்கள் அனைவரும் அவர்களுடைய மதத்தில் நம்பிக்கை இல்லாதவர்களா? இந்தியாவைப் போன்ற சிறந்த நாடு பாரினில் வேறெதுவுமில்லை என்று பாடி அரேபியாவை மெச்ச மறந்த இக்பால் உண்மையான முஸ்லிம் இல்லை!

இறுதியாக 'மேன்மை தாங்கியவர்கள்' என்று சௌரி குறிப்பிடும் வரலாற்றாசிரியர்கள் பாடப் புத்தகங்களை சோசலிசப் பிரச்சாரக் கருவிகளாக மாற்றிவிட்டதாகக் குற்றம் சாட்டுகிறார். இதற்கு ஆதாரமாக 1996 இல் என்.சி.ஈ.ஆர்.டிக்காக எஸ்.என். ஜா, எழுதிய "சமுதாயம், அரசு, அரசாங்கம்'' என்ற பாடப்புத்தகத்தில் ஒரு அத்தியாயத்தைக் குறிப்பிடுகிறார். 16 அத்தியாயங்களையும் 142 பக்கங்களையும் கொண்ட இப்புத்தகத்தின் மூலம் மாணவர்களுக்கு மார்க்சிய விஷத்தை ஏற்றுவதற்காகக் கூறி ஜாவுக்கு எதிராக எட்டு பக்கங்களைக் கொண்ட ஒரு குற்றப்பத்திரிக்கையை ஷோரி தாக்கல் செய்கிறார்.

என்.சி.ஈ.ஆர்.டி. பிரசுரித்த 11 மற்றும் 12 வகுப்பு வரலாற்று புத்தகங்களை விமர்சித்துக் கிழித்த சௌரி, 'தற்கால உலக வரலாறு' என்ற தலைப்பில் அர்ஜுன்தேவ், இந்திரா அர்ஜுன் தேவ் ஆகியோர் 12ஆம் வகுப்பிற்காக எழுதி, என்.சி.ஈ.ஆர்.டி வெளியிட்ட பாடப்புத்தகத்தை ஏன் விமர்சிக்கவில்லை? அர்ஜுன் தேவ் 'மேன்மைதாங்கிய வரலாற்றாசிரியர்கள்' என்று சௌரி குறிப்பிடுபவர்களுக்குள் குறைந்தவரல்ல, 'மேன்மைதாங்கிய வரலாற்றாசிரியர்கள்' ஏதோ ஒரு 'கோட்பாட்டினால்' உந்தப்பட்டவர்கள் என்ற சௌரியின் விளக்கம் பொய்யானது என்பதை அர்ஜுன் தேவ் எழுதிய கருத்துக்கள் நிரூபித்து விடும் என்பதும் ஒரு காரணமாக இருக்கலாம். தற்கால உலக வரலாற்றைப் பற்றி எழுதும் அர்ஜுன் தேவ் சோவியத் யூனியனைப் பற்றிக் கடுமையாக விமர்சிக்கிறார். அவர் பின்வருமாறு எழுதுகிறார்.

“சோவியத் யூனியனின் அரசியல் வளர்ச்சி மக்களின் உரிமைகளையும் ஜனநாயகக் கோட்பாடுகளையும் அப்பட்டமாக மீறுவதாக இருந்தது. பல கட்சிகள் மற்றும் குழுக்களின் உறுப்பினர்கள் சோவியத்துக்களில் இருந்தனர். உள்நாட்டுப் போர்க் காலத்தில் அவர்கள் மக்கள் எழுச்சியை உருவாக்க நினைத்தபோது நாட்டின் அரசியல் வாழ்விலிருந்து அவர்கள் அழிக்கப்பட்டனர். இக்கட்சிகளின் தலைவர்கள் பலரும் நாட்டைவிட்டுச் சென்று விட்டனர். அல்லது சைபீரியாவுக்கு அனுப்பப்பட்டனர். போல்ஸ்விக் கட்சி நாட்டின் ஒரே கட்சியாக இருந்தது. அது நாடு முழுவதையும் தன் ஏகபோகக் கட்டுப்பாட்டுக்குள் கொண்டு வந்தது. நாளடைவில் இக்கட்சிகளுக்குள்ளும் ஜனநாயகம் அழிக்கப்பட்டது.

ஒரு புது மாதிரியான சமுதாயத்தையும் உயர்ந்த வடிவ கலாச்சாரத்தையும் உருவாக்கப் போவதாக கூறிய அந்நாட்டில் 1930களில் ஒரு தனி மனித சர்வாதிகாரம் உருவானது.

பெரும் தூய்மையாக்கல் என்ற நிகழ்வின் போது எத்தனை பேர் மடிந்தனர் என்ற கணக்கு இப்போதுதான் தெளிவாகும் நிலையிலுள்ளது. ஏராளமான பேர் இதில் மடிந்தனர். இவர்களுள் பெரும் கம்யூனிஸ்ட் தலைவர்களும், புரட்சி வீரர்களும், எழுத்தாளர்களும், கலைஞர்களும், விஞ்ஞானிகளும், இராணுவ மற்றும் பொது அதிகாரிகளும் வேறு சில நாட்டு கம்யூனிஸ்டு தலைவர்களும் அடங்குவர்.”

விமர்சனம் என்பது ஒரு ஆராய்ச்சியாளருக்குக் கிடைத்த அங்கீகாரத்தின் அளவுகோளாகும். அறியாமையுடன் கூடிய அவதூறிலிருந்து விமர்சனத்தை வேறுபடுத்திப் பார்க்க வேண்டும். ஹெகலை விமர்சிப்பதில் முன்னணியிலிருந்த காரல் மார்க்ஸ், ‘கற்றுத் தேர்ந்த ஜெர்மானிய மக்களிடையே ஹெகலைப் பற்றிய அவதூறுகளைப் பரப்பியவர்களைக் கண்டு எரிச்சலுற்றார்’ (இவர்களில் சிலர் தத்துவஞானி ஸ்பினோஸாவை ‘இறந்துபோன நாயென்றும்’ ஹெகலை, ‘காற்றிழந்த பலூன்’ என்றும் கூறினர்). இதனால் மார்க்ஸ்

தான் 'ஹெகல்' என்ற அந்த மாபெரும் சிந்தனையாளரின் மாணவன்' என்று 'பகிரங்கமாக' அறிவித்தார். மார்க்ஸ் வெபர் என்ற சிந்தனையாளரின் சிந்தனைகள் மார்க்ஸ் பற்றிய விமர்சனத்தை அடிப்படையாகக் கொண்டவை 'மார்க்சின் ஆவியுடன் நடத்திய உரையாடல்கள்' என்று கூறுமளவுக்கு விமர்சனபூர்வமான கருத்துக்கள் அவருடையது. இந்தியாவிலும் இதற்கு உதாரணம் உள்ளது. இந்தியக் கம்யூனிஸ்ட்டுக் கட்சித் தலைவர் எஸ்.ஏ. டாங்கே ஐரோப்பிய அறிஞர்களின் பங்களிப்புகளைப் பாராது விமர்சித்ததாக அவரை கோசாம்பி விமர்சனம் செய்தார். கோசாம்பி பின்வருமாறு எழுதுகிறார்.

'பிரிட்டிஷ் வரலாற்றாசிரியர்கள் எழுதிய இந்திய வரலாறு அவர்களின் தேச, வர்க்க கருத்துக்களின் சாயலைக் கொண்டிருந்தன என்று சரியாக குறிப்பிட்ட டாங்கே. நமக்குக் கிடைத்துள்ள வரலாற்று ஆதாரங்களில் பெரும்பாலானவை அந்நிய அறிஞர்கள் சேகரித்து, ஒழுங்குபடுத்தி ஆய்வு செய்தவை என்பதை மறந்து விட்டார். விமர்சனபூர்வ அணுகுமுறை, அகழ்வாராய்ச்சி முறைகள், முதல் அதிகாரபூர்வ வரலாற்றுக் குறிப்புகள் - இவற்றிற்காக நாம் அந்த அறிஞர்களுக்கு கடமைப்பட்டிருக்கிறோம். கீழ்த்திசை ஆராய்ச்சியில் சிறந்து விளங்கிய அமெரிக்க மற்றும் ஐரோப்பிய அறிஞர்களை, குறிப்பாக இந்தியாவை மையமாக கொண்டு ஆராய்ச்சி செய்த கிராங்மான், லூட்டர்ஸ் போன்றவர்களைப் பாராட்டுவதற்கு அவர் (டாங்கே) சில வரிகளை ஒதுக்கியிருக்க முடியாதா? இந்தியாவைப் பற்றிய ஆய்வுகளை நுண்மையாகவும் முழுப்புரிதலுடனும், விமர்சனப்பூர்வமாக முறைப்படுத்தியும் அவர்கள் பணிபுரிந்தனர்.

நமக்கு ஒன்று மட்டும் புரியவில்லை. புலனாய்வு செய்து பத்திரிகை எழுத்தில் சிறப்புற்றதாக விருது பெற்ற ஒருவர் இப்படிப்பட்ட பொறுப்பற்ற, அறிவிலித்தனமான புத்தகத்தை எவ்வாறு எழுதியிருக்க முடியும்? ஆனால் ஒன்றும் மட்டும் புரிகிறது. சமுதாய வாழ்க்கையில் எந்த

வழியிலும் மேலே முன்னேறத் துடிக்கும் ஒரு அரசியல் கொள்கையாளர் இப்படி ஒரு புத்தகத்தை எழுதுவது சாத்தியம்தான்.

மொழியாக்கம் :ஆர். விஜயசங்கர்.

20

கொலம்பஸ் அள்ளிக்கட்டிய தங்கக் கனிமம்

இந்த அற்புதம் இன்றும் நிகழ்ந்து கொண்டிருக்கிறது, ஒவ்வொரு நூற்றாண்டிலும் சைமன்பொலிவார் உயிர்த்தெழுந்து கொண்டேதான் இருக்கிறார். வெவ்வேறு பெயர்களில் ஹெர்ணஸ்டெஸ், ஹோஸே மார்ட்டி, ஃபிடல் காஸ்ட்ரோ, சேகுவேரா, சாவேஸ், மோரலெஸ். இப்படி வெவ்வேறு பெயர்களில், ஒவ்வொரு நூற்றாண்டிலும். அதைவிட அற்புதம், கொலம்பஸ் அமெரிக்கக் கரையைத் தொட்டகாலம் தொட்டு பல பொலிவார்கள் உயிர்த்தெழுந்துள்ளனர். ஒடுக்கப்பட்ட மக்களின் உணர்வுகள் அவர்களின் உயிர்கள் மறைந்த பின்னரும் உரத்து ஒலித்துக் கொண்டுதான் இருக்கிறது. விடுதலை என்ற தாகம் இருக்கும் வரை அவர்கள் கோடிக்கால் பூதங்களாய் மீண்டும் மீண்டும் எழுந்து வந்து கொண்டுதான் இருப்பார்கள் என்பதற்கு இன்றைய லத்தீன் அமெரிக்காவே சாட்சி.

ஒன்றல்ல, இரண்டல்ல லட்ச லட்சமாகக் கொல்லப்பட்ட செவ்விந்தியர்களின் ஓலங்கள், கொலம்பஸின் கொள்ளைக் கூட்டம் அமெரிக்காவில் நுழைந்து ஐநூறு ஆண்டுகளுக்குப் பின்னரும் வாக்குப் பெட்டிகளுக்குள்ளிருந்து இன்றும் வெளிவந்து கொண்டிருக்கின்றன. கொலம்பஸ்ஸின் வாரிசுகளாய் இன்று ஏகாதிபத்திய வடிவத்தில் வந்திறங்கும் சக்திகளை லத்தீன்

அமெரிக்கர்கள் நடுங்கச் செய்து கொண்டிருக்கிறார்கள்.

இயற்கை வளங்கள் நிறைந்த பிரதேசங்களை நோக்கியே அன்று காலனியாதிக்கமும், பின்னர் ஏகாதிபத்தியமும் பாய்ந்துள்ளன. இந்தக் கொள்ளைக்கு அஸ்திவாரமிட்டது 1491 இல் ஸ்பெயின் நாட்டு அரச குடும்பத்தினர் உதவியுடன் கொலம்பஸ் என்ற மாலுமி இந்தியாவைத் தேடி மேற்கொண்ட சாகசக் கடற்பயணம்தான். அமெரிக்காவை அடைந்த கொலம்பஸின் கப்பல் அப்பகுதியை இந்தியா என்றும் அங்கு வசித்த பூர்வகுடியினரை இந்தியர்கள் என்றும் அழைத்தனர். விருந்தினர் என்று உற்சாகத்துடன் ஓடி வந்த பூர்வகுடி மக்கள் அவர்கள் தங்கள் செல்வங்களை சுரண்ட வந்த கொள்ளையர்கள் எனப் போகப் போகத்தான் புரிந்தனர். அந்த மண்ணில் தங்களுக்குக் தங்கக் கனிமத்தைக் கொண்டுவராத செவ்விந்தியர்களின் கைகள் வெட்டப்பட்டன. மேற்கத்திய நாகரிகத்தின் முன்னணியாய் இருந்த ஸ்பெயின் நாட்டிற்கு அன்று வளர்ந்து கொண்டிருந்த இன்னொரு நாகரீகத்தை அழிப்பது பாவமாகப் படவில்லை. ஆரம்ப மூலதனத்தைத் திரட்டும் வேகத்தில் மனிதாபிமான உணர்வுகள் மங்கிப் போய்விட்டன. கொலம்பஸ் வருவதற்கு முன்னரே மச்சு பிச்சு என்ற அற்புத நகரத்தையும் பயிர் விளைவிப்பதில் இன்றைய ஜெனிடிக் என்ஜினியரிங் எனப்படும் மரபணு விஞ்ஞானத்திற்கு இணையான வித்தைகளையும் கற்றிருந்த செவ்விந்தியப் பூர்வ குடியினரின் கல்லறைகளின் மீதுதான் ஐரோப்பிய முதலாளித்துவம் கட்டி எழுப்பப்பட்டது.

ஐரோப்பிய முதலாளித்துவத்தின் வளர்ச்சிக்குத் தேவைப்பட்ட இயற்கை வளங்கள் அமெரிக்கக் கண்டத்திலும். மனித உழைப்பு ஆப்பிரிக்கக் காடுகளிலும் கிடைத்தன. இவற்றைச் சுரண்டுவதற்கான போட்டியில் பல லட்சக்கணக்கான ஆப்பிரிக்கர்கள் அடிமைகளாக, விலங்குகள் போல் காற்றுப் புகமுடியாத கப்பல்களில்

அடைத்துவைக்கப்பட்டு அட்லாண்டிக் பெருங்கடலைக் கடந்து அமெரிக்காவிற்குக் கொண்டு செல்லப்பட்டனர். பெரும்பாலும் ஐரோப்பாவிலிருந்து குடியேறிய மக்களைக் கொண்டு அமெரிக்கா என்ற நாடுஉருவாகி செழிப்படைய செவ்விந்தியர்களின் நிலங்களும், அவற்றில் விளைவிக்கப்பட்ட புகையிலை மற்றும் பருத்தித் தோட்டங்களும், அடிமைச் சேவகம் செய்த ஆப்பிரிக்கர்களும் அடிப்படையாயிருந்தனர்.

வட அமெரிக்கக் கண்டத்தில் உருவான அமெரிக்க முதலாளித்துவத்திற்கும், அதன் சுரண்டலுக்கும் முட்டுக் கட்டைகளாயிருந்த பிரிட்டிஷ், ஸ்பெயின், பிரான்ஸ், போர்த்துகீசிய முதலாளிகளுக்கும் இடையே கடும் போட்டி ஏற்பட்டது. அனைத்து எதிர்ப்புகளையும் முறியடித்த அமெரிக்க முதலாளித்துவம் தென் அமெரிக்காவைத் தன் ஆளுமைக்குட்பட்ட பகுதியென்றும், ஐரோப்பிய சக்திகள் அங்கு நுழையக் கூடாது என்றும் தன் மன்றோ கொள்கையின் மூலம் பிரகடனப்படுத்தியது. அமெரிக்கா ஒரு பெரும் ஏகாதிபத்தியமாக உருவெடுத்ததற்கு லத்தீன் அமெரிக்கா என்றழைக்கப்படும் தென் அமெரிக்காவின் மக்கள் பெரும் விலை கொடுக்க வேண்டியிருந்தது.

நவீன காலனியாதிக்கம்

சோவியத் புரட்சிக்குப் பின் சோவியத்தைச் கண்டு மிரண்ட அமெரிக்கா, லத்தீன் அமெரிக்கப் பிரதேசத்திலுள்ள நாடுகளில் ஜனநாயகத்தைக் காப்பதாகக் கூறி சர்வாதிகாரிகளை உருவாக்கியது. அமைதியை நிலை நாட்டுவதாகக் கூறி தன் இராணுவத்தை நேரடியாக அனுப்பியது. செல்வம் செழிக்கச் செய்வதாகக் கூறி தன் பன்னாட்டு நிறுவனங்களுக்கு அசைக்க முடியாத தளம் ஏற்படுத்திக் கொடுத்தது. கொலம்பஸ் முதல் கிளிண்டன் வரை ஐநூறு ஆண்டுகளாக பல அநியாயங்களைச் சந்தித்து வந்தனர் லத்தீன் அமெரிக்க மக்கள்!

உலகம் முழுவதிலும் சோஷலிஸத் தாக்கத்தைத் தடுப்பதாகக் கூறிக் கொக்கரித்து வந்த அமெரிக்கா அதன் கொல்லைப் புறத்திலேயே சோஷலிஸம் என்ற குழந்தை கியூபா என்னும் சிறு தீவு வடிவத்தில் சிரித்து நிற்பதைக் கண்டு அதிர்ச்சியுற்றது.

ஒரு புறத்தில் சோஷலிஸ முகாமின் விரிவாக்கமும், மறுபுறத்தில் விடுதலைப் போராட்டங்களின் வேகத்தைத் தாக்குப் பிடிக்க முடியாத காலனியாதிக்கத்தின் வீழ்ச்சியும் ஏகாதிபத்தியத்திற்கு சில மறு சிந்தனைகளைத் தோற்றுவித்தது. நேரடியாக ராணுவத் தலையீடு செய்து மிரட்டுவதனால் பெரும்பான்மையான மக்களிடம் எதிர்ப்பை சந்திக்க வேண்டியிருப்பதால் நவீன காலனியாதிக்க முறைகள் உருவாக்கப்பட்டுள்ளன. இந்தத் தாக்குதலுக்கு உதவிய பெரும் கருவிகள்தாம் ஐ.எம்.எஃப். எனப்படும் சர்வதேச நிதிநிறுவனமும், உலக வங்கியும் முதலில் உதவி (Aid) என்ற பெயரில் பல வளர்ந்து வரும் நாடுகளுக்கு பொருளாதார உதவி வழங்கப்பட்டது. இப்படி வந்த நிதியின் பெரும் பகுதி முதலாளித்துவ நாடுகள் தயாரிக்கும் பொருட்களை வாங்குவதற்கே செலவிடப்பட வேண்டும் என்ற நிபந்தனை இருந்ததால் அரிசி உமி கதையாகத்தான் அது முடிந்தது.

பிறகு ஐ.எம்.எப், உலக வங்கி கடன் என்ற பெயரில் வந்த நிதிகளும் நிபந்தனைகளுடனே வந்தன. பொருளாதார அமைப்பையே மாற்றியமைக்கச் சொல்லும் இந்த நிபந்தனைகளால் மிகவும் பாதிக்கப்பட்டது அர்ஜென்டினா, பிரேசில், பெரு போன்ற லத்தீன் அமெரிக்க நாடுகளாகும்.

இவை பெரும் கடன் சுமையில் சிக்கின. 1970 இல் லத்தீன் அமெரிக்க நாடுகளில் மொத்தக் கடன் 60 பில்லியன் டாலர்களாகும். உலக வங்கியின் ஆசியினாலும், அன்பினாலும் இது 200 பில்லியன் டாலர்களாக, 1980 ல், அதாவது பத்து ஆண்டுகளுக்குள் உயர்ந்துவிட்டது. லத்தீன்

அமெரிக்க நாடுகள் மீது உலக வங்கிக்கு இன்னும் கரிசனம் கூடிய போது, அடுத்தப் பத்தாண்டுகளில் கடன் 433 பில்லியன் டாலர்களாக உயர்ந்தது. தற்போது 800 பில்லியன்களைத் தாண்டி நிற்கிறது. 1982 மற்றும் 1996 ஆம் ஆண்டுகளுக்கு இடைப்பட்ட காலத்தில் மட்டும் இலத்தீன் அமெரிக்க நாடுகள் 740 பில்லியன் டாலர்களை முதலும் வட்டியுமாகக் கட்டியுள்ளன.

இப்படி வாங்கிய கடனெல்லாம் ஏழைகளின் நலனுக்காகச் செலவிடப்படவில்லை. அது பெரும்பாலும் தொழிலதிபர்கள் குவித்து வைத்துள்ள சொத்துக்களை அலங்காரம் செய்யவும், இராணுவ பலத்தைக் கூட்டுவதற்குமே பயன்பட்டன. 1982 ற்கும் 1993 க்கும் இடைப்பட்ட காலத்தில் மட்டும் வறுமையில் வாடும் லத்தீன் அமெரிக்கர்களின் எண்ணிக்கை 7.8 கோடியிலிருந்து 15 கோடியாக உயர்ந்தது.

ஐ.எம்.எப். மற்றும் உலக வங்கி வகுத்துக் கொடுத்த தாராளமயப் பாதையில் வேகமாகச் சென்று கொண்டிருந்த பல லத்தீன் அமெரிக்க அரசியல் தலைவர்கள் பொருளாதாரக் கொள்கைகளை வகுப்பதை ஜனநாயக அரசியல் செயல்பாட்டிலிருந்து பிரித்தனர். அதாவது உலக நிதி நிறுவனங்களின் சிந்தனைக்கேற்ப தங்கள் பொருளாதார அமைப்பு முறையை மாற்றும் போது பாராளுமன்றம் போன்ற ஜனநாயக அரசியலமைப்புகளை உதாசீனம் செய்தனர். முன்னால் உலக வங்கி அதிகாரிகளான மன்மோகன்சிங்கும். மாண்டேக்சிங் அலுவாலியாவும் முக்கியமான அரசியல் பொருளாதார முடிவுகள் எடுக்கும் பொறுப்பிலிருப்பதே இந்த அடிப்படை உண்மையின் வெளிப்பாடுதான்.

ஆனால் இந்த நாடகம் அந்த லத்தீன் அமெரிக்க மேடையில் அதிக நாட்கள் நடக்கவில்லை. 1989 ஆம் ஆண்டில் வெனிசுலா நாட்டில் மக்களின் கோபம் வெடித்துக்

கிளம்பியது. பெரும் எண்ணெய் வளங்களைப் பெற்றிருக்கும் வெனிசுலாவின் ஆளும் வர்க்கம் செயலற்று நிற்கும் வகையில் தெருக்களில் ஆவேசப் போராட்டங்கள் நடைபெற்றன. தலைநகரமான காரகஸ் நகரத்தின் குடிசைப்பகுதிமக்கள் - தாராளமயமாக்கல் கொள்கையினால் தெருவோரங்களுக்குத் தூக்கி வீசப்பட்டவர்கள் - எல்லா சாலைகளையும் மறித்து மாமூல் வாழ்க்கையைச் ஸ்தம்பிக்கச் செய்தனர். இந்த எழுச்சியைக் கண்ட சாவேஸும் அவரது நண்பர்களும் ஒரு புரட்சி நடத்த முயற்சித்து தோல்வியுற்றனர். ஆனால் 1989இல் ஏற்பட்ட இந்த எழுச்சிதான் பின்னர் 1998இல் சாவேஸ் வெற்றிபெற்று அதிகாரத்திற்கு வர பெரும் காரணமாக இருந்தது.

இந்த வெற்றியின் வேகம் லத்தீன் அமெரிக்கா முழுவதிலும் காட்டுத் தீயாகப் பரவியது. மெக்சிகோவில் ஜபடிஸ்டா இயக்கமும், பிரேசில் நாட்டில் பூர்வகுடி மக்களின் சம்மேளனமும், பொலிவியாவில் நீர்வளத்தை பாதுகாக்கும் அமைப்பும் - இப்படி சமுதாயத்தில் பல பிரிவு மக்களும் அமைப்பு ரீதியாகத் திரண்டனர்.

ஏகாதிபத்தியம் என்று இடதுசாரிகள் எச்சரித்த போது அதன் உள் வடிவத்தை உணர்ந்து கொள்ள முடியாத அளவுக்கு வறுமையிலும் கல்வியறிவில்லாமல் வாழ்ந்த மக்களும், ஏளனம் செய்த மத்தியதர வர்க்கப் பகுதியினரும், எதுவும் நம்மை ஒன்றும் செய்யாது என்ற மிதப்பிலிருந்த மேட்டுக்குடி மக்கள் பிரிவில் சிலரும் இன்று அதே ஏகாதிபத்தியத்தினால் வெவ்வேறு விதமாக தாக்கப்பட்டு இருக்கின்றனர். இவர்களின் போராட்டங்கள் வெவ்வேறு வடிவங்களில் லத்தீன் அமெரிக்கா முழுவதிலும் வெடித்துக் கிளம்பியிருக்கிறது. இதனை ஒரு இளஞ்சிவப்பு அலை என்று பலரும் வர்ணிக்கின்றனர். இன்றைய உலக எதார்த்தங்களுக்குத் தகுந்தவாறு ஒரு புரட்சிகரக் கொள்கை, புரட்சிகர அமைப்புரீதியாக இந்த எதிர்ப்பலைக்கு ஒரு

வடிவம் கிடைத்தால் அது முழுச்சிவப்பாகிவிட வாயப்பிருக்கிறது.

புதிய பொருளாதாரக் கொள்கை என்ற பெயரில் இந்திய ஆளும் வர்க்கங்களும் லத்தீன் அமெரிக்கா வழியில் இப்படியே செல்ல நேர்ந்தால் இக்கொள்கைகளின் தாக்குதலுக்கு உள்ளாயிருக்கும் இந்திய மக்களும் லத்தீன் அமெரிக்க மக்கள் காட்டும் வழியில் செல்வதை யார் தான் தடுக்க முடியும்?

ஜீவா நூற்றாண்டு மலர் - 2007
த.மு.எ.ச - தாம்பரம் கிளை.

21

அடிமை சாசனம்

முதலாளித்துவம் என்பது மனித உழைப்பைச் சுரண்டுவதின் அடிப்படையிலான அமைப்பு. சுரண்டலை உலகளாவிய ஒன்றாக மாற்றிய ஏகாதிபத்தியம் என்பது முதலாளித்துவத்தின் உச்சகட்டம். ஏறக்குறைய 200 - 300 ஆண்டுகளாக மேற்கத்திய நாடுகள், காலனியமைப்பு மூலமாக உலகைப் பொருளாதார ரீதியாக மட்டுமல்ல கலாச்சார ரீதியாகவும் சுரண்டி வந்தன.

இப்படித்தான் வியாபாரம் செய்ய வந்தவர்கள் அரசியல் செய்து அதிகாரத்தைக் கைப்பற்றி செல்வாதாரங்களைக் கொள்ளையடித்தனர். காலனி நாடுகளில் குவிந்து கிடக்கும் ஏராளமான கனிமவளங்களையும் மூலாதாரப் பொருட்களையும் தங்களின் உற்பத்திக்காக கப்பல் கப்பலாக கொள்ளையடித்துப் போனார்கள். அந்நாடுகளில் குறைந்த விலைக்குக் கிடைக்கும் மனித உழைப்பைச் சுரண்டினார்கள். மனிதர்களை அடிமை என்று வியாபாரம் செய்தார்கள். ஆனால் தாங்களே இந்த உலகிற்கு நாகரீகம் கற்றுத்தந்ததாக ஒருபுறத்தில் பெருமை பீற்றிக் கொண்டார்கள். பெரும் லாபம் அடைய உலகின் பல பகுதிகளில் காலனிகளைப் பிடித்து வைத்திருந்த இந்நாடுகள் காலனிகளையும், அதன் மூலமாகக் கிடைக்கும் சந்தைகளையும் பங்கிட்டுக் கொள்வதில் இவைகளுக்குள் போட்டா போட்டி.

ஆர். விஜயசங்கர்

போட்டியின் உச்சத்தில் அடுத்தடுத்துப் போர்கள். தட்டிக் கேட்க யாருமில்லை. தடி எடுத்தவன் தண்டல்காரன்.

ஆனால் முதலாம் உலகப்போரின் முடிவில் இருபதாம் நூற்றாண்டின் தொடக்கத்தில் தட்டிக் கேட்பதற்கு ஒரு சக்தி பிறந்தது. ஆகாவென்று எழுந்த ரஷ்யப் புரட்சியில் சுரண்டலற்ற ஒரு சமுதாய அமைப்பு உருவானது. சுரண்டல் மற்றும் வெறி பிடித்த போட்டி மூலமாக சமுதாயம் முன்னேறும் என்ற தத்துவத்தைப் பொய்ப்பிக்கும் வகையில் சோஷலிஸ சோவியத் யூனியன் உருவானது. அறிவியல், தொழில் நுட்பம் மற்றும் இராணுவத் துறையில் ஓங்கி வளர்ந்த சோவியத் யூனியன் ஏகாதிபத்தியத்திற்கு சவால் விடும் வகையில் எழுந்து நின்றது.

இரண்டாம் உலகப் போரின் முடிவில் உலகின் மூன்றில் ஒரு பகுதி சிவப்பானது. இதனால் வளர்ச்சியடைந்த முதலாளித்துவ நாடுகளின் சந்தை சுருங்கியது. காலனியமைப்பினை எதிர்த்து தேசிய விடுதலைப் போராட்டங்கள் கிளர்ந்தெழுந்தன. பல நாடுகள் விடுதலையின் மூலம் உலக சந்தை மேலும் சுருங்கியது. இனி அரசியல் ராணுவ பலத்தினைக் கொண்டு மட்டும் தங்கள் கொள்ளையைத் தொடர முடியாது என்றுணர்ந்த முதலாளித்துவ நாடுகள், பல நூறு ஆண்டுகளாக உலகைச் சுரண்டியதின் விளைவாகத் தாங்கள் பெற்றிருக்கும் பொருளாதார பலத்தை பிரயோகிக்கத் தொடங்கின.

அனைத்துத் துறைகளிலும் ஒரு பெரும் நெருக்கடி ஏற்பட்டது. சோஷலிஸ முகாமும், அது அளித்த ஊக்கத்தினால் மூன்றாம் உலக நாடுகளும் சர்வதேசச் சுரண்டல் கும்பலுக்கு எதிராக ஒரு போராட்டத்தை நடத்தின. சோவியத் குடியரசு அளித்த உற்சாகத்தால் அணிசேரா நாடுகளுக்கான அமைப்பு இந்தியா, எகிப்து, யூகோஸ்லாவிய நாடுகளின் தலைமையில் உருவானது. இதற்கெதிராக வளர்ச்சியடைந்த முதலாளித்துவ நாடுகள் பல கட்டமைப்புகளை ஏற்படுத்தி தாக்குதல் தொடுத்தன.

இதுதான் சோவியத் புரட்சிக்குப் பின் இயங்கி வந்த "பழைய" சர்வதேச அரசியல் சூழல்.

ஏகாதிபத்தியத்திற்கு இணையாக நின்று மாற்று சக்தியாக விளங்கிய சோஷலிஸ முகாம் மெல்ல மெல்லப் பின்னடைந்த காலகட்டத்தில் முதலாளித்துவ நாடுகள் தங்களுக்குள் ஒரு கூட்டமைப்பை உருவாக்கிக் கொண்டன. வளர்ச்சியடைந்த முதலாளித்துவ நாடுகள் பின்தங்கிய நாடுகளை மிரட்டிப் பணிய வைத்தால் தட்டிக் கேட்க இயலாத நிலை. பணக்கார நாடுகளின் பொதுவான எதிரியான சோஷலிஸ முகாம் சிதைவுற்றது. இப்போது உலகச் சந்தைகளைக் கைப்பற்ற மீண்டும் குடுமிப் பிடிச் சண்டை துவங்கியுள்ளது.

அமெரிக்காவுக்கும், ஜப்பானுக்கும் இடையிலே ஒரு போட்டி. அமெரிக்காவுக்கும் மேற்கு ஐரோப்பிய முதலாளித்துவ நாடுகளின் கூட்டமைப்பின் யூரோப்பியன் கம்யூனிட்டிக்கும் இடையில் பல விஷயங்களில் தகராறு.

மேற்கு ஐரோப்பாவிற்குள்ளேயே பிரிட்டன் ஒரு புறமும், பிரான்சும், ஜெர்மனியும் மறுபுறமும் நின்று முறைத்துக் கொண்டிருக்கின்றன.

இந்த பங்காளிச் சண்டைக்கு இடையில் அமெரிக்கப் பொருளாதாரம் அதல பாதாளத்தில் விழுந்து கொண்டிருக்கிறது. அங்கு வேலையின்மையும், பணவீக்கமும் பெருகி வருகின்றன. தொழில்துறையிலும், குறிப்பாக எலெக்ட்ரானிக்ஸ் பொருட்கள் மற்றும் கார் தயாரிப்பில், ஜப்பான் அமெரிக்காவை மிஞ்சி எங்கோ சென்று கொண்டிருக்கிறது.

பொருளாதாரப் போர்

பொருளுற்பத்தியில் பின்தங்கியிருக்கும் அமெரிக்கா, சேவைத் துறைகளான வங்கிகள், இன்ஷூரன்ஸ், போக்குவரத்து, மருத்துவம், தகவல் தொடர்பு ஆகியவற்றில், தனது ஆதிக்கத்தை நிலை நிறுத்தும் முயற்சியில் இறக்கியுள்ளது. அதேபோல் அறிவுத் துறையான விஞ்ஞான

தொழில்நுட்பக் கண்டுபிடிப்புகளில் தான் பெற்றிருக்கும் முன்னணி இடத்தைப் பயன்படுத்தி தன் ஏகாதிபத்தியக் கொள்ளையைப் பெருக்க நினைக்கிறது. இராணுவத் துறையில் தன்னை வெல்ல யாருமில்லை, நான்தான் உலகத்தின் தலைவன் என்று நிரூபிக்க அமெரிக்கா செய்த முயற்சியே ஆப்கான் மீதும் ஈராக்கின் மீதும் அது தொடுத்த தாக்குதல். இது மூன்றாம் உலக நாடுகளுக்கு மட்டுமல்ல தன் சக பங்காளி நாடுகளுக்கும் விடுத்த எச்சரிக்கை.

பொருளாதாரத் தளத்தில் அது ஒரு ‘‘போரைத்’’ துவங்கியுள்ளது. அதன் ஒரு பகுதி தான் டங்கல் அறிக்கை. ஆர்தர் டங்கல் நாடுகளுக்கிடையேயான வியாபாரத்தை ”முறைப்படுத்தும்” நோக்கத்துடன் 45 ஆண்டுகளுக்கு முன் முதலாளித்துவ நாடுகளால் துவங்கப்பட்ட அமைப்பான “காட்” (GATT) இன் டைரக்டர் ஜெனரல் ஆவார். “வர்த்தகம் மற்றும் தீர்வைகள் மீதான பொது ஒப்பந்தம்” என்பதே “காட்” டின் விளக்கம். வர்த்தகம், பொருளாதார, மற்றும் அறிவியல் துறைகளில் மூன்றாம் உலக நாடுகளுக்கிருந்த சுதந்திரத்தைப் பறித்து அவை முற்றிலும் அமெரிக்காவைச் சார்ந்து நிற்கும் நிலையை ஏற்படுத்துவதே டங்கல் அறிக்கையின் உள்நோக்கம்.

காட் அமைப்பு இதுவரை பொருட்களின் வியாபாரத்தை “முறைப்படுத்தும்” என்ற பெயரிலேயே இயங்கி வந்தது. ஆனால் டங்கலின் ஆலோசனைப்படி, சேவைத்துறை, அறிவுத்துறை மட்டுமின்றி தொழில் முதலீடுகள் கூட “காட்”டின் அதிகாரத்திற்குள் வந்துவிடும்.

முதலில் சேவைத் துறையை எடுத்துக் கொள்வோம். டங்கலின் ஆலோசனைப்படி வெளிநாட்டு வங்கிகளுக்கும், இன்ஷூரன்ஸ் கம்பெனிகளுக்கும் இந்தியாவில் இயங்கிவரும் வங்கிகள், இன்ஷூரன்ஷ் கம்பெனிகளுக்கு இணையாக உரிமைகள் வழங்கப்பட வேண்டும். இந்தியாவில் இந்நிறுவனங்கள் அரசுத்துறையில் உள்ளன. இவற்றில் திரட்டப்படும் நிதி, தொழில் வளர்ச்சி உட்பட சமுதாய

வளர்ச்சி நோக்கங்களுக்காகப் பயன்படுத்தப்பட்டு வருகின்றது. ஆனால், டங்கலின் ஆலோசனைப்படி, அன்னிய வங்கிகளுக்கு உரிமைகள் வழங்கப்படுமானால் அந்நிய நிதித்துறை நிறுவனங்களுக்கு இந்திய பொதுத்துறை வங்கிகள் போல் சமுதாயக் கடமைகள் இல்லை.

லாபம் ஒன்றையே குறியாக வைத்து அவை செயல்படும். இது மட்டுமின்றி அன்னிய வங்கிகளும், இன்ஷூரன்ஸ் கம்பெனிகளும் இந்தியாவுக்கு வரும்போது கவர்ச்சிகரமான சேமிப்புத் திட்டங்களை அறிவிக்கும். இந்திய நிறுவனங்களை விட அவை அதிக பலம் வாய்ந்தவையாக இருப்பதால் ஆரம்ப ஈர்ப்பிற்கு இது சாத்தியந்தான். இதனால் இந்திய நிறுவனங்களில் பணம் சேமித்து வந்தவர்கள் பலர் அன்னிய நிறுவனங்களை நாடிச் செல்வர். உள்நாட்டு வங்கிகளும், இன்ஷூரன்ஸ் கம்பெனிகளும் நலிவடைந்து இந்தியப் பொருளாதாரத்தில் பல பின்னடைவுகளை ஏற்படுத்தும்.

அடுத்து தொழில் முதலீடுகள் குறித்து பார்ப்போம். இது குறித்து டங்கல் கூறியிருக்கும் ஆலோசனைகள், பன்னாட்டு நிறுவனங்களின் நீண்ட நாள் கனவுகளைப் பூர்த்தி செய்யும் வகையில் உள்ளன.

அதாவது வெளிநாட்டிலிருந்து வந்து இந்தியாவில் தொழில் துவங்குபவர்கள் இந்திய முதலீட்டாளர்களுக்கு இணையாக நடத்தப்பட வேண்டும். முதலீட்டில் அன்னியர்களின் பங்கு இவ்வளவுதான் என்று இப்போதிருக்கும் கட்டுப்பாடு நீக்கப்பட வேண்டும். அன்னியர்கள் எந்தத் துறையில் வேண்டுமானாலும் முதலீடு செய்யும் உரிமை கொடுக்கப்பட வேண்டும். தங்களின் உற்பத்திக்காக, உள்நாட்டில் தயாராகும் பொருட்களைப் பயன்படுத்த வேண்டுமென்று அன்னியக் கம்பெனிகள் இந்தியாவில் உற்பத்தி செய்யும் பொருட்களில் ஒரு குறிப்பிட்ட அளவை ஏற்றுமதி செய்ய வேண்டும் என்ற கட்டாயமும் இருக்கக் கூடாது.

டங்கலின் இந்த ஆலோசனைகளை இந்தியா ஏற்றுக் கொண்டால் என்ன நடக்கும்?

முதலில், ராட்சஸனைப் போல் வளர்ந்திருக்கும் பன்னாட்டு நிறுவனங்களுக்கும், இந்தியாவில் ஏற்கனவே பிரச்சினைகளில் சிக்கித் தவிக்கும் சிறுதொழில் நிறுவனங்களுக்கும், இடையே சமனற்ற போட்டி உருவாகும். சிறுதொழில் நிறுவனங்கள் தற்போது தயாரித்துவரும் நுகர்பொருட்களை விட பன்னாட்டு நிறுவனங்கள் இன்னும் கவர்ச்சிகரமாக தயாரிக்கத் தொடங்கிவிடும். இந்தப் "போட்டியில்" இந்திய சிறு தொழில் நிறுவனங்கள் மூச்சுத் திணறி இறந்து போகும். இந்நிறுவனங்கள், பல தொழிலாளர்களைக் கொண்டு தயாரிக்கும் பொருட்களை, சில மிஷின்களைக் கொண்டே உற்பத்தி செய்துவிடும். இதனால் வேலையில்லாத் திண்டாட்டமும் மேலும் பெருகும்.

அன்னிய நிறுவனங்கள் தங்கள் தயாரிப்பிற்கு இந்தியாவில் தயாராகும் மூலப் பொருட்களைப் பயன்படுத்த வேண்டும் என்ற கட்டாயம் இல்லாததால், உள்நாட்டு நிறுவனங்கள் நலிவடையும். சோப்புத் தயாரிக்கும் பன்னாட்டு நிறுவனம், இந்தியாவில் தயாரான எண்ணையையோ, இரசாயனத்தையோ பயன்படுத்த வேண்டும் என்ற கட்டாயம் இருக்காது.

ஒட்டுமொத்தத்தில் உள்நாட்டுத் தொழில் வளர்ச்சிக்கு வேட்டு வைக்கும் முயற்சியே டங்கலின் ஆலோசனை.

ஆனால் இவற்றையெல்லாம் விடக் கொடுமையானது இந்தியாவிலோ அல்லது மூன்றாம் உலக நாடுகளிலோ மனிதனின் அறிவுத் திறனைக் கொண்டு நடத்தப்படும் தொழில் மற்றும் விவசாயத் துறைகளில் நடைபெறும் ஆராய்ச்சிகளுக்கும் ஏற்பட்டிருக்கும் ஆபத்துதான்.

காப்புரிமையும், அறிவுத்திருட்டும்

அறிவுத் துறையில், ஒரு பொருள் கண்டுபிடிக்கப்படும் போது அதற்கான கண்டுபிடிப்புக் காப்புரிமை வழங்கப்படும். இதற்கு ஆங்கிலத்தில் பேடண்ட் (Patent) என்று பெயர். உதாரணத்திற்கு அமெரிக்காவில் ஒரு குறிப்பிட்ட மருந்து கண்டுபிடிக்கப்படும் போது, அந்த மருந்தினைக் குறிப்பிட்ட

காலம் வரை மற்ற நாடுகள் உற்பத்தி செய்ய முடியாது. இக்காலக்கட்டத்தில் அந்த மருந்தைக் கண்டுபிடித்த நிறுவனம் அதனைத்தயாரித்து, சந்தையில் இறக்கி கொள்ளை லாபம் பெறலாம். இந்தக் கால வரையறை ஒவ்வொரு நாட்டிலும் உள்ள சட்டங்களுக்கு ஏற்றவாறு மாறும். இந்தியாவில் கண்டுபிடிப்பு உரிமம் பற்றிய சட்டம் 1970 இல் நிறைவேற்றப்பட்டது. இதன்படி உணவுப் பொருட்கள், மருந்துகள், இரசாயனங்கள், விவசாய உற்பத்தி முறைகள் ஆகியவற்றைப் பொறுத்தவரையில் இந்த உரிமம் வழங்கப்பட மாட்டாது. இது சம்பந்தப்பட்ட பொருட்கள் வெளிநாடுகளில் கண்டுபிடிக்கப்பட்டாலும்கூட, இந்தியாவிலும் அதனைப் பற்றி ஆராய்ச்சி செய்து அதே மாதிரியான பொருளை உற்பத்தி செய்யலாம் என்பதே இச்சட்டத்தின் சாராம்சம் ஆகும். குறிப்பிட்ட செயல்முறையினால் உருவாக்கப்பட்டிருந்தால் அந்தச் செய்முறைக்கு மட்டும் காப்புரிமை வழங்கலாம் என்றும் அச்சட்டம் கூறுகிறது. உதாரணமாக அனாசின் என்ற மருந்தை அமெரிக்க நிறுவனம் ஒரு குறிப்பிட்ட செயல்முறையில் உற்பத்தி செய்திருந்தால் அந்தச் செய்முறையை இந்திய மருந்துக் கம்பெனிகள் பின்பற்றாமல் இருப்பதற்கான காப்புரிமை அமெரிக்க நிறுவனத்துக்கு வழங்கப்படும்.

ஆனால் டங்கல் அறிக்கையின் படி அனாசின் போன்ற மருந்துக்கே காப்புரிமை வழங்கப்பட வேண்டும். இதனால் ஒரு பொருள் வெளிநாடுகளில் தயாரிக்கப்படும் போது அதே தன்மைகொண்ட பொருளை இந்தியாவில் தயாரிக்க முடியாது. அந்தப் பொருளை வெளிநாட்டிலிருந்து கட்டாயமாக இறக்குமதி செய்தாக வேண்டும் என்ற நிலைக்கு இந்தியா தள்ளப்படும். இதனால் உள்நாட்டில் ஆராய்ச்சிகள் நின்று போகும். சுய அறிவு இருந்தும் இந்தியா அறிவுத் முறையில் முதலாளித்துவ நாடுகளை, அமெரிக்காவைச் சார்ந்து நிற்க வேண்டும்.

இந்திய சட்டப்படி, ஒரு குறிப்பிட்ட கண்டுபிடிப்புக்கு ஐந்து முதல் 14 ஆண்டுகள் வரை காப்புரிமை வழங்கப்படும்.

ஆனால் டங்கலின் அறிக்கைப்படி இந்தக் காலவரையறை 20 ஆண்டுகள் நீட்டிக்க வேண்டும். காச நோய்க்கான புதிய மருந்து அமெரிக்காவில் கண்டுபிடித்து இருபது ஆண்டுகளுக்குப் பின்னரே இந்தியாவில் அதை உற்பத்தி செய்ய முடியும். அது வரை அமெரிக்கா சொன்ன விலைக்கு அந்த மருந்தினை இறக்குமதி செய்ய வேண்டும். பன்னாட்டு நிறுவனங்களுக்கு இதைப் போன்ற ஒரு வரத்தினை வழங்கியிருக்கிறார் டங்கல்.

இது போதாதென்று விவசாய உற்பத்திக்கான விதைகளுக்கும் காப்புரிமை வழங்க வேண்டுமென்றார் டங்கல். இதனால் இந்தியாவில் உள்ள சிறிய விதை உற்பத்திக் கம்பெனிகளும், விவசாயிகளும் விதை உற்பத்தியைப் பெருக்கி விற்பனை செய்ய முடியாது. விதை உற்பத்தியையும் பன்னாட்டு நிறுவனங்களுக்குத் திறந்துவிட்டு, விலை உயரச் செய்வதற்கே வழி வகுக்கும். இந்திய நிலைகளுக்கேற்றவாறு விதைகளை உற்பத்தி செய்வதற்கே ஆராய்ச்சி தடைப்படும்.

இந்த ஒப்பந்தப்படி ஒரு இந்தியக் கம்பெனி குறிப்பிட்ட மருந்தினை உரிமத்தினை மீறி தயாரிப்பதாக அமெரிக்க நிறுவனம் குற்றம் சாட்டினால், குற்றம் இழைக்கவில்லை என்று நிரூபிக்கும் பொறுப்பு இந்திய கம்பெனியைச் சார்ந்ததாகும்.

இதுவும் போதாதென்று விவசாயத் துறையிலும், பொதுவினியோகத் துறையிலும் மானியங்களை நிறுத்திவிட வேண்டுமென்றும் டங்கல் கூறுகிறார். இந்திய அரசு வழங்கி வரும், இந்த வினோதமான நியாயம்தான் அமெரிக்காவின் புதிய உலக நியாயம். நூற்றுக்கணக்கான ஆண்டுகளாக உலகம் முழுவதையும் கொள்ளையடித்துக் கொழுத்து வளர்ந்த, வளர்ச்சியடைந்த முதலாளித்துவ நாடுகளும், இந்தச் சுரண்டலினால் செல்வங்களை இழந்து இன்று வளர்ந்துவரும், ஏழை நாடுகளும் போட்டியிட்டு வளர வேண்டும் என்று சொல்லும் சுதந்திர சந்தையின் நியாயம்.

டங்கல் அறிக்கை என்பது ஒரு ஆலோசனையாகவே வைக்கப்பட்டது. இதனை ஏற்றுக் கொண்டு கையெழுத்திடும் எந்த நாட்டிற்குமே மேற்கூறிய அபாயங்கள் காத்திருக்கின்றன. நீண்ட வாதப் பிரதிவாதங்களுக்குப் பின் இந்தியா அதில் கையெழுத்திட்டே விட்டது.

ஆனால் டங்கல் அறிக்கை விஷயத்தில் வர்த்தக அமைச்சர் காட்டிய இரட்டை முகம் பல சந்தேகங்களை எழுப்பியுள்ளது. ஒரு முறை டெல்லியில் நடைபெற்ற, கருத்தரங்கத்தில் உரையாற்றும் போது டங்கலின் அறிக்கையைக் கடுமையாகச் சாடினார் அவர். இது ஒரு முகம். 45 ஆண்டுகளாக சோஷலிஸம், சமூக நீதி என்று மாய்மாலம் காட்டி மக்களைக் கவர்வதற்காக காங்கிரஸ் காட்டி வந்த "இனிய" முகம். ஆனால் இதே அமைச்சர், டெல்லி கருத்தரங்கம் நடப்பதற்கு பத்து நாட்களுக்கு முன், மத்திய அமைச்சரவைக்கு ஒரு குறிப்பு அனுப்பியிருந்தார். டங்கல் அறிக்கையை ஏற்றுக்கொள்வது உசிதம் என்று. இதுதான் உண்மையான, முதலாளித்துவ வர்க்க முகம். உலக வங்கி, ஐ.எம்.எப். ஆகியவற்றின் நிர்பந்தத்திற்கு ஆளாவதைத் தவிர வேறு வழியில்லை என்று வெட்கமில்லாமல் கூறிவரும் ஆளும் கூட்டம், டங்கல் அறிக்கையை ஏற்றுக்கொண்டு அதற்கேற்றவாறு சட்டங்களை மாற்றியமைத்தாலும் ஆச்சரியப்படுவதற்கில்லை.

இளைஞர் முழக்கத்தில் வெளியிடப்பட்டது.

22

அமெரிக்காவின் 301 வது மிரட்டல்

கடந்த சில வருடங்களாகவே அதிகரித்துவரும் அமெரிக்க அடாவடித்தனத்திற்கு எதிரான கண்டனக் குரல் இப்போது இந்திய பாராளுமன்றத்திற்குள்ளும் ஒலிக்கத் தொடங்கியிருக்கிறது. இந்தியாவின் பிரச்சினைகளின் பலவற்றிற்குப் பின்னணியில் அமெரிக்காவின் சர்வதேச அளவிலான சதிவேலைகள் உள்ளன என முற்போக்கு சிந்தனையாளர்களும், கம்யூனிஸ்டுக் கட்சிகளும் சுட்டிக்காட்டிய போதெல்லாம் கேலி செய்து விமர்சித்தவர்கள் கூட இன்று உண்மையை ஒப்புக்கொண்டு வருகின்றனர். அல்லது வெட்கத்தில் மௌனமாகி நிற்கின்றனர். அல்லது முற்போக்கு சக்திகளுடன் இணைந்து நின்று எதிர்ப்புக் குரல் எழுப்புகின்றனர்.

சோஷலிஸ முகாம் என்ற ஒரு பெரும் சக்தியும், அச்சக்தி அளித்த உத்வேகத்தில் வலுப் பெற்றிருந்த மூன்றாம் உலக நாடுகளும் உறுதியுடன் நின்றிருந்த காலத்தில் சி.ஐ.ஏ. என்ற உளவு அமைப்பின் மூலம் வளர்ந்துவரும் நாடுகளில் சதிவேலைகளை செய்து அந்நாடுகளை அமெரிக்க சார்புடையவையாக ஆக்கும் முயற்சியில் மறைமுறையாக ஈடுபட்டிருந்த அமெரிக்க ஏகாதிபத்தியம் ஜனநாயக அரசுகளைக் கவிழ்த்துத் தன் கைப்பாவை இராணுவத் தளபதிகளை அந்நாடுகளின் சர்வாதிகாரிகளாக்குவது சர்வ சாதாரணமாக நடந்து வந்தது. சிலி நாட்டில் தேர்தலில்

வெற்றி பெற்று முற்போக்கு அரசினை அமைத்த அலெண்டேவைக் கொன்று பினோசெட் என்ற சர்வாதிகாரியை அதிபராக்கியது அமெரிக்காதான்.

லத்தின் அமெரிக்க நாடான நிகரகுவாவில் ஆட்சி புரிந்த சாண்டினிஸ்டா சோஷலிஸ அரசுக்கு எதிராக "காண்ட்ரா" எனப்படும் கூலிப்படையை ஊட்டி வளர்ப்பதற்கு கோடி கணக்கில் டாலர்களைக் கொட்டியதும் இந்த அமெரிக்காதான். ஈரான் நாட்டினை அடக்கி வைப்பதற்காக சதாம் உசேன் என்ற சர்வாதிகாரியை ஈராக்கில் வளர்த்து, அவன் தன் கைமீறிப்போய்விடும் என்ற நிலையேற்பட்டபோது, ஒட்டகங்களையும், பேரீச்சம்பழங்களையும் மட்டுமே அறிந்திருந்த அரேபியப் பாலைவனங்களில் அதிநவீனப் போர்விமானங்களைக் கொண்டு வந்து இறக்கியதும் இந்த ஜனநாயகக் காவலன்தான்!" அவ்வளவு தூரம் கூட போகவேண்டியதில்லை. இந்தியாவின் பஞ்சாபிலும், காஷ்மீரத்திலும் உள்ள தீவிரவாதிகளுக்குப் பயிற்சி அளித்து பணம் மற்றும் ஆயுத உதவி செய்துவரும் பாகிஸ்தான் நாட்டின் பின்னணியில் இருப்பதும் இந்த ஏகாதிபத்தியம்தான். அஸ்ஸாம் போராட்டத்தின் போதும் இந்தியாவின் வடகிழக்கில் அமெரிக்க டாலர்கள் விளையாடியதை யாரும் மறந்திருக்க முடியாது.

அந்தச் சதிகார அமெரிக்காதான் இன்று இந்தியாவை நேரடியாக மிரட்டத் துணிந்திருக்கிறது. முதலில் வந்துது சூப்பர் 301. இந்தியாவுடன் அமெரிக்கா நடத்தும் வர்த்தகத்தில் அமெரிக்கா பாதிக்கப்பட்டுள்ளதையும், இந்தியாவின் வங்கி, இன்ஷூரன்ஸ் துறைகளில் அமெரிக்கா நுழைய விடாமல் தடுப்பதாகவும் கூறி சூப்பர் 301 என்ற சட்டத்தை இந்தியா மீது பிரயோகிப்பதாக மிரட்டியது. இதன்படி இந்தியப் பொருட்கள் அமெரிக்காவில் விற்பனை செய்யப்படும் போது அவற்றின் மீது அதிகத் தீர்வை விதிக்கப்படும். இதனால் இந்தியப் பொருட்களின் விலை உயரும். வர்த்தகம் பாதிக்கப்படும்.

சூப்பர் 301 சட்டத்தைப் பிரயோகிப்பது பற்றிய பேச்சுவார்த்தைக்கு அமெரிக்க வர்த்தகப் பிரதிநிதி கார்லா ஹில்ஸ் என்ற பெண்மணி சென்ற ஆண்டு இந்தியாவிற்கு வந்திருந்தார். மிரட்டலுக்கு பணியமாட்டோம் என்று மார்தட்டி சொல்ல வேண்டிய இந்திய அதிகாரிகள் அப்பெண்மணியிடம் என்ன கூறினார்கள் தெரியுமா? "இன்னும் கொஞ்சம் காலம் பொறுத்துக் கொள்ளுங்கள், வர்த்தகப் பிரச்சனைகளை அதற்குள் சரிசெய்து விடலாம்" என்று கெஞ்சினர். உலகின் "இரண்டாவது பெரிய ஜனநாயகம்" மிரட்டிய போது "முதல் பெரிய ஜனநாயகம்" அதன் அருட் பார்வை தனக்கு வேண்டுமென மன்றாடியது.

இதற்குப் பின் வர்த்தகம், தொழில், விஞ்ஞானம், மற்றும் விவசாயத் துறைகளில் வளர்ந்து வரும் நாடுகளை அடிமைப்படுத்தும் முயற்சியாக டங்கல் என்ற அமெரிக்க சேவகன் தயாரித்த அடிமை சாசனம் வந்தது.

இந்தியாவுடனான வர்த்தகத்தில் தனக்குப் பிரச்சினையிருக்கிறது என்பதில் தொடங்கிய அமெரிக்கா இப்போதும் மேலும் ஒருபடி முன்னேறி எந்தெந்த நாடுகளுடன் இந்தியா வர்த்தகம் செய்ய வேண்டுமென்றும், செய்யக்கூடாது என்றும் ஆணையிடும் அளவிற்கு ஆணவம் கொண்டிருக்கிறது. இரண்டு மாதங்களுக்கு முன் கியூபாவிற்கு 40,000 டன் அரிசியை ஏற்றுமதி செய்ய இந்தியா முடிவெடுத்த போது அமெரிக்காவிலிருந்து வந்தது ஒரு ஊளை. "சோஷலிஸம் அல்லது வீரமரணம்" என்று முழக்கம் செய்த ஃபிடல் காஸ்ட்ரோவின் நாட்டிற்கு இந்தியா அரிசி ஏற்றுமதி செய்யக் கூடாது என்பதே அந்த ஊளை. அப்படி மீறிச் செய்தால் அமெரிக்காவிலிருந்து இந்தியாவிற்கு வரும் கோதுமையின் விலையை உயர்த்துவோம் என்று ஒரு மிரட்டலையும் விடுத்தது அமெரிக்கா.

பொதுவாக அமெரிக்காவிலிருந்து விவசாய விளைபொருட்கள் ஏற்றுமதி செய்யும்போது அதற்கு மானியம் வழங்கப்படும். இதனால் அமெரிக்க

கோதுமையின் விலை சர்வதேச மார்க்கெட்டில் குறைவான விலைக்குக் கிடைக்கும். ஏற்றுமதி அதிகரிக்கும். ஆனால் இந்தியாவிற்கு ஏற்றுமதியாகும் கோதுமைக்கு இந்த மானியம் கிடையாது என்று அறிவித்தது. இந்த மிரட்டலுக்கு பயந்து போன இந்திய அரசு கியூபாவிற்கு அரிசி ஏற்றுமதி செய்வதை நிறுத்தி வைத்தது. இடதுசாரிக் கட்சிகள் பாராளுமன்றத்தில் இப்பிரச்சனையை எழுப்பியபோது அமைச்சர் பிரச்சினையைத் திசைத்திருப்ப மழுப்பலில் இறங்கினார்.

அமெரிக்க அட்டூழியங்கள் வர்த்தகத் துறையுடன் நின்றுவிடவில்லை. அணுசக்தி மற்றும் தொழில் நுட்பத் துறைகளிலும் கூட தன்னுடைய திருவிளையாடல்களை நடத்துகிறது. அணுசக்திப் பரவலைத் தடுப்பதற்காக 1968இல் கையெழுத்தான ஒரு 'சர்வதேச' ஒப்பந்தத்தில் இந்தியா கையெழுத்திட வேண்டுமென்று அமெரிக்கா வற்புறுத்தி வருகிறது. முதலில் இந்த ஒப்பந்தமே ஒரு தலைப்பட்சமானது. இதுவரை அணு ஆயுதத் தயாரிப்பில் பெரும் சக்திகளாக விளங்கும் நாடுகளின் மீது எவ்விதக் கட்டுப்பாடுகளையும் விதிக்காமல், இனிமேல் அணுசக்தி தயாரிக்கவிருக்கும் அல்லது இப்போது தயாரித்துக் கொண்டிருக்கிற நாடுகளுக்குத் தடை விதிப்பதாகும் இந்த ஒப்பந்தம். தெற்கு ஆசியாவை ஆயுதப் போட்டியற்ற அமைதி மண்டலமாக்குவதற்கு இந்த ஒப்பந்தத்தில் இந்தியாவும், பாகிஸ்தானும் கையெழுத்திட வேண்டுமென்பதே அமெரிக்காவின் வாதம். ஆனால் இத்தனை ஆண்டுகளாக பாகிஸ்தானுக்கு பொருளாதார, ஆயுத உதவிகளை நேரடியாக அளித்து வந்த அமெரிக்காவிற்கு ஆயுதப் போட்டியைக் குறைப்பது பற்றிப் பேச என்ன அருகதை இருக்கிறது? மேற்காசியாவில் அணு ஆயுதத்தைக் கையில் வைத்துக் கொண்டு ஆட்டும் இஸ்ரேலைக் கட்டுப்படுத்த என்ன திட்டத்தை வைத்திருக்கிறது அமெரிக்கா? யூதர்களின் இஸ்ரேல் மீது கைவைத்தால் அமெரிக்க அரசியலில் ஆதிக்கம் செலுத்தும் யூதர்களின் எதிர்ப்பைச் சம்பாதித்துக்

கொள்ள வேண்டியிருக்கும். மேலும் அரபு நாடுகளைத் தன் கட்டுப்பாட்டில் வைப்பதற்காக அமெரிக்காவுக்கு ஒரு "லோக்கல்" ரவுடியாக இஸ்ரேல் தேவைப்படுகிறது.

தெற்காசியப் பிரதேசத்தில் அணு ஆயுதப் பரவலைத் தடுக்கும் முயற்சியில் இப்பிராந்தியத்தில் உள்ள நாடுகள் ஈடுபடுவதே சரியானதாக இருக்கும். ஏற்கனவே இந்தியாவுக்கும், பாகிஸ்தானுக்கும் ஒரு ஒப்பந்தம் ஏற்பட்டுள்ளது. இதன்படி இவ்விரு நாடுகளுக்கிடையில் போர் ஏற்பட்டாலும் கூட, இங்கேயுள்ள அணுசக்தி மையங்களை இந்தியாவோ, பாகிஸ்தானோ முதலில் தாக்காது. இந்தியாவில் உள்ள அணு சக்தி மையங்களை பாகிஸ்தான் தாக்கும் பட்சத்தில் பதிலடியாகத்தான் அந்நாட்டின் அணுநிலையங்கள் தாக்கப்படும் என்பதே இதன் சுருக்கம். இது பாகிஸ்தானுக்கும் பொருந்தும். இவ்வாறு அணுசக்தி பற்றிய பிரச்சினைகளை தீர்க்க வழியிருக்கும்போது அமெரிக்காவிற்கு இங்கென்ன வேலை? ஆனால் இந்தியா "சர்வதேச" ஒப்பந்தத்தில் கையெழுத்திட வேண்டுமென்று பலவித நெருக்கடிகளைக் கொடுத்து வருகிறது அமெரிக்க ஏகாதிபத்தியம்.

நெருக்கடி கொடுப்பது இவற்றிற்கு மட்டுமல்ல! செயற்கைக் கோள்களை விண்வெளியில் செலுத்தும் தொழில்நுட்பத்தை, இந்தியாவிற்குத் தர முன் வந்த ரஷ்யாவையும் மிரட்டியிருக்கிறது அமெரிக்கா. சென்ற ஆண்டில், இந்திய விண்வெளி ஆராய்ச்சி மையம், ரஷ்ய விண்வெளி ஆராய்ச்சி நிறுவனமான கிளாவ்காஸ்மோஸ்வுடன் 200 மில்லியன் டாலர் மதிப்புள்ள ஒரு ஒப்பந்தம் செய்தது. இதன்படி செயற்கைக் கோள்களை விண்வெளியில் செலுத்தும் "பூஸ்டர்கள்" தயாரிக்கும் தொழில்நுட்பத்தை இந்தியாவிற்கு கற்றுத்தர கிளாவ்காஸ்மோஸ் ஒப்புக்கொண்டது. ஆனால் சில நாட்களுக்கு முன், இந்த ஒப்பந்தத்தை நிறுத்தி வைக்க முடிவு செய்தது யெல்ட்ஸின் அரசு! இந்தியாவிற்கு ராக்கெட் தொழில்நுட்பத்தை அளித்தால் ரஷ்யா மீது வர்த்தகத் தடை விதிக்கப்படும் என்ற அமெரிக்க

மிரட்டலுக்குப் பணிந்தே இத்தகைய முடிவு செய்யப்பட்டுள்ளது. இதை ரஷ்ய ஏஜென்சியின் அதிகாரியே உறுதி செய்திருக்கிறார். இந்தத் தொழில்நுட்பம் அமைதிப் பணிகளுக்கு மட்டுமே பயன்படுத்தப்படும் என்ற உறுதிமொழி வேண்டுமாம் அமெரிக்காவுக்கு.

தொலை தூரத்திலிருந்து இந்தியாவின் தட்பவெப்பம், நில அமைப்பு போன்றவற்றைப் படம் பிடித்து ஆய்வு செய்யும் செயற்கைக் கோள்களை விண்வெளியில் செலுத்துவதற்கே இந்த தொழில்நுட்பம் பயன்படுத்தப்பட போகிறது என்பது அமெரிக்காவுக்கே தெரியும். தொழில்நுட்பத்தை இந்தியாவிற்கு அளிப்பதற்காக ரஷ்ய ஏஜென்சி விதித்த நிபந்தனைகளையும் இந்திய ஏற்றுக்கொண்டுள்ளது. அதாவது இத் தொழில் நுட்பத்தை அமைதிப் பணிகளுக்கு பயன்படுத்துவது, வேறு எந்த நாட்டிற்கும் அதனைக் கற்றுத்தராமலிருப்பது ஆகியவையே இந்த நிபந்தனைகள். ஆனால் ராக்கெட் தொழில்நுட்பத்தை இந்தியா ஏற்றுக்கொண்டால், ஏவுகணை தயாரிப்பிற்கும் இந்தியா அதனைப் பயன்படுத்தும் என்று எண்ணிய அமெரிக்கா இப்போது ரஷ்யாவையே மிரட்டிக் கொண்டிருக்கிறது.

ஆனால் இத்தகைய மிரட்டல்களால் பாதிக்கப் பட்டபோதும் அமெரிக்காவிற்கு எதிராகக் கண்டனக் குரல் எழுப்ப மறுக்கிறது இந்திய அரசு. இதைவிட வெட்கக் கேடான, அபாயகரமான விஷயம் என்னவெனில் உலகத்தின் போலீஸ்காரனாகத் துடிக்கும் அமெரிக்க ஏகாதிபத்தியத் துடனும் இணைந்து, இந்துமாக் கடல் பகுதியில் கப்பற்படை பயிற்சி நடத்த ஒப்பந்தம் செய்து கொண்டுள்ளது காங்கிரஸ் தலைமயிலான இந்த அரசு. இந்துமாக் கடலை அமைதி மண்டலமாக்க வேண்டுமென்றும், அங்குள்ள டீகோ கார்சியா என்ற தீவினை அமெரிக்காவின் இராணுவத் தளமாக மாற்ற நடந்த முயற்சிக்கெதிராகவும் குரல் கொடுத்த இந்தியா அதே இந்துமாக்கடலில் அமெரிக்காவுடன் கப்பற்படை பயிற்சி நடத்துவது என்பது ஏகாதிபத்திய வெறிக்கு எதிராக

அணிதிரண்டு நின்ற கூட்டுச் சேரா இயக்கத்திற்குச் செய்யப்படும் மோசமான துரோகமாகும். கூட்டுச் சேரா நாடுகளின் அமைப்பினை உருவாக்குவதில் முன்னணிப் பாத்திரம் வகித்த ஜவஹர்லால் நேருவின் பெயரைக் கூறிக் கொண்டே இந்தியாவின் ஏகாதிபத்திய எதிர்ப்பு வரலாற்றைப் பொய்யாக்கும் புரட்டு வேலையாகும். நரசிம்மராவ் தலைமையிலான காங்கிரஸ் அரசு அமெரிக்க அரசின் அடாவடித்தனங்களை கண்டிக்க மறுத்ததும், அடங்கிப் போனதும் இந்நாட்டையே அமெரிக்காவிடம் அடகு வைப்பதற்கு வழிவகுத்தது. இந்திய நாட்டின் சுயசார்பு, சுதந்திரம் ஆகியவற்றைப் பற்றிக் கவலைப்படும் ஒவ்வொரு இந்தியனும் அமெரிக்காவின் ஆணவத்திற்கெதிராகவும், இந்திய அரசின் சந்தேகத்திற்குரிய மௌனத்திற்கு எதிராகவும் குரலெழுப்ப வேண்டியது அவசியம்.

இளைஞர் முழக்கம்

23

சூப்பர்பவர் கனவும், ஒரு சூப்பர்பவரின் கனவும்

'சூப்பர்' என்ற ஆங்கிலச் சொல்லுக்கு இந்தியாவில் இன்று மதிப்பு கூடிவருகிறது. சூப்பர் மார்க்கெட், சூப்பர் ஸ்டார் என்ற சூப்பர்தான் தனி மனிதனின், ஒரு நிறுவனத்தின் ஒரு நாட்டின் அதிகபட்ச வளர்ச்சியையும், வல்லமையையும் குறிக்கும் சொல்லாக மாறியிருக்கிறது. இந்த வரிசையில் கடந்த சில ஆண்டுகளாகச் சேர்ந்திருப்பதுதான் 'சூப்பர்பவர்!' உலகிலேயே அதிக வல்லமை பொருந்திய மேலாதிக்கம் வாய்ந்த நாட்டிற்குத்தான் சூப்பர்பவர் என்று பெயர். அப்துல் கலாமிலிருந்து அரட்டை அரங்கம் வரை இந்தியா சூப்பர்பவராகும். இந்தக் கனவுதான் எல்லா இந்தியர்களுக்கும் என்ற பிரம்மை ஏற்படுத்தப்பட்டுள்ளது. ஆசிரியருக்கு முகவரியை மறைத்து கடிதம் எழுதி தங்கள் அதிகபட்ச வீரத்தைக் காட்டி வரும் முதுகுத் தண்டு வளைந்த மேல்தட்டு மற்றும் மத்தியதர வர்க்கத்தினர் மத்தியில் இந்த 'சூப்பர்பவர்' கனவு மிகவும் பிரபலம்! இந்தக் கனவில் எங்களுக்கு நம்பிக்கையில்லை என்று சொல்பவர்களைத் தூற்றுவதும் அதிகமாகி வருகிறது. மாஸ்கோவில் மழை பெய்தால் மதுரையில் குடைபிடிப்பவர்கள் என்று கம்யூனிஸ்டுகளைக் கிண்டல் செய்தவர்களும் இன்று வாஷிங்டனில் வெயிலடித்தால் வந்தவாசியில் ஏன் கூரை போடவில்லை என்று அலுத்துக் கொள்கிறார்கள். இந்தக் கூட்டத்தில் முதலாளித்துவ மோகம் கொண்டவர்கள்

ஆர். விஜயசங்கர்

மட்டுமின்றி அமெரிக்க நிறுவனங்களில் பணிபுரிய மகனையோ, மகளையோ, அண்ணனையோ, தம்பியையோ அனுப்பி வைத்து வளமாக வாழும் பலரும் இருக்கின்றனர். ஆனால் சூப்பர்பவர் என்ற சொல்லைக் கேட்டு இவர்கள் ஆனந்தப்பட்டுக் கொண்டிருக்கும் வேளையில் அதே சொல் இந்த உலகில் பெரும் பகுதி மக்களுக்கும் பயங்கர அனுபவங்களை நினைவுபடுத்தும் ஒன்றாக இருக்கிறது என்பது தான் உண்மை! இன்று உலகின் ஒரே சூப்பர்பவராக இறுமாந்து நிற்கும் அமெரிக்காவின் தேசியக் கொடிதான் உலகிலேயே அதிகமாக எரிக்கப்பட்டுக் கொண்டிருக்கும் கொடி என்பது அமெரிக்கர்களாலேயே ஒப்புக்கொள்ளப்பட்ட செய்தி! இந்த அமெரிக்க மோகமும் ஆதிக்க கனவும் இந்திய ஆளும் வர்க்கங்களால் வளர்க்கப்படுகின்றன என்பதற்கு சமீபத்திய சான்று தான் அமெரிக்காவுடன் அணுசக்தி ஒப்பந்தம் போட்டே தீருவேன் என்று பிரதமர் மன்மோகன்சிங் பிடித்த அடமும் அவருக்கு பின்னால் திரண்டு நின்றவர்களின் ஆதரவும்.

அணுசக்தி ஒப்பந்தம் கையெழுத்தாவதற்குச் சில ஆண்டுகள் முன்னர், 2005ல் ஏற்பட்ட இந்திய அமெரிக்க ராணுவ உறவு ஒப்பந்தத்தின் உண்மைத் தன்மைகளைப் புரிந்து கொள்ளும் போதுதான் இடதுசாரிகள் ஏன் அமெரிக்க உறவை எதிர்க்கிறார்கள் என்று விளங்கும். வீழ்வது அரசாங்கமாக இருந்தாலும் வாழ்வது நாடாகத்தான் இருக்கும் என்று இடதுசாரிகளின் அசைக்க முடியாத நம்பிக்கை. அமெரிக்காவிற்கு இன்று இந்தியா மீது ஏற்பட்டிருக்கும் பாசம் நனையும் ஆடுகளைப் பார்த்து ஓநாய்க்கு ஏற்பட்டது போன்ற பாசம்தான் என்பதற்கு வரலாற்றில் பல சான்றுகள் உள்ளன. சமீப காலம் வரையில் பாகிஸ்தானில் ஆண்டு வந்த ராணுவ ஆட்சியாளர்களை ஆதரித்து இந்தியாவிற்கு எதிராக எத்தனையோ சதிகளைச் செய்து வந்த அமெரிக்க அரசாங்கம் இன்று ஏன் இந்தியாவை ஈர்க்க நினைக்கிறது? இதற்காக நம் சர்வதேச அரசியல், பொருளாதாரக் காரணங்களை அலசிப் பார்க்கும் போது இந்தப் பாசத்திற்குப்

பின் விரிக்கப்பட்டுள்ள பெரும் மோசடி வலை புலப்படுகிறது.

அணுசக்தி உடன்பாட்டிற்கு எதிர்ப்பு தெரிவித்து அரசாங்கத்திற்கான ஆதரவை இடதுசாரிகள் விலக்கிக் கொண்ட உடனே அமெரிக்காவுடன் ஏற்கனவே செய்து கொண்ட ஒப்பந்தங்களைத் தூசி தட்டியெடுத்து அடுத்த தேர்தல் வரும் முன் நிறைவேற்ற காங்கிரஸ் தலைமையிலான அரசாங்கம் நடவடிக்கை எடுத்து வருகிறது என்று செய்தியும் வந்துள்ளது.

ராணுவ வீரர்களையும் தளவாடங்களையும் ஓரிடத்திலிருந்து மற்றொரு இடத்திற்கு கொண்டு செல்லும் நடவடிக்கைகளுக்கு உதவும் ஒப்பந்தம் இதில் முதலானது. லாஜிஸ்டிக் சப்போர்ட் அக்ரிமெண்ட் என்றழைக்கப்படும் இந்த ஒப்பந்தத்தின்படி அமெரிக்காவும் இந்தியாவும் அவர்தம் போர் விமானங்களுக்கும், போர்க் கப்பல்களுக்கும் தளங்களையும், எரிபொருளையும் மற்ற உதவிகளையும் வழங்க வேண்டும். இந்த ஒப்பந்தம் இன்னும் அமலுக்கு வராத காரணத்தினால் ஆகஸ்ட் மாதத்தில் ரெட்ஃபிளாக் (சிவப்புக்கொடி) என்று பெயரிடப்பட்டுள்ள இராணுவப் பயிற்சிக்கு இந்தியா மட்டும் ரூ. 100 கோடி செலவழிக்க வேண்டியிருக்கும். ஒப்பந்தம் அமுலுக்கு வந்தால் இந்த 100 கோடி செலவு இந்தியாவுக்கு இல்லை. அதற்கு பதிலாக, அமெரிக்க ராணுவத்திற்கு தளம் போன்ற வசதிகள் தேவைப்படுகிற நேரத்தில் இந்தியா அவற்றை வழங்கினால் போதும். அமெரிக்காவும் இத்தகைய வசதிகளை இந்தியாவுக்கு வழங்கும். இன்றைய சர்வதேச சூழலில் இந்தியா எந்த நாட்டையும் பிடிக்கவோ மிரட்டவோ அமெரிக்க ராணுவ தளங்களையும் வசதிகளையும் பிடிக்கப்போவதில்லை. ஆனால் அமெரிக்காவிற்கோ ஆசியப் பகுதியிலுள்ள பல நாடுகளைத் தன் ஆதிக்கத்தின் கீழ் கொண்டு வருவதற்கு இந்தியா செய்து தரும் வசதிகள் தேவையாக உள்ளது.

அமெரிக்கா உலகிலுள்ள 65 நாடுகளுடன் இத்தகைய ஒப்பந்தத்தைச் செய்துள்ளது. மன்மோகன் சிங்கின் ஆசையை நிறைவேற்றி வைத்தால் இந்தியாவும் இந்த அடிமைகளின் கிளப்பில் சேர்ந்து விடும்!

எல்லா விதத்திலும் அமெரிக்காவுக்கு சிம்ம சொப்பனமாக விளங்கிய சோவியத் யூனியனின் வீழ்ச்சிக்குப் பின்னரும் எந்த எதிரியைத் தோற்கடிப்பதற்காக அந்நாடு தன் ராணுவ பலத்தைத் தொடர்ந்து கூட்டி வருகிறது? இந்தியா போன்ற நாடுகளை ஏன் ராணுவக் கூட்டாளியாக்கத் துடிக்கிறது? மன்மோகன் சிங் கூட்டம் சொல்லுவது போல இந்தியாவை ஒரு வளர்ந்த வளமான நாடாக்க வேண்டும் என்பதுதான் அமெரிக்காவின் ஆசையா? சமீபத்திய உலக வரலாற்றைத் திருப்பிப் பார்க்கும் போது இப்படிப்பட்ட கேள்விகளுக்கு சில விடைகள் கிடைக்கின்றன. இருபதாம் நூற்றாண்டின் துவக்கத்தில் ரஷ்ய நாட்டில் நடந்த புரட்சிக்குப் பின் அமைந்த சோசலிச சோவியத் யூனியனைக் காரணம் காட்டித்தான் துப்பாக்கித் தோட்டா முதல் அணுகுண்டுகளைத் தாங்கி வரும் ஏவுகணைகள் வரையில் ஆயுதக் குவிப்பை நிகழ்த்தி வந்தது அமெரிக்கா! ஆயுதங்களை உற்பத்தி செய்து குவித்தது மட்டுமின்றி அவற்றை உலகம் முழுவதிலும் பரவச் செய்து தன் ஆயுதத் தொழிற்சாலைகளின் லாபங்களையும் பெருக்கிக் கொண்டது. ஆனால் 1989ல் சோவியத் யூனியனின் வீழ்ச்சிக்குப் பின் தன் ராணுவச் செலவை அமெரிக்கா குறைக்கவில்லை. மாறாக, உலகம் முழுவதிலுமுள்ள நாடுகள் எல்லாம் செய்யும் ராணுவச் செலவில் பாதி அளவு அமெரிக்கா தன் ராணுவத்திற்காகச் செலவிடுகிறது. ஐ.நா. பாதுகாப்பு சபையின் மற்ற நிரந்தர உறுப்பினர்களான ரஷ்யா, சீனம், பிரிட்டன், பிரான்ஸ் செய்யும் ராணுவச் செலவை விட 35 மடங்கு அதிகம் ராணுவத்திற்காகச் செலவிடுகிறது அமெரிக்கா! இன்று அமெரிக்கா மட்டுமே தன் ராணுவத்தையும், விமானங்களையும், கப்பல்களையும் தொலைதூரம் கொண்டு சென்று நீண்டகாலப் போரினை

நடத்தும் திறன் பெற்றிருக்கிறது. ஈராக்கும், ஆப்கானிஸ்தானும் இதற்கு சான்றுகள்.

அமெரிக்காவின் ஏற்றமும் சரிவும்

இராணுவ ரீதியான வல்லமை பெற்றுள்ள அமெரிக்கா பொருளாதார ரீதியான ஒரு சரிவைத் தொடர்ந்து சந்தித்து வருகிறது. இரண்டாம் உலகப்போரின் முடிவில் அமெரிக்கா,

உலகில் விளையும் கோதுமையில் மூன்றில் ஒரு பங்கு தன் மண்ணில் அறுவடை செய்தது.

உலகில் விளையும் பருத்தியில் பாதியை தானே வாங்கிக் கொண்டது.

உலக அளவில் உருவாக்கப்படும் இரும்பு போன்ற உலோகங்களில் 55 சதவீதத்தினை வாங்கியது.

உலக பெட்ரோல் உற்பத்தில் 70 சதவிகிதத்தை உற்பத்தி செய்து வந்தது.

உலகில் உற்பத்தியாகும் ரப்பரில் 50 சதத்தை வாங்கிப் பயன்படுத்திக் கொண்டது.

உலகில் உற்பத்தியாகும் மின்சாரத்தில் 45 சதத்தை உற்பத்தி செய்து வந்தது.

உலகில் இயந்திரங்களைக் கொண்டு உற்பத்தியாகும் பொருட்களில் 65 சதம் உற்பத்தி செய்தது.

உலகிலுள்ள மோட்டார் வகனங்களில் 81 சதவிகிதத்தினை வைத்திருந்தது.

சர்வதேச அளவில் பறந்த போக்குவரத்து விமானங்களில் 83 சதவிகிதம் அமெரிக்காவிடம் இருந்தது.

உலகின் மொத்த ஆண்டு வருமானத்தில் 45 சதவிகிதம் அமெரிக்காவின் வருமானமாக இருந்தது. சுருங்கச் சொன்னால் உலகின் மற்ற பகுதிகளிலுள்ள மனிதர்கள் பல நூற்றாண்டு காலமாக உருவாக்கிய செல்வத்தினையும் உற்பத்தித் திறனையும், சில ஆண்டுகளுக்குள்ளேயே பெற்று விட்டது அமெரிக்கா. உலகப் போர்களில் அதிக உயிர்களை இழக்காமலேயே அதிகமான சொத்து சேதாரமில்லாமலேயே

இந்நிலையை அடைந்தது அமெரிக்கா.

அப்படியிருந்த அமெரிக்கா இப்போது எப்படி ஆகிவிட்டது என்பதற்கு சில விவரங்கள் உள்ளன.

1950 சர்வதேச பொருள் உற்பத்தியில் 50 சதவிகிதத்திற்கு மேல் அமெரிக்காவின் உற்பத்தியாக இருந்தது. இன்று அது 21 சதவிகிதமே! அதன் தொழில் உற்பத்தி மட்டும் 65 சதத்திலிருந்து 25 ஆக வீழ்ந்துவிட்டது.

அமெரிக்கக் கம்பெனிகளும் தங்கள் ஆதிக்கத்தை இழந்து வருகின்றன. உலகிலுள்ள மிகப்பெரிய எலெக்ட்ரானிக் மற்றும் மின் உற்பத்தி சாதனம் செய்யும் 10 தொழிற்சாலைகளில் ஒன்று மட்டுமே அமெரிக்காவினுடையது. மோட்டார் வாகனம், எரிவாயு, மின்சாரத் தொழில்களில் உலகின் பத்து தொழிற்சாலைகளில் இரண்டு மட்டுமே அமெரிக்கர்களுடையது. உலகின் பத்து பெட்ரோல் சுத்திகரிப்பு ஆலைகளில் இரண்டு மட்டுமே அமெரிக்கர்களுக்குச் சொந்தம். உலகின் பத்து பெரிய மருந்துக் கம்பெனிகளில் ஐந்து மட்டுமே அமெரிக்காவினுடையது. உலகின் 25 பெரிய வங்கிகளில் ஐந்து மட்டுமே அமெரிக்காவினுடையது.

வெளிநாட்டில் சொத்து வைத்திருக்கும் 100 பன்னாட்டு நிறுவனங்களில் 23 மட்டுமே அமெரிக்கர்களுக்குச் சொந்தம். உலகப் பொருள் விற்பனையில் அமெரிக்கப் பன்னாட்டு நிறுவனங்களின் பங்கு முப்பதிலிருந்து இருபத்தைந்து சதமாகக் குறைந்துவிட்டது. இதே நேரத்தில் ஐரோப்பியக் கம்பெனிகளின் விற்பனை 41லிருந்து 46 சதமாக உயர்ந்துவிட்டது.

வெளிநாடுகளில் அமெரிக்கர்கள் செய்திருக்கும் நேரடி முதலீடு 21 சதமே! இது 1960களில் 47 சதமாக இருந்தது.

அமெரிக்காவின் இந்தப் பொருளாதாரச் சரிவைத் தடுப்பதில் மிக முக்கியமான பங்கை அமெரிக்க ராணுவம் அளிக்க வேண்டியிருக்கிறது. இதே ராணுவம் தான் அமெரிக்காவின் பொருளாதார ஏற்றத்திலும் பங்களித்துள்ளது

என்பதுதான் வேடிக்கை!

இப்படிப் பொருளாதாரச் சீரழிவை சந்தித்துவரும் அமெரிக்கா வளர்ந்து வரும் நாட்டுச் சந்தைகளை திறந்து விடச் சொல்லிக் கேட்க, தாராளமாகக் கொள்ளையடியுங்கள் என்று கதவை மன்மோகன்சிங்குகளும், சிதம்பரங்களும், மாண்டேக்சிங் அலுவாலியாக்களும் திறந்து வைக்க ஒரு அபாயகரமான நாடகம் இங்கே அரங்கேறி வருகிறது. ஆசியப் பிரதேசத்தின் சந்தைகளையும், எண்ணெய் வளங்களையும் இன்னும் எண்ணற்ற இயற்கைச் செல்வங்களையும் வளைத்துப் பிடித்துப் பாதுகாக்க வரும் இராணுவ விமானங்களையும், கப்பல்களையும், பட்டுக் கம்பளம் விரித்து வரவேற்கும்வகையில் தான் அமெரிக்காவுடன் ராணுவ ஒப்பந்தம் உருவாக்கியுள்ளனர் இந்த தேச பக்தர்கள்!

“தேசத்திற்கு பெரும் அபாயம் ஏற்பட்டுள்ளது என்று ஓலமிட்டு நமது அரசாங்கம் நம்மை நிரந்தரமான அச்ச உணர்வில் ஆழ்த்தி வைத்து தேசபக்தி உணர்வு தாறுமாறாக ஓடும்படிச் செய்து வருகிறது. எப்போதும் நாட்டிற்குள் ஒரு பயங்கரமான தீய சந்தி உலவுகிறது என்றோ அல்லது நாம் எல்லாம் அரசாங்கத்தின் பின்னால் திரண்டு நின்று அது கேட்கும் ஏராளமான நிதியைக் கொடுக்கவில்லையென்றால் ஏதோ ஒரு ராட்சதத் தனமான அன்னிய சக்தி நம்மை விழுங்கிவிடும் என்றோ அது அச்சமூட்டி வருகிறது. ஆயினும், நாம் கடந்த காலத்தை திரும்பிப் பார்த்தால், இத்தகைய பேரபாயம் ஏதும் அமெரிக்காவுக்க ஏற்படவில்லை என்றும், இந்த அபாய எச்சரிக்கைகளில் உண்மையில்லை என்பதும் தெரியும்.”

இப்படிச் சொன்னவர் அமெரிக்கப்படைத் தளபதி ஜெனரல் டக்ளஸ் மெக்ஆர்தர் (1957)

இருபதாம் நூற்றாண்டின் துவக்கத்தில் சோவியத் யூனியன் உதயமான பின் அமெரிக்க அரசாங்கம் “கம்யூனிஸ்ட் பேயைக்” காட்டி பயமுறுத்தியது. 1950களில் கம்யூனிஸ்ட்டுகள் தங்கள் நாட்டிற்குள் ஊடுருவிவிட்டார்கள்

என்ற சந்தேகத்தின் பேரில் சார்லி சாப்ளின் உட்பட ஆயிரக்கணக்கானோரை வேட்டையாடியது. ஜோசப் மெக்கார்த்தி என்ற செனட்டர் தலைமையிலான குழு பலரை கம்யூனிஸ்ட்டுகள் என்று முத்திரை குத்தி விசாரணைக்குள்ளாக்கியது. செனட் நூலகத்திலிருந்து அது கம்யூனிஸ்டு ஆதரவு கொண்டவை என்று நீக்கிய 40 புத்தகங்களுள் முன்னாள் அமெரிக்க ஜனாதிபதியான தாமஸ் ஜெஃபர்சனின் நூல் தொகுப்பும் ஒன்று! மெக்கார்த்தியிசம் என்றழைக்கப்படும் இந்த பைத்தியக்காரத்தனம் முடிந்த பிறகும் உலகம் முழுவதும் காலனியாதிக்க எதிர்ப்புப் போரில் விடுதலையடைந்த நாடுகள் மீது அமெரிக்காவின் கோபம் திரும்பியது! சோவியத் யூனியன் வீழ்ச்சிக்குப் பின்னர் ஒரு எதிரியைத் தேடியலைந்த அமெரிக்காவுக்கு இன்று கிடைத்திருக்கும் சப்பைக் காரணம்தான் பயங்கரவாத எதிர்ப்பு.

ஒரு நூற்றாண்டு முழுவதும் தன் படைபலத்தையும், போர் எந்திரங்களையும் பெருக்கி வந்த அமெரிக்காவிற்கு, பொருளாதார ரீதியாக ஏற்பட்ட சரிவினைச் சரிசெய்ய மேலும் பலம் பொருந்திய ராணுவம் தேவைப்படுகிறது. ஆனால் ராணுவ ரீதியாகவும் அது பல பின்னடைவுகளைச் சந்தித்து வருகிறது. இதற்கு மூன்று காரணங்கள்!

1. நவீன தாராளவாதக் கொள்கைகளினால் உலகின் பல பகுதிகளில் பீறிட்டுக் கிளம்பும் எதிர்ப்பியக்கங்களை அடக்க வேண்டியக் கட்டாயம் அமெரிக்காவுக்கு ஏற்பட்டுள்ளது. உலகின் எந்த சக்தியும் தன்னை எதிர்த்து நிற்க முடியாது என்று நிரூபித்து உலகின் தனிப்பெரும் ஆதிக்க சக்தியாக நிலை நிறுத்திக் கொள்வதிலேயே அதன் ராணுவப்பலம் சிதறிக்கொண்டிருக்கிறது. இதனால் நிரந்தரப் போர் முனைப்பிலேயே இருக்க வேண்டியுள்ளது.

2. பாரம்பரிய ராணுவங்களையும் அவற்றின் யுக்திகளையும் அடித்து நொறுக்குவதில் திறன் பெற்றுள்ள அமெரிக்க ராணுவம் இன்றுவரை வெகுஜன இயக்கங்கள், மற்றும்

கொரில்லாப் படைகளை முழுவதுமாக வெற்றி கொள்ள இயலவில்லை. வியட்நாம் கொரில்லாக்களிடம் வாங்கிய அடியின் வலியை இன்று ஈராக்கில் மீண்டும் நினைவுப்படுத்திக் கொண்டிருக்கிறார்கள்.

3. வியட்நாம் போரின் போது உயிரிழந்த அமெரிக்க ராணுவ வீரர்களின் உடல்கள் அடுக்கடுக்காக விமானங்களில் வந்திறங்கிய போது அமெரிக்க மக்களிடையே பெரும் சோகத்தையும், கோபத்தையும் தோற்றுவித்தது. மேலும் வீட்டிற்கு ஒருவர் போர்முனைக்குச் செல்ல வேண்டும் என்று கட்டாயமாக ராணுவத்திற்கு ஆள் சேர்க்கும் வேலையையும் மக்களிடையே கோபத்தை ஏற்படுத்தியது. இந்த நாளில் ஈராக் போரின் போது இதே போன்ற கோபம் ஏற்பட்டுள்ளது. அமெரிக்காவின் ராணுவத் தலையீடுகள் இன்னும் அதிகரிக்கும்போது உள்நாட்டு எதிர்ப்பும் அதனால் அரசியல் பாதிப்பும் ஏற்படும் சூழல் அதிகரித்துள்ளது.

எல்லா பக்கத்திலும் எதிரிகள்.

முதலாளித்துவம் தனக்கு சவக்குழி தோண்டுபவர்களையும் தானே உற்பத்தி செய்து கொள்கிறது என்று மார்க்ஸ் எழுதினார். முதலில் தன்னுடைய சுரண்டலால் முதலாளித்துவம் தொழிலாளி வர்க்கம் என்ற எதிரியை உருவாக்கியது. முதலாளித்துவம் வளர்ந்து உற்பத்தியும், மூலதனமும் குவிந்த போது ஏகபோக நிலை ஏற்பட்ட போது உற்பத்திப் பொருட்களை விற்கவும், மூலதனத்தை முதலீடு செய்யவும் அன்னியச் சந்தைகள் தேவைப்பட்டன. மூன்றாம் உலக நாடுகளைப் பிடித்து ஏகபோக முதலாளித்துவம் கலானியாதிக்கமாக உருவான போது இந்தியா போன்ற காலனிகளில் வாழும் மக்களைத் தான் எதிரியாக மாற்றியது. விடுதலை இயக்கங்களின் வெற்றிக்குப் பின்னால் காலனிகளை இனி நடத்த முடியாது என்ற நிலையில் புதிய தந்திரமாக நவீன காலனியம் என்ற வடிவத்தில் மறைமுகமாக முன்னால் உலகின் மீது தாக்குதல் நடத்தியது. இதற்கு உதவியாக உருவாக்கப்பட்டவைதான்

பிரெட்டன் வுட்ஸ் நிறுவனங்கள் என்றழைக்கப்படும் ஐ.எம்.எப். (சர்வதேச நிதி நிறுவனம்) உலக வங்கி போன்றவை. வளர்ந்து வரும் நாடுகளுக்கு உதவிகள் என்ற பெயரிலும் கடன் என்ற பெயரிலும் இந்நிறுவனங்கள் விதித்த நிபந்தனைகள் பல பகுதி மக்களை ஏகாதிபத்தியத்தின் எதிரிகளாக்கி விட்டன. நவீன தாராளமயம் என்ற வடிவத்தில் புதிய தாக்குதல்களை இவைகள் தொடுக்கின்றன. இவர்களிடம் கடன் வாங்கும் நாடுகளின் அரசாங்கங்கள் பொதுச் செலவை குறைக்க வேண்டுமென்று நிபந்தனை இருப்பதால், சமூகநலத் திட்டங்கள் பாதிப்புக்குள்ளாயின. முதலாளித்துவ வளர்ச்சிப் பாதையின் தாக்குதலினால் நிலைகுலைந்து போயுள்ள மக்களுக்கு அரசாங்கத்தின் தயவால் கிடைத்து வந்த குறைந்தபட்சக் கல்வி, மருத்துவ வசதிகள் கிடைக்காத நிலை ஏற்பட்டது. இவர்கள் ஏகாதிபத்திய எதிரிகளாக மாறினர்.

விவசாயிகளுக்கும், பொது விநியோக முறைக்கும் வழங்கப்படும் மான்யங்கள் குறைக்கப்பட வேண்டும் என்பது மற்றொரு நிபந்தனை. ஏற்கனவே நவீன தாராளமயக் கொள்கைப்படி அரசின் பொதுச் செலவு குறைக்கப்பட்டதால் விவசாயம் ஒரு கடும் நெருக்கடியைச் சந்தித்து வரும் இக்கால கட்டத்தில் விவசாயிகளுக்கு ஆதரவாக இருந்த மானியங்கள் வெட்டப்பட்டதால் ஏகாதிபத்தியம் விவசாயிகளுக்கும் எதிரியாகிப் போனது. வறுமையின் பிடியில் வாழும் மக்களுக்கு உடனடி நிவாரணமாக இருந்த பொது விநியோகத் துறை மானியம் குறைந்து பாதிக்கப்பட்டுள்ளதால் ஏழை மக்கள் எல்லோருமே ஏகாதிபத்தியத்தின் கொள்கையான நவீன தாராளமயத்தின் பாதிப்புக்குள்ளாகியிருக்கின்றனர்.

உட்டோ எனப்படும் உலக வர்த்தக நிறுவனத்தின் துணையுடன் ஏகாதிபத்திய நாடுகள் உற்பத்தி செய்யும் பொருட்களுக்கு தங்கள் சந்தைகளை வளர்த்து வரும் நாடுகள் திறந்து விடவேண்டுமென்று நிர்ப்பந்தம் செய்து அதில் வெற்றியும் பெற்று வருகிறது ஏகாதிபத்தியம். இதனால்

உலகெங்கிலுமுள்ள சிறு உற்பத்தியாளர்கள் கடுமையான பாதிப்புக்கு உள்ளாகியிருக்கின்றனர். சிறு வணிகத் துறையிலும் பன்னாட்டு நிறுவனங்கள் புகுந்து விட்டதால் மளிகைக் கடைக்காரர்கள் கூட ஏகாதிபத்திய எதிர்ப்பு நிலைக்குத் தள்ளப்பட்டுள்ளனர். இது மட்டுமின்றி இயற்கை வளங்களான கனிமச் சுரங்களையும், ஆறுகளையும், ஏரிகளையும் பன்னாட்டு நிறுவனங்கள் விட்டுவைக்கவில்லை. கடற்கரைகள் மீதும் அவர்கள் கண்பட்டு விட்டதால் பழங்குடியினர், மீனவர் என்று பல பகுதி மக்களும் ஏகாதிபத்தியத்தின் நேரடித் தாக்குதலுக்கு உள்ளாகியிருக்கின்றனர். இவற்றுக்கும் மேலாக எண்ணெய் வளம் நிறைந்த மேற்காசியப் பகுதியிலும் அதற்கு எதிரிகள் ஏராளம்.

இராணுவத் தளங்கள்.

இப்படி விதவிதமான எதிரிகளை உலகின் பல்வேற பகுதிகளிலும் உருவாக்கி வைத்துள்ள ஏகாதிபத்தியத்திற்கு அவர்களை அடக்கி ஆள்வதற்கு உலகின் பல பகுதியிலும் ராணுவத் தளங்கள் தேவைப்படுகின்றன. இதனால்தான் 2003ஆம் ஆண்டில் ராணுவத் தளங்கள் குறித்து ஒரு புதிய கொள்கையை வெளியிட்டது. சோவியத் யூனியன் மறைந்து விட்டதால் சோசலிச முகாமிற்கு எதிராக வைத்திருந்த பெரிய ராணுவத் தளங்களில் 35 சதவிகிதத்தைக் குறைத்துவிட்டு ‘‘நிலைத்தன்மையற்ற பகுதிகள்’’ என்று அமெரிக்கா அழைக்கும் மேற்கு மற்றும் மத்திய அரசியல் பகுதிகளில் ஒரு வளையத்தில் சிறு தளங்களை அமைப்பது என்பதே இப்புதிய கொள்கையின் சாரம்.

“சோவியத் யூனியனோடு பனிப்போர் நடந்த காலத்தில் எங்கெல்லாம் ஆபத்து இருக்கிறது. எங்கெல்லாம் சண்டைகள் நடக்கும் வாய்ப்பிருக்கிறது என்பதைப் பற்றிய தெளிவான புரிதல் எங்களுக்கிருந்தது. ஆனால் இன்று ஒரு புதிய புரிதலோடு செயல்பட வேண்டியுள்ளது. உலகின் எந்தப் பகுதிக்கு வேண்டுமென்றாலும் விரைந்து சென்று

ராணுவ நடவடிக்கைகளில் ஈடுபட வேண்டியத் தேவை எழுந்துள்ளது. பயங்கரவாதத் தாக்குதல் நடக்கும் போது எதிர்வினை புரியவும், பெட்ரோலியம் தங்கு தடையின்றி கிடைப்பதை உறுதி செய்வதற்கும், இன்னும் பல நடவடிக்கைகளும் ஏதுவாகச் செயல்படத்தக்க திறன் பென்டகனுக்கு (அமெரிக்க ராணுவத் தலைமையகம்) தேவையிருக்கிறது. இதனால் அமெரிக்க ராணுவத்திற்கு தளம் அமைப்பதற்கும், ஒவ்வொரு நாட்டிலுள்ள வசதிகளைப் பெருக்குவதற்கும் எத்தனை பிரதேசங்களிலுள்ள நாடுகளுடன் ஒப்பந்தம் செய்து கொள்ள முடியுமோ அத்தனை ஒப்பந்தங்களையும் செய்து கொள்ள வேண்டியிருக்கிறது" என்று அமெரிக்க ராணுவக் கொள்கைகள் வகுக்கும் துறையின் இணைச் செயலாளர் டக்ளஸ் ஃபெய்த் சில ஆண்டுகளுக்கு முன் கூறினார்.

2005ஆம் ஆண்டு பென்டகன் வெளியிட்ட ஒரு கணக்கின்படி உலகின் பல பகுதிகளிலும் செயல்பட்டு வரும் அமெரிக்க ராணுவ வீரர்களின் எண்ணிக்கை 18,40,062 இவர்களுக்குத் துணையாக 4,73,300 பாதுகாப்பு அமைச்சகப் பணியாளர்களும், 2,03,328. உள்நாட்டுக் கூலிகளும் உள்ளனர். அமெரிக்க ராணுவத் தளங்களில் உள்ள முகாம்கள், ஹாங்கர் எனப்படும் விமான நிறுத்துமிடங்கள், மருத்துவமனைகள் மற்றும் பல கட்டிடங்களின் எண்ணிக்கை 32,327. இந்த அமைப்புகள் உலகம் முழுவதிலும் 29,819,492 ஏக்கர் நிலப்பரப்பை ஆக்கிரமித்திருக்கின்றன. அனேகமாக அமெரிக்காவிற்கு வெளியே உலகின் பெரிய நிலவுடைமையாளர்களில் ஒன்றாக இருக்கும் என நம்பப்படுகிறது. இதில் வேடிக்கை என்னவென்றால் ஆப்கானிஸ்தான், ஈராக், கத்தார், உஸ்பெஸ்கிஸ்தான் போன்ற நாடுகளில் அமெரிக்க ராணுவம் வைத்திருக்கும் அமைப்புகள் இந்த கணக்கில் வரவில்லை என்பதுதான்.

அதேபோல் பிற நாடுகள் தாமாக முன்வந்து அமெரிக்க ராணுவத்திற்கு அளித்திருக்கும் வசதிகளும் இந்த பென்டகன் அறிக்கையில் வரவில்லை. சான்றாகத் துருக்கி நாட்டு

அரசாங்கம் 20 இடங்களில் நடத்தி வரும் தளங்களை அமெரிக்காவும் பயன்படுத்தி வருகிறது.

ஜோர்டான் நாட்டிலும் 15 வருடங்களாக ஈராக் மற்றும் சிரியாவின் எல்லைகளுக்கு அருகில் 5000 ராணுவ வீரர்களை அமெரிக்கா ரகசியமாக நிறுத்தி வைத்துள்ளது. ஆனால் இன்று வரை அமெரிக்காவுடன் எந்தவித ராணுவ உறவும் இல்லை என்று அந்நாடு கூறிவருகிறது.

சவுதி அரேபியா நாட்டிலிருந்து 2003ல் அமெரிக்க ராணுவம் முறையாக வெளியேறியது. ஆனால் இதுவரை பி-52 ரக விமானங்களை அந்நாட்டில் அமெரிக்க ராணுவம் நிறுத்தி வைத்திருந்தது உலகிற்குத் தெரியாது. சவுதி அரேபிய அரசாங்கம் கேட்டுக் கொண்டதன் பேரில்தான் இது ரகசியமாக வைக்கப்பட்டிருந்தது.

இப்படி வெளியுலகத்திற்கு சுதந்திரமும், இறையாண்மையும் இருப்பதாகக் காட்டிக் கொண்ட பல நாடுகள் உண்மையில் அமெரிக்காவின் வால்களாக இருந்தது உண்மை! இப்படிப்பட்ட வாலாக இந்தியா மாறி விட்டதா அல்லது மாறிவிடுமா என்ற ஐயமும் அச்சமும் ஏற்படும் வகையில் தான் சமீபத்திய நிகழ்வுகள் உள்ளன.

இந்தியத் தளங்களுக்கான முயற்சி.

அமெரிக்காவிற்கு இந்தியாவின் மீது ஒரு கண் இருக்கிறது என்பதற்கு ஏராளமான சான்றுகள் கிடைத்துள்ளன. அமெரிக்கப் போர் கல்லூரி வெளியிட்டுள்ள ஓர் ஆய்வில் இவ்வாறு குறிப்பிடப்பட்டுள்ளது.

"நம்முடைய ராணுவ மற்றும் பாதுகாப்பு நலன்களும் இலக்குகளும் உலகளாவியதாக இருந்தாலும் அவற்றை அடைவதற்கான இராணுவ மற்றும் பிற வசதிகள் போதுமானதாக இல்லை. இதனால் நமக்கு இந்தியாவின் உணரத்தக்க ஆதரவு தேவைப்படுகிறது. இந்தியப் பெருங்கடலில் உள்ள டீ கார்சியா தீவிலிருந்து பசிபிக் மகா சமுத்திரத்தில் ஐப்பானியத் தீவான ஒக்கினாவா வரையிலுமான வளையத்தில் அமெரிக்கப் படைகள் மிகவும்

குறைவாக உள்ளன இது ஆபத்து"

25 ஆண்டுகளுக்கு ஒரு முறை அமெரிக்கப் பாதுகாப்பு அமைச்சகம் ஒரு பரிசீலனை அறிக்கையை வெளியிடும். 2001ம் ஆண்டில் வெளியான அறிக்கையில், "ஆசியப் பகுதிகளில் மோதல்கள் பல இடங்களிலும் அதிகரித்து வருவதால்" அங்கு இன்னும் அதிகமாக துருப்புகளும், தளங்களும் அமைக்கப்பட வேண்டும் என்று பகிரங்கமாக குறிப்பிட்டுள்ளது.

இந்த அறிக்கையைப் பற்றிப் பேசிய அமெரிக்கப் பாதுகாப்பு அமைச்சகத்தின் உதவிச் செயலாளர் "ஆசியப் பிரதேசத்தில் நம்முடைய ராணுவ அமைப்புகளுக் கிடையிலான தூரங்கள் அதிகமாக உள்ளன. உலகின் இவற்றுக்கிடையே உள்ள வழியில் ராணுவ உள் கட்டுமானங்கள் மற்ற பிரதேசங்களை விட மிகவும் குறைவாகவே உள்ளன. ஆசியா-பசிபிக் பகுதியில் உள்ள ராணுவ அமைப்புகளை விரைவில் சென்றடைவதற்கான வாய்ப்பும் குறைவாகவே உள்ளது. இதனால்தான் நம் காலாண்டு அறிக்கை மேலும் அதிக தளங்களுக்கான தேவையை வலியுறுத்துகிறது.

"இந்தியாவில் தளங்கள் மற்றும் ராணுவ உள்கட்டுமானங்களை பயன்படுத்த வேண்டிய தளங்கள் திட்டம் குறித்து அமெரிக்க ராணுவ அதிகாரிகள் பகிரங்கமாகவே பேசிக் கொள்கிறார்கள். ஆசியாவின் மத்தியில் அமைந்திருப்பதாக மேற்கு மற்றும் கிழக்காசியப் பகுதிகளுக்கு இடையே அமெரிக்க ராணுவம் அடிக்கடிப் பயன்படுத்தும் கடல்வழிப் போக்குவரத்து மார்க்கங்களினருகே விரிந்து பரந்து இருப்பதாலும் இந்தியாவின் மீது அமெரிக்க ராணுவத்திற்கு ஒரு தனி ஈடுபாடு உள்ளது" என அமெரிக்க ராணுவத் தளபதி மெக்டொனால்ட் கூறியிருக்கிறார். இந்தியாவில் தளங்கள் இருந்தால் உலகின் மற்றப் பகுதிகளை எளிதாகத் தொட்டுவிட முடியுமென்றும் பிரதேச அளவிலான நெருக்கடிகள் ஏற்படும் போது விரைவாக நடவடிக்கை எடுக்க முடியுமென்றும் அமெரிக்க ராணுவம்

நினைக்கிறது. ஆசியாவில் தன்னுடைய பாரம்பரிய நண்பர்களான ஜப்பான், தென்கொரியா மற்றும் சவுதி அரேபியா திடீரென்று பிரச்சனை ஏற்படுத்தினாலோ அல்லது அவர்களின் நாட்டினுற்குள் அமெரிக்க தளங்களுக்குச் செல்ல கட்டுப்பாடுகள் விதித்தாலோ ஏற்படும் சிக்கல்களைச் சமாளிக்க அமெரிக்கா மாற்று ஏற்பாடுகளைச் செய்ய வேண்டியுள்ளது. இத்தகைய ஏற்பாடுகளுக்குச் சிறந்த நாடு இந்தியாதான் என்று அமெரிக்கா நிர்ணயித்துள்ளது.

''மேற்கு ஆசியப் பகுதிகளில் நாம் ராணுவ நடவடிக்கைகள் மேற்கொள்ளும்போது அதற்குத் தேவையான துறைமுக வசதிகளைக் கொண்ட ஒரு பிரதேசம் அமெரிக்கக் கப்பற்படைக்குத் தேவையாக உள்ளது. இதற்கான நல்ல உள்கட்டுமானம் இந்தியாவில் உள்ளது. மேலும் அமெரிக்கப் போர் கப்பல்களுக்குத் தேவையான எரிபொருளை நிரப்பவும், அவற்றில் ஏற்படும் கோளாறுகளைச் சரிசெய்யவும் திறன் தனக்கு இருக்கிறது என்பதை இந்தியக் கப்பற்படை ஏற்கனவே நிரூபித்திருக்கிறது. இனி வரப்போகும் காலங்களில் அமெரிக்கக் கப்பல்கள் இந்தியத் துறைமுகங்களுக்கு விஜயம் செய்வது ஒரு சாதாரண இயற்கையான நிகழ்வாக இருக்க வேண்டும்" என அமெரிக்க ராணுவ அதிகாரி கூறியிருக்கிறார்.

ஏற்கனவே ஆப்கானிஸ்தான், ஈராக் நாடுகள் மீது படையெடுத்துக் கைப்பற்றுவதற்கான முயற்சியில் அமெரிக்க கப்பற்படை ஈடுபட்டபோது அதற்கு இந்தியா துறைமுக வசதிகளை ஏற்படுத்திக் கொடுத்துள்ளது.

இந்தியாவின் சிறப்பை மெக்டொனால்ட் இவ்வாறு கூறுகிறார்.

"பனிபடர்ந்த மலைகள் முதல் பாலைவனங்கள் வரை இந்தியா பலவிதமான நிலப்பரப்புகளைக் கொண்டுள்ளது. அமெரிக்க ராணுவத்திற்குப் பயிற்சி அளிக்கத் தேவையான நிலப்பரப்புகளின் அளவு உள்நாட்டில் ஏற்படும் எதிர்ப்புகளினால் குறைந்து கொண்டிருக்கும் நிலையில்

இந்தியாவின் நிலப்பரப்புகள் உதவிகரமாக இருக்கும்."

அமெரிக்காவின் சர்வதேச மேலாண்மையை வலுப்படுத்துவதற்கு இந்திய ராணுவத் தளங்கள், உள் கட்டுமானங்கள் மட்டுமின்றி ராணுவப் படைகளின் உதவியும் தேவையாக இருக்கிறது.

இந்திய ராணுவத்திற்கு இருக்கும் வசதிகளும் திறன்களும் அமெரிக்க ராணுவத்தின் திறன்களை விட மிகக் குறைவாக இருந்தபோதிலும் அமெரிக்கா ஏன் இந்தியா உதவியை நாடுகிறது? ஒப்பீட்டு அளவில் பலம் குறைந்ததாக இருந்த போதிலும் அமெரிக்காவுடன் சேர்ந்து நிற்கும் போது இந்திய ராணுவத்தின் பலம் பன்மடங்கு அதிகரிப்பதாக ராணுவத் துறை வல்லுனர்கள் கூறுகின்றனர். மேலும், ராணுவ நடவடிக்கைகளின் போது அமெரிக்காவுக்கு ஏற்படும் சுமைகளையும் இந்திய ராணுவம் ஓரளவு எளிதாக்கிவிடும். அமெரிக்காவின் நேரடித் தலையீடு தேவையில்லை என்று அந்நாடு கருதுகின்ற பகுதிகளிலும் இந்திய ராணுவத்தைப் பயன்படுத்திக் கொள்ள முடியும். அமைதிப் படையாகவும், பயங்கரவாதிகளால் கடத்தப்பட்டவர்களைத் தேடிக் காப்பாற்றுவதிலும், "மனிதாபிமான" அடிப்படையிலான உதவிகள் புரிவதிலும், இயற்கைப் பேரழிவுகள் ஏற்படும் போது மீட்பு நடவடிக்கைகளிலும், அதிக மதிப்பு வாய்ந்த ராணுவத் தளவாடங்களை எடுத்துச் செல்லும்போது பாதுகாப்பாகவும், இது போன்ற அடிமட்ட நடவடிக்கைகளில் இந்திய ராணுவத்தை ஈடுபடுத்தினால், போர் போன்ற உயர்மட்ட நடவடிக்கைகளில் அமெரிக்க ராணுவம் முழுக் கவனம் செலுத்த முடியும் என்றும் ராணுவத்துறை வல்லுனர்கள் கூறுகின்றனர்.

ஏற்கனவே இந்தியக் கப்பற்படை இத்தகைய பணிகளில் ஈடுபட்டு வருகிறது. செப்டம்பர் 11, 2001இல் அமெரிக்கா மீது நடந்த பயங்கரவாதத் தாக்குதலுக்குப் பின், அமெரிக்கா தன் வணிகக் கப்பல்களுக்கு இந்தியக் கடற்பகுதிகளில் பாதுகாப்பு வேண்டுமென்று கேட்ட போது இந்திய ராணுவம்

உற்சாகமாகக் களத்தில் இறங்கியது. அரபிக் கடலின் வடபகுதியிலிருந்து மலேசியாவின் அருகே இருக்கும் மலாக்கா ஜலசந்தி வரை, அமெரிக்க வணிகக் கப்பல்களுக்குப் பாதுகாப்பாக இந்திய அமெரிக்க கப்பற்படைகள் இணையாகச் சென்றன.

இந்தியக் கப்பற்படை மீது அமெரிக்கா முதலில் கண்பதிப்பதற்கு ஒரு முக்கியக் காரணம், கடற்பகுதிகளில் நடக்கும் கூட்டு நடவடிக்கைகளை ஓரளவுக்கு ரகசியமாக வைத்திருக்க முடியும் என்பதுதான்! நேரடியாக அமெரிக்கப் படைகள் கண்ணுக்குத் தெரியாத வரையில் இந்தியாவில் எதிர்ப்பும் குறைவாக இருக்கும் என்பது ஒரு கணக்கு.

2005ஆம் ஆண்டில் கையெழுத்தான அமெரிக்க இந்திய ராணுவ ஒத்துழைப்பிற்காக ஒப்பந்தத்தில் மேற்கூறிய நடவடிக்கைகள் தெளிவாகக் குறிப்பிடப்பட்டுள்ளன. சாதாரணமாக, அமைதிப் பணிகளிலும், மீட்புப் பணிகளிலும் ஈடுபடும் ஐக்கிய நாடுகள் சபையின் தலைமையிலான படைகளைப் பற்றி அமெரிக்காவும், இந்தியாவும் மூச்சுவிடாமல் இருப்பது கவனிக்கத்தக்கது.

ஆயுதப் பரவல் தடுப்பு?

இந்திய-அமெரிக்க ராணுவ ஒப்பந்தத்தின் இன்னொரு முக்கிய அம்சம் "பேரழிவு ஏற்படுத்தும் ஆயுதங்கள் பரவுவதை தடுக்கும் பணியில்" இரு நாடுகளும் கூட்டாகச் செயல்படும் என்பது,. பேரழிவு ஏற்படுத்தும் ஆயுதங்களைத் தடுப்பதற்கான முன்முயற்சி என்ற பெயரில் ஏற்கனவே அமெரிக்கா ஏற்படுத்தியிருக்கும் சர்வதேசச் சட்டங்களுக்கு உட்படாத ஓர் அமைப்பில் இந்தியா ஏற்கனவே சேர்ந்துவிட்டது. இந்த முயற்சியிலும் ஐ.நா. சபை முற்றிலுமாக புறக்கணிக்கப்பட்டுள்ளது. பேரழிவு ஏற்படுத்தும் ஆயுதங்களையும், அவற்றை ஏவும் திறன்கொண்ட ஏவுகணைகளையும் இதர சாதனங்களையும் தடுப்பதையே இந்த அமைப்பு நோக்கமாகக் கொண்டுள்ளது. இதில் முக்கிய பிரச்சனை "இதர சாதனங்கள்" என்று ஒரு வரையறயற்ற சொல்லாக்கம்தான்! "இதர சாதனங்கள்" என்று

கூறி ரசாயன உரங்களைக் கூடத் தடுக்க முடியும். ஈராக் நாட்டிற்கு எதிராகத் தடைகள் விதிக்கப்பட்டிருந்த காலத்தில், பென்சில்களின் இறக்குமதியைக் கூட அமெரிக்கா அனுமதிக்கவில்லை! பென்சில்கள் செய்யப் பயன்படும் கிராபைட் ஆயுதத் தயாரிப்பிலும் பயன்படும் என்பது தான் இதற்கு கூறப்பட்ட காரணம்.

பேரழிவு ஆயுதப் பரவல் தடுப்பிற்கான அமைப்பில் உறுப்பினராக உள்ள நாடுகள் தங்கள் கடல் எல்லைகளில் மட்டுமின்றி சர்வதேச நீர்ப்பரப்புகளிலும் செல்லும் எந்தக் கப்பலையும் சென்று சோதனையிட முடியும். பேரழிவு ஆயுதங்களை ஏற்றிச் செல்வதாகக் கூறி சந்தேகத்தின் பேரில் கூட விமானங்களைத் தரையிறக்க உத்தரவிட முடியும்.

ஏவுகணைத் திட்டம்.

2001ஆம் ஆண்டில் ஜார்ஜ் புஷ் தேசிய ஏவுகணைப் பாதுகாப்புத் திட்டம் ஒன்றினை அறிவித்தார். எதிரி நாட்டின் ஏவுகணைகள் அமெரிக்காவிற்குள் வரும் முன்னரே திருப்பி அனுப்பும் திட்டம்தான் இது. ஏற்கனவே நடப்பில் இருக்கும் ஏவுகணை எதிர்ப்பு ஒப்பந்தத்தை மீறும் நடவடிக்கையாகும் இது.

இத்திட்டம் வெளியானவுடனேயே சர்வதேச அரங்கில் ஒரு ஏவுகணை ஆயுதப் போட்டியை அது உருவாக்கும் என மக்கள் சீனம் எச்சரித்தது. ரஷ்யாவும் எதிர்ப்பு தெரிவித்தது. நேட்டோ (NATO) என்றழைக்கப்படும் வட அட்லாண்டிக் ராணுவக் கூட்டணியில் இருக்கும் அமெரிக்க கூட்டாளியான ஜெர்மனி கூட ஆட்சேபனைகளை எழுப்பியது. ஆனால் புஷ் அறிவித்த திட்டம் ஆயுதமற்ற உலகை நோக்கிய பயணத்தில் எடுத்து வைக்கப்பட்ட ஓர் அடி என்று அன்றைய வாஜ்பாய் அரசாங்கம் வரவேற்றது காங்கிரஸ் தலைமையிலான இன்றைய அரசாங்கமும் அத்திட்டத்திற்கு ஆதரவாகத்தான் பேசி வருகிறது. இது தொடர்பாக இரு நாடுகளுக்குமிடையே பேச்சுவார்த்தைகளும் நடந்து வருகின்றன.

ஆசியாவிலும் ஒரு நேட்டோ?

இரண்டாம் உலகப் போருக்குப் பின் பிரிட்டனைப் பின்னுக்குத் தள்ளிவிட்டு உலகின் முதன்மையான ஏகாதிபத்திய சக்தியாக எழுந்த அமெரிக்கா ஐரோப்பாவில் சோவியத் தலைமையிலான சோசலிச முகாமை எதிர்கொள்வதற்காக நேட்டோ என்ற இராணுவக் கூட்டணியை அமைத்தது. சோவியத் யூனியனின் வீழ்ச்சிக்குப் பின்னரும் இந்தக் கூட்டணி தொடர்கிறது. இதில் கிழக்கு ஐரோப்பாவைச் சேர்ந்த முன்னால் சோசலிச நாடுகளையும், சோவியத் யூனியனிலிருந்து பிரிந்து போன நாடுகளையும் சேர்த்து நேட்டோவை விரிவுபடுத்தும் வேலையும் நடக்கிறது. அன்றைய சோவியத் யூனியனைப் போல் அமெரிக்கா இன்று கண்டு பயப்படும் நாடு மக்கள் சீனம். சீனத்தின் அபரிமித வளர்ச்சியும், சாதனைகளும் அந்நாட்டின் அரசியல் செல்வாக்கினை அதிகரித்து விடும் என்ற கவலையில் இருக்கும் அமெரிக்கா, ஆசியாவிலும் ஒரு நேட்டோ போன்ற அமைப்பை ஏற்படுத்தும் முயற்சியில் இறங்கியிருக்கிறது. இந்தக் கூட்டணியின் மிக முக்கிய அங்கமாக அது இந்தியாவைப் பார்க்கிறது. இந்தியாவிற்கும் அதில் சம்மதம் என்றே தெரிகிறது.

இந்த முயற்சியின் ஒரு பகுதியாகவே 2003ஆம் ஆண்டில் அமெரிக்க-இந்திய அதிகாரிகளிடையே பேச்சுவார்த்தைகள் நடந்ததாகவும், அதற்கு அரசியல் ரீதியாக இந்தியாவில் எதிர்ப்பு வரும் என்பதால் பேச்சுவார்த்தைகள் பற்றிய செய்தி ரகசியமாக வைக்கப்பட்டுள்ளதாகவும் தகவல்கள் கூறுகின்றன. இதன் ஒரு பகுதியாகத்தான் இந்தியக் கப்பற்படை இந்தியப் பெருங்கடல் பகுதியில் ஒரு ஆதிக்க சக்தியாக நிலைநிறுத்திக் கொள்ளும் முயற்சியிலிறங்கியிருக்கிறது. இப்பகுதியிலுள்ள "முக்கியமான புள்ளிகள், தீவுகள் மற்றும் வணிகப் போக்குவரத்து வழிகளைக் கண்காணிப்பதே" முக்கியமான வேலையாக இந்தியக் கப்பற்படை வெளியிட்டுள்ள கடற்புறக் கொள்கை கூறுகிறது.

இந்தியக் கப்பற்படை "கிழக்கு நோக்கிப் பார்ப்பது" என்ற

ஒரு திட்டத்தின்படி தென்கிழக்கு ஆசியப் பகுதிகளுக்கு நல்லெண்ணப் பயணங்களை மேற்கொண்டு வருகிறது. அதன் கப்பல்கள் ஜப்பான், வியட்நாம் போன்ற நாடுகளின் கப்பற்படைகளுடன் இணைந்து ஒத்திகைகள் நடத்துகின்றன. சீனத்திற்கு அருகிலிருக்கும் தென்கொரியா, சிங்கப்பூர், மலேசியா மற்றும் இந்தோனேசியா நாடுகளுடன் தொடர்புகளை வலுப்படுத்தி, தென் சீனக் கடல் பகுதியுடன் இந்தியக் கடற்படைக்கு பரிச்சயமேற்படுத்தி, இந்திய நிலப்பரப்பிலிருந்து வெகு தொலைவு சென்று இராணுவ நடவடிக்கைகளில் ஈடுபடும் திறனை வளர்ப்பது என்பதே இந்தியக் கடற்படையின் நோக்கம்.

அந்தமான் நிக்கோபார் தீவுகளில் தூரக் கிழக்கு கப்பற்படை தளம் ஒன்றினை 1995இல் இந்தியா உருவாக்கியதும் மேற்கூறிய நோக்கங்களுக்காகத்தான் என்று தகவல்கள் கூறுகின்றன. இதற்கான திட்டம் அன்றைய பிரதமர் பி.வி. நரசிம்மராவ் வாஷிங்டனில் அமெரிக்க அதிபர் கிளின்டனுடன் நடத்திய ரகசியப் பேச்சுவார்த்தையில் முடிவு செய்யப்பட்டது. இந்தத் தளத்திற்கு ஆகும் செலவில் பாதியை அமெரிக்கா ஏற்றுக் கொண்டது. 2000ஆம் ஆண்டில் கிளின்டன் இந்தியாவிற்கு வந்த போது இந்த நிதியுதவி இறுதி செய்யப்பட்டது.

இந்தத் தூரகிழக்கு கடற்படைத் தளம், ஆசியப் பகுதிகளில் அமெரிக்கா தலைமையிலான ராணுவ நடவடிக்கைகளுக்கு உதவியாக இருக்கும்.

இந்தியத் தொழிலதிபர்களின் கூட்டமைப்பும், உலகப் பொருளாதார மேடை என்ற அமைப்பும் டில்லியில் நடத்திய ஒரு மாநாட்டில் "ஆசிய நேட்டோ" என்பதைப் பற்றி இந்திய வெளியுறவுச் செயலாளர் ஷியாம் சரண் வெளிப்படையாகவே பேசினார். ஆசியாவைப் பொறுத்தவரையில் ஒரு மறு அணிச் சேர்க்கை நடந்து கொண்டிருப்பதில் சந்தேகமில்லை. சர்வதேச அரங்கில் சீனம் ஒரு பொருளாதார சக்தியாகவும், குறிப்பிடத்தக்க அளவு ராணுவத் திறன்கள் பெற்ற நாடாகவும்

எழுச்சி அடைந்து வருகிறது. இந்தக் சூழுவில் ஆசியப் பகுதியில் சமநிலை அடைவதில் இந்தியாவும், அமெரிக்காவும் பங்களிக்க முடியும். இந்தப் பிரதேசத்தின் பாதுகாப்புச் சூழலை வலுப்படுத்துவதற்கு மேலும் பல நாடுகளை ஒரு அமைப்புக்குள் கொண்டு வர வேண்டியிருக்கிறது" என்றார்.

இதில் அமெரிக்காவுக்கு என்ன பயன்?

அமெரிக்க போர்க் கல்லூரியில் நடத்திய ஆய்வில் இதற்கு பதில் கிடைக்கிறது. "பாதுகாப்புச் சூழலை வலுப்படுத்தும் பிரச்சனைக்கு பிரதேச ரீதியிலான தீர்வாக ஒரு அமைப்பை ஏற்படுத்துவது இன்று உலகின் இரு பெரும் அபாயங்களைச் சந்திப்பதற்கு உதவியாக இருக்கும். ஆதிக்கக் கனவுகளைக் கொண்டிருக்கும் சீனமும், தாலிபான்மயமாக்கப்பட்ட இஸ்லாமியத்தின் வளர்ச்சி ஆகியவை தான் இந்த அபாயங்கள். மேலும் இது பிரதேச அளவிலான அமைப்பாக இருப்பதால், தென்கொரியா, ஜப்பான் ஆகிய நாடுகளில் நேரடியாக அமெரிக்க ராணுவத்தை நிறுத்தி வைத்திருப்பதால் ஏற்பட்டுள்ள அவப் பெயரும் ஏற்பட்டது. அதே நேரத்தில் அமெரிக்க ராணுவத்தின் முன்முயற்சிகளை அமல்படுத்துவதில் தடை இருக்காது."

ஆனால் இத்திட்டம் இந்தியா உதவியில்லாமல் நிறைவேற முடியாது என்றும் அந்த ஆய்வு குறிப்பிடுகிறது. இதற்கு இந்தியாவும் ஒரு பெரிய அரசியல், ராணுவ சக்தியாக எழ வேண்டுமென்ற எண்ணத்தை அந்நாட்டிற்குள் ஏற்படுத்த வேண்டும்! இது தான் நாம் முதலிலேயே குறிப்பிட்ட "சூப்பர் பவர்" கனவு!

''சீனத்திற்கு எதிர் சக்தியாக, இந்தப் பிரதேசத்தின் பாதுகாவலனாக இருப்பது தனக்கு எழுதிவைக்கப்பட்ட விதியென்று இந்தியாவை நம்பச் செய்வதும், அதற்கு தகுந்தபடி வலிமையுடன் செயல்படுவதும் நம் திட்டம் நிறைவேறுவதற்கான அவசியத் தேவைகளாகும். ராணுவமும் மற்றும் பாதுகாப்பு விஷயங்களில் இந்தியா பூகோள அரசியல்

ரீதியாக சிந்திக்குமாறு செய்வதும், தன்னுடைய தேசிய நலன்களைப் பாதுகாக்கும் விஷயத்தில் அது காட்டும் தயக்கத்தை மீறிச் செயல்படவும், எதிரிகளையும் நண்பர்களையும் ஒரே நேரத்தில் தாஜா செய்து செல்லும் அணுகுமுறையை கைவிடச் செய்யவும் வேண்டியுள்ளது. இதைச் சரிசெய்வதற்கு தன்னுடைய ராணுவம் மற்றும் பாதுகாப்பு நலன்களைத் தெளிவாக வரையறை செய்ய வேண்டும். கண்டம் விட்டு கண்டம் பாயும் திறனைக் கொண்ட அணு ஆயுத சக்தியைப் பெறும் முயற்சியில் விரைந்து முன்னேற வேண்டும். இந்தியா ஒரு திறமை வாய்ந்த சீன எதிர்ப்பு சக்தியாக இருக்கும் என்ற நம்பிக்கையை நம் பிரதேசக் கூட்டாளிகளுக்கு ஏற்படுத்தவும், வாஷிங்டனில் இந்தியாவிற்கு மரியாதை ஏற்படுத்தவும் இதை விட்டால் வேறு வழியில்லை" என அமெரிக்கப் போர்க் கல்லூரி ஆய்வு கூறுகிறது. இந்தியாவின் "சூப்பர் பவர் கனவு" ஆசியாவில் பணக்கார நாடுகளின் உடைமைகளை மற்றும் வர்த்தகச் சுரண்டல் உரிமைகளை பாதுகாக்க மிக அவசியம்!

மார்க்சிஸ்ட், 2008.

24

வரலாறு விடுதலை செய்யும்

ஓ மேலைக் காற்றே!
இந்த அணையாத
அடுப்பிலிருக்கும்
சாம்பலையும்
தீப்பொறியையும்போன்ற
என் வார்த்தைகளை
மனிதகுலத்திடையே
விதைத்துவிடு!

-ஷெல்லி.

1953 ஆம் ஆண்டு ஒரு ஜுலை இரவில் 27 வயது கூட நிரம்பாத ஒரு இளைஞனின் தலைமையில் ஆயுதமேந்திய ஒரு சிறு இளைஞர் கூட்டம் சியாரா மாஸ்ட்ரா மலைத்தொடரின் இருளிலிருந்து வெளிப்பட்டது.

நெஞ்சில் உரமும், நேர்மைத் திறனும், லட்சிய வெறியும் கொண்டு இறுகிப் போயிருந்த அவர்கள் பாடிஸ்டா என்ற கொடுங்கோலனின் கூலிப்படையைத் தாக்கியழிக்க கியூபா நகரின் மோன்கடா படைத்தளத்தை நோக்கி முன்னேறிச் சென்று கொண்டிருந்தனர். பல பிரிவுகளாகச் சென்று படைத்தளத்தை சூழ்வதுதான் திட்டம்.

ஆனால் சில சிறு குழப்பங்களால் அத்திட்டம் தோல்வியடைந்தது. அதில் பங்கேற்றவர்கள் கைது செய்யப்பட்டனர். படுகொலை செய்யப்பட்டனர். ஆனால் அத்தோல்வியே எதிர்கால வெற்றிக்கு வித்தானது. அம்முயற்சிக்குப் பின்னால் இருந்த நியாயத்தைக் கண்டு கியூபா விழித்தெழுந்தது. கியூபா விழித்தெழுந்ததால் பாடிஸ்டா சர்வாதிகாரம் தூக்கமிழந்தது. அமெரிக்க ஏகாதிபத்தியம் அமைதி இழந்தது. அன்றிலிருந்து ஆறாவது வருடம் சிவப்பாய்ப் பிறந்தது கியூபா. 27 வயது நிரம்பாத அவ்விளைஞன் கியூபாவின் அதிபராகி சோஷலிஸ சாதனைகளின் சின்னமாக மாற்றினான். இன்று 66 வயதாகிவிட்ட இவ்விளைஞன் "சோஷலிசம் அல்லது வீரமரணம்" என முழங்கிப் போராடிக் கொண்டிருக்கிறான். அமெரிக்க ஏகாதிபத்தியத்தின் ஏவல் நாய்களால் அழிக்க முடியாத அவன் தான் பிடல் காஸ்ட்ரோ. பிறந்தது முதலே நெருப்பாற்றில் நீச்சல் போட வேண்டியிருந்தது!

ஏறக்குறைய 200 ஆண்டுகளாக ஆயிரக்கணக்கான மைல்களுக்கு அப்பால் இருக்கும் ஸ்பெயின் நாட்டின் காலனியாகவே இருந்தது கியூபா! 1898ல் அமெரிக்காவுடனான போரில் தோல்வியுற்ற ஸ்பெயின் கியூபாவை அமெரிக்காவிடம் ஒப்படைத்தது. 1902ஆம் ஆண்டு கியூபா சுதந்திரக் குடியரசாக ஆன போதிலும் அந்நாட்டின் உள் விவகாரங்களில் தலையிடும் உரிமையை அமெரிக்கா பெற்றிருந்தது. 1934ஆம் ஆண்டு வரை இவ்வுரிமை நீடித்தது.

1933ஆம் ஆண்டில் புல்ஜென்சியோ பாடிஸ்டா சால்டிவார் (Fulgencio Batista Zaldivar) என்ற இராணுவ அதிகாரி இராணுவப் புரட்சி மூலம் அதிகாரத்தைக் கைப்பற்றினான். அதன் பின்னர் அவனே ஜனாதிபதியாகவும் தேர்ந்தெடுக்கப்பட்டு 1944ல் பதவியிலிருந்து ஓய்வு பெற்றான். ஆனால் எட்டு ஆண்டுகளுக்குப் பின் 1952இல், கார்லோஸ் ப்ரியோ சொகாரஸ் என்ற ஜனாதிபதியை தூக்கியெறிந்து விட்டு மீண்டும் அதிகாரத்தைக் கைப்பற்றினான்.

பாடிஸ்டாவின் ஆட்சிக்காலம் எப்படி இருந்தது? "கியூபாவிலுள்ள சிறு விவசாயிகளில் 85 சதவிதத்தினர் தாங்கள் குத்தகை கொடுத்து வரும் நிலத்திலிருந்து எந்த நேரமும் வெளியேற்றப்படலாம் என்ற திகிலுடனேயே வாழ்ந்து வருகிறார்கள். மிகுந்த விளைச்சல் தரும் நிலத்தில் பாதிக்கும் மேல் அந்நியர்களின் (பெரும்பாலும் அமெரிக்கர்கள்) கையில் உள்ளது. அவற்றில் மிகப் பெரும்பான்மையானவை யுனைடெட் பழக்கம்பெனிக்கும் (அமெரிக்க நிறுவனம்) கிழக்கிந்தியப் பழக்கம்பெனிக்கும் சொந்தமானவை. அங்கே பட்டினியால் வாடும் தங்களது குழந்தைகளுக்கு உணவளிப்பதற்காக உழுவதற்கு ஒரு ஏக்கர் நிலம் கூட இல்லாத இரண்டு லட்சம் விவசாயக் குடும்பங்கள் இருக்கின்றன. அதே நேரம் ஆதிக்க சக்திகளுக்குச் சொந்தமான மூன்று லட்சம் கேபல்லெரிய நிலம் (1 கேபெல்லெரியா = 13.4 ஹெக்டேர்) பயன்படுத்தப்படாமல் இருக்கிறது. ஒரு சில உணவுப் பண்டத் தொழிற்சாலைகளையும், மரத் தொழிற்சாலைகளையும், நெசவாலைகளையும் தவிர அடிப்படையில் கச்சாப் பொருட்களை உற்பத்தி செய்யும் நாடாகவே கியூபா இருந்து வருகிறது. மிட்டாயை வாங்குவதற்காக சர்க்கரையையும், காலனிகளைப் பெறுவதற்காக தோல்களையும், இரும்புக் கலப்பைகள் வாங்க இரும்பையும் நாம் ஏற்றுமதி செய்து வருகிறோம்" ("வரலாறு என்னை விடுதலை செய்யும்" என்ற நூலில் பிடல் காஸ்ட்ரோ)

பொருளாதாரத்தில் இவ்வாறு பின்தங்கியிருந்த கியூபாவில் அமெரிக்க கம்பெனிகளும் அவற்றிற்குத் தேவையான வசதிகளைச் செய்து கொடுக்கும் வகையிலான அரசியலமைப்புமே ஆதிக்கம் செலுத்தி வந்தன. பெரும்பாலான மக்களுக்குக் கல்வியும், வேலைவாய்ப்பும், மருத்துவ வசதியும் அளிக்க எவ்வித முயற்சிகளுமில்லாத நிலை. கிராமப்புறப் பள்ளிகளில் வெற்றுக் காலுடன், போதிய உடை, உணவற்ற குழந்தைகள், நோயாளிகள் நிரம்பி

வழியும் பொது மருத்துவமனைகளில் சிகிச்சை பெற அரசியல்வாதிகளின் சிபாரிசு தேவை என்ற நிலை.

இத்தகைய சூழ்நிலையில்தான் ஹோஸே மார்ட்டி என்ற விடுதலைப் போராட்ட வீரரின் சிந்தனைகளால் கவரப்பட்ட பிடல் காஸ்ட்ரோ தேசப்பற்றமிக்க இளைஞர்களை ஒன்று திரட்டி 1200 பேர் கொண்ட ஒரு போர்ப்படையை 14 மாத காலத்திற்குள் உருவாக்கினார். இதில் ஒரு பிரிவினர் 135 பேர் மோன்கடா படைத்தளத்தின் மீது தாக்குதல் நடத்தினர் (இதன் தயாரிப்பு வேலைகளுக்காக காஸ்ட்ரோ 40,000 கி.மீ. பயணம் செய்துள்ளார்). இத்தாக்குதல் தோல்வியடைந்த போதிலும் புரட்சிக்காரர்களை அடக்குவது என்ற பெயரில் பாடிஸ்டா ராணுவம் நடத்திய கொலைவெறித் தாக்குதல்கள், படுகொலைகள் மக்களிடையே எதிர்ப்பையும், ஆவேசத்தையும் ஏற்படுத்தின. மோன்கடா தாக்குதலுக்குப் பின் தப்பிச் சென்ற காஸ்ட்ரோவும், தோழர்களும் சிறிது நேரம் சண்டையில் அயர்ந்த வேளையில் சிறை பிடிக்கப்பட்டனர்.22மாதங்கள் சிறையிலடைக்கப்பட்ட (3 மாதங்கள் தனிமைச் சிறையில்) காஸ்ட்ரோ, மக்கள் இயக்கத்திற்கு அடிபணிந்து அரசாங்கம் அளித்த பொதுமன்னிப்பில் விடுதலையானார்.

இதற்குப் பின் மெக்சிகோ நாட்டிற்குச் சென்ற காஸ்ட்ரோ மீண்டும் ஒரு புரட்சிப் படையைத் திரட்டினார். இம்முறை ஹோஸே மார்ட்டியின் சிந்தனைகளுடன், மார்க்சிய, லெனினியக் கோட்பாடுகளும் அவரைக் கவர்ந்தன. அர்ஜென்டினா நாட்டில் பிறந்து, அமெரிக்க எதிர்ப்புணர்வில் வளர்ந்து, புரட்சியையே உயிர் மூச்சாகக் கொண்ட மாவீரன் எர்னஸ்டோ செகுவேராவும், காஸ்ட்ரோவின் புரட்சிப் படையில் சேர்ந்தார். மெக்சிகோவிலிருந்து ஒரு படகிலேறி கியூபாவிற்கு வந்த இப்படையில் பெரும்பாலோர் பாடிஸ்டா இராணுவத்திடம் சிக்கி மடிந்தனர். காஸ்ட்ரோ, செகுவேரா உட்பட உயிர்தப்பிய 12 பேர் சியாரா மாஸ்ட்ரா மலைப்பகுதிக்குத் தப்பிச் சென்று மீண்டும் ஒரு கொரில்லாப் படையினை உருவாக்கினர்.

1959இல் பாடிஸ்டாவிற்கு எதிராக மக்களின் வெறுப்புணர்வு உச்சக்கட்டத்திலிருந்த வேளையில் மீண்டும் ஒரு புரட்சித் தாக்குதலை நடத்தி பாடிஸ்டாவை விரட்டினர் இக்கொரில்லாப் படையினர்.

ஜனவரி 1-1959 -இல் இவர்கள் ஆட்சிக்கு வந்த போது பிடல் காஸ்ட்ரோ தலைமையிலான அரசாங்கம் எடுத்த நடவடிக்கைகள் அமெரிக்க ஏகாதிபத்தியத்தினை பீதியுறச் செய்தது. சுமார் 1000 மில்லியன் டாலர் மதிப்புள்ள அமெரிக்க தொழில் முதலீடு கைப்பற்றப்பட்டது. தங்களின் எதிர்கால உபயோகத்திற்காக அமெரிக்கக் கம்பெனிகள் கியூபாவில் பதுக்கி வைத்திருந்த 3000 மில்லியன் டன்களுக்கு மேலான இரும்புத் தாதினை கியூபா அரசாங்கம் தன் கையில் எடுத்துக் கொண்டது. கியூபாவில் உள்ள எல்லா வங்கிகளும் 1960ம் வருடம் தேசியமயமாக்கப்பட்டன. ஸ்பானிஷ் காலனியாதிக்கத்திலிருந்து விடுதலை பெற்ற பின், அமெரிக்காவின் மறைமுகக் காலனிபோல் ஆகிவிட்டிருந்த கியூபாவில் தன் கொள்கைகளை இனித் தொடரமுடியாது என்பதை உணர்ந்த அமெரிக்க அரசாங்கம் பொருளாதாரத் தடைகளை விதித்தது. இதற்கு பதிலடியாக கியூபாவிலுள்ள அமெரிக்க தொழில் நிறுவனங்களை தேச உடைமையாக்கியது பிடலின் அரசாங்கம். கியூபாவிற்கு அனுப்பப்பட்டு வந்த சர்க்கரையின் அளவை அமெரிக்கா குறைத்தபோது, நாட்டிலுள்ள எல்லா சர்க்கரை ஆலைகளையும் தேசியமயமாக்கியது பிடல் அரசாங்கம்.

இதனால் ஆத்திரமடைந்த அமெரிக்கா, கியூபா அரசாங்கத்திற்கெதிரான மிகப்பெரும் பொய்ப் பிரச்சாரத்தை அவிழ்த்து விட்டது. பெற்றோர்களுக்கு தங்கள் பிள்ளைகளின் மேலிருக்கும் சட்டபூர்வமான உரிமையைப் பறிக்கும் அரசு ஆணை ஒன்றை கியூபா அரசாங்கம் தயாரித்திருப்பதாகவும், அவ்வாணையின் நகல் ஒன்று ஒரு அமைச்சகத்திலிருந்து ரகசியமாக எடுத்துவரப்பட்டு அம்பலப்படுத்தப்பட்டது போலவும் ஒரு நாடகத்தை அமெரிக்கா நடத்தியது. மேலும், கியூபா நாட்டுக் குழந்தைகள் எல்லாம் சோவியத்

யூனியனுக்குக் கொண்டு செல்லப்படுவர் என்றும் ஒரு வதந்தியைப் பரப்பியது.

இப்பிரச்சாரத்தின் நோக்கம் மக்களிடையே பீதியேற்படுத்தி அவர்களை கியூபாவை விட்டு வெளியேறச் செய்வதாகும். அவ்வாறு வெளியேறுபவர்களுக்கு அதிக சம்பளத்துடன் அமெரிக்காவில் வேலை கொடுக்கப்பட்டது. இதனால் கியூபாவிலிருந்து ஆசிரியர்களும், டாக்டர்களும், எஞ்ஜினியர்களும், தொழில்நுட்ப வல்லுநர்களும் வெளியேறினர். சமத்துவ அடிப்படையில் கியூபாவினை மறுநிர்மாணம் செய்யும் பணியை முடக்குவதே அமெரிக்காவின் நோக்கம். புரட்சி முடிந்த காலத்திலிருந்து 6000 டாக்டர்களில் பாதிப்பேர் நாட்டை விட்டு வெளியேறினர். இத்தகைய பொய்ப் பிரச்சாரங்கள் நடந்த போதிலும் மக்களில் பெரும்பான்மையோர் கியூபா அரசின் பின்னால் உறுதியாக நின்றனர். ஏனெனில் அந்த அரசுதான் முதலாளிகள் நினைத்தபோது தொழிலாளர்களைத் தூக்கியெறியும் வழக்கத்தை முடிவுக்குக் கொண்டு வந்தது. பாடிஸ்டா ஆட்சியின் போது வேலையிழந்த தொழிலாளர்களை மீண்டும் வேலையிலமர்த்தியது. இரண்டு லட்சம் ஹெக்டேர் நிலங்களை அமெரிக்கக் கம்பெனிகளிடமிருந்து பறித்து ஏழை விவசாயிகளுக்கும், விவசாயத் தொழிலாளர்களுக்கும் மறு வினியோகம் செய்தது. விவசாயக் கூட்டுப் பண்ணைகளை உருவாக்கியது. ஏறக்குறைய 3000 மில்லியன் டாலர் மதிப்புடைய அமெரிக்க சொத்துக்களைக் கைப்பற்றியது.

அரசியல் நேர்மை

அரசியல் சூழ்ச்சியால் ஆட்டம் கண்டு போயிருந்த கியூபாத் தீவின் அரசியலை நிலைப்படுத்தியது காஸ்ட்ரோவின் அரசாங்கம். முன்னெப்போதும் கியூபா மக்கள் அறிந்திராத அளவிற்கு சுதந்திரங்களை வழங்கியது. கியூபாவின் ஜனநாயகம் குழிதோண்டிப் புதைக்கப்படுகிறது என்று உலகெங்கிலும் ஏகாதிபத்தியம் பிரச்சாரம் செய்து

கொண்டிருந்த வேளையில், தங்கள் நலனுக்காக உழைக்கும் ஒரு அரசாங்கம் வந்துவிட்டதாகவே மக்கள் கருதினர். ஏனெனில் இந்த அரசு போக்குவரத்து வசதிகளைப் பெருக்கியது. வீட்டு வசதி செய்து தந்தது. சமூக சேவைத் துறைகளை மேலும் மேலும் விரிவுபடுத்தியது. அமெரிக்காவின் அட்டகாசங்களால் நாறிப்போயிருந்த மத்திய மற்றும் லத்தீன் அமெரிக்காவில், அரசியல் நேர்மைக்கு விளக்கமாக நின்றது கியூபா! நொறுக்கப்பட்டு வந்த கறுப்பர்களையும் தன் நண்பர்களாகக் கருதியது. ஆட்சிக்கு வந்து 20 வருடங்களுக்குள்ளாகவே கல்வியின்மையை முற்றிலுமாக ஒழித்தது. கல்வியை எல்லா மட்டங்களிலும் இலவசமாக்கியது. ஆரம்பக் கல்வியை கட்டாயமாக்கியது. படிப்பையும், உழைப்பையும் இணைத்து மார்க்சிய-லெனினிய அடிப்படையிலான கல்விமுறையைக் கொண்டு வந்தது. இன்று கியூபாவில் ஆறு லட்சத்திற்கும் மேற்பட்ட மாணவர்கள் இலவச கல்வி, தங்குமிடம், உணவு மட்டுமின்றி துணிமணிகள், புத்தகங்கள், மருத்துவ உதவி, போக்குவரத்து வசதியினைப் பெற்று வருகின்றனர். ஏறக்குறைய 1000 நர்சரி பள்ளிகள் உள்ளன. கண்பார்வையற்றோர், காது கேளாதோர், வாய்பேச முடியாவதர்களுக்கான சிறப்பு பள்ளிகளில் 50,000 மாணவர்கள் பயின்று வருகின்றனர். 1981இல் எடுக்கப்பட்ட ஆய்வின் படி மொத்த மக்கள் தொகையான 1 கோடியில் 10 வயதுக்கும் மேற்பட்டோரிடையே கல்வியறிவற்றோரின் அளவு 3.8 சதமாகும். 15 லிருந்து 45 வரையிலுள்ளவர்களின் கல்வியறிவு அற்றவர்களின் அளவு 2.2 சதம்!

புரட்சிக் காலத்தில் 3000 டாக்டர்கள் வெளியேறிய பின்னரும் கூட இன்று பொது சுகாதாரத்தில் மூன்றாம் உலக நாடுகளிடையே முதன்மையான இடம் வகிக்கிறது கியூபா. நோய்த்தடுப்பு மருந்துகள் கண்டுபிடிப்பதில் வளர்ச்சியடைந்த நாடுகளுக்கு இணையாகவும், இவற்றை மக்களுக்காகப் பயன்படுத்துவதில் வளர்ச்சியடைந்த நாடுகளை விட முன்னிலையில் இருக்கிறது கியூபா. இன்று அந்நாட்டில் 25,000 மருத்துவர்கள் உள்ளனர். டாக்டர்களை

இரட்டிப்பாக்கும் திட்டமும் உள்ளது. மொத்த மக்கள் தொகையில் ஒவ்வொரு 532 பேருக்கு ஒரு டாக்டர் என்ற விகிதத்தில் உள்ளனர்.

சுருக்கமாகச் சொன்னால் உலகத்தையே வளைத்துப்போட்டு தன் பன்னாட்டு நிறுவனங்களுக்கு தீனியாக நினைக்கும் அமெரிக்க ஏகாதிபத்தியதின் தென்கிழக்குக் கரையிலிருந்து 90 மைல் தூரத்தில் உழைக்கும் மக்களுக்கான ஓர் சோஷலிச சமுதாயம் மலர்ந்து முதலாளித்துவம், சோஷலிஸம் ஆகியவற்றுக்கிடையிலான வேறுபாட்டினை நாளுக்கு நாள் தெளிவாக்கிக் கொண்டிருந்தது. அதுமட்டுமன்று, தேசிய அளவில் சோஷலிசத்தைக் கட்டுகிறோம் என்று பெருமிதத்துடன் நின்றுவிடாமல், உலகின் எந்தெந்த மூலைகளிலெல்லாம் மக்களின் உரிமைகளுக்கான குரல் எழும்புகிறதோ அங்கெல்லாம் தன் நேசக்கரத்தை நீட்டியது கியூபா.

உலகிற்கு உதவிக்கரம்

ஆயிரக்கணக்கான கியூபா மக்கள் தங்கள் சர்வதேசக் கடமையை ஆற்றுவதற்காக மனைவி, கணவன், மக்களைப் பிரிந்து ஆப்பிரிக்கக் காடுகளிலும், மனசாட்சியற்ற கொடுங்கோலர்களின் பிடியில் சிக்கித்தவிக்கும் நாடுகளிலும், சோஷலிசப் பாதையில் போராடும் எண்ணற்ற பகுதிகளிலும் பணியாற்றி வருகின்றனர்.

நிகராகுவாவில் சாண்டினிஸ்டா புரட்சி வெற்றி பெற்ற நேரத்தில் 2000 ஆசிரியர்கள் கியூபாவிலிருந்து அந்நாட்டிற்குச் சென்றனர். இவர்களில் பாதிப்பேர் பெண்கள். தங்கள் குழந்தைகளையும், குடும்பங்களையும் விட்டுப்பிரிந்து, நிகரகுவாவின் மலைப் பிரதேசங்களிலும், கிராமப்புறங்களில் உள்ள விவசாயிகளுக்கு கல்வியறிவு புகட்டும் பணியில் இரண்டு வருடங்கள் ஈடுபட்டனர் இவர்கள். விவசாயிகளின் குடிசையிலேயே வாழ்ந்து, அவர்களின் உணவையே உண்டு வாழ்ந்தனர்.

இந்த ஆசிரியர்களுக்கு வேண்டிய மருந்துகளையும், உணவுப்பொருட்களையும் கியூபா அரசு அனுப்பி வைத்தபோது நிகரகுவாவின் ஏழைகளுடன் அவற்றைப் பகிர்ந்து கொண்டனர்.

நிகரகுவாவிற்குச் செல்லத் தொண்டர்கள் தேவை என்று அறிவித்த போது 29,000 ஆசிரியர்கள் முன் வந்தனர். நிகரகுவாவில் பணியாற்றும் போது சில ஆசிரியர்கள் எதிர்ப்புரட்சி சக்திகளால் கொல்லப்பட்டனர் என்ற செய்தி வந்த போதும் ஒரு லட்சம் பேர் அங்கு சென்று பணிபுரிய முன்வந்தனர். அங்கோலா, மொசாம்பிக், எத்தியோப்பிய ஆசிய ஆப்பிரிக்க நாடுகளிலும் ஆசியாவில் ஏமன் நாட்டிலும் கியூபாவின் ஆசிரியர்கள் பணிபுரிந்தனர். ஏறக்குறைய 1500 கியூபா டாக்டர்கள் ஆசியா மற்றும் ஆப்பிரிக்காவின் ஜனசந்தடியற்ற, வறண்ட பகுதிகளில் தொண்டு புரிந்தனர்.

இதுமட்டுமல்லாது 1976 -இல் ஆயிரக்கணக்கான மைல்களுக்கப்பால் உள்ள அங்கோலா நாட்டில் டோஸ் சாண்டோஸ் தலைமையிலுள்ள முற்போக்கு அரசாங்கத்திற்கு தென்னாப்பிரிக்கக் கூலிப்படைகளிடமிருந்தும், ஏகாதிபத்திய ஆதரவு பெற்ற எதிர்ப்புரட்சி சக்திகளிடமிருந்தும் பெரும் எதிர்ப்பு கிளம்பிய போது 60,000 படைவீரர்களை அங்கே அனுப்பி வைத்தது கியூபா.

லத்தீன் அமெரிக்கா மற்றும் மத்திய அமெரிக்க நாடுகளில் அமெரிக்கா ஏகாதிபத்திற்குத் தலையாட்டும் பொம்மை அரசுகளை எதிர்த்து மக்கள் நடத்திய புரட்சி இயக்கங்களுக்கெல்லாம் ஆதரவளித்தது கியூபா.

இவ்வாறு அமெரிக்காவின் ஏகாதிபத்தியக் கனவுகளையெல்லாம், சர்வதேச சகோதரத்துவத்தின் மூலம் கலைத்துவிட்ட கியூபாவின் மீது அமெரிக்காவிற்கு ஆத்திரமேற்பட்டதில் ஆச்சரியமேதுமில்லை!

அமெரிக்க சதிகள்

சர்வதேச அளவில் கியூபாவைத் தனிமைப்படுத்திவிட அடுக்கடுக்காய் பல சதிகளைச் செய்தது அமெரிக்கா!

முதலில் 1961ஆம் ஆண்டு, கியூபாவிலிருந்து ஓடிப்போன 1200 கோழைகளை ஒன்று திரட்டி, ஆயுதப் பயிற்சியளித்து கார்டோனா என்ற கைக்கூலியின் தலைமையில் கியூபாவை நோக்கி ஏவிவிட்டது. கியூபாவின் தென்பகுதியில் உள்ள பிக்ஸ் வளைகுடா வழியே வந்த இக்கூலிப்படை கியூபாப் புரட்சிப் படையின் மரண அடி தாங்காமல் சிதறியோடியது. இந்த நிகழ்ச்சிக்குப் பிறகுதான் முதன்முதலில் கியூபா உலக சோஷலிச நாடு என்ற பிரகடனம் செய்யப்பட்டது.

சோஷலிச கியூபா மீது பொருளாதார அரசியல் தடைகள் விதிக்கப்பட்டன. 1962இல் அமெரிக்க நாடு கூட்டமைப்பிலிருந்து கியூபா வெளியேற்றப்பட்டது. சி.ஐ.ஏ. என்ற அமெரிக்க ஏவல் நாயின் மூலம் காஸ்ட்ரோவைக் கொல்ல 50க்கும் மேற்பட்ட முயற்சிகள் நடந்தன.

அங்கோலாவிற்கும், எத்தியோப்பியாவிற்கும் கியூபா இராணுவ படைகள் சென்றபோது, உலகின் பலபகுதிகளில் தனக்கிருந்த செல்வாக்கு பாதிக்கப்படும் என்ற அச்சம், அமெரிக்காவிற்கு ஏற்பட்டது. இது மட்டுமில்லாமல் அணி சேரா இயக்கத்திலும் கியூபா முன்னிலையில் நின்றது. கடன் தொல்லையில் சிக்கித் தவிக்கும் மூன்றாம் உலக நாடுகள் ஒன்று சேர்ந்து வளர்ச்சியடைந்த முதலாளித்துவ நாடுகளுக்கெதிராகப் போராட வேண்டுமென்றும் கூறியது. இதனால் கியூபாவைத் தனிமைப்படுத்தும் முயற்சிகள் அதிகமாயின. இவ்வேளையில்தான் சோவியத் யூனியன் தலைமையிலான கிழக்கு ஐரோப்பிய நாடுகள் கியூபாவிற்கு உதவ முன்வந்தன. 1972இல் இந்நாடுகளின் பரஸ்பர பொருளாதார உதவிக் கவுன்சிலில் (Council for Mutual Economic Assistance) கியூபா சேர்த்துக் கொள்ளப்பட்டது. வர்த்தகச் சாதனங்கள் பலவும் வழங்கப்பட்டன. சோவியத் யூனியனிலிருந்து தொழில் நுட்பஆலோசனையாளர்கள் கியூபாவிற்குச் சென்றனர்.

கியூபாவின் உணவுத்தேவைகள் கிழக்கு ஐரோப்பிய நாடுகளினால் பூர்த்தி செய்யப்பட்டதால் கியூபாவின் பெரும்பகுதி நிலங்களில் கரும்பும், எலுமிச்சை ரகங்கள் மட்டுமே பயிர் செய்யப்பட்டன.

இவ்வாறு கியூபா முன்னேறிச் சென்று கொண்டிருந்த காலத்தில்தான் சோவியத் அதிபராயிருந்த கோர்பசேவின் ''புதிய சிந்தனை'' உதயமானது. தத்துவங்கள் தேவையில்லையென்றும், ஏகாதிபத்தியமும் சோஷலிசமும் இணைந்து மனித குலத்தின் முன்னேற்றத்திற்காக உழைக்க வேண்டும் என்றும் புதிய தத்துத்தை முன்வைத்தார். சோவியத் யூனியன் தன் சர்வதேசக் கடமைகளிலிருந்து பின்வாங்கத் தொடங்கியது. கியூபாவிற்கு அளிக்கப்பட்ட உதவிகள் குறைந்தன.

கோர்பசேவின் பெரெஸ்த்ரோய்கா மற்றும் கிளாஸ்நோஸ்ட் கொள்கைகளைக் கடுமையாகச் சாடினார் பிடல் காஸ்ட்ரோ. இறுதியில் சோவியத் யூனியனும் அதன் தலைமையிலான சோஷலிச முகாமும் தகர்ந்தபோது கியூபாவிற்கு தன் உணவுத் தேவைகளைப் பூர்த்தி செய்வதிலே பிரச்சனை ஏற்பட்டது.

இதுவரை கியூபாவை மட்டுமே மிரட்டி வந்த அமெரிக்கா, இன்று கியூபாவுடன் வர்த்தக உறவு கொள்ளும் நாடுகளையும் மிரட்டத் தொடங்கியுள்ளது. இதன் தொடர்ச்சியாகத்தான் கியூபா 20,000 டன் அரிசி கேட்டபோது இந்தியா தயக்கம் காட்டியது. கியூபாவிற்கு அரிசி வழங்கினால், இந்தியாவுக்கு வழங்கப்படும் கோதுமையின் விலை உயர்த்தப்படும் என்று எச்சரிக்கை செய்தது அமெரிக்க ஏகாதிபத்தியம்.

அறிவியல், தொழிற்நுட்பத் துறைகளில் இந்தியா சுயசார்பு அடைவதைத் தடுக்கவும், தொழில் வர்த்தக அரசியல் துறைகளில் ஏகாதிபத்தியத்தைச் சார்ந்தே இந்தியா இருக்க வேண்டுமென்றும் பலவித நிர்ப்பந்தங்களையும், மிரட்டல்களையும் அளித்துவருவதும் இதே அமெரிக்க ஏகாதிபத்தியம்தான்.

எனவேதான் ஏகாதிபத்திய எதிர்ப்புப் போராட்டத்தில், தேச விடுதலையை நிலை நிறுத்தும் போராட்டத்தில், சோஷலிச எதிர்காலத்தை உருவாக்கும் போராட்டத்தில் கியூபா மக்களுடன் இந்தியர்கள் இணைந்து நிற்பது அவசியம்!

சர்வாதிகாரத்தை எதிர்த்து வீரஞ்செறிந்த போராட்டம் கண்டு உயிர்துறந்த மன்கடா வீரர்களின் வழித்தோன்றல்களாகிய கியூபா நாட்டு இளைஞர்களும், வீர சுதந்திரம் வேண்டி நின்று தூக்குக் கயிற்றை முத்தமிட்ட பகத்சிங்கின் வழிவந்த இந்திய இளைஞர்களும் ஒன்று சேர்ந்து, ஏகாதிபத்தியத்தை எதிர்த்துப் போரிடுவது அவசியம்.

கியூபாவில் சோஷலிசம் என்ற அணையாத தீபத்தின் தீப்பொறிகள் உலகெங்கும் சிதறிப் பரவுவது அவசியம்! பட்டினிக் கொடுஞ்சிறை சுரண்டல் எல்லாம் வெந்து அழிவதும் அவசியம். தழல் வீரத்தில் குஞ்சென்றும் மூப்பென்றும் உண்டோ?

இளைஞர் முழக்கம்.

25

திரளும் ரத்தத் துளிகள்

லத்தீன் அமெரிக்கா முழுவதும் இளஞ் சிவப்பலைகள் வீசத் தொடங்கியுள்ளன. தென் அமெரிக்காவின் சமவெளிகளிலும் மலைகளிலும் ஒரு தீ பரவுகிறது. சைமன் பொலிவர், ஹோஸே மார்ட்டி, சேகுவேரா, பிடல்காஸ்ட்ரோ ஆகியோரது வார்ப்புகள் ஒவ்வொரு தேர்தல் முடிவிலும் உயிர்த்தெழுகிறார்கள். எத்தனை, எத்தனை, கொலை முயற்சிகள் கணக்கிலடங்காப் பொருளாதாரத் தடைகள். அத்தனையும் எதிர்த்து நின்று கம்பீரமாக எழுந்து நிற்கின்றனர் காஸ்ட்ரோவும் அவரது கியூபா மக்களும். லத்தீன் அமெரிக்க மக்களின் வரலாற்றில்தாம் எத்தனைப் படுகொலைகள்! இதைத்தான் பாப்லோ நெருடா

கொலையாளிகள் இவர்களை
எங்கே புதைத்தார்கள் என்று தெரியாது.
ஆனால் அவர்கள் மீண்டெழுவார்கள்
மீண்டெழுந்து
சிந்திய ரத்தத் துளிகளை
ஒன்று திரட்டி
மறுபடியும் மக்களுக்கு
புத்துயிர் அளிப்பார்கள்.
என்று கூறினார் போலும்.

ஆர். விஜயசங்கர்

என்ன செய்யும் இப்போது அமெரிக்க ஏகாதிபத்தியப் பேரரசு? இப்போது எழுந்து வரும் காஸ்ட்ரோக்களை பேரரசால் எதிர்கொள்ள இயலுமா?

ஐரோப்பாவிலிருந்து வந்த குடியேறிகளால் விரட்டியடிக்கப்பட்ட பூர்வீக அமெரிக்க குடிமக்களின் கோபம், தொழிலாளிகளின் கோபம், விவசாயிகளின் கோபம், மத்திய தர மக்களின் கோபம் என அனைத்தும் இப்போது ஒன்றாகச் சங்கமித்து ஏகாதிபத்திய எதிர்ப்பு உணர்வாய் ஓட்டுப் பெட்டிகளின் வழியாக வெடித்துச் சிதறுகிறது. காலனியாதிக்கம் நாகரிகங்களை வளர்ப்பதாகக் கூறிக்கொண்டு பல நாகரிகங்களை அழித்ததையும் ஜனநாயகத்தைக் காப்பாற்றுவதாகக் கூறிக்கொண்டு சர்வாதிகாரத்திற்கு வழிவகுப்பதையும், கம்யூனிசத்தை எதிர்ப்பதாகச் சொல்லிக் கொண்டு அரசு பயங்கரவாதத்தை வளர்ப்பதையும் இனி ஒரு போதும் ஏற்க முடியாது என உரத்துச் சொல்லுகிறது லத்தீன் அமெரிக்கா. இந்தக் கோபம் இன்று நேற்று ஏற்பட்டதல்ல. 500 ஆண்டுகளாக இந்தக் கோபத் தீ கனன்று வந்துள்ளது. சரியாகச் சொல்ல வேண்டுமானால் 1492 ஆம் ஆண்டு கொலம்பஸ் கரீபியத்தீவில் காலடி எடுத்து வைத்து அதன் பெயரை சான்சல்வடார் (San Salvador)என்று மாற்றிய அன்றே இந்தக் கோபக் கனல் உருவாகிவிட்டது. இதைத் தொடர்ந்துதான் நாடுகளைக் கொள்ளையடிப்பதும் நாட்டு மக்களை விரட்டியடிப்பதும் படுகொலைகள் செய்வதும் அரங்கேறத் துவங்கின.

அமெரிக்க வம்சாவளியினர் ஐரோப்பாவில் இருந்து வந்து குடியேறிகளால் எவ்வாறு வஞ்சிக்கப்பட்டார்கள் என்பதைப் போலந்து எழுத்தாளரான M.S.A. Arnon அவர்கள் MINORITY OF ONE என்ற புத்தகத்தில் சரியாக விளக்கியிருக்கிறார். ‘‘அவர்கள் குடியேறத் துவங்கியபோது இந்தியர்கள் (செவ்விந்தியர்கள்) செய்த உதவிகளும், காட்டிய நட்புணர்வும் ஒருவருக்கொருவர் நல்லிணக்கத்துடன் ஒன்றிணைந்து வாழ வேண்டிய கட்டாயத்தை உருவாக்கியது.

ஆனால் வெள்ளையர்களின் லாப வேட்கை அவர்களை விடவில்லை. அப்பிரதேசத்தில் வளமான நிலங்களும் அதற்குள் புதைந்து கிடைந்த செல்வமும் வெள்ளையர்களின் பேராசையைத் தூண்டியது. செல்வம் சேர்க்க வேண்டும் என்ற பேராசைக்கும் தங்களுக்கு வாழ்வளித்தவர்கள் மீது இருந்த மனித நேயத்திற்கும் இடையே ஏற்பட்ட போராட்டத்தில் பேராசை வெற்றி பெற்றது. இந்தியர்கள் திட்டமிட்டு கூட்டம் கூட்டமாக விரட்டியடிக்கப்பட்டார்கள். அமெரிக்க நாகரிகம் வளர்வதற்கு இந்தியர்கள் பலிகடாக்கள் ஆனார்கள்"

ஒரு கவிதை வரிகள் நினைவுக்கு வருகிறது.

" கப்பலில் அவர்கள் வந்தார்கள்
அவர்கள் கைகளில் பைபிள் இருந்தது
எங்களிடம் நிலங்கள் இருந்தன.
கண்களை மூடிப் பிரார்த்திக்கச் சொன்னார்கள்
கண்களை திறந்த பொழுது..
எங்களின் கைகளில் பைபிள் இருந்தது.
அவர்களிடம் நிலங்கள் சென்று விட்டன ".

முதலில் ஸ்பானியர்களாலும், பின்னாளில் வட அமெரிக்காவில் குடியேறிய வெள்ளையர்களாலும் இவ்வாறு விரட்டியடிக்கப்பட்டதன் விளைவாக 1880 ஆம் ஆண்டுகளில் விரல் விட்டு எண்ணக் கூடிய அளவிற்கு அமெரிக்க பூர்வ குடியினரின் எண்ணிக்கை குறைந்து போனது.

இதற்குப் பிறகுதான் அமெரிக்காவின் வளர்ச்சி துவங்கியது. தொழில் வளர்ச்சி ஏற்படத் துவங்கியது. அமெரிக்க நாட்டின் வட பகுதியிலிருந்த ஆலை முதலாளிகளுக்கு குறைந்த கூலியில் தொழிலாளிகள் தேவைப்பட்டனர். அப்போதுதான் தென்பகுதியின் தோட்டங்களில் அடிமையாக இருந்த கறுப்பின மக்கள் விடுவிக்கப்பட்டனர். தங்கள் தேவைக்காக அடிமை முறையை ஒழித்தவர்கள் கறுப்பு-வெள்ளை என்ற இன பேதத்தை மட்டும் இன்றுவரை பாதுகாத்து வருகின்றனர்.

இவ்வாறு அமெரிக்க முதலாளித்துவம் வளர்ச்சியடைந்து

ஏகபோக நிலையை அடைந்தது. "பெரு முதலாளிகளின் வளர்ச்சியால் சிறு வியாபாரிகளும் விவசாயிகளும் கடனாளிகளாகி அழிவைச் சந்திக்கும் நிலை உருவானது. நாட்டின் வளர்ச்சி இருந்தபோதும் பெரு முதலாளிகள் தங்களிடம் இருந்த நிதி மூலதனத்தை தங்கள் நாட்டிற்குள்ளேயே முதலீடு செய்வதற்கு உகந்த வளர்ச்சியும் சந்தையும் உருவாகவில்லை. எனவேதான் ஐரோப்பியர்களைப் போலவே அமெரிக்கர்களும் லாபகரமாக தங்கள் மூலதனத்தை முதலீடு செய்ய வெளிநாடுகளின் சந்தைகளில் ஏதாவது வாய்ப்பு கிடைக்குமா என சிந்திக்கத் துவங்கினர்" என்கிறார் ஃபெலிக்ஸ் கிரீன் என்ற எழுத்தாளர்.

இப்படித்தான் அமெரிக்க சாம்ராஜ்யம் விரிவடையத் துவங்கியது. ஜே.ஏ. ஹோப்சன் என்ற பிரிட்டிஷ் பொருளியல் நிபுணர் இதுபற்றிக் குறிப்பிடுகையில். "இவ்வாறு லாப நோக்கத்திற்காக அன்னிய சந்தைகளைப் பிடிக்க வேண்டும் முதலீடு செய்ய வேண்டும் என்ற எண்ணம்தான் ஏகாதிபத்தியத்தை ஒரு அரசியல் கொள்கையாகவே ஏற்று அமெரிக்க சாம்ராஜ்யத்தை விரிவுபடுத்த வேண்டியதன் அவசியத்தை உருவாக்கியது. அதனால்தான் பெருமுதலாளிகளையும் உற்பத்தியாளர்களையும் கொண்டு உருவாக்கப்பட்ட குடியரசுக் கட்சி இப்பாதையில் செல்லத் துவங்கியது.

"அமெரிக்க முன்னாள் ஜனாதிபதி ரூஸ்வெல்ட் அவர்கள் இந்தக் கொள்கையை உலகை 'நாகரிகப் படுத்தும் கொள்கை' என்று கூறியதைக் கண்டு நாம் ஏமாறக் கூடாது. ராக்பெல்லர், மார்கன் போன்ற முதலாளிகளுக்குத்தான் ஏகாதிபத்தியம் தேவைப்பட்டது. இவர்கள்தாம் ஏகாதிபத்தியக் கொள்கையை அமெரிக்க குடியரசின் தோள்களில் ஏற்றிவிட்டவர்கள். இவ்வாறு ஏற்றுக் கொள்வதன் மூலம்தான் தங்களிடம் அபரிமிதமாக உள்ள மூலதனத்தை தேங்கவிடாமல் முதலீடு செய்து லாபமீட்ட முடியும் என்பதுதான் அவர்களது திட்டம்." என்கிறார் ஹோப்சன்.

ஆனால் அமெரிக்க ஏகாதிபத்தியத்தின் இந்த ஆசைக்கு மற்ற காலனி ஆதிக்கச் சக்திகள் தடையாக இருந்தன. அதனால் அமெரிக்கா 1823 ம் ஆண்டு "மன்றோ கோட்பாடு" (MONROE DOCTRINE) என்ற அறிக்கையை வெளியிட்டது. அதில் "அமெரிக்கக் கண்டத்திலுள்ள நாடுகள் சுதந்திரமாக சார்புத்தன்மையற்ற நிலையை உருவாக்கி வளர்ந்து கொண்டுள்ளன. எனவே இனி ஐரோப்பிய சக்திகள் யாரும் இக்கண்டத்தில் குடியேறுவது பற்றி சிந்திக்கக்கூடாது என்பதே இக்கோட்பாடு இதன்மூலம் 'தென் அமெரிக்காவை நாங்கள் மட்டுமே சூறையாடுவோம் யாரும் நெருங்கி விடாதீர்கள் என்ற செய்தியையும் உலகிற்கு சொல்லியது அமெரிக்கப் பேரரசு."

ஆனாலும் சின்னஞ்சிறுநாடான ஸ்பெயின் அமெரிக்காவிற்கு ஒரு தடையாக இருந்தது. அதனால்தான் 1898 ல் அமெரிக்கா ஸ்பெயின் மீது ராணுவத் தாக்குதலைத் தொடுத்தது. இதை பெலிக்ஸ் கிரீன் அவர்கள் "அந்த தாக்குதல் ஒரு பலவீனமான எதிராளி மீது தொடுக்கப்பட்ட ஒரு சிறு போர். ஆனாலும் அந்தப்போர் அமெரிக்காவிற்கு நல்ல பலனைத் தந்தது. பிலிப்பைன்ஸ், போர்ட்டோரிகோ, கியூபா மற்றும் மத்திய அமெரிக்க கரீபிய ஆகிய நாடுகள் மீது பிடிமானத்தையும் தென் அமெரிக்காவில் தன் முதலீடுகளை செய்து கொள்ளும் வாய்ப்பையும் உருவாக்கியது. பிரிட்டன் மற்றும் பிரெஞ்சு நாடுகளின் பிடியில் இருந்த இப்பகுதிகள் அமெரிக்காவின் வசமானது. ஸ்பெயின் மீது தொடுக்கப்பட்ட இந்த போர்தான் அமெரிக்க பேரரசு தன்னுடைய வெறியாட்டங்களில் தொடர்ந்து செல்ல ஒரு துவக்கமாக அமைந்தது" என்று கூறுகிறார்.

இரண்டாவது உலகப்போர் துவங்குவதற்கு முன் அமெரிக்க ராணுவப் படைகள் ஹவாய் தீவைக் கைப்பற்றின. மேலும் மெக்ஸிகோ, கியூபா, நிகரகுவா, பனாமா, ஹைதி, கொலம்பியா, பெரு, டொமினிக் குடியரசு, கோஸ்டாரிகா, ஹோண்டுராஸ் மற்றும் கரீபியா தீவுகள் முழுவதையும் அமெரிக்கா தன் ராணுவ கட்டுப்பாட்டிற்குள் கொண்டுவந்தது.

1959 ம் வருடம் பிடல்காஸ்ட்ரோ, மற்றும் சே குவேரா தலைமையிலான 150 பேரைக்கொண்ட புரட்சிப்படை கியூபாவில் அதிகாரத்தைப் பிடித்து லத்தீன் அமெரிக்காவில் அமெரிக்காவின் ஊடுறுவல் வேகத்திற்கு தடைபோட்டது.ஏகாதிபத்தியத்தின் ஓட்டத்தை நிறுத்தியது.

கியூபாவை இழந்ததன் மூலம் அமெரிக்கா எண்ணெய் சுத்திகரிப்பு நிலையங்கள், சுரங்கங்கள் கால்நடை பண்ணைகள், நிலங்கள், ரயில்வே துறை, சர்க்கரைத் தொழிற்சாலைகள், வங்கி இருப்புகள் ஆகியவற்றின் மீது இருந்த ஆதிக்கத்தை இழந்தது.

இது அமெரிக்க ஜனாதிபதி கென்னடிக்கு ஆழ்ந்த கவலையை உருவாக்கியது இதை பெலிக்ஸ் கிரீன் அவர்கள், "இந்த இழப்புகள் பேரிழப்புகள் ஆகும். கியூபப் புரட்சி, பொருளாதார இழப்புகளை ஏற்படுத்தியதற்காக மட்டும் கென்னடி கவலைப்படவில்லை. ஆனால் ஒரு சோஷலிஸ நாடு கியூபாவில் அமைக்கப்பட்டு விட்டால், அது லத்தீன் அமெரிக்காவில் உள்ள புரட்சிகர இயக்கங்களுக்கு ஒரு உற்சாகத்தை ஏற்படுத்திவிடும் என கவலைப்பட்டார். கியூபாவில் ஏற்பட்டதைப் போன்ற புரட்சி பெரியநாடான பிரேசிலில் நடந்தால் அது லத்தீன் அமெரிக்கா முழுவதும் ஒரு காட்டுத்தீயாகப் பரவிவிடும் என்று கென்னடிக்கு அச்சம் ஏற்பட்டது. கென்னடி எத்தனை தொலை நோக்குடன் சிந்தித்துள்ளார் என்பதை லத்தீன் அமெரிக்காவின் இன்றைய நிகழ்வுகள் உணர்த்துகின்றன. லத்தீன் அமெரிக்காவில் ஆயுதம் தாங்கிய புரட்சி நடைபெறவில்லை. என்றாலும் அமெரிக்க ஏகாதிபத்தியம் லத்தீன் அமெரிக்காவில் தற்போது நிகழும் மாற்றங்களைப் புறக்கணிக்க இயலாமல் திணறுகிறது.

ஏகாதிபத்தியம் பூர்வகுடியினரை பூண்டோடு அழித்தது. லத்தீன் அமெரிக்க வளங்களைச் சூறையாடியது. ஜனநாயக அரசுகளை இராணுவப் புரட்சிகள் மூலம் தகர்த்தது. சர்வாதிகாரிகளை வளர்த்தது. நவீன தாராளவாதக்

கொள்கைகளினால் பல பகுதி மக்களின் வாழ்க்கையை அழித்தது.

முதலாளித்துவம் வளரும் போது தன்னைக் குழிதோண்டி புதைக்கும் ஆட்களையும் உருவாக்குகிறது என மார்க்ஸ் கூறினார். ஏகாதிபத்தியம் உலகம் முழுவதும் தனக்கு குழிபறிப்பதற்கான வேலையாட்களையும் வளர்த்து விட்டுள்ளது. ஏகாதிபத்திய உலகமயமாக்கல் உக்கிரமடைந்துள்ள இவ்வேளையில் ஏகாதிபத்தியத்திற்கு சவால் விடும் சக்திகள் வெவ்வேறு வடிவங்களில் வரும் என்பதே லத்தீன் அமெரிக்க அனுபவம்!

(லத்தீன் அமெரிக்க ஆய்வுகளுக்கான பாப்லோ நெருடா பள்ளி (சென்னை). 2009ல் நடத்திய கூட்டத்தில் நிகழ்த்தப்பட்ட ஆங்கில உரை. தமிழில் ஆர். பத்மகுமாரி)

தீக்கதிர் - ஜன 28 2007.

அத்திப்பழங்கள் இப்போதும் சிவப்பாய்த்தான் இருக்கின்றன